മംഗളോദയം

ഒരു പ്രവാസിയുടെ ഓർമ്മകൾ

വി. ബി. അജിത് രാജ്

1956 നവംബർ 14ന് തൃശ്ശൂർ ജില്ലയിൽ
ചാവക്കാട് ജനനം.
അച്ഛൻ: വി.കെ. ബാലൻ
അമ്മ: ചന്ദ്രമതി ടീച്ചർ
ഐക്യ അറബ് എമിരേറ്റ്സിൽ
40 വർഷത്തിലേറെ പ്രവാസിയായിരുന്നു.
ഇപ്പോൾ ചാവക്കാട് വിശ്രമജീവിതം.
സഹോദരങ്ങൾ: ജ്യോതി രാജ്,
സുനിൽ രാജ്, ഷീല, അരുണ (Late).
ഭാര്യ: സുമ.
മക്കൾ: വിഷ്ണുപ്രിയ, അഭയ് കൃഷ്ണ. (ദുബായ്)

ഓർമ്മ

ഒരു പ്രവാസിയുടെ ഓർമ്മകൾ

വി.ബി. അജിത് രാജ്

MANGALODAYAM
an imprint of GREEN BOOKS

mangalodayam
an imprint of green books pvt. ltd
gb building, civil lane road, ayyanthole,
thrissur- 680 003, kerala, ph: +91 487-2381066, 2381039
website: www.greenbooksindia.com
e-mail: info@greenbooksindia.com

malayalam
oru pravasiyude ormakal
memoirs
by
v.b. ajith raj

first published december 2020

cover design: shahzad

branches:
thrissur 0487-2422515
thiruvananthapuram 0471-2335301
calicut 0495 4854662

isbn : 978-93-90429-66-0

GMGPL/029/2020

സമർപ്പണം

ത്യാഗസമ്പന്നമായ
പ്രവാസജീവിതം നയിച്ച്
ഒന്നും നേടാതെ
തിരിച്ചെത്തിയ പ്രവാസികൾക്ക്.

ബാല്യം 1

അച്ഛമ്മയ്ക്ക് വൃത്തിയും വെടിപ്പും ചിട്ടകളും ഏറെയായിയുന്നു. എണ്ണയും തൈലവും തേച്ചു ചൂടുവെള്ളത്തിലുള്ള കുളി കഴിഞ്ഞു കിഴക്കോട്ടു നോക്കി ഉദയസൂര്യനെ വന്ദിച്ചു അടുക്കള വാതിലിലൂടെ അകത്തു കയറി തന്റെ കട്ടിലിനു താഴെ സൂക്ഷിച്ച ഇരുമ്പുപെട്ടിയിൽനിന്നും അലക്കിയുണക്കിയ കോട്ടൺമുണ്ടുകൾ മാറിയുടുത്തു കുറെ നേരം ചമ്രം പടഞ്ഞിരുന്നു പരമശിവനെ ധ്യാനിക്കും അവർ. ഇതെല്ലാം കഴിഞ്ഞേ അവർ ആഹാരം കഴിച്ചിരുന്നുള്ളൂ. കൊച്ചുകുട്ടിയായിരുന്നു ഞാൻ. ആ കാലത്ത് അടുക്കളജോലിക്കും പുറംജോലിക്കുമായി എപ്പോഴും രണ്ടോ അതിലധികമോ പേർ വീട്ടിൽ കാണും. അമ്മ സ്കൂളിൽ പോകുന്നതോടെ പണിക്കാരികളും പ്രഭാതജോലി കഴിഞ്ഞു പോകും, കൂടെ അവർ കുറെ ആഹാരവും കൊണ്ടുപോകും. അമ്മ അവരുടെ മക്കൾക്കായി കൊടുക്കുന്നതാണത്. ഇനിയവർ വൈകുന്നേരമേ വരൂ. പിന്നെ ഞാനും അച്ഛമ്മയും തനിച്ചാകും. എന്റെ താഴെ രണ്ടുപേർ ഉണ്ടെങ്കിലും അക്കാലം ഓർമ്മകളിൽ അവരൊന്നുമില്ല.

അച്ഛമ്മയുടെ കട്ടിലിൽ അവരോടൊപ്പം കിടക്കാൻ നല്ല സുഖമാണ്. പഞ്ഞി നിറച്ച തലയണയും കിടക്കയും അവയെ പൊതിഞ്ഞ പരുത്തി തുണികൾ. എന്നും വെയിലത്തുണക്കുന്നതുകൊണ്ടോ എന്തോ ഒരു പ്രത്യേക സുഖവും മണവുമാണതിന്ന്.

ഒരു ദിവസം വേലിക്കരുകിലെ കരമരത്തിൻ ഇലയിൽ ഒരു കിളിക്കൂട് ആടികൊണ്ടിരിക്കുന്നത് കാണുകയും അത് പറിച്ചു തരാൻ അച്ഛമ്മയോട് അവശ്യപ്പെടുകയും ആദ്യം അവരത് നിഷേധിക്കയും വാശിപിടിച്ചു കരഞ്ഞ എനിക്കത് എന്തൊക്കയോ പിറുപിറുത്ത് പൊട്ടിച്ചു തരികയും ചെയ്തു. കൂട്ടിൽ രണ്ടു മുട്ടകളുണ്ടായിരുന്നു, സൂചിമുഖിയുടേത്. ഞാനത് അച്ഛമ്മയുടെ കട്ടിലിനു താഴെ പെട്ടിക്കു പുറകിലായി ഒളിപ്പിച്ചു വെച്ചു. മുട്ടകൾ വിരിയുന്നുണ്ടോ എന്ന് ദിവസവും എടുത്തു നോക്കും. ആ മുട്ടകൾ ഒരിക്കലും വിരിഞ്ഞില്ല. എനിക്കേറെ സങ്കടമായി. തള്ളക്കിളിക്കും തന്തക്കിളിക്കുമൊപ്പം ഞാനും കുറെ കരഞ്ഞു.

അമ്മ കൈപിടിച്ചു സ്കൂളിൽ പോകുന്ന ഒരോർമ്മയും കുട്ടിയിൽ ഇല്ല. അമ്മ അദ്ധ്യാപികയായ സ്കൂളിൽ തന്നെയായിരുന്നു അവന്റെ ആദ്യകാല പഠനം. ആരും കൂട്ടില്ലാത്ത പിഞ്ചുപൈതൽ. നാലു വയസ്സോടു കൂടി സരസ്വതി സ്കൂളിൽ പോകാൻ തുടങ്ങി. അന്ന് ആ വഴി ഒരു തോടായിരുന്നു. അറുപതുകളുടെ ആദ്യ പകുതിയിൽ. ഓരോ വീടും അവയുടെ വേലിയും അവയിലുള്ള മരങ്ങളും മനുഷ്യരും അവൻ ഓർക്കുന്നു. ആവണക്ക്, നീരോലി, ചിന്ന, കൊങ്ങിണി, കര തുടങ്ങി പേരറിയാത്ത ഒത്തിരി സസ്യങ്ങളാൽ സമൃദ്ധമായ വേലികൾ. ഇടയ്ക്ക് ചില മുളങ്കൂടുകൾ, ചുവടെ കുപ്പിച്ചില്ല്, പൊട്ടിയ കലം, ചിലപ്പോൾ ആടുകളുടെയോ മാടുകളുടെയോ മറുപിള്ളകൾ ഓലക്കൊട്ടയിൽ കെട്ടിതൂക്കിയിട്ടുമുണ്ടാകും. അവയുടെ ചീഞ്ഞ ഗന്ധം വഴി നീളെ. അവിടെയെത്തുമ്പോൾ മൂക്കുപൊത്തി ഓടുകയാണ് പതിവ്. വീട്ടിൽനിന്നു കിഴക്കോട്ടുള്ള വഴിയിൽ മാങ്ങോട്ടുകാരുടെ അതിർത്തിയിലുള്ള പാലമരത്തിലാണ് അവ കൂടുതൽ കാണാറ്.

മുൾമുളയുടെ ചില്ലകളാലും വാരികളാലും അലങ്കരിച്ച വേലികൾ. വേലിക്കു പിന്നിൽ ഏറെയും കാശുമാവിൻമരങ്ങൾ. വേലികൾ ഉള്ളവർ മികച്ചവർ. അങ്ങനെയുള്ളവർ അപൂർവമേ ഉണ്ടായിരുന്നുള്ളൂ.

മഴക്കാലത്തു ആ വഴി ഒരു തോടായി മാറും. ചിലയിടങ്ങളിൽ മുട്ടിനു മീതെയാകും ജലനിരപ്പ്. കശുമാവിൻ കൊമ്പത്ത് കേറി വിസർജ്ജിക്കുക ഈ നാട്ടിൽ പതിവാണ്. ഒരു പിരമിഡ് പോലെ വിസർജ്യം വേനലിൽ കുന്നുകൂടും. കാലവർഷാരംഭത്തോടെ എല്ലാം കുതിർന്നു മണ്ണിൽ ലയിക്കും, കുറെയേറെ ഒലിച്ചു ഈ തോട്ടിലും വരുമായിരിക്കും. അതിലൂടെ നീന്തി നടന്നു വേണം സ്കൂളിലെത്താൻ. വേനലിൽ ചുട്ടുപഴുക്കുന്ന മണലാണ് ആ വഴി നീളെ. ചെരുപ്പ് ആഡംബരമായിരുന്ന കാലം. അച്ഛൻ ഞങ്ങൾക്ക് ചെരുപ്പുകൾ തരുമായിരുന്നെങ്കിലും അന്ന് അവ പതിവായി ഇടുന്ന ശീലമൊന്നും ഇല്ലായിരുന്നു.

ഒരു വേനൽദിനത്തിൽ ചെരുപ്പിടാതെ നടക്കുന്ന ഞാൻ, ചുട്ടുപൊള്ളുന്ന മണൽ, പാദം വെന്തു, കുറെ ഓടി, ഇല്ല സഹിക്കാൻ പറ്റുന്നില്ല, കണ്ണുകൾ നിറഞ്ഞൊഴുകി. പരിസരബോധം നഷ്ടപ്പെട്ടു. ആദ്യത്തെ അസ്തിത്വ ദുഃഖം. എന്താണിത്, ഏതാണിത്, വലിയ ഒരു ചോദ്യച്ചുഴലിൽ എന്റെ ഉള്ളം ഏതോ മാസ്മകരിതയിൽ എന്നപോലെ...

സ്കൂൾ വിട്ടാലും അമ്മയുടെ വിരൽത്തുമ്പിൽ തൂങ്ങി വീടണയുന്ന ഓർമ്മ ഇല്ല. ആ കാലമങ്ങനെയായിരിക്കാം. സ്കൂൾ ഒരു ചെറിയ കുന്നിൻപുറത്താണ്. കിഴക്കോട്ടിറങ്ങിയാൽ പാടമാണ്. അതിനും പുറകെ മത്തിക്കായൽ. വലിയ പാടങ്ങൾക്ക് കുറുകെ തെങ്ങുകളാൽ സമൃദ്ധമായ വഴികൾ കിഴക്കു പടിഞ്ഞാറായി. ഓണത്തിനു മുന്നെയുള്ള

കാലങ്ങളിലിൽ പാടം ജലസമൃദ്ധമാകും. വിളവെടുക്കാൻ ഇനിയും ദിനങ്ങൾ ഏറെയുള്ള പച്ചയാൽ മുങ്ങിയ നെൽപ്പാടം.

ഈ വഴി അവന് ഉല്ലസിച്ചു പോകാനുള്ളതാണ്. വൈകിയാണ് വീട്ടിൽ എത്തുകയെങ്കിലും. വരമ്പിലൂടെ നടന്നു തന്റെ വീടിനടുത്തേക്കുള്ള തെങ്ങുകളാൽ സമൃദ്ധമായ എതിർവഴിയാണ് ലക്ഷ്യം.

വയൽ വരമ്പിലൂടെയുള്ള ഒറ്റയാൻ യാത്ര. തെളിനീരാൽ സമൃദ്ധമായ വയലുകൾ. ഇടയ്ക്ക് ഓവുകളും നീർച്ചാലുകളും. അവയിൽ ചെറുമീനുകൾ, പോട്ട, പൂച്ചൂടി, തവളപ്പൊട്ടുകൾ. അവയെ കൊത്തിപ്പൊക്കാനെന്നോണം തുമ്പികൾ കുറുകെ പറന്നുല്ലസിക്കുന്നു, പിന്നെ ഒരുപാടു ചെറുശലഭങ്ങൾ, പലവർണ്ണത്തിലുള്ളവ. ഏകാന്ത ബാല്യകാലാനന്ദം.

ഒരുദിനം ആദ്യപാടത്തിന് കുറുകെയുള്ള രണ്ടു വശവും വലിയ തെങ്ങുകൾ കാറ്റിലാടുന്ന ആ വഴിയിലേക്കു ഞാൻ കയറി. ഇടതു ഭാഗത്തു ഒരു വീട്, അതിനു പുറകെ നൂറ്റാണ്ടുകൾ പഴക്കമുള്ള ബോധി വൃഷം. അതിനും പിറകെ കാഞ്ഞിരവും അരളിയും കാട്ടു വള്ളികളാലും ചുറ്റപ്പെട്ട ശിവക്ഷേത്രം. ആ വീടിന്റെ മുറ്റത്തൂടെ പോയാൽ എളുപ്പവഴിയാണ്. ഞാൻ ആ വഴിയെ നീങ്ങി. വീട്ടിൽനിന്നും ഒരാൾ പരിചിത ഭാവത്തിൽ എന്നെ ക്ഷണിച്ചു. ശരിയും തെറ്റും തിരിച്ചറിയാത്ത ബാല്യം. ഞാൻ അയാളെ അനുഗമിച്ചു. സ്കൂളിലെ ഒരദ്ധ്യാപികയുടെ സഹോദരനാണയാൾ. പത്തിരുപത് വയസ്സു കാണും അന്നയാൾക്ക്. നീചൻ.

ആരോടും ഒന്നും പറഞ്ഞില്ല.

1957–58 കാലം

മണത്തലയിൽ ഒരു വർഗീയ പിരിമുറുക്കമുണ്ടായി. മണത്തലയിലെ രണ്ടു പ്രധാന ആരാധനാലയങ്ങളാണ് ശ്രീ വിശ്വനാഥ ക്ഷേത്രവും മണത്തല ജുമാ മസ്ജിദും. രണ്ടും വളരെ പ്രശസ്തം. ശ്രീ നാരായണ ഗുരു പ്രതിഷ്ഠാകർമ്മം നിർവഹിച്ച വിശ്വനാഥക്ഷേത്രം തീയ്യർക്ക് ഏറെ പ്രാധാന്യമുള്ളതാണ്. സാമൂതിരിയുടെ പടനായകനായിരുന്ന ഹൈദ്രോസ് കുട്ടിമൂപ്പരുടെ ഖബറിനാൽ പ്രശസ്തമായ മണത്തല പള്ളി. മൂപ്പർ ടിപ്പുവിന്റെ പടയുമായി പൊരുതി വീരമൃത്യു വരിക്കയായിരുന്നു.

രണ്ടിടത്തുമുണ്ട് വലിയ ഉത്സവം. മണത്തല നേർച്ച ആദ്യം. ജനുവരിയുടെ അവസാനത്തിലോ ഫെബ്രുവരി ആദ്യത്തിലോ. രണ്ടും മൂന്നും ദിവസമായി എല്ലാ ജനവിഭാഗവും ഒരുമിച്ചാഘോഷിക്കുന്ന നേർച്ച. ഒന്നിലധികം ആനകളും മേളങ്ങളുമായി വരുന്ന കാഴ്ചകൾ ഹൈദ്രോസ് കുട്ടി മൂപ്പരുടെ ജാറത്തിൽ എത്തി അവസാനിക്കും. പൊലീസും എല്ലാ ജാതി മതസ്ഥരായ കച്ചവടക്കാരും മത്സ്യത്തൊഴിലാളികളും ചില ബാങ്കുകൾ അടക്കം മത്സരബുദ്ധ്യേ ഈ ഉത്സവത്തിൽ പങ്കെടുക്കും.

താളമേളങ്ങൾക്കൊണ്ടും ഇടവിട്ടുള്ള കരിമരുന്നുപ്രയോഗത്താലും അന്തരീക്ഷം മുഖരിതമാകും. തെരുവുകൾക്കൊരു വശത്ത് കച്ചടക്കാർ തമ്പടിക്കും, അതിൽ പ്രധാനം ഹലുവ, ഈത്തപ്പഴത്തട്ടുകൾ എന്നിവയ്ക്കാണ്. ആ ദിവസങ്ങളിൽ മാത്രം രുചിയറിയുന്ന പഴവും പലഹാരങ്ങളും. മറുവശത്ത് ആനമയിലൊട്ടകക്കാരും സർക്കസ്സുകാരും മരണക്കിണറും യന്ത്രഊഞ്ഞാലുമൊക്കെ. വേറൊരിടത്തു യാചകരുടെ നിര. കൈകാലുകളില്ലാത്ത മാംസപിണ്ഡങ്ങൾ, അന്ധന്മാർ, കൈകാലുകൾ ദ്രവിച്ച കുഷ്ഠരോഗികൾ... എല്ലാ ഊടുവഴികളിലും കടലോരത്തുപോലും ആനകളും മേളക്കാരും! കൊട്ടിക്കലാശമായി പത്തിരുപത് ആനകൾ നിരക്കുന്ന നാട്ടുകാഴ്ചയും കരിമരുന്നുപ്രയോഗവും. നേർച്ച കഴിഞ്ഞാലും കാതിൽ മേളത്തിന്റെ ഒലികൾ ഒന്നു രണ്ടു ദിവസം നിലനിൽക്കും.

മൂന്നു മാസങ്ങൾക്കുശേഷം ശിവരാത്രി തൊട്ട് വിശ്വനാഥക്ഷേത്ര ഉത്സവ ആരംഭമായി. ശിവരാത്രി തൊട്ട് പത്താം ദിവസമായ ഉത്സവം വരെ നൃത്ത, വാദ്യ നാടകകലകളാലും മത്സരങ്ങളാലും എല്ലാ രാത്രിയും ഉത്സവപ്പറമ്പ് സജീവമായിരിക്കും. ഉത്സവദിവസം വലിയ എഴുന്നെള്ളിപ്പുണ്ട്. പല കരകളിൽനിന്നായി വരുന്ന ചെറു എഴുന്നെള്ളിപ്പുകളും ഘോഷയാത്രകളും ഒരുമിച്ച് പത്തുപതിനഞ്ച് ആനകളും പഞ്ചവാദ്യവും മറ്റു താളമേളങ്ങളും പൂക്കാവടികളുമായി മണത്തല പള്ളി കടന്നു പോകണം. ചിലപ്പോൾ അവിടെ വാങ്കുവിളിയുടെ സമയമായിക്കും. സാധാരണ ആ സമയത്ത് ഉച്ചഭാഷിണികളും മറ്റും വാങ്ക് വിളിയെ മാനിച്ചു നിർത്തിവെയ്ക്കുകയാണ് പതിവ്. എന്നാൽ ഉത്സവക്കാലത്ത് ചില വർഷങ്ങളിൽ ഉത്സവ ഘോഷയാത്ര പള്ളിക്ക് മുന്നിലൂടെ കടന്നു പോകുമ്പോൾ പ്രാർത്ഥനാവിളി തുടരുമ്പോഴും ഘോഷയാത്ര വാദ്യഘോഷാധികളാൽ തിമിർത്ത് കടന്നുപോകും. ഇതിൽ പള്ളിക്ക് എതിർപ്പാണ്. എന്നാൽ ഉത്സവക്കാർ ആ എതിർപ്പിനെ അവഗണിക്കയാണ് പതിവ്. അത് ഒരു സംഘർഷാവസ്ഥയിൽ എത്തിച്ചേരുകയായിരുന്നു. അങ്ങനെ തർക്കം തുടങ്ങി അതൊരു വർഗ്ഗീയ ഏറ്റുമുട്ടലോളം എത്തി. തർക്കം ഒഴിവാക്കാൻ സർവകക്ഷി യോഗം കലക്റ്റർ വിളിച്ചു കൂട്ടി.

അച്ഛൻ കമ്മ്യൂണിസ്റ്റ് പാർട്ടിയുടെ പ്രതിനിധിയായിരുന്നു. അന്ന് ഒരു കമ്മ്യൂണിസ്റ്റ് പാർട്ടിയേ ഉള്ളൂ. പാർട്ടിയുടെ നിർദ്ദേശപ്രകാരം വാങ്കു വിളി നേരത്താണ് ഉത്സവഘോഷയാത്ര പള്ളിക്കു മുന്നിൽ എത്തുന്നതെങ്കിൽ വാദ്യങ്ങൾ വാങ്ക് വിളി കഴിയും വരെ നിർത്തുന്നതാണ് ഉചിതം എന്നഭിപ്രായപ്പെട്ടു. അന്നും സംഘപരിവാർ മറ്റു പല പേരുകളിലായി നില നിന്നിരുന്നു. അവർക്കാതീരുമാനം സ്വീകാര്യമായിരുന്നില്ല. ഒരു കാരണവശാലും മേളങ്ങൾ നിർത്തുകയില്ല എന്നവർ ശഠിച്ചു. അങ്ങനെ സഖാവ് വി.കെ. ബാലൻ അവരുടെ ശത്രുവായി. അച്ഛന് അവർ ഒരു ഓമനപ്പേരിട്ടു 'അബു'. ആ കാലത്തു പിറന്ന എന്റെ അനുജത്തിയെ 'ജമീല' എന്നും അമ്മയെ 'ഐഷ' എന്നും അവർ വിളിച്ചു.

ഉത്സവദിനം ജില്ലാ ഭരണകൂടം 144 പ്രഖ്യാപിക്കും. അതോടൊപ്പം വൻ ആയുധധാരികളായ പൊലീസ് സേനയെ വിന്യസിക്കയും. പ്രത്യേക അനുമതി എടുത്തേ ഘോഷയാത്ര നടത്താൻ പറ്റൂ. ഇതാവർത്തിച്ചു കൊണ്ടേയിരിക്കുന്നു.

ഞങ്ങളുടെ വീട് ഒരു നാൽക്കവലയ്ക്കടുത്താണ്. മോസ്കോ എന്നാണ് ആ കവലയെ അന്ന് വിളിച്ചിരുന്നത്. കമ്മ്യൂണിസ്റ്റുകാർ വളരെയധികം ഉള്ളതുകൊണ്ടാകാം ആ പേർ വന്നത്. സ്വാതന്ത്ര്യാനന്തരം 1949ൽ പാർട്ടിയെ നിരോധിച്ചു പുതു സർക്കാർ. അക്കാലത്തു ചാവക്കാട് പട്ടണത്തിലൂടെ മൂന്നു ചെറുപ്പക്കാരുടെ നേതൃത്വത്തിൽ ചെങ്കൊടിയേന്തി ഒരു ജാഥ നടന്നു. അതിന് നേതൃത്വം കൊടുത്ത മൂന്നുപേരെ അന്ന് അറസ്റ്റ് ചെയ്ത് തടങ്കലിലാക്കി. സഖാക്കളായ ബാലൻ, ഹസ്സൻ, മുഹമ്മദുണ്ണി. അങ്ങനെ അവർ ഈ നാട്ടിലെ ആദ്യ കമ്മ്യൂണിസ്റ്റുകളായി അറിയപ്പെട്ടു.

നാല് വയസ്സുമുതൽ പതിനൊന്നു വർഷം മാത്രമാണ് അച്ഛനുമായുള്ള ഓർമ്മകൾ. എന്നാൽ അതിന്നിടയിൽ ഒരായുഷ്ക്കാലം മുഴുവൻ ഓർക്കാനുള്ള അനുഭവങ്ങൾ നൽകി. നാല്പത്തിമൂന്ന് വർഷം മാത്രം ജീവിച്ചു വിട പറഞ്ഞു. സുന്ദരനായിരുന്നു അച്ഛൻ. ആരെയും ആകർഷിക്കുന്ന വ്യക്തി പ്രഭാവം. അലക്കിത്തേച്ച വെള്ള ഡബിൾ മുണ്ടും ടെറികോട്ടൺ ഷർട്ടും റെയ്ബാൻ സൺഗ്ലാസും വില കൂടിയ പാർക്കർ 51 പേനയുമൊക്കെ ആ വ്യക്തിത്വത്തിന്റെ ഭാഗമായിരുന്നു. കയ്യിൽ ഒരു എക്സിക്യൂട്ടീവ് ലെതർ ബാഗും കാണും. അതേ, ജനിച്ചത് ഒരു പ്രോലിറ്റേറിയൻ ആയിട്ടായിരുന്നെങ്കിലും അന്നത്തെ ജന്മിമാടമ്പികളെ വെല്ലാൻ കമ്മ്യൂണിസ്റ്റുകാർക്കാകും എന്നുറപ്പിക്കാൻ തന്നെയാകും അങ്ങനെ അദ്ദേഹം ജീവിച്ചത്. ഇംഗ്ലീഷ്, മലയാളം, തമിഴ് ഭാഷകളിൽ പരിജ്ഞാനം, അതിമനോഹരമായ കയ്യക്ഷരം എല്ലാം ആ വ്യക്തിത്വത്തിനു മാറ്റു കൂട്ടി.

എത്രയെത്ര യാത്രകൾ, ചിലപ്പോൾ ഞാനും അച്ഛനും മാത്രം. ചിലപ്പോൾ കുടുംബസമേതം.കേരളത്തിലും തമിഴ്നാട്ടിലുമായി കുറേ സ്ഥലങ്ങൾ അന്ന് ഞങ്ങൾ സഞ്ചരിച്ചിട്ടുണ്ട്. കോഴിക്കോട്, പാലക്കാട്, തിരൂർ, മലമ്പുഴ, തൃശ്ശൂർ, പീച്ചി, കൊച്ചി, തിരുവനന്തപുരം, കന്യാകുമാരി, തിരുച്ചന്തൂർ, തൂത്തുക്കുടി, മധുര അങ്ങനെ നീളുന്നു ആ നിര.

ഒരിക്കൽ ഞാനും ചേച്ചിയും അച്ഛനും കൂടി തൃശ്ശൂർ പോയി. ഞങ്ങൾക്ക് അഞ്ചും ഏഴും വയസ്സു കാണും. ഞങ്ങളെ രസിപ്പിക്കലും അദ്ദേഹത്തിന്റെ ഔദ്യോഗിക കാര്യങ്ങൾ നിറവേറ്റലുമാണ് ലക്ഷ്യം. ഞങ്ങൾ നവജീവൻ പത്രമാപ്പീസും പ്രസ്സും സന്ദർശിച്ചു. അച്ഛനെ എല്ലാവർക്കും വലിയ കാര്യമായിരുന്നു അവിടെ. അവിഭക്ത കമ്മ്യൂണിസ്റ്റ് പാർട്ടിയുടെ മുഖപത്രങ്ങളിലൊന്നായിരുന്നു നവജീവൻ. അച്ഛൻ അതിൽ വലിയ ഒരു സ്ഥാനം വഹിച്ചിരുന്നു. കാണാത്ത പലതും ആദ്യമായി അവിടെ കണ്ടു. അച്ചടിയന്ത്രം, ടെലിപ്രിന്റർ, കുറെ തൊഴിലാളികൾ, തുടങ്ങിയവ.

പിന്നെപ്പോയത് കളക്ടറേറ്റിലേക്ക്. അച്ഛൻ ഒരുപാടു പേരെ കണ്ടു, സംസാരിച്ചു. ഞങ്ങൾ അവിടെ നിന്ന് പുഴുങ്ങിയ നേന്ത്രപ്പഴവും പാലും വെള്ളവും കഴിച്ചു. പിന്നെ മൃഗശാലയിലേക്ക്. ഒരുപാട് പക്ഷികളെയും മൃഗങ്ങളെയും രാജവെമ്പാല അടക്കമുള്ള പാമ്പുകളെയും ആദ്യമായി കണ്ടു. അച്ഛൻ ഐസ്ക്രീം മേടിച്ചു തന്നു. ആ രുചിയും ഒരാദ്യഅനുഭവം. അവിടെനിന്നും റിക്ഷയിൽ കയറി റെയിൽവേ സ്റ്റേഷനിലേക്ക്. (മനുഷ്യൻ വലിക്കുന്ന റിക്ഷ, ഇപ്പോൾ കേരളത്തിൽ അതില്ല.) ഞങ്ങളെ തീവണ്ടി കാണിക്കാനും അനുഭവിപ്പിക്കാനുമാണ് അച്ഛൻ അങ്ങോട്ട് കൊണ്ടു പോയത്. ഒരുപാട് യാത്രക്കാർ, നീലക്കുപ്പായമിട്ട് കൈയിലും തലയിലും പെട്ടികളും ബാഗുകളും എടുക്കാവുന്നത്രയും എടുത്തു പോകുന്ന പോർട്ടർമാർ. അച്ഛൻ വടക്കാഞ്ചേരിയിലേക്ക് ടിക്കറ്റ് എടുത്തു. അങ്ങനെ ആവിയന്ത്രമുള്ള ആ തീവണ്ടിയിൽ വടക്കാഞ്ചേരി വരെ സഞ്ചരിച്ചു. ആദ്യ തീവണ്ടിയാത്ര. അവിടെനിന്നും ബസ്സിൽ കുന്നംകുളം വഴി ചാവ ക്കാട്ടേക്കും.

അച്ഛനും വല്യച്ഛനും തമ്മിൽ പതിന്നാലു വയസ്സിന്റെ വ്യത്യാസമുണ്ട്. അച്ഛാച്ഛനും അച്ഛമ്മയും ഒരു വ്യാഴവട്ടക്കാലം പിണങ്ങി വേറിട്ട് നിന്ന് പുനർസംഗമത്തിൽ ഉണ്ടായതാണ് അച്ഛൻ. ജനിക്കുമ്പോൾ വലിയ തേജസ്സായിരുന്നുവത്രെ. കുഞ്ഞിനെ കരിങ്കണ്ണു പറ്റാതെ സൂക്ഷിച്ചു കൊള്ളാൻ മുതിർന്ന സ്ത്രീകൾ അച്ഛമ്മയെ ഉപദേശിച്ചുവത്രെ. കുഞ്ഞിനെ മറ്റു മക്കൾക്കില്ലാത്ത പരിഗണന കൊടുത്തു വളർത്തുകയും ചെയ്തു ആ അമ്മ.

അറുപതുകളുടെ തുടക്കത്തിൽ ആ ഗ്രാമജീവിതം നന്മകളാൽ സമൃദ്ധ മായിരുന്നു. പരസ്പരം സ്നേഹിച്ചും ബഹുമാനിച്ചും പങ്കിട്ടും ജീവിച്ചിരു ന്നവർ.

ഒരു പാട്ടിത്തള്ള ഇടയ്ക്കെല്ലാം വീട്ടിൽ വരുമായിരുന്നു. നരച്ച മുടി നെറുകെയിൽ കെട്ടിവെച്ചു ഒരു കയ്യിൽ കുറെ ചിന്ന തൂപ്പുകളും മറു കയ്യിൽ ഒരു ചെറുസഞ്ചിയുമായാണ് വരവ്. മുട്ടിനു താഴെ കഷ്ടിച്ചു മറ യുന്ന ചെറുമുണ്ട് മാത്രമാണ് വേഷം. നഗ്നമായ മാറിടം. തൂങ്ങി ആടുന്ന തോൽസഞ്ചി മാത്രമായ മുലകൾ. തോട ഇടാനായി നീട്ടിയ ആടിക്കളി ക്കുന്ന കാതുകൾ. വായിൽ പല്ലുകളൊന്നുമില്ല, അതിനാൽ താടിയെല്ല് കുറച്ചു മുന്നോട്ടുന്തിയ പോലെ, ഒട്ടിയ കവിളുകളും ചുണ്ടുകളും. എപ്പോഴും ആടിക്കൊണ്ടിരിക്കുന്ന കീഴ്ത്താടി, വായിൽ എന്തോ ചവച്ചര യ്ക്കുന്ന പോലെ. കൂടാതെ നെറുകയിൽ കെട്ടിവെച്ച മുടിക്കുള്ളിൽ കുറുകെ തിരുകിയ ഒരു ചിന്ന തണ്ട്. ചൂലിൽ പറക്കുന്ന ആ ദുർമന്ത്രവാ ദിനിയെപ്പോലെ. അവർ വന്നാൽ ഒരു മുറത്തിൽ കുറച്ച് അരിയും തുളസി ഇലയുമൊക്കെ കൊടുക്കും; അമ്മയോ അച്ഛമ്മയോ. കുട്ടികളെല്ലാം അവർക്കു മുന്നിൽ വന്നിരിക്കും. പിന്നെ ദോഷങ്ങൾ കളയാനുള്ള

ഒരുക്കമായി. പാട്ടിത്തള്ള ഒരു കൈ മുറത്തിൽ കറക്കുകയും മറുകയ്യിലെ ചിന്ന തൂപ്പുകൊണ്ട് കുഞ്ഞുങ്ങളെ ഒന്നൊന്നായി തൊട്ട് ചില മന്ത്രങ്ങൾ ഉരുവിട്ടുകൊണ്ടിരിക്കും. അതിനിടയിൽ ഇടയ്ക്ക് വരുന്ന കോട്ടുവാ. ദോഷങ്ങൾ ഒഴിഞ്ഞുപോകയാണ്. പിന്നെ കോട്ടുവായുടെ ഇടവേഗം കുറഞ്ഞു കുറഞ്ഞു വരും. ചിന്നതൂപ്പുകൊണ്ടുള്ള തൊടൽ അടിയായി മാറും. വേഗതയും കൂടും. അവസാനം മുറത്തിൽനിന്ന് അരിയും പൂവുമൊക്കെ എടുത്ത് എല്ലാവരുടെ മേലേക്കും ഒരു പ്രത്യേക ശബ്ദത്തോടെ എറിയും. ഊതി ഓരോ കുഞ്ഞിനേയും ഉഴിഞ്ഞു ദോഷങ്ങളെല്ലാം എടുത്തു കളയുന്നു. കർമ്മം കഴിഞ്ഞു അരിയോ നെല്ലോ പൈസയോ പ്രതിഫലമായി എന്തുകിട്ടിയാലും അത് സന്തോഷത്തോടെ സ്വീകരിച്ചു അവർ പോകുന്നു. അവരുടെ അടുത്ത വരവിനായി കുട്ടികൾ കാത്തിരിപ്പും തുടങ്ങും.

പരിസ്ഥിതിക്ക് ഒരു കോട്ടവും വരാത്ത രീതിയിലായിരുന്നു അക്കാലത്തെ ജീവിതം. ചിരട്ടയും മുളയും കൊണ്ടുണ്ടാക്കിയ കയിൽ, ചോറ് വാറ്റാൻ മുളകൊണ്ട് മാത്രമുള്ള മറ്റൊരു കയിൽ. കൊട്ട, വട്ടി, മുറം എല്ലാം മുളയുൽപ്പന്നങ്ങൾ. മണ്ണുകൊണ്ടുള്ള കലങ്ങൾ, പരുത്തി വസ്ത്രങ്ങൾ, ഓലയും കളിമണ്ണും തെങ്ങും മുളയും കൊണ്ടുള്ള വീടുകൾ. വലിയ സംസ്കരണമൊന്നുമില്ലാതെ നേരിട്ട് പ്രകൃതിയെ ആശ്രയിച്ചു കഴിഞ്ഞിരുന്നവർ. പളുങ്ക് പാത്രങ്ങൾ ആഡംഭരമായിരുന്നു. എന്നാൽ സ്ഫടികവും പിച്ചളയും ഓടുമെല്ലാം സാധാരണമായിരുന്നു. ഇന്നത്തെ കുട്ടികൾ കാണാത്ത കോളാമ്പി, കിണ്ണം, കിണ്ടി, ഉരുളി, പോണി, ചുണ്ണാമ്പ് കുടുക്ക, മണ്ണെണ്ണ വിളക്ക് തുടങ്ങി ഓട് പിച്ചള ഉത്പന്നങ്ങൾ മിക്കവാറും വീടുകളിൽ കാണാമായിരുന്നു. പ്ലാസ്റ്റിക്, അലൂമിനിയം, സ്റ്റെയിൻലെസ്സ് സ്റ്റീൽ തുടങ്ങിയവ ഉണ്ടെങ്കിലും സാർവത്രികമായിരുന്നില്ല.

ഓണത്തിന് മുന്നെയായി പാണന്മാർ പൊട്ടി ആട്ടാൻ വരുമായിരുന്നു. കർക്കിടകത്തിലെ പഞ്ഞത്തെ ആട്ടിയോടിച്ച് പൊന്നുംചിങ്ങമാസത്തെ വരവേൽക്കയാണ് ഉദ്ദേശ്യം. ചേട്ടയെ കളഞ്ഞ് ശ്രീദേവിയെ ആനയിക്കുക. അവർ ഉടുക്ക് കൊട്ടി പാടി നൃത്തം വെയ്ക്കും. മുഖം മൂടിയണിഞ്ഞു കുരുത്തോലകൊണ്ട് അലങ്കരിച്ച വേഷം. രണ്ടു കയ്യിലും കുറെ കുരുത്തോലകൾ പിടിച്ചിട്ടുണ്ടാകും ആടുന്നയാൾ. കൈകാലുകൾ മുന്നോട്ടും പുറകോട്ടും പ്രത്യേക രീതിയിൽ ചലിപ്പിച്ചു വട്ടം കറങ്ങി ഗാനത്തിനും താളത്തിനുമൊപ്പം ആടുന്നു. പാണന്മാർ ഓണത്തിന് മുന്നെ രാത്രിയിൽ വീണ്ടും വരും, തുകിലുണർത്താനായി. ഒരു റാന്തൽവിളക്ക് പിടിച്ചു കുടയും ചൂടി പാണൻ. ചാക്കുസഞ്ചിയും ഉടുക്കും ഒക്കെ ഏന്തി ഭാര്യയും മകനും കൂടെക്കാണും. അർദ്ധരാത്രിക്കു ശേഷമെത്തുന്ന അവർ ഏറെ നേരം പാടും. കൂടുതലും നാഗദേവതകളെക്കുറിച്ചുള്ളവ. ദക്ഷിണയായി

എല്ലാവരും പൈസ കൊടുക്കും. കുട്ടികൾ കൊടുക്കാനുള്ളത് അമ്മ ആദ്യമേ തന്നേൽപ്പിക്കുമായിരുന്നു. അത്തരം ഗ്രാമീണ കാഴ്ചകളെല്ലാം അപ്രത്യക്ഷമായിരിക്കുന്നു ഇന്ന്.

കെട്ട് നിറയ്ക്കാൻ വരുന്ന ശബരിമലക്കാരും അവരുടെ തുള്ളലും മറ്റൊരനുഭവം. അവരുടെ തുള്ളലും മലയാളത്തിലുള്ള മന്ത്രങ്ങളും എനിക്കേറെ ഇഷ്ടമായിരുന്നു. കെട്ടുകാർ ഞങ്ങളുടെ വീട്ടിൽ വരില്ല. എന്നാൽ അവർ പോകുന്ന വീട്ടിലെല്ലാം അവരെ അനുഗമിച്ചു അവരുടെ ചെണ്ട കൊട്ടും വലിയ മണികളുള്ള അരച്ചിലങ്കയുടെ നാദവും അതിനൊത്തു ചുവടു വെച്ച് കറുത്ത കച്ച ഒരു പ്രത്യേക രീതിയിൽ താളത്തിനൊത്തു ചുറ്റി കലി കയറി അലറി തുള്ളുന്ന വെളിച്ചപ്പാടും കലിയിൽ അദ്ദേഹം മാറിയ ശബ്ദത്തിൽ പറയുന്ന വചനങ്ങളും അത് ഭക്തി ആദരവോടെ കേൾക്കുന്ന വീട്ടുകാരും ഒക്കെ ആശ്ചര്യത്തോടെ നോക്കിനിന്ന ബാല്യം. അവസാനം കലി ഇറങ്ങി വെളിച്ചപ്പാട് തളർന്നു കിടക്കും കുറച്ചു നേരം. പിന്നെ അവർ അടുത്ത വീട്ടിലേക്കു യാത്ര യാകും ഈ ആവർത്തനങ്ങൾക്കായി.

1949-ൽ എന്റെ അച്ഛന്റെയും അമ്മയുടെയും വിവാഹം. അതൊരു പാർട്ടി കല്യാണമായിരുന്നു. അച്ഛന്റെ നിരോധിത കാലത്തെ ജാഥ പാർട്ടികേന്ദ്ര ങ്ങളിൽ ചലനം സൃഷ്ടിച്ചിട്ടുണ്ടാകും. ചാവക്കാട്ടെ 'യുവ തുർക്കി' സഖാവ്. വധുവിനെ പാർട്ടി തന്നെ തിരഞ്ഞെടുത്തു. പൊന്നാനിയിലെ മഹാവിപ്ലവകാരിയുടെ ആദ്യ സന്തതി. എന്റെ അമ്മ.

പുന്നയ്ക്കൽ കണാരൻ, പിന്നീട് കണാരൻ മാസ്റ്റർ എന്നറിയപ്പെട്ട എന്റെ അച്ഛാച്ചൻ പൊന്നാനിക്കടുത്ത പുറങ്ങിലെ ഒരു വലിയ ജന്മി കുടും ബാംഗമാണ്. അച്ഛാച്ചന്റെ പിതാമഹന്മാർ പാവപ്പെട്ടവരുടെ ഭൂമി ആധാര മാക്കി കൊടും പലിശയ്ക്ക് കടം കൊടുത്തു തിരിച്ചെടുക്കാൻ വകയില്ലാ ത്തവരെ അവർ ഒപ്പിട്ട രേഖാടിസ്ഥാനത്തിലിൽ നിയമപരമായി തന്നെ കൈക്കലാക്കിയ പാപക്കറപൂണ്ട ഭൂമികൾ, അതായിരുന്നു അവരുടെ സ്വത്തുക്കളിലേറെയും. പുറങ്ങ് ഗ്രാമത്തിന്റെ പകുതിയോളം അവരുടേതാ യിരുന്നു. അഞ്ഞൂറോളം ഏക്കർ വിസ്തൃതിയുള്ള ഭൂമി. അതിൽ വിശാല മായ നാലുകെട്ട് (അമ്പതുകളിൽ നാലുകെട്ട് പൊളിച്ചു അന്നത്തെ പാല ക്കാട്ട് മേഖലയിലെ ഏറ്റവും വലിയ കോൺക്രീറ്റ് ഭവനമാക്കി മാറ്റി അച്ഛാ ച്ചന്റെ ജേഷ്ഠസഹോദരൻ). വിശാലമായ പുരയിടത്തിൽ പടവുകളോടു കൂടിയ കുളവും കുളപ്പുരയും.

പാപബോധമായിരിക്കാം അദ്ദേഹത്തെ ഒരു റിബൽ ആക്കിയത്. താൻ സ്നേഹിക്കുന്ന സുന്ദരിയായ പാവപ്പെട്ട വീട്ടിലെ കുട്ടിയെ വധു വായി സ്വീകരിക്കാൻ കുടുംബം തയ്യാറായില്ല. വിവാഹം കഴിക്കുമെങ്കിൽ ആ സുന്ദരിയെ മാത്രമേയുള്ളൂ എന്ന പിടിവാശിയിൽ അച്ഛാച്ചൻ. അവസാനം നിങ്ങളുടെ ഒരു സ്വത്തും എനിക്ക് വേണ്ട എന്നെഴുതി

ക്കൊടുത്തു. ആ കൊട്ടാരസദൃശ്യമായ വീട്ടിൽ നിന്നിറങ്ങി. അവിവാഹിതയായ ഒരു സഹോദരി അദ്ദേഹത്തിനുണ്ടായിരുന്നു. അവർ കുറച്ചു ഭൂമി അച്ഛാച്ഛന് ഇഷ്ടദാനമായി എഴുതികൊടുത്തു. അമ്മാമ്മയുമായുള്ള ജീവിതം അദ്ദേഹം ഒരു ചെറിയ വീട്ടിൽ നിന്നു തുടങ്ങി. ആദ്യം അവർ വേദാന്തികളായിയിരുന്നുവത്രെ. ശ്രീ നാരായണ ഗുരുവിന്റെ അദ്വൈത നവോത്ഥാന സ്വാധീനമായിരിക്കാം കാരണം.

അച്ഛാച്ഛൻ മനോഹരമായി പാടുമായിരുന്നു. സംഗീതവും പഠിച്ചിട്ടുണ്ടത്രേ. അങ്ങനെ ഇഷ്ടദാനം നൽകിയ സഹോദരിയുടെ സ്കൂളിൽ അദ്ദേഹം സംഗീതാദ്ധ്യാപകനായി. വേദാന്തം വെടിഞ്ഞ് അദ്ദേഹം പുരോഗമനക്കാരനായി, ആദ്യം കോൺഗ്രസും പിന്നെ സോഷ്യലിസ്റ്റ് കോൺഗ്രസ്സും അന്തിമമായി കമ്മ്യൂണിസ്റ്റും. പാർട്ടിയെ നിരോധിച്ച സ്വതന്ത്ര ഇന്ത്യയിൽ അന്ന് ഒട്ടുമിക്ക സഖാക്കളും ഒളിവിൽ പോയി. പൊന്നാനിയിലെ അറിയപ്പെടുന്ന സഖാവ് ഇമ്പിച്ചി ബാവ ഞങ്ങളുടെ ഭാഗത്തായിരുന്നു ഒളിവിൽ കഴിഞ്ഞിരുന്നത്. അദ്ദേഹം ഞങ്ങളുടെ തറവാട്ടിലും അന്നുണ്ടായിരുന്നു. അതൊക്കെ ഈ വിവാഹത്തിന് കാരണമായിരിക്കാം. അച്ഛന് 21, അമ്മയ്ക്ക് 14. ആ കാലം അങ്ങനെയായിരുന്നു. അമ്മ TTC കഴിച്ചതെല്ലാം വിവാഹാനന്തരമാണ്.

അന്ന് പൊന്നാനിയിലേക്കു റോഡിലൂടെ എത്താൻ ചാവക്കാടുനിന്നു കുന്നംകുളം, കൂറ്റനാട്, തൃത്താല, എടപ്പാൾ വഴി വേണം. ഇന്നുള്ള ഗതാഗത സൗകര്യം അന്നില്ല. അതും കരി ബസിൽ (ആവി യന്ത്രം ഊർജം പകരുന്നത്). ടിപ്പു സുൽത്താൻ റോഡ് ഒരു മണലാരണ്യം പോലെയായിരുന്നു. ടിപ്പുവിന്റ പടയോട്ടക്കാലത്തു അതിവിശാലമായുണ്ടാക്കിയ നടപ്പാത. ചാവക്കാടു നിന്ന് പടിഞ്ഞാറോട്ടു ബീച്ച് റോഡ് മാത്രമേ ഉണ്ടായിരുന്നുള്ളൂ. അതും ടാർ ചെയ്യാത്തത്. കനോലിക്കനാലിനു മേലെയുള്ള മരപ്പാലം ഈ ദേശത്തെ ജന്മിമാരായ മേലേപ്പുരക്കാർ അവർക്കു വേണ്ടി നിർമ്മിച്ചതായിരുന്നു.

അച്ഛനായ ബാലന്റെയും അമ്മയായ ചന്ദ്രമതിയുടെയും കല്യാണ സംഘം യാത്ര ചെയ്തത് വഞ്ചിയിലായിരുന്നു. കനോലിക്കനാലിലൂടെ പൊന്നാനി വരെ.

അമ്മ ഇരുപത്തിയേഴു വയസ്സിനുള്ളിൽ ഏഴു പ്രസവിച്ചു. ആദ്യ സഹോദരൻ ശൈശവത്തിലേ പൊലിഞ്ഞു. അവസാനത്തെ ഇരട്ടകൾ ചാപ്പിള്ളകളായിരുന്നു.

ലോകത്തിൽ ആദ്യമായി തിരഞ്ഞെടുപ്പിലൂടെ ഒരു കമ്മ്യൂണിസ്റ്റ് സർക്കാർ അധികാരത്തിൽ വന്നു 1957ൽ. കേരളയീരുടെ ജീവിതത്തെ മറ്റ് ഇന്ത്യൻ സംസ്ഥാനങ്ങളിൽനിന്നും വ്യത്യസ്തമാക്കിയ പല നല്ല തീരുമാനങ്ങളും നടപ്പിലാക്കി വിപ്ലവകരമായ സാമൂഹിക മാറ്റങ്ങൾക്ക് തുടക്കം കുറിച്ച കേരളത്തിന്റെ ആദ്യ സർക്കാർ.

അച്ഛൻ ചാവക്കാട്ടെ മത്സ്യക്കയറ്റുമതിക്കാരനായിരുന്ന ഒരു മുതലാളിയുടെ മാനേജർ ആയി കുറച്ചു കാലം ജോലി ചെയ്തിട്ടുണ്ട്. അക്കാലത്ത് കനോലിക്കനാലിനു തീരത്തു ഒരു ചെറിയ വീട്ടിൽ അവർ താമസിച്ചു. അമ്മ അദ്ധ്യാപികയായി ആദ്യം നിയമിതയായത് ബ്ലാങ്ങാടുള്ള ഒരു സ്കൂളിലായിരുന്നു. ആ സ്കൂളിൽ പോയി വരാനുള്ള സൗകര്യമാകും ആ വീട് താൽക്കാലിക വസതിയായി തിരഞ്ഞെടുക്കാൻ കാരണം. വീടിന്നുടമ ആ മത്സ്യക്കയറ്റുമതിക്കാരൻ മുതലാളി തന്നെ.

ഭൂ ഉടമകൾക്ക് തെങ്ങുകയറ്റമൊക്കെ പ്രൗഢിയുടെ പ്രകടനമാണ്. അവർ ഒരു ചെറിയ ബെഞ്ചിൽ വിശാലമായ തെങ്ങിൻതോപ്പിൽ വന്നിരിക്കും. ഒന്നുരണ്ടു ശിങ്കിടികൾ കണക്കുപുസ്തകവുമായി കൂടെ. തെങ്ങു കയറുന്ന ബലിഷ്ഠരായ കുറെ തൊഴിലാളികൾ. കാക്കി ഷോർട്ടും വീതികൂടിയ അരപ്പട്ടയും അതിൽ കൊളുത്തിയ വലിയ ഒരു വെട്ടുകത്തിയുമായി ആകാരവടിവൊത്ത അവർ ചുറുചുറുക്കോടെ തെങ്ങിൽ കയറുന്നത് ഏറെ കൗതുകകരമാണ്. അവർ ഓരോ തെങ്ങിന്റെയും കണക്കുകൾ തെങ്ങിൻതലപ്പത്തിരുന്നു ഉറക്കെ വിളിച്ചു പറയും. 'തെക്കു കിഴക്ക് പതിനാറ്, വടക്ക് ഇരുപത്തി രണ്ടു'. ശിങ്കിടികൾ എല്ലാം അവരുടെ പുസ്തകത്തിൽ രേഖപ്പെടുത്തും. അടുത്ത കയറ്റത്തിന് കിട്ടാൻ പോകുന്ന തേങ്ങയുടെ ഏകദേശ കണക്കെടുക്കയാകാം.

തെങ്ങിൻതോപ്പിലെല്ലാം കുറെ കുടിയാന്മാരും കാണും. മുതലാളിമാരെ ഭയഭക്തിയോടെ കാണുന്നവരായിരുന്നു അവരിലേറെയും. മുതലാളിമാർ അവരുടെ ആ വിധേയഭാവത്തെ പല തരത്തിലും ചൂഷണം ചെയ്യും. അതിലൊന്ന് സ്ത്രീകളെ അവിഹിതമായി ഉപയോഗിക്കുകയാണ്. പട്ടിണിയും പരിവട്ടവുമുള്ള കാലം, ദാരിദ്ര്യം പല സ്ത്രീകളെയും എതിർപ്പില്ലാതെ വഴങ്ങാൻ പ്രേരിതരാക്കും. മുതലാളിമാർക്ക് ഇതൊക്കെ ഒരു സാധാരണ സംഭവവും.

ആ മനോഭാവമായിരിക്കാം അമ്മയോട് മത്സ്യക്കയറ്റുമതിക്കാരനെ അപമര്യാദയായി പെരുമാറാൻ പ്രേരിപ്പിച്ചത്. ഒരു ദിവസം തെങ്ങുകയറ്റക്കാരോടൊപ്പം വന്ന അയാൾ കുടിക്കാൻ വെള്ളം ചോദിച്ചു വീട്ടിൽ വരികയും അപമര്യാദയായി പെരുമാറുകയുമായിരുന്നൂവത്രേ. അമ്മ അച്ഛനോട് കാര്യം പറഞ്ഞു. അച്ഛൻ പ്രതികാരമായി തനിക്കറിയാവുന്ന മുതലാളിയുടെ എല്ലാ കള്ളക്കണക്കുകളുടെയും രഹസ്യം വരുമാന നികുതി ഉദ്യോഗസ്ഥരെ അറിയിച്ചു. അവരുടെ പരിശോധനയിൽ മുതലാളിയുടെ കള്ളപ്പണ ശേഖരം പിടിക്കപ്പെടുകയും നികുതിയായി വൻസംഖ്യ അദ്ദേഹത്തിന് സർക്കാരിൽ അടയ്ക്കേണ്ടിയും വന്നു. അച്ഛൻ ആ തൊഴിലിൽനിന്ന് വിരമിച്ചെങ്കിലും മുതലാളിയുടെ ശത്രു പട്ടികയിൽ ഒന്നാമനായി.

1959ലാണ് ഓർമ്മയിലുള്ള ഞങ്ങളുടെ വീട് പണിപൂർത്തിയായത്. ഒരേക്കറിൽ അധികം വരുന്ന ആ ഭൂമി അച്ഛൻ മേടിച്ചതാണ്. വീടുണ്ടാക്കാൻ കുറച്ചു കടം സർക്കാരിൽ നിന്നെടുത്തിരുന്നു. അമ്മയ്ക്ക് അപ്പോഴേക്കും എയ്ഡഡ് സ്കൂളിൽ നിയമനം കിട്ടുകയും മുണ്ടശ്ശേരി മാസ്റ്ററുടെ പുതിയ വിദ്യാഭ്യാസ നയത്തിന്റെ ഭാഗമായി സർക്കാരിൽ നിന്ന് നേരിട്ട് ശമ്പളം കിട്ടാനും തുടങ്ങി. ലോൺ ഉദ്യോഗസ്ഥയായ അമ്മയ്ക്കേ കിട്ടുകയുള്ളൂ. അതിന്നായി പുതുതായി മേടിച്ച ഭൂമി അമ്മയുടെ പേരിൽ രജിസ്റ്റർ ചെയ്തു. വിശാലമായ മുറികളും വലിയ ജനലുകളുമുള്ള വീടായിരുന്നു അത്. സെപ്റ്റിക് ടാങ്കോടുകൂടിയ ആധുനിക ടോയ്‌ലറ്റ് ഭവനത്തോടൊപ്പമുള്ള ആ ഭാഗത്തെ ആദ്യ വീട്. അച്ഛന്റെ ഇഷ്ടാനുസരണം ഉണ്ടാക്കിയത്. വീട്ടിനുള്ളിലെ ആ പരിപാടി നാട്ടുകാർക്ക് അത്ര സ്വീകാര്യമായിരുന്നില്ല അന്ന്. അവർ അതു പറഞ്ഞു ഞങ്ങളെ കളിയാക്കുമായിരുന്നു.

രണ്ടു കുളങ്ങളുണ്ടായിരുന്നു ആ പറമ്പിൽ. ഒരുപാട് കശുമാവുകൾ, മുൻഭാഗം പൂന്തോട്ടത്താലും മറ്റ് ഫലവൃക്ഷങ്ങളാലും സമൃദ്ധമായിരുന്നു. വ്യത്യസ്തമായ പലതരം മാവുകൾ, ഉറുമാമ്പഴം, സീതപ്പഴം, സപ്പോട്ട തുടങ്ങി പലതും. (ഇന്നും എന്നും കായ്ക്കുന്ന ആ സപ്പോട്ട മരം അവിടെയുണ്ട്, എന്റെ ചേട്ടൻ ചില മുറികൾ കൂട്ടിച്ചേർത്ത് നവീകരിച്ച ആ വീട്ടിൽ വസിക്കുന്നുമുണ്ട്.) മഴക്കാലത്തു കുളങ്ങൾ നിറയും. തിലോപ്പിയ മത്സ്യങ്ങളാൽ സമൃദ്ധമായ കുളങ്ങൾ. കുളവാഴകൾ അരിച്ചെടുത്ത തെളിനീർ, പാറിക്കളിക്കുന്ന തുമ്പികളെ പ്രതിഫലിപ്പിക്കുന്ന ജലപ്രതലം. തിലോപ്പിയക്കുഞ്ഞുങ്ങളെ പിടിക്കാനായി മാവിൻക്കൊമ്പിലിരുന്ന് വെള്ളത്തിലേക്കുറ്റു നോക്കുന്ന പൊന്മാൻ. ഞങ്ങൾ കുട്ടികൾ മദിച്ചു നീന്തി രസിക്കുന്ന കുളങ്ങൾ.

അമ്മ പറയുമായിരുന്നു "എന്റെ മോൻ എന്നെ തീരെ ശല്യപ്പെടുത്തിയിട്ടില്ല, ഇങ്ങനെ ഒരു കുട്ടി ഇവിടെ ഉണ്ടോ എന്നുപോലും അറിയില്ല." അങ്ങനെയായിരുന്നു ഞാൻ. രണ്ടോ മൂന്നോ വയസ്സുള്ളപ്പോൾ 'അവൻ' ഒറ്റയ്ക്കിരുന്നു പാടും.

'ഉള്ളത്തില് വെള്ളണ്ട് കുണ്ടുണ്ട് മുള്ളുണ്ട്,
ഇറങ്ങണ്ട, ഇറങ്ങ്യ ചാകും.'

അവന്റെ ആദ്യ രചന.

വേനൽ അവധി കശുമാങ്ങ വിളയുന്ന കാലവും കൂടിയാണ്. ചുവപ്പ്, മഞ്ഞ, ഓറഞ്ച്, ഇളം ചുവപ്പ് ഇളംമഞ്ഞ, മാങ്ങകൾ പലനിറത്തിലാണ്, വലിപ്പത്തിലുമാണ്. ഉരുണ്ടതും നീണ്ടതും കുറിയതും. അണ്ടിയും അതുപോലെ ചെറുതും വലുതും വ്യത്യസ്ത ആകൃതിയും. ഓരോ മനുഷ്യരും വ്യത്യസ്തരാകുന്നപോലെ, ഓരോ മാവും നിറത്തിലും ഗുണത്തിലും

വ്യത്യസ്തം. കാക്കകൾ കാശുമാങ്ങ തിന്നു മത്തരാകും. അവ കൊത്തിയിട്ട അണ്ടികൾ ഏറെക്കാണും ഓരോ മാവിൻചുവട്ടിലും.

ഉച്ചയോടെ നബീസുമ്മ ആരുമറിയാതെ ആ വഴി വരും. കാക്ക കൊത്തിയിട്ട എല്ലാ അണ്ടിയും അവർ എടുത്തു കൊണ്ടുപോയി പൈതലേട്ടന്റെ കടയിൽ വിൽക്കും. കട്ട മുതലല്ലേ എന്നു കരുതി അയാൾ ചെറിയ പൈസയേ പകരം കൊടുക്കൂ. മുറുക്കാനും ചായപ്പൊടിയും ശർക്കരയും കൗമാര പ്രായത്തിലുള്ള സ്കൂളിന്റ പടി കാണാത്ത മകനുള്ള ബീഡിയും മേടിച്ചാൽ പിന്നെ ബാക്കി എന്തെങ്കിലും കിട്ടിയാൽ കിട്ടി. നബീസുമ്മ പുറത്തെ ജോലിയാണ് ചെയ്തിരുന്നത്. വെള്ളം കോരുക, മുറ്റമടിക്കുക, വസ്ത്രം കഴുകുക തുടങ്ങി അവരുടെ ജോലിയെല്ലാം കാലത്തു പത്തുമണിക്കു മുന്നെ കഴിയും.

ഞങ്ങൾക്കും അതുത്സവ കാലമാണ്. ടൗസറിന്റെ രണ്ട് പോക്കറ്റ് കശുവണ്ടി ഉണ്ടായാൽ ആവശ്യത്തിന് പോക്കറ്റ് മണിയായി. കശുവണ്ടി കൊടുത്ത് കപ്പലണ്ടിമിഠായി മേടിച്ചു തിന്നലാണ് എന്റെ ഹോബി.

സിനിമ കാണാനുള്ള അനുമതി ചെറുപ്പത്തിലേ ഞങ്ങൾക്കുണ്ടായിരുന്നു. ശനി, ഞായർ ദിവസങ്ങളിൽ മാറ്റിനി കാണാൻ പോകും. 'സീത'യാണ് ഓർമ്മയിൽ വരുന്ന ആദ്യ സിനിമ, അതോ 'നീലിസാലി'യോ? 'കടലമ്മ', ''അന്ന', 'ഭാര്യ...' അവിടെനിന്നു തുടങ്ങി അറുപതുകളിലെ ഒട്ടു മിക്ക മലയാള പടങ്ങളും കണ്ടിട്ടുണ്ട്.

അറുപതുകളിൽ അച്ഛന്റെ ജീവിതം ഏറെ മാറി. തൂത്തുക്കുടിയിലെ കച്ചവടമാണ് അച്ഛനെ സാമ്പത്തികമായി ഉയർത്തിയത്. ഞങ്ങൾക്കേറെ അറിയാത്ത ഒരു വ്യക്തിത്വം അദ്ദേഹത്തിന് തൃശ്ശൂരുമായി ഉണ്ടായിരുന്നു. അച്ഛന്റെ ജേഷ്ഠസഹോദരപുത്രിയുടെ ഭർത്താവായ സത്യേട്ടൻ. പറഞ്ഞ ഒരു കഥ ഓർക്കുന്നു. കേച്ചേരിക്കടുത്താണ് സത്യേട്ടന്റെ വീട്. അച്ഛനെ കാണാൻ സത്യേട്ടൻ തൃശ്ശൂർക്കു പോയി. അച്ഛൻ പാർട്ടി ആപ്പീസിൽ മീറ്റിംഗിലാണെന്നറിഞ്ഞ് അങ്ങോട്ടു ചെന്നു. തുറന്നിട്ട ജാലകത്തിലൂടെ അദ്ദേഹം അച്ഛനെ കണ്ടു. സി. അച്യുത മേനോൻ, വി.വി. രാഘവൻ തുടങ്ങി പ്രമുഖ നേതാക്കളെല്ലാമുണ്ടു കൂടെ.

തൂത്തുക്കുടി സന്ദർശന സമയത്തു ഞങ്ങൾ കണ്ട ആ കമ്പനിയുടെ പേര് 'സെവൻ സീസ് എക്സ്പോർട്ടേഴ്സ്' എന്നോ 'സെവൻ സീസ് സീ ഫുഡ്സ്' എന്നോ മറ്റോ ആയിരുന്നു. എന്തായാലും ഒരു 'സെവൻ സീസ്' ലാണ് തുടക്കം. മത്സ്യക്കയറ്റുമതിക്കാരന്റെ മാനേജരായി ജോലി എടുത്ത പരിചയം ആ മേഖലയിൽ കൂടുതൽ അറിവ് നൽകിയിട്ടുണ്ടാകാം. കേരളത്തിൽ നിന്ന് ശേഖരിച്ച ചെമ്മീൻ പരിപ്പ് സിങ്കപ്പൂരിലേക്കും, മലേഷ്യയിലേക്കും, സിലോണിലേക്കും കയറ്റി അയയ്ക്കുന്നു അച്ഛൻ; തൂത്തുക്കുടി ആസ്ഥാനമാക്കി. ചെറിയ സമയം കൊണ്ട് ഒരു ധനികനായി അദ്ദേഹം. തൃശ്ശൂരിൽ അലൈഡ് ഇന്റർനാഷണൽ ട്രേഡേഴ്സ് എന്ന പേരിൽ ഒരു

സ്ഥാപനം തുടങ്ങിയെങ്കിലും അച്ഛന്റെ ബിസിനസ്സ് പങ്കാളിയായ ജോർജ്ജ് അച്ഛനെ കബിളിപ്പിച്ച്, ഇറക്കിയ മൂലധനവുമായി കടന്നു കളഞ്ഞു. ആ സംഭവം അറുപതുകളുടെ അവസാനത്തിലാണ്. അച്ഛന്റെ തകർച്ച തുടങ്ങിയതിനു ശേഷം.

തൂത്തുക്കുടി സന്ദർശനത്തിനായും മറ്റ് കച്ചവടാവശ്യങ്ങൾക്കായും പുറത്തുപോകുന്ന അച്ഛൻ രണ്ടാഴ്ച തൊട്ട് ഒരുമാസമൊക്കെ എടുക്കും തിരിച്ചുവരാൻ.

അച്ഛന്റെ ഛായയിൽ ഒരു മാന്യൻ അന്ന് സെൻട്രൽ ഫിഷറീസ് ഡിപ്പാർട്ടുമെന്റിൽ ജോലി എടുത്തിരുന്നു. അദ്ദേഹം ഞങ്ങളുടെ തെരുവി ലൂടെ ഇടയ്ക്കെല്ലാം സഞ്ചരിക്കും. അച്ഛന്റെ പോലെയുള്ള ഒരു തുകൽ ബാഗും കാണും കയ്യിൽ. കുട്ടിയായ ഞാൻ അദ്ദേഹം അച്ഛനാണെന്ന് ധരിച്ച് അയാളുടെ അടുത്തേക്ക് 'അച്ഛാ അച്ഛാ' എന്നുവിളിച്ചു ഓടിച്ചെന്നി ട്ടുണ്ട്. അടുത്തെത്തിയാൽ അച്ഛനല്ലെന്നറിഞ്ഞ് ഇളിഭ്യനായി തിരിച്ചു പോരും. അയാൾ ഒന്നും പറയില്ല, ആശ്ചര്യത്താൽ ഒന്ന് ചിരിക്കും.

അച്ഛൻ ബിസിനസ്സ് ട്രിപ്പ് കഴിഞ്ഞുവരുമ്പോൾ ബ്രീഫ് കേസ് നിറയെ പണമായിരിക്കും. മുന്നൂറു രൂപ പോലും ഒരദ്ധ്യാപികയ്ക്ക് ശമ്പളമില്ലാത്ത കാലം. അപ്പോഴാണ് നൂറിന്റ കെട്ടുകൾ അടക്കിയ ബാഗുമായുള്ള വരവ്! എല്ലാം സ്വന്തമായിരുന്നോ അതോ മറ്റുള്ളവർക്കുള്ളതും അതിലുണ്ടായി രുന്നോ, അറിയില്ല. പുതുമയുള്ള എന്തു വസ്തു കണ്ടാലും അത് മേടിച്ചു വീട്ടിൽ കൊണ്ടുവരുമായിരുന്നു അദ്ദേഹം. അമ്മയ്ക്ക് പലപ്പോഴും അതിന്റെ ഉപയോഗം പോലും അറിയില്ല. എപ്പോഴും എന്തെങ്കിലും സമ്മാനങ്ങൾ എല്ലാവർക്കുമായുണ്ടാകും. അമ്മയ്ക്ക് വിലകൂടിയ ചെരിപ്പും സാരിയുമൊക്കെ...

അച്ഛൻ വീട്ടിലുണ്ടാകുമ്പോൾ സന്ദർശകരുടെ തിരക്കാണ്. പലരും പല ആവശ്യങ്ങൾക്കായ് വന്നുപോയിക്കൊണ്ടിരിക്കും.

പടി കടന്നു വീട്ടിലെത്തുന്നതിനിടയിൽ മൂന്നു പന്തലുകൾ, അവയിൽ പടർത്തിയ പിച്ചി, മുല്ല, വള്ളിത്താമര. ഇരുവശവും പലതരം ചെടികളാൽ അലംകൃതമായ ചട്ടികൾ. പശു, നായ, കോഴി തുടങ്ങി കുറേ വളർത്തു മൃഗങ്ങൾ. മോഡേൺ പൗൾട്ടറി ഹോം എന്ന പേരിൽ കോഴികൾക്ക് മാത്രമായി ഒരിടം. എല്ലാം കൂടെ അക്കാലത്തെ വീട് സമ്പന്നർക്ക് തുല്യ മായി.

ആ കാലത്ത് സുമുഖനായ ഒരു ചെറുപ്പക്കാരൻ വീട്ടിൽ വരുമായി രുന്നു. ഞങ്ങൾ ബാലേട്ടൻ എന്ന പേരിലാണ് അന്നദ്ദേഹത്തെ അറിഞ്ഞി രുന്നത്. ബാലേട്ടനും അച്ഛനും മുറ്റത്തെ ഏതെങ്കിലും ഒരു പന്തലിൻ താഴെ വൈകുന്നേരങ്ങളിൽ കൂടും. ചൂരൽക്കസേരകളിൽ ഇരുന്ന് ഒരുപാട് സംസാരിക്കും. കുപ്പിയിൽ നിന്ന് ഗ്ലാസിൽ പകർന്ന് കുട്ടികൾക്ക്

കുടിക്കാൻ പറ്റാത്ത ആ ദ്രാവകം അവർ ഇടയ്ക്ക് നുകർന്നുകൊണ്ടിരുന്നു. ആ സുന്ദരന്റെ യഥാർത്ഥ പേര് സി.വി. ശ്രീരാമൻ എന്നാണെന്ന് 'വാസ്തുഹാര' പ്രസിദ്ധീകരിക്കും വരെ ഞങ്ങൾക്കറിയില്ലായിരുന്നു. ബാലേട്ടൻ തിരിച്ചു പോകുമ്പോൾ മധുരം മേടിക്കാനായി ഞങ്ങൾക്ക് പൈസ തരും.

ചാവക്കാട് അന്ന് മുനിസിപ്പാലിറ്റി ആയിട്ടില്ല. അങ്ങനെയിരിക്കെ പഞ്ചായത്ത് തിരഞ്ഞെടുപ്പ് വന്നു. ആറാം വാർഡിലെ സ്ഥാനാർത്ഥി ധനികനും ജന്മിയുമായ മേലേപ്പുര വിശ്വനാഥൻ. കോൺഗ്രസ് സ്വതന്ത്രൻ. പറ്റിയ എതിർ സ്ഥാനാർത്ഥിയെ കണ്ടെത്താൻ കമ്മ്യൂണിസ്റ്റുകാർ വിഷമിച്ചു. അച്ഛനെ തൂത്തുക്കുടിയിൽനിന്നും വരുത്തി. അച്ഛന് ആ തെരഞ്ഞെടുപ്പിൽ നിൽക്കാൻ താത്പര്യമില്ലായിരുന്നു. അവസാനം പാർട്ടിയുടെ സമ്മർദ്ദത്തിനു വഴങ്ങി. വലിയ ഒരു തെരഞ്ഞെടുപ്പിന്റെ വീറും വാശിയും. അച്ഛന്റെ ചിഹ്നം വഞ്ചി. എതിർസ്ഥാനാർത്ഥിയുടേത് സൈക്കിൾ. വാർഡ് ആകെ പോസ്റ്ററുകളും തോരണങ്ങളും. വാശിയേറിയ മത്സരം. മത്സ്യത്തൊഴിലാളികൾ ഏറെ വോട്ടർമാരായുള്ള വാർഡ്. രണ്ട് വർഗത്തെ പ്രതിനിധീകരിക്കുന്ന സ്ഥാനാർത്ഥികൾ. തിരെഞ്ഞെടുപ്പ് കഴിഞ്ഞു ഫലം പുറത്തു വന്നു. ജന്മി ബൂർഷ്വ വർഗ്ഗം ജയിച്ചു. അടിസ്ഥാന വർഗ്ഗത്തെ പ്രതിനിധീകരിച്ചയാൾ തോറ്റു. അച്ഛൻ അതിൽ ഏറെ വേദനിച്ചു. വിജയിയുടെ ജാഥ വീട്ടിനു മുന്നെകൂടെ ആർത്തുല്ലസിച്ചു കടന്നുപോയി. അച്ഛൻ വിതുമ്പിപ്പോയി. തന്റെ ഈഗൊക്കേറ്റ ആദ്യ പ്രഹരം. ആയിടെ അമ്മ പഠിപ്പിച്ചിരുന്ന എയ്ഡഡ് പ്രൈമറി സ്കൂൾ അച്ഛൻ മേടിച്ചു. സരസ്വതി എൽ.പി. സ്കൂൾ. ഒരേക്കറോളം സ്ഥലവും താൽക്കാലിക ഷെഡും മാനേജ്മെന്റും.

ഞാൻ പ്രൈമറി പഠനം കഴിഞ്ഞു ചാവക്കാട് ഹൈസ്കൂളിൽ അഞ്ചാം തരത്തിൽ ചേർന്നു. ഇംഗ്ലീഷ് ആയിരുന്നു മാധ്യമം. ഏട്ടൻ അവിടെ എട്ടാംതരത്തിലും ചേച്ചി ആറിലും. എല്ലാവരും ഇംഗ്ലീഷ് മീഡിയത്തിൽ.

അച്ഛൻ കൂടുതൽ സ്വത്തുക്കൾ വാങ്ങുകയാണ്. സ്കൂളിന്റെ വടക്കുഭാഗത്തു പിന്നെയും ഒരു സ്ഥലമെടുത്തു. ചാവക്കാട് പട്ടണത്തിൽ കണ്ണായ സ്ഥലത്തു ഒരു തുണിക്കട സ്വന്തമാക്കി. അതിനു 'ജ്യോതി ഫാബ്രിക്സ് 'എന്ന് നാമകരണവും നൽകി.

ഇതിനിടയിൽ നാട്ടിൽ മാറ്റങ്ങൾ ചിലതുണ്ടായി. ബീച്ച് റോഡിനു കുറുകെ വീടിനു മുന്നിലൂടെ പോകുന്ന വഴി റോഡ് വരാൻ തയ്യാറായി. എന്നാൽ ഈ വഴി ബീച്ച് റോഡിൽ ചേരുന്ന മൂലയിൽ ഒരു നിസ്ക്കാര പള്ളിയുണ്ട്, സിദ്ദിഖ് പള്ളി. അവർ റോഡിന് എതിർനിന്നു. ആവശ്യമായ സ്ഥലം വിട്ടുകൊടുത്തില്ല. എന്നാലും റോഡ് വന്നു. കടപ്പുറത്തുള്ള പുറമ്പോക്ക് ഭൂമിയിലൂടെ വളച്ചെടുത്തു വീടിനു മുന്നെയുള്ള നാൽക്കവലയിലൂടെ വടക്കോട്ട് തിരുവത്ര പുത്തൻകടപ്പുറം വരെ. ആ റോഡിലാണ്

ഞങ്ങൾ സൈക്കിൾ ചവിട്ട് പഠിച്ചത്. അച്ഛനു അന്ന് ഒരു ബ്രിട്ടീഷ് നിർമ്മിതമായ സ്പോർട്സ് സൈക്കിൾ ഉണ്ടായിരുന്നു. വീട്ടിൽ ഒരു ജപ്പാൻ നിർമ്മിതമായ ട്രാൻസിസ്റ്റർ റേഡിയോയും. മാതൃഭൂമി ദിന പത്രവും ആഴ്ചപ്പതിപ്പും ഓർമ്മവെച്ച കാലം മുതലേ വീട്ടിൽ കാണാറുണ്ട്. സോവിയറ്റ് നാട്, റീഡേഴ്സ് ഡൈജസ്റ്റ് എന്നിവ വേറെയും. എങ്കിലും റേഡിയോവിലൂടെയാണ് നെഹ്രുവിന്റെ മരണവും കെന്നഡി കൊല്ലപ്പെട്ടതുമെല്ലാം അറിയുന്നത്. പ്രധാന സംഭവങ്ങൾ ഞങ്ങൾ അറിയാനായി അച്ഛൻ എടുത്തു പറയുമായിരുന്നു. ആയിടെയുണ്ടായ കമ്മ്യൂണിസ്റ്റ് പാർട്ടി പിളർപ്പ് അച്ഛനെ ഏറെ വേദനിപ്പിച്ചു. പാർട്ടി പിളർന്നെങ്കിലും അച്ഛൻ മാതൃസംഘടനയോടൊപ്പം തന്നെ നിന്നു. വലത് കമ്മ്യൂണിസ്റ്റ് പാർട്ടി എന്നറിയപ്പെട്ട സി.പി.ഐ.ക്കാരനായി അച്ഛൻ.

അവധിക്കാലത്ത് പുറങ്ങിലേക്കുള്ള യാത്ര പതിവുള്ളതാണ്. ചാവക്കാടു നിന്നു കുന്നംകുളം ബസ്സിൽ കയറി ലിറ്റിൽ ഫ്ളവർ കോളേജിനപ്പുറം പുന്നത്തൂർ റോഡിൽ ഇറങ്ങണം. അവിടെനിന്നു പാടവരമ്പിലൂടെയും തെങ്ങിൻതോപ്പുകളിലൂടെയും നടന്നു കോട്ടപ്പടി കുണ്ടുകടവ് ബസ് പുറപ്പെടുന്നിടത്തെത്തണം. ദീഘനേര ഇടവേളകൾക്കു ശേഷമുള്ള പുറപ്പെടലുകൾ. ഞങ്ങൾ ആ ബസ് പുറപ്പെടുന്നതും കാത്ത് ഏറെ നേരം അവിടെ നിൽക്കും. ആളുകൾ നിറഞ്ഞാൽ GBT ബസ് യാത്രയാകും. പതുക്കെ പതുക്കെ ഒരുപാട് സ്റ്റോപ്പുകളിൽ നിർത്തിയുള്ള യാത്ര.

തമ്പുരാൻപടി, ഞമനേൻകാട്, നായരങ്ങാടി, വടക്കേക്കാട്, ആൽത്തറ, പുന്നയൂർക്കുളം, പുത്തൻപള്ളി, പാറ, വന്നേരി, പനമ്പാട്, അത്താണി വഴി. ഏകദേശം ഇരുപത്തഞ്ച് കിലോമീറ്റർ യാത്രയ്ക്ക് ഒന്നര മുതൽ രണ്ടു മണിക്കൂർ എടുക്കും. ഗ്രാമീണവും അവികസിതവുമായ ചുറ്റുപാടുകൾ. കാതിൽ ചിറ്റും പെരയുമണിഞ്ഞു, പ്രത്യേക തരത്തിലുള്ള കരകളുള്ള കാച്ചി മുണ്ടും കടും നിറത്തിലുള്ള തട്ടവും ഉമ്മക്കുപ്പായവും ധരിച്ച മാപ്പിള വനിതകൾ മൊട്ടത്തലയന്മാരായ ആൺമക്കളോടും ചറപിറ മുടിയുള്ള മൂക്കൊലിപ്പിച്ചു വൃത്തിഹീനമായ മുഖത്തോടു കൂടിയ പെൺമക്കളെയും കൊണ്ട് കയറി ഇറങ്ങും.

ഞാൻ ബസ്സിലെ ചലനങ്ങളും പുറംകാഴ്ചകളും കണ്ടിക്കും. പുറങ്ങിൽ ബസ്സിറങ്ങി കുറെ നടക്കണം മാമന്റെ വീട്ടിലെത്താൻ. ആ നാട്ടിൽ വീടുകൾക്കൊന്നും വേലികളില്ല. ആളുകൾ നടന്നു നടന്നുണ്ടായ വഴികൾ. പലവീടുകളിലേക്കുമുള്ളവ. വീട്ടുമുറ്റത്തുകൂടെയും വഴികൾ. പരസ്പരം കുശലം ചോദിച്ചു ചിരിച്ചു പല ദിശകളിലേക്ക് പോകുന്ന ഗ്രാമീണർ. മുളവാരികൾ വളച്ചുകെട്ടിയുണ്ടാക്കിയ വലിയ കൊട്ടകളിൽ നാളികേരം ചുമന്നു പോകുന്ന അദ്ധനഗ്നരായ തൊഴിലാളികൾ. തെങ്ങിൻതോപ്പുകൾ, വാഴത്തോട്ടങ്ങൾ, നെൽവയലുകൾ, കൈതകൾ തിങ്ങി വളരുന്ന കരകളോടു കൂടിയ കുളങ്ങളിൽ കുളിക്കയും തുണി

തിരുമ്മുകയുമൊക്കെ ചെയ്യുന്ന വനിതകൾ. വാഴത്തോപ്പുകൾക്ക് തേക്കൊട്ടായാൽ ആൾമറയില്ലാത്ത കിണറുകളിൽ നിന്ന് വെള്ളം കോരി നനയ്ക്കുന്നവർ. ഇതെല്ലാം കണ്ടുല്ലസിച്ചു നടന്നു മാമന്റെ വീട്ടിലെത്തും.

പടിക്കടുത്തു എത്തുന്നതിനു മുന്നെ ഇളയമ്മമാരും മാമന്മാരും ഓടിയെത്തും. 'ഓപ്പോൾ വരുന്നേ..., വല്യേച്ചീമ്, കുട്ട്യോളും...' എന്നുച്ചത്തിൽ കൂവിക്കൊണ്ട്. പ്രായത്തിൽ ഏറെക്കുറെ ഞങ്ങൾക്ക് സമന്മാരാണവർ. ഉല്ലാസദിനങ്ങളാണവിടെയുള്ള ചെറിയ വിരുന്നുപാർക്കൽ. പേരമരത്തിൽ നിന്നു കായ്കൾ പറിച്ചു തിന്നും പ്ലാവിൽ ഊഞ്ഞാലിട്ടാടിയും വാഴത്തോപ്പിൽ കളിച്ചും കഴിഞ്ഞ നാളുകൾ.

അവിടെയുമുണ്ട് ആൾമറയില്ലാത്ത ഒരു കിണറും തേക്കൊട്ടയും. കിണറിനു കുറുകെയിട്ട തെങ്ങുതടിയിൽ കയറി മുളയിൽ തൂക്കിയിട്ട തേക്കൊട്ട വലിച്ചു താഴ്ത്തണം ജലം നിറയുന്നതുവരെ. തേക്കൊട്ടയെ നേരേനിർത്താൻ മറുഭാഗത്തു ഭാരം കെട്ടിത്തൂക്കിയിരിക്കയാണ്. കൊട്ടയിൽ വെള്ളം നിറഞ്ഞാൽ പതുക്കെ മേലോട്ടൊന്നു തള്ളിയാൽ മതി. അത് വേഗത്തിൽ ഭൂതലത്തിലേക്ക് ഉയരും. തേവുന്നയാൾ തെങ്ങിൻതടിയിലൂടെ ഒരഭ്യാസിയെപ്പോലെ നടന്നു കിണറ്റിൻക്കരയിലെ ചാലിലേക്കു വെള്ളമൊഴിക്കുന്നു. ചാലുകൾ ഓരോവാഴക്കടവരെയും നീളും. ഒരാൾ നീർച്ചാലുകൾ ഒരു മൺവെട്ടിയാൽ തുറന്നും അടച്ചും ജലം എല്ലാ വാഴക്കടയിലേക്കും എത്തിക്കുന്നു. തേവൽ നിരന്തരം തുടരുന്നു; എല്ലാ വാഴയ്ക്കും സുലഭമായി വെള്ളം ലഭിക്കുന്നതു വരെ. ഇതെല്ലാം ചാവക്കാട് കാണാത്ത കാഴ്ചകളായതിനാൽ ഞങ്ങൾ അതാസ്വദിച്ച് വാഴത്തോട്ടം മുഴുവൻ ഓടിനടക്കും. വെള്ളച്ചാലുകളുടെ മൺതിട്ട ചവിട്ടിമെതിച്ചാൽ ചീത്തയും കേൾക്കും.

ചേമ്പ്, ചേന, കുമ്പളം, പടവലം, തണ്ണിമത്തൻ തുടങ്ങിയ ഒരുപാടു ഇടവിളകളും മാവ്, തെങ്ങ്, പ്ലാവ്, മുളംകൂടുകൾ എല്ലാമുള്ള വിശാലമായ പറമ്പ്. അതിൽ മൂന്നു കിടപ്പുമുറികളും ചായ്പ്പും ഉമ്മറവും ഇടനാഴിയും അതിന്നവസാനം അടുക്കളയുമുള്ള സാമാന്യം വലിയ മൺഭിത്തികളോടു കൂടിയ ഭവനം. ഓല മേഞ്ഞ മേൽപ്പുര. പകൽ സമയങ്ങളിൽ അച്ഛാച്ഛൻ അധികവും പുറത്താകും. സന്ധ്യയോടെ മൂപ്പർ വീട്ടിൽ വരും. നീണ്ടു നിവർന്നു ദുർമേദസ്സൊന്നുമില്ലാത്ത ശരീരം. വെള്ളമുണ്ടും ജുബ്ബയും വേഷം. ഒരു ചെറിയ ചെരിവോടു കൂടിയ നടത്തം. ദൂരെ അച്ഛാച്ഛനെ കാണുമ്പോഴേക്കും അച്ഛൻ വരുന്നേ എന്നുപറഞ്ഞു മാമന്മാരും ഇളയമ്മമാരും ഓടിയൊളിക്കും. അവരുടെ പിന്നാലെ ഞങ്ങളും ഓടും. പലപ്പോഴും ആ വരവ് കുറെ മത്സ്യവുമായാകും. ചിലപ്പോൾ കടൽ മത്സ്യം, മറ്റു ചിലപ്പോൾ കായൽ മീനും.

അമ്മമ്മ പാകം ചെയ്യുന്ന ഭക്ഷണത്തിനു പ്രത്യേക രുചിയാണ്. അധികം കട്ടിയില്ലാത്ത, എരുവില്ലാത്ത രുചികരമായ ചാറുള്ള മീൻകറി.

പറമ്പിലുണ്ടായ പച്ചക്കറി തോരൻ, തൈര്, ഉണക്കമാന്തൾ വറുത്തത്... അങ്ങനെ പോകും അമ്മമ്മയുടെ വിഭവങ്ങൾ.

അച്ഛാച്ചൻ ചിലപ്പോൾ പ്രഭാതസവാരിക്കിറങ്ങുമ്പോൾ ഞങ്ങളെയും കൂട്ടും. പാടവും വരമ്പുകളും പിന്നിട്ടു ഒറ്റപ്പെട്ട ഗ്രാമീണ ചായക്കടയിലെത്തും.

"ആരാ മാഷേ കുട്ടികൾ?" കടക്കാരൻ ചോദിക്കും.

"ചന്ദ്രൂന്റേയാ." അച്ഛാച്ചന്റെ മറുപടി.

ഞങ്ങൾക്ക് പുട്ടും പഴവും പപ്പടവും കടലയും പാലും വെള്ളവും വയറു നിറയെ മേടിച്ചു തരും അച്ഛാച്ചൻ. കുറെ നല്ല ഓർമ്മകളുമായി അവിടെ നിന്ന് തിരിച്ചെത്തും ഞങ്ങളുടെ വീട്ടിലേക്ക്.

ചാവക്കാട് ഹൈസ്കൂളിലേക്കു നടന്നാണ് പോയിരുന്നത്. മൂന്ന് കിലോമീറ്റർ ദൂരം. വീട്ടിൽനിന്ന് കിഴക്കോട്ടു നടന്നാൽ ആദ്യം ഒരു ചെറിയ ഇറക്കം. തെക്കു വടക്കായി വയലുകളും തെങ്ങുകളും മത്തിക്കായലിനു സമാന്തരമായി ഇരുവശവും. പിതാമഹന്മാർ കായൽ തൂർത്തുണ്ടാക്കിയ കൃഷിയിടങ്ങൾ. കായൽ ഒരു ചെറുതോട് മാത്രമായി അവശേഷിച്ചിരിക്കുന്നു. കായലിനു കുറുകെ തെങ്ങിൻതടികൊണ്ടുള്ള നടപ്പാലം. മഴക്കാലത്ത് നിറഞ്ഞുകവിയുന്ന തോട്ടിൽ പാലം കടക്കുമ്പോൾ തെന്നി വീഴുന്നവർ ഏറെ.

പാലം കടന്ന് കുറച്ചുകൂടി നടന്നാൽ കയറ്റമായി. വശങ്ങളിൽ പിന്നെ കശുമാവുകളായി അധികം. ഭൂമിയുടെ നിരപ്പിൽ വരുന്ന ചെറിയ വ്യത്യാസത്തിൽ പോലും മാറുന്ന പ്രകൃതി. വഴി നടക്കാവിൽ ചെന്നുചേരും. അവിടെ നിന്ന് തെക്കോട്ട് തിരിഞ്ഞാൽ വലതു വശത്തു പതിനായിരങ്ങൾ അന്ത്യവിശ്രമം കൊള്ളുന്ന വിശാലമായ പള്ളിക്കാടിനാൽ ചുറ്റപ്പെട്ട മണത്തല പള്ളി. പള്ളിക്കു മുന്നിൽ പടർന്നു പന്തലിച്ചു നിൽക്കുന്ന വൻചീനി മരം. അതിനൊരുവശം മദ്രസ, മറുവശം മതിലും പടവുകളുമുള്ള പള്ളിക്കുളം. പള്ളിക്കെതിർവശമായി കിഴക്കോട്ടു പോകുന്ന വഴിയിലൂടെ സ്വല്പം നടന്നാൽ ഇടതുവശത്ത് മണത്തല മാപ്പിള സ്കൂൾ. ആ വഴിയിൽ കനോലിക്കനാലിനു കുറുകെ പഴയപാലം. ആളുകൾക്ക് നടക്കാനായി മാത്രം ബ്രിട്ടീഷ് ഭരണകാലത്തുണ്ടാക്കിയ പടവുകളോടുകൂടിയതും ഇരുമ്പുകമ്പി അഴികൾ സംരക്ഷണം നൽകുന്നതുമായ വാർപ്പ് പാലം. വഴിയുടെ ഇരുവശവും തൊട്ടുതൊട്ടുള്ള വീടുകൾ. പാവപ്പെട്ട മുസ്ലീം ഭവനങ്ങളാണ് ഏറെയും. അങ്ങിങ്ങു ചെറുകടകളും ബീഡി തെരപ്പു കേന്ദ്രങ്ങളും. ഒരുപാടുപേർ അവിടെ ബീഡി നിർമ്മിച്ചുകൊണ്ടിരിക്കയാകും. അതിൽ ഒരാൾ മാത്രം അന്നത്തെ പത്രം ഉച്ചത്തിൽ വായിക്കുന്നു, തന്റെ അദ്ധ്വാനിക്കുന്ന സഹപ്രവർത്തകർക്കായി. പത്രം വായന സൗജന്യമല്ല. അയാളുടെ കൂലി മറ്റെല്ലാവരും കൂടി കൊടുക്കുന്നു.

കനോലി കനാലിൽ നിറയെ കെട്ടുവള്ളങ്ങളായിരിക്കും. ചരക്കു നീക്കം കൂടുതലും വള്ളങ്ങളിലായിരുന്നു അന്ന്. ഭാരമേറിയ അരിച്ചാക്കുകളും മറ്റും തലയിൽ ചുമന്നു വള്ളത്തിൽ കയറ്റുകയും ഇറക്കുകയും ചെയ്യുന്ന ശക്തരായ തൊഴിലാളികൾ.

പാലം കടന്നാൽ ചാവക്കാട് പട്ടണമായി. കാളവണ്ടികൾ ഒരുപാടുണ്ടാകും അങ്ങാടിയിൽ. കാളകളുടെ ചാണകവും മൂത്രവും വീണു അറപ്പുളവാക്കുന്ന കുണ്ടും കുഴിയുമുള്ള റോഡുകൾ. നേരെ പോയാൽ കൂട്ടുങ്ങൽ നാൽക്കവല. അതിലെ വലതുവശത്തെ അവസാന കെട്ടിടത്തിലായിരുന്നു ജ്യോതി ഫാബ്രിക്സ്. അടുത്ത് ടി.ടി. ദേവസ്സിയുടെ ചെറിയ സ്വർണ്ണക്കട. വെള്ളിയും അവിടെ വിറ്റിരുന്നു. മറുവശത്തു ബാലൻവൈദ്യരുടെ ആയുർവേദം. മുകളിൽ സ്റ്റേറ്റ് ബാങ്ക് ഓഫ് ട്രാവൻകൂർ. കവലയിൽനിന്ന് വടക്കോട്ടു ചീനി മരങ്ങൾ തണലേകിയ മെയിൻ റോഡിലൂടെ താലൂക്ക് ആപ്പീസ്, പൊലീസ് സ്റ്റേഷൻ, സബ് ജയിൽ, ഖജനാവ്, ചന്ത, മേലേപ്പുര സ്കൂൾ പോസ്റ്റ് ഓഫീസ് എല്ലാം കടന്നു രണ്ടു കിലോമീറ്റർ പിന്നെയും നടക്കണം സ്കൂളിലെത്താൻ. ആശുപത്രി റോഡും പി എൽ പെട്രോൾ പമ്പും കഴിഞ്ഞാൽ വലത്തോട്ട് ഒരു ചെറുവഴി പോകുന്നുണ്ട്. സ്കൂളിലെത്താനുള്ള എളുപ്പവഴി. ആ വഴി കടന്നാൽ വലതുഭാഗം കോടതി. വന്മരങ്ങൾ തണൽ നൽകുന്ന ഒരു വലിയ പറമ്പിലാണത്. ഒരു ടെന്നീസ് കോർട്ടും അതിലുണ്ട്. കുറച്ചു നടന്നാൽ വലതു വശത്തു ഒരു സർക്കാർ പ്രൈമറി സ്കൂൾ. വളഞ്ഞു പുളഞ്ഞു പോകുന്ന വഴി. ഇരുവശത്തും ഓടുമേഞ്ഞ വലിയ വീടുകൾ. അടുത്ത കവലയിൽ പഞ്ചായത്ത് ഓഫീസ്. അവിടെ എത്തുന്നതിനു മുന്നേയുള്ള വളവിൽ കാട്ടുവള്ളികൾ പടർന്ന വൻമരമുള്ള പാമ്പിൻ കാവ്. പഞ്ചായത്ത് ഓഫീസ് കഴിഞ്ഞാൽ സ്കൂൾ ആയി. ഒരുപാടു പ്രമുഖർക്കു വിദ്യാഭ്യാസം നൽകിയ ചാവക്കാട് ഗുരുവായൂർ മേഖലയിലെ പ്രശസ്തമായ സ്കൂൾ.

അച്ഛൻ പുറത്തിറങ്ങുമ്പോൾ ഞാനും കൂടെ പോകും. വടക്ക് മൂന്നു വീടുകൾക്കപ്പുറം കണ്ടക്കുട്ടിഏട്ടന്റെ വീട്. അറുപത് കഴിഞ്ഞ അദ്ദേഹം കള്ളു ചെത്തുകാരനാണ്. ആ പ്രായത്തിലും തെങ്ങിൽ കയറി കള്ള് ചെത്തും. അച്ഛൻ അവിടെപ്പോയി കള്ള് കുടിക്കുമായിരുന്നു. മധുരമുള്ളതാണെങ്കിൽ കാൽ ഗ്ലാസ് എനിക്കും തരും. കണ്ടക്കുട്ടിഏട്ടന്റെ വീട്ടിൽ രണ്ടു പേർ മാനസിക രോഗികളാണ്. അദ്ദേഹത്തിന്റെ മകനും മകളും. മകനെ വീടിന്റെ ഒരു മൂലയിൽ ചങ്ങലയിൽ ബന്ധിച്ചിരിക്കയാണ്. ചിലപ്പോൾ ചങ്ങലയിൽനിന്നു അയാളെ മോചിതനാക്കും. അപ്പോഴും സ്വതന്ത്രനായി നടക്കാനാകില്ല അയാൾക്ക്. രണ്ടു കൈയും കാലും ഇരുമ്പു വളയങ്ങളാൽ പൂട്ടിയിരിക്കും. അവയെ പരസ്പരം ബന്ധിപ്പിക്കുന്ന ഒരു ഇരുമ്പുദണ്ഡുമേന്തി നിവർന്നു നിൽക്കാനാകാതെ വളഞ്ഞുകുത്തി

നാലോ അഞ്ചോ ഇഞ്ച് മാത്രം വെയ്ക്കാവുന്ന ചുവടുകളോടെ മണിക്കൂറുകൾ സഞ്ചരിച്ചു അയാൾ ഞങ്ങളുടെ വീടിനു മുന്നിലുള്ള വേലപ്പേട്ടന്റെ ചായക്കട വരെ എത്തും. അയാൾ സഞ്ചരിച്ച കാൽപ്പാടുകൾ ഒരു ആമയുടേതുപോലെ മണ്ണിൽ നീളത്തിൽ പതിയും. പീടികത്തിണ്ണയിൽ ഇരുന്ന് സൂര്യനെ നോക്കി അയാൾ ഉരുവിടും "അഖില ലോക ബ്രഹ്മാണ്ഡ നായകനായിക്കൊണ്ട് നീ വലയം ചെയ്യുന്നെടാ ഹരി." എന്നെ കണ്ടാൽ ചോദിക്കും

"നിനക്കൊരു പൊളിക്കാത്ത തേങ്ങ വായിൽ കടത്താമോ?"

ദുരന്തങ്ങളുടെ തുടർച്ചയുള്ള വീട്. ചങ്ങലയിൽകിടന്നു ദേഹമാസകലം നീർകെട്ടി പുഴുത്തു മരിച്ചു ഭ്രാന്തനായ മകൻ. ഭ്രാന്തില്ലാത്ത അനുജൻ കുലത്തൊഴിലായ ചെത്തുകാരനായി. ചെറുപ്രായത്തിൽ വിവാഹിതനായി ഇരുപത്തിഒന്ന് വയസ്സിനുള്ളിൽ രണ്ടു മക്കളുമായി ആ അനുജന്. ഒരു ദിനം അയാൾ കയറിയ തെങ്ങിൽ നിന്ന് വീണു മരിച്ചു. ഭാര്യ കൂലിപ്പണിയെടുത്തു മക്കളെ പോറ്റി. ദുരന്തങ്ങൾ അവസാനിച്ചില്ല. ആ രണ്ടു മക്കൾക്കും ഭ്രാന്ത് പിടിച്ചു. വല്യച്ഛൻ മരിച്ച രീതിയിൽ നീരുവന്ന് പൊട്ടിയൊലിച്ചു ചെറുപ്രായത്തിൽ ആൺകുട്ടിയും മാസങ്ങൾക്കു ശേഷം കിണറ്റിൽ ചാടി പെൺകുട്ടിയും മരിച്ചു.

അച്ഛനിലേക്കു തിരിച്ചു വരാം. പതുക്കെ കള്ളിൽ നിന്നും ചാരായത്തോടായി അച്ഛന്റെ അഭിരുചി. വടക്കു ഭാഗങ്ങളിലുള്ള പല വീടുകളിലും ചാരായം വാറ്റി വിറ്റിരുന്നു. അച്ഛൻ അങ്ങോട്ടെല്ലാം പോകുമ്പോൾ കൂടെ കുറെ ശിങ്കിടികളും കാണും. മദ്യം അവർക്കും പങ്കുവെക്കും അച്ഛൻ. തകർച്ചയുടെ തുടക്കമാണ്. പലപ്പോഴും കച്ചവടയാത്രകൾ കഴിഞ്ഞു നേരെ വീട്ടിലേക്കു മടങ്ങാതെ ഇത്തരം വീടുകൾ സന്ദർശിച്ചു വരാൻ തുടങ്ങി. കൈയിൽ ബാഗും പണവുമൊക്കെ കാണും. എല്ലാവരോടും സൗഹൃദഭാവത്തിൽ സംസാരിക്കയും അവരുടെ ഇഷ്ടം ആർജിക്കയും ചെയ്യുന്ന പ്രകൃതമായിരുന്നു അച്ഛന്റേത്. അക്കൂട്ടത്തിൽ സ്ത്രീകളും പെടും. ചിലർക്കതൊരു ആരാധനയായി..., പ്രണയമായി. അങ്ങനെ ചില കഥകൾ..

ഒരു പാർട്ടിസഖാവിന്റെ സഹോദരിയുമായി കത്തുകുത്തുകൾ. അവർ അയച്ച ഒരു കത്ത് അമ്മ വായിക്കാൻ ഇടയായി. അവർ ദുർഗ്ഗയായി മാറി, ദൂരെയുള്ള ആ വീട്ടിൽ കയറിച്ചെന്നു, പ്രശ്നമായി, അകൽച്ചകളുടെയും പ്രതികാരത്തിന്റെയും തുടക്കമായി. പുരുഷനുള്ളതെല്ലാം സ്ത്രീക്കുമുണ്ട്, സമത്വബോധത്തോടെ പ്രകൃതിയെയും സൃഷ്ടിയെയും വീക്ഷിക്കുന്നവർ മറിച്ചു ചിന്തിക്കില്ല. എന്നാൽ സമൂഹം എന്നും അതാഗ്രഹിക്കുന്നില്ല. അത് എപ്പോഴും പുരുഷപക്ഷത്താകും. തെറ്റേത്, ശരിയേത് എന്ന് നിർണയിക്കാൻ പറ്റാത്തിടത്തെല്ലാം പുരുഷപക്ഷത്തിനാകും മുൻതൂക്കം.

അഞ്ചാം തരത്തിലെ കാൽക്കൊല്ലപരീക്ഷാക്കാലം. പഴയ പാഠങ്ങളുടെ ആവർത്തനമായി. പഠിച്ച പദ്യം ആവർത്തിച്ചു ചൊല്ലാനറിയാതെ ഞാൻ കുഴങ്ങി. ടീച്ചറുടെ ശകാരവും മറ്റു കുട്ടികളുടെ മുന്നിൽ ചെറുതായതും വല്ലാതെ ആകുലപ്പെടുത്തി എന്നെ. ഒരു പോംവഴി കണ്ടെത്തി. മലയാളം ഒഴിവാക്കി സംസ്കൃതം പഠിക്കുക. സംസ്കൃതം അധ്യാപികയ്ക്ക് ഒരു പുതിയ ശിഷ്യനെ കിട്ടിയതിൽ ഏറെ സന്തോഷം, എന്നാൽ ക്ലാസ് ടീച്ചർ കൂടിയായ മലയാളം അധ്യാപികയ്ക്ക് അത് സ്വീകാര്യമല്ല. അവർ രക്ഷിതാവിന്റെ സമ്മതം ആവശ്യപ്പെട്ടു സംസ്കൃത പഠനം തുടരാൻ. ഞാൻ അച്ഛനെ കാര്യം ധരിപ്പിച്ചു. അദ്ദേഹം തന്റെ ലെറ്റർ പാഡിൽ മനോഹരമായ ഇംഗ്ലീഷ് കയ്യക്ഷരത്തിൽ എഴുതിയ കത്ത് ക്ലാസ് ടീച്ചർക്കായി തന്നു. അങ്ങനെ ഞാൻ സംസ്കൃതപഠനം തുടർന്നു. അതിനുശേഷം ക്ലാസ് ടീച്ചർക്ക് എന്നോട് ഇഷ്ടം കൂടിയ പോലെ.

ഞങ്ങളുടെ വീട്ടിൽ ഒരു മുറിയുടെ വാതിൽ ഉമ്മറത്തേക്ക് മാത്രമേ തുറക്കൂ. കതകടച്ചാൽ അതിനു വീടിന്റെ മറ്റു ഭാഗങ്ങളുമായി ബന്ധമില്ലാതാകും. ഞാനും ഏട്ടനും രാത്രിയിൽ ആ മുറിയിൽ ഉറങ്ങാൻ തുടങ്ങി. ഏഴര എട്ടുമണിയോടെ അത്താഴം കഴിച്ച് എല്ലാവരും ഉറങ്ങാൻ കിടക്കും. ഏഴ് പത്തിന് അന്ന് റേഡിയോവിൽ ചലച്ചിത്ര ഗാനങ്ങൾ കേൾക്കാം. അത് കഴിയുന്നതുവരെ റേഡിയോ കേട്ടുകൊണ്ടിരിക്കും. എല്ലാവർക്കും പാട്ടുകൾ ഒരു ഹരമായിരുന്നു.

ഞാനും ഏട്ടനും ഒരു പുതിയ പരിപാടി തുടങ്ങി. സെക്കൻഡ് ഷോ സിനിമ കാണൽ. എല്ലാവരും ഉറങ്ങാൻ കിടന്നാൽ തലയണകൾ നീളത്തിൽ വെച്ച് പുതപ്പുകൊണ്ട് മൂടി ഉറങ്ങുന്ന ആൾ ഉള്ളിലുണ്ടെന്നു തോന്നിപ്പിച്ചു ഞങ്ങൾ പതുക്കെ വാതിൽ തുറന്നു പുറത്തിറങ്ങും. അച്ഛന്റെ സൈക്കിൾ പുറത്തുണ്ടാകും. അതുമെടുത്തു സിനിമയ്ക്കു പോക്ക് തുടങ്ങി. 'ചെമ്മീൻ' ആണെന്ന് തോന്നുന്നു അങ്ങനെ കണ്ട ആദ്യ സിനിമ. ഗുരുവായൂർ ബാലകൃഷ്ണയിൽ നിന്ന്.

തിരഞ്ഞെടുപ്പ് നാളുകളിൽ മറ്റെല്ലാ ജോലിയും മാറ്റി വെച്ച് രാവും പകലും രാഷ്ട്രീയ പ്രവർത്തകനായി മാറും അച്ഛൻ. ഇടതുപക്ഷ സ്ഥാനാർത്ഥിയോടൊപ്പമുള്ള യാത്രയും പ്രസംഗവും, വീടുവീടാന്തരം കയറിയിറങ്ങിയുള്ള വോട്ട് ചോദിക്കലുമൊക്കെയായി ആൾ വളരെ തിരക്കിലാകും.

1965ലെ നിയമസഭയിലേക്കുള്ള തിരെഞ്ഞെടുപ്പിൽ ആർക്കും ഭൂരിപക്ഷമില്ലായിരുന്നു. കുറച്ചു കാലം രാഷ്ട്രപതി ഭരണം, പിന്നെ 1967ലായിരുന്നു തിരെഞ്ഞെടുപ്പ്.

ആ തിരഞ്ഞെടുപ്പിൽ അച്ഛന് സ്ഥാനാർത്ഥി ആകാൻ ക്ഷണമുണ്ടായിരുന്നു. തിരുവനന്തപുരം ജില്ലയിൽ. തിരഞ്ഞെടുപ്പിൽ നിൽക്കയാണെങ്കിൽ അത് സ്വന്തം നാട്ടിലേ ഉള്ളൂ എന്ന വാശിയിൽ ആ ക്ഷണം നിരസിക്കയായിരുന്നുവത്രെ.

ഒരു കമ്മ്യൂണിസ്റ്റുകാരൻ എങ്ങനെ ഈ ഭൂമിയെയും അതുൾക്കൊള്ളുന്ന സൗരയൂഥത്തെയും ക്ഷീരപഥത്തെയും അതിനപ്പുറമുള്ള പ്രപഞ്ചത്തേയും ദർശിക്കുന്നുവോ, അതെല്ലാം ആ കാലത്തെ ശാസ്ത്രീയറിവുകൾക്കൊത്തു ഞങ്ങളെ പറഞ്ഞു മനസ്സിലാക്കുമായിരുന്നു അച്ഛൻ. എങ്ങനെ ജീവജാലങ്ങളിൽ ഒന്നു മാത്രമായ മനുഷ്യനിൽ ഉള്ളവനും ഇല്ലാത്തവനുമുണ്ടായി എന്നതിനുത്തരം ആദിമ മനുഷ്യ ഗോത്ര ജീവിതം തൊട്ടു അവൻ പരിഷ്കൃതനാകുന്നതുവരെയുള്ള ചിത്രം അച്ഛൻ ഞങ്ങളുടെ മനസ്സിൽ കുത്തിക്കോറിയിട്ടുണ്ട്. സമത്വ സുന്ദരമായ, ചൂഷണമുക്തമായ ഒരു പുതുലോകം സ്വപ്നം കാണുന്നവരാക്കി മാറ്റി അച്ഛൻ ഞങ്ങളെ. എങ്കിലും സ്വതന്ത്ര ഭാരതത്തിൽ തന്റെ മക്കൾ എങ്ങനെയാകണം എന്ന സ്വപ്നവും അദ്ദേഹത്തിനുണ്ടായിയുന്നു. ഏട്ടനെ പൂന ഫിലിം ഇൻസ്റ്റിറ്റ്യൂട്ടിൽ, ചേച്ചിയെ IAS, എന്നെ എഞ്ചിനീയറിംഗ്, അനുജത്തിയെ എയർഹോസ്റ്റസ് ആക്കാനും അതിനൊത്ത വിദ്യാഭ്യാസം നൽകാനുമായിരുന്നു അദ്ദേഹം ആഗ്രഹിച്ചിരുന്നത്. കൊച്ചനുജൻ വളരെ ചെറുപ്പമായിരുന്നു, അവനെക്കുറിച്ച് എന്തെങ്കിലും പറയുന്നത് ഓർമ്മയിൽ ഇല്ല.

തീരദേശമാണ് ഞങ്ങളുടേത്. മഴക്കാലം പഞ്ഞമാസമാണ്, രോഗങ്ങളുടെയും പട്ടിണിയുടെയും തൊഴിലില്ലായ്മയുടെയും ദിനങ്ങൾ. അച്ഛൻ അന്ന് അവിടെയുള്ള ചെറ്റപ്പുരകളിൽ കയറിയിറങ്ങി അവരുടെ പട്ടിണി മാറ്റാനായി തന്നെക്കൊണ്ടാകുന്ന സഹായങ്ങൾ ചെയ്തിരുന്നു. അതു കണ്ട് സ്ഥലത്തെ ചെങ്കീരികൾ പറയുമായിരുന്നു "സ്വർഗ്ഗലോകമെന്നൊന്നുണ്ടെങ്കിൽ അത് ബാലനുള്ളതാണ്."

ഒരുപാടു പേർ വീട്ടിൽ വരികയും അച്ഛനുമായി സംവദിക്കയും പതിവാണ്. അതിൽ ചിലർ മാനേജർമാരായിരുന്നു. അച്ഛന്റെ വിശ്വസ്തർ ഏറെയും മുസ്ലീങ്ങളാണ്. കരിംക്ക, അബുക്ക, കുഞ്ഞിമോന്ക്ക തുടങ്ങി പലരും. രണ്ടായിരവും മുവ്വായിരവും അയ്യായിരവുമൊക്കെ ഓരോരുത്തർ കൊണ്ടുപോകും. എല്ലാം ചരക്കുകളുടെ ശേഖരത്തിനായി.

അന്ന് വീട് ഒരു കൊച്ചു ഓഫീസ് കൂടിയാണ്. ടൈപ്പ് റൈറ്റർ, മുദ്രകൾ, ലെറ്റർ പാഡ്സ്, പ്രിന്റഡ് റെസിപ്റ്റ്സ്, പേയ്മെന്റ് വൗച്ചേർസ് തുടങ്ങി പലതും അച്ഛന്റെ അലമാരയിൽ കാണാം. കാലങ്ങൾക്കു ശേഷം ഞാൻ ആ സ്വകാര്യ ശേഖരം തുറന്നപ്പോൾ പല രേഖകളും കണ്ടു. സിംഗപ്പൂരിലേക്കും മലേഷ്യയിലേക്കും ശ്രീലങ്കയിലേക്കും അയച്ച ഷിപ്മെന്റുകളുടെ ബിൽ ഓഫ് ലാഡിങ്ങു കോപ്പികൾ, ബാങ്ക് ഗ്യാരന്റികൾ...

ഏട്ടൻ അപ്പോഴേക്കും ഒരു നല്ല വായനക്കാരനായി മാറിയിരുന്നു . എനിക്ക് അതിനേക്കാൾ പ്രധാനം വീട്ടുജോലികളായിരുന്നു. ഏട്ടൻ ചില കുറവുകളുള്ള വ്യക്തിയെന്ന് കരുതി ചെറുപ്പം മുതലേ ഉത്തരവാദിത്വങ്ങളിൽ നിന്ന് മാറിയും മാറ്റിയുമാണ് വളർന്നത്. എനിക്ക് എന്നും

എന്തെങ്കിലുമൊക്കെ വീട്ടുവേല കാണും, പലചരക്കുകട, റേഷൻ കട, മീൻ വാങ്ങൽ തുടങ്ങി പലതും.

ഒരു ദിനം ഏട്ടൻ ഫ്രണ്ട്സ് വായനശാലയിൽ നിന്നെടുത്ത ഒരു നോവൽ വായിച്ചുകൊണ്ടിരിക്കുകയായിരുന്നു. അച്ഛൻ എന്തോ ആവശ്യത്തിന് ഏട്ടനെ വിളിച്ചു. കേട്ടില്ല. ഏട്ടന് ഒരു ശസ്ത്രക്രിയ നടത്തി ഒരു ചെവിയുടെ കർണ ചർമ്മവും അതിനടുത്ത കാർട്രിഡ്ജും എടുത്തു മാറ്റിയിട്ടുണ്ട്. ചില ബാല്യകാല ചെവിപ്പഴുപ്പുകളാണ് കാരണം. അച്ഛൻ അടുത്തു ചെന്ന് എന്താണ് വായിക്കുന്നത് എന്നു നോക്കി. ആ പുസ്തകം അദ്ദേഹത്തിന്റെ കാഴ്ചപ്പാടിൽ അധമമാണ്, പൈങ്കിളിയാണ്. ഏട്ടൻ വായിക്കുന്ന പുസ്തകം എടുത്തു രണ്ടു കഷ്ണമാക്കി അച്ഛൻ. ആ പഴയ എഴുത്തുകാരന്റെ പേർ എഴുതി അദ്ദേഹത്തെ കൊച്ചാക്കുന്നില്ല ഞാൻ. ഒരു കുടയും കുഞ്ഞിപെങ്ങളും എന്ന പേരിൽ അദ്ദേഹത്തിന്റെ ഒരു പുസ്തകം ഞാൻ മലയാളം ക്ലാസ്സിൽ പഠിച്ചിട്ടുണ്ട്.

അന്ന് അച്ഛൻ എന്നെ സൈക്കിളിന്റെ പുറകിൽ ഇരുത്തി ബീച്ച് റോഡിലുള്ള ആ വായനശാലയിലേക്കു തിരിച്ചു. കഷ്ണമാക്കിയ ആ നോവൽ വായനശാല മേശമേൽ വലിച്ചെറിഞ്ഞു മേൽനോട്ടക്കാരനോട് പറഞ്ഞു "ഇത്തരം ചവറുകൾ വെയ്ക്കാനല്ല ഞങ്ങൾ ഈ വായനശാല സ്ഥാപിച്ചത്."

ആയിടെ കുറെ യാത്രകൾ, എല്ലാം കുടുംബ സമേതം. കോഴിക്കോട്ടേക്കു പോയത് കുറ്റിപ്പുറം വരെ ബസ്സിൽ. പിന്നെ തീവണ്ടിയിലും. അമ്മൂമ്മ ചികിത്സയ്ക്കായി കോഴിക്കോട് മെഡിക്കൽ കോളേജ് ആശുപത്രിയിൽ പ്രവേശിക്കപ്പെട്ടു. ഗർഭാശയ സംബന്ധമായ എന്തോ അസുഖമായിരുന്നു. അമ്മൂമ്മയെ കാണാനാണ് കോഴിക്കോട്ടേക്കു പോയത്. എല്ലാവർക്കും താമസിക്കാനായി ഹോട്ടലിൽ മുറികൾ. മെഡിക്കൽ കോളേജ് കണ്ടു; മാനാഞ്ചിറ കുളവും മൈതാനവും. രാത്രിയിൽ കോറണേഷൻ സിനിമയിൽ നിന്ന് 'മണവാട്ടി' എന്ന സിനിമയും. 'അഷ്ടമുടിക്കായലിലെ അന്നനട തോണിയിലെ' എന്ന് തുടങ്ങുന്ന പ്രശസ്തമായ ഗാനം ആ ചിത്രത്തിലേതാണ്.

തൂത്തുക്കുടിയിലേക്കു പോയത് തൃശ്ശൂരിൽനിന്ന് മധുര വരെ തീവണ്ടിയിൽ. അവിടെനിന്നും ബസ്സിൽ. അച്ഛന്റെ സഹപ്രവർത്തകനായ AIT ഫെർണാണ്ടസിന്റെ വിവാഹത്തിൽ പങ്കെടുക്കാനായിരുന്നു ആ യാത്ര.

അച്ഛന്റെ ഓഫീസിന് അടുത്തു തന്നെയായിരുന്നു താമസം.

തോട്ടികൾ മനുഷ്യ വിസർജ്ജ്യം നിറച്ചു വലിച്ചുകൊണ്ടുപോകുന്ന വണ്ടികൾ, പന്നികൾ, 'അയ്യാ, അയ്യാ' എന്നു പറഞ്ഞു തെണ്ടുന്ന പാവങ്ങൾ, എല്ലാം തെരുവുക്കാഴ്ചകളായിരുന്നു തൂത്തുക്കുടിയിൽ. കടലോരത്തു നങ്കൂരമിട്ടിരിക്കുന്ന നൂറുക്കണക്കിന് പത്തേമാരികൾ, അവയെ

ആദ്യമായി അടുത്തു കാണുകയാണ്. അച്ഛന്റെ ചെമ്മീൻ പരിപ്പുകൾ ആ ചെറുകപ്പലുകളിലാകാം കടൽ കിടന്നിരുന്നത്.

AIT ഫെർണാണ്ടസിന്റെ വീട് തിരുചന്ദൂരും കഴിഞ്ഞു ഒരു ചെറു കടലോര പട്ടണത്തിലാണ്. തൂത്തുക്കുടിയിൽനിന്നും ഇരുഭാഗവും കണ്ണെത്താദൂരത്തോളം പടർന്ന വിശാലമായ ഉപ്പുപാടത്തിനു മദ്ധ്യേയുള്ള ബസ് യാത്ര. ആകെ വെളുപ്പിൽ മൂടിയ ഉപ്പുപാടങ്ങൾ. അങ്ങിങ്ങു പിരമിഡ് കണക്കേ കൂട്ടിയിട്ടിരിക്കുന്ന ഉപ്പുമലകൾ! അതിൽ അങ്ങിങ്ങു കാണുന്ന കറുത്തിരുണ്ട ചില മനുഷ്യരൂപങ്ങൾ. ഉപ്പുപാടത്തെ പണിയാളന്മാർ. സ്ത്രീകളാണധികം. ഉപ്പ് ഉപയോഗിക്കുന്ന പലർക്കും അറിയാത്ത ഒരു ലവണ രഹസ്യമുണ്ട്, പ്രകൃതിയുടെ വിളിവരുമ്പോൾ ആ സ്ത്രീകൾ ഏതെങ്കിലും ഉപ്പുമലയുടെ പിറകിൽ പോയി കാര്യം സാധിക്കയാണ് പതിവ്. അങ്ങനെ അവർ ഉപ്പിനു ലവണഗുണം വർദ്ധിപ്പിക്കുന്നു.

ദൂരെ കടലോരത്തു ഉയർന്നു നിൽക്കുന്ന തിരുചന്ദുർ ക്ഷേത്രഗോപുരവും പിന്നിട്ട് ബസ് ആ പട്ടണം ലക്ഷ്യമാക്കി പാഞ്ഞു. മദ്രാസ് സംസ്ഥാന സർക്കാർ ബസുകൾ അന്നും നല്ല ഇരിപ്പിടങ്ങളും റ്റിന്റെഡ് ഗ്ലാസ്സുകളുള്ള ജാലകപ്പാളികളോടുകൂടിയതുമായിരുന്നു. അപ്പോൾ ഞാൻ ചിന്തിച്ചു 'കൂളിംഗ് ഗ്ലാസ്സ് ജാലവാതിലായി ഉപയോഗിക്കുന്ന ബസ്. വലിയ വിലയായിരിക്കുമതിന്. അച്ഛന്റെ റെയ്ബാൻ ഗ്ലാസിന് 150 രൂപ, അപ്പോൾ ഇത്രയും വലിയ ഗ്ലാസിന് എത്ര രൂപയാകും?' ഞാൻ കണക്കു കൂട്ടികൊണ്ടിരുന്നു! ആ ദിവസങ്ങളിൽ അച്ഛൻ ഇടയ്ക്കിടയ്ക്ക് ആ മഞ്ഞ ദ്രാവകം കുപ്പിയിൽ നിന്നുപകർന്നു കുടിച്ചുകൊണ്ടേയിരുന്നു.

അതിർത്തികളില്ലാതെ തൊട്ടുകിടക്കുന്ന വീടുകളിലെ കുറെ തമിഴ് പെൺകുട്ടികൾ ഞങ്ങൾക്ക് കൂട്ടുകാരായി കിട്ടി അവിടെ. അവർ ചവിട്ടുപടികളിലും ടെറസിലും ഇരുന്നു പരസ്പരം മുടിചീകി മെടഞ്ഞു കെട്ടിക്കൊടുക്കുന്നു. ചേച്ചിയെയും അനുജത്തിയേയും വിളിച്ചു മടിയിലിരുത്തി മുടി ചീകി മെടഞ്ഞു കെട്ടിക്കൊടുത്തു സ്നേഹമുള്ള ആ തായ്കൾ. അവർ ഞങ്ങളെ അടുത്ത പേര (പൊയ്യാ പഴം) തോട്ടത്തിലേക്ക് കൊണ്ടു പോയി. ഒരുപാടു മരങ്ങളുള്ള ഒരു വലിയ തോട്ടം. കീറിയ ചാലിലൂടെയുള്ള ജലസേചനം. വലിയ പേരക്കായ്കളാൽ സമൃദ്ധമായ തോട്ടം. ഞങ്ങൾക്ക് ഒരുപാട് പഴം അവർ പറിച്ചു തന്നു. നാട്ടിൽ കാണാത്ത മാംസളമായ വലിയ പേരയ്ക്ക, അതേറെ രുചിച്ചു രസിച്ചു ഞങ്ങൾ.

AIT ഫെർണാണ്ടസ് കൂടാതെ ജോർജ് ഫെർണാണ്ടസ്, മോറിസ് തുടങ്ങി കുറേ പേരുണ്ടായിരുന്നു അവിടെ അന്ന് അച്ഛന്റെ സഹപ്രവർത്തകരായി. എല്ലാം ക്രിസ്ത്യൻ നാമധേയരായ തമിഴ് വംശജർ. കല്യാണത്തിന്റെ തലേ രാത്രി പാട്ടും പാശ്ചാത്യവാദ്യവും ആട്ടവുമായി ആകെ ബഹളമായിരുന്നു. അച്ഛൻ ആ മഞ്ഞവെള്ളത്തിന്റെ ലഹരിയിലും.

കല്യാണം അടുത്ത പള്ളിയിൽ വെച്ചു കഴിഞ്ഞു. ഞങ്ങൾ തൂത്തുക്കുടിയിലേക്കു തിരിച്ചുപോന്നു. അടുത്ത ദിവസം തിരിച്ചുപോകയാണ്. അച്ഛൻ എല്ലാവർക്കും വില കൂടിയ റെഡിമെയ്ഡ് വസ്ത്രങ്ങൾ മേടിച്ചു കൊണ്ടുവന്നു. അമ്മയ്ക്ക് ഒരു പട്ടുസാരിയും ബ്ലൗസും. വന്ന വഴിയല്ല തിരിച്ചുപോക്ക്. മധുരയിൽ പോയി മീനാക്ഷിക്ഷേത്രവും പരിസരത്തുള്ള കാഴ്ചകളും കണ്ടു. മീനാക്ഷി കോവിൽ വലിയ അതിശയ കാഴ്ച്ചയായി മനസ്സിൽ രേഖപ്പെടുത്തി.

അവിടെനിന്നു കന്യാകുമാരിയിലേക്കാണ് പോയത്. വലിയ മുറികളും യൂറോപ്യൻ ക്ലോസെറ്റ് ഒക്കെയുള്ള സമുദ്രത്തിനടുത്ത ഹോട്ടലിൽ താമസം. വിവേകാനന്ദപ്പാറയിലെ സ്മാരകം പണിയുന്ന കാലം. ഞങ്ങൾ കുമാരി കോവിലും ഗാന്ധി സ്മാരകവുമെല്ലാം കണ്ടു അന്ന് രാത്രി അവിടെ കഴിഞ്ഞു. കുറെ ചിത്രങ്ങൾ എടുത്തു. ഫോട്ടോഗ്രാഫർ എല്ലാം അന്നുതന്നെ വാഷ് ചെയ്തു പ്രിന്റ് തന്നു. അതൊരു പൗർണമി ദിനമായിരുന്നു. കന്യാകുമാരിയിൽ സൂര്യാസ്തമയത്തോടൊപ്പം ചന്ദ്രോദയവും കാണാം. അമ്മ ഇടയ്ക്കിടയ്ക്ക് യാത്രാക്ഷീണം പ്രകടിപ്പിച്ചിരുന്നു. എന്നാൽ ഞങ്ങൾ കുട്ടികൾ എല്ലാം രസിച്ചനുഭവിക്കയായിരുന്നു.

പിന്നീട് പോയത് തിരുവനന്തപുരത്തേക്കായിരുന്നു. ഒരു ടാക്സിയിൽ ചുറ്റി പ്രധാന കാഴ്ചകൾ എല്ലാം കണ്ടു. സെക്രട്ടേറിയേറ്റ്, മൃഗശാല, മ്യൂസിയം, മേത്തൻമണി, പദ്മനാഭസ്വാമി ക്ഷേത്രം, ശംഖുമുഖം... ശംഖുമുഖത്തെ കടലോരത്തു ഒരു ഇൻഡോർ ടെന്നീസ് കോർട്ടും അതിനോടൊപ്പം ഒരു കോഫി ഹൗസും ഉണ്ടായിരുന്നു. (ആ കെട്ടിടം ഇപ്പോഴുമുണ്ടവിടെ) ടെന്നീസ് കളി കണ്ട് കാപ്പി കുടിച്ച് അവിടെനിന്ന്. പിന്നെ പോയത് വിമാനത്താവളത്തിലേക്കാണ്. വിമാനം ഇറങ്ങുന്നതും ഉയർന്നു പറക്കുന്നതും ആദ്യമായി കണ്ടു.

അമ്മ ഏറക്കുറെ തളർന്നു, എങ്ങനെയെങ്കിലും വീട്ടിൽ തിരിച്ചെത്തിയാൽ മതിയെന്നായി അമ്മയ്ക്ക്. കൊച്ചിയിൽ താമസിച്ചു പോകാനായിരുന്നു അച്ഛൻ തീരുമാനിച്ചിരുന്നത്. അമ്മയുടെ തിരക്ക് കാരണം കൊച്ചി കായലിലെ ഒരു ചെറു ബോട്ട് യാത്രയാക്കി ചുരുക്കി വീട്ടിലേക്ക് തിരിക്കുകയാണുണ്ടായത്.

ഒരു ദിവസം അച്ഛൻ പറഞ്ഞു "ഇന്ന് നമ്മൾക്കൊരു സിനിമ കാണാൻ പോകാം." പത്തു ദശലക്ഷം വർഷങ്ങൾക്കു മുന്നേ എന്നർത്ഥം വരുന്ന ഒരു പാശ്ചാത്യ സിനിമ. ജുറാസിക് കാലത്തെ പ്രകൃതിയും ദിനോസറുകളും ആദിമ മനുഷ്യനും കൂടിയുള്ള ഒരു സാങ്കൽപ്പിക ചിത്രം. അച്ഛൻ അങ്ങനെയാണ്. കുട്ടികളുടെ ഭാവനയും അറിവും വികസിപ്പിക്കുന്ന എന്തിനെയും ഞങ്ങൾക്കനുഭവയോഗ്യമാക്കും. അന്നൊക്കെ

ചിത്രത്തിന്റെ അവസാനമാണ് ദേശീയഗാനാലാപനം. ആരും എഴുന്നേറ്റു നിൽക്കാൻ മെനക്കെടാതെ ഹാൾ വിട്ടുപോകും. അച്ഛനും ഞങ്ങളും മാത്രമുണ്ടാകും ഹാളിൽ എഴുന്നേറ്റു നിൽക്കാൻ. ദേശീയഗാനം കഴിഞ്ഞേ ഞങ്ങൾ ഇളകുകയുള്ളൂ.

ഞങ്ങൾ കുറച്ചുകൂടെ മുതിർന്നു, എന്നാലും കൗമാരത്തിൽ തന്നെ. ഒറ്റയ്ക്കും ഇരട്ടയ്ക്കുമായുള്ള യാത്രകൾക്ക് ദൂരം വർദ്ധിച്ചു. ഒരു ഓാണത്തിന് ഞാനും ഏട്ടനും കൂടി കൊച്ചിയിലേക്കു പോയി. ഓണസദ്യ കഴിഞ്ഞ് ഞങ്ങൾ പുറപ്പെട്ടു. ചാവക്കാടുനിന്ന് ബസ്സിൽ തൃശ്ശൂർക്ക്. റെയിൽവേ സ്റ്റേഷനിൽനിന്നു എറണാകുളത്തേക്ക് ടിക്കറ്റ് എടുത്തു. അതൊരു ലോക്കൽ വണ്ടിയായിരുന്നു. എല്ലാ സ്റ്റേഷനുകളിലും നിർത്തും, എതിരെ വരുന്ന വണ്ടികൾക്ക് വഴിയൊരുക്കി അതൊരു ട്രാക്കിൽ ഒതുങ്ങും. അങ്ങനെ ആ ചെറുദൂരം താണ്ടാൻ നാലു മണിക്കൂർ എടുത്തു ശകടം.

എറണാകുളത്തെത്തുമ്പോൾ സന്ധ്യയായി. അന്ന് ടൗൺ ബസുകൾക്കെല്ലാം ചുകപ്പുനിറമായിരുന്നു. ഞാനും എട്ടനുംകൂടി ഒരു ബസിൽ കയറി. കലൂർ ഫോർട്ട് കൊച്ചി റൂട്ടിൽ ഓടുന്നത്. നല്ല തിരക്കായിരുന്നു, കണ്ടക്ടർ ഞങ്ങൾക്ക് ടിക്കറ്റ് തന്നോ എന്നു സംശയം. രണ്ടു മൂന്നു തവണ അങ്ങോട്ടും ഇങ്ങോട്ടുമുള്ള യാത്ര, ഒടുവിൽ മഹത്മാഗാന്ധി റോഡിൽ എവിടെയോ ഇറങ്ങി. രാത്രിയായി. മറൈൻ ഡ്രൈവിൽ പോയി. ബോട്ട് ജെട്ടിയിൽനിന്നും ഒരുപാടു സർക്കാർ ബോട്ടുകൾ പലയിടങ്ങളിലേക്കായി പോകുന്നു. ഞങ്ങൾ രണ്ടു തുഴകളുള്ള ഒരു ചെറു വള്ളത്തിൽ വെല്ലിംഗ്ടൺ ഐലൻഡിലേക്ക് പോയി, കുറെ ചരക്കിറക്കു യന്ത്രങ്ങളും ആൾപാർപ്പില്ലാത്തിടവും. കൂടുതൽ അവിടെ തങ്ങിയില്ല, തിരിച്ചു അതുപോലൊരു വള്ളത്തിൽ എറണാകുളത്തേക്ക്.

കുറെ അലഞ്ഞു നടന്ന് ഞങ്ങൾ ഒരു സിനിമയ്ക്കു ടിക്കറ്റെടുത്തു, ചിത്രം 'വിധി'. രാജശ്രീ ഫിലിംസിന്റെ 'തക് ദീർ' എന്ന ഹിന്ദി ചിത്രം മലയാളത്തിലേക്ക് മൊഴി മാറ്റിയത്. ശ്രവണ മാധുര്യമേകുന്ന ഏറെ ഗാനങ്ങൾ ഉള്ള ചിത്രം. 'അമൃതം പകർന്ന രാത്രീ... അനുഭൂതി പൂത്ത രാത്രീ വിടരും നീയഴകേ' തുടങ്ങി കുറെ നല്ല ഗാനങ്ങൾ. ചിത്രം കഴിഞ്ഞു, രാത്രി ഒന്നോ രണ്ടോ സമയം, ഹോട്ടൽ മുറിയെടുക്കാനുള്ള പ്രായമൊന്നുമില്ല. ഞങ്ങൾ ഒരു ചെറു റെസ്റ്റോറന്റിൽ കയറി അത്താഴം കഴിച്ചു. പിന്നെ അവിടെ തന്നെ കൂടി പുലരുവോളം. രാത്രി മുഴുവൻ പ്രവർത്തിക്കുന്നതായിരുന്നു ആ ഭോജനശാല. 'വിരുതൻശങ്കു' എന്ന അടൂർ ഭാസി ചിത്രത്തിന്റെ പരസ്യപ്പലകയ്ക്കു താഴെ ഇണചേരുകയും കടികൂടുകയും ചെയ്യുന്ന ശുനകക്കൂട്ടത്തെ നോക്കി സമയം കളഞ്ഞു, ഇടയ്ക്ക് ഇരുന്നുള്ള ഉറക്കവും. നേരം വെളുത്തു, സർക്കാർ ബസ് അടുത്തുനിന്നു തന്നെയാണ് പുറപ്പെട്ടിരുന്നത്. പ്രാതൽ അതേ ഭോജന

ശാലയിൽ നിന്നുതന്നെ കഴിച്ചു ബസ് സ്റ്റാന്റിലെത്തി കെ.എസ്. ആർ.ടി.സി. ബസിൽ ഗുരുവായൂർ/ചാവക്കാട്ടേക്ക്.

മറ്റൊരു യാത്ര കൊടുങ്ങല്ലൂർക്കായിരുന്നു. ഒരു വിഷുദിനം. ചേറ്റുവ പാലം അന്നില്ല. ചാവക്കാടുനിന്നു ചേറ്റുവവരെ ബസിൽ. പിന്നെ ചങ്ങാടത്തിൽ വാഹനങ്ങളോടും ജനങ്ങളോടുമൊപ്പം മറുകരെ, അവിടെനിന്നും മറ്റൊരു ബസിൽ കൊടുങ്ങല്ലൂർക്ക്. ഒന്നുരണ്ട് മണിക്കൂർ എടുത്തു കാണും അങ്ങെത്താൻ. ബസിറങ്ങി നേരെ പോയത് ശ്രീ കാളീശ്വരി സിനിമയിലേക്ക്. 'പകൽക്കിനാവ്' എന്ന ചിത്രം കണ്ടു, വലിയ തിരക്കായിരുന്നു.

'നിദ്ര തൻ നീരാഴി നീന്തിക്കടന്നപ്പോൾ
സ്വപ്നത്തിൻ കളിയോടം കിട്ടീ' എന്ന ഗാനം ആദ്യമായി കേട്ടു.

അടുത്ത യാത്ര തനിച്ചായിരുന്നു. തൃശ്ശൂരിൽ ഭാരത് സർക്കസ് നടക്കുന്നു. പ്രചാരണത്തിനായി ഒരു ചെറുവിമാനം ഞങ്ങളുടെ പട്ടണത്തിനു മേലെ പറന്നു. ഭാരത് സർക്കസ് എന്നെഴുതിയ ഒരു ബാനറും വഹിച്ച്, കൂടെ ചെറുനോട്ടീസുകളുടെ വിതരണവും. നല്ല വൃശ്ചിക ക്കാറ്റുള്ള സമയമായതിനാൽ നോട്ടീസുകളെല്ലാം മനുഷ്യകരങ്ങളിൽ എത്താതെ അറബിക്കടലിൽ പതിച്ചു. ഒരിക്കൽ അച്ഛനോടൊത്തു നാഷണൽ സർക്കസ് കുടുംബസമേതം കണ്ടിട്ടുണ്ടെങ്കിലും ഈ സർക്കസ് കാണാനുള്ള മോഹം കലശലായി. കശുവണ്ടി വിറ്റു ആവശ്യത്തിന് ധനമൊരുക്കി. മാമന്റെ വീട്ടിൽ പോകാനുള്ള ഒരവസരം എങ്ങനെയോ വീണുകിട്ടി. സാധാരണ അവിടെപ്പോയാൽ ഒന്നോ രണ്ടോ ദിവസം നിന്നേ മടങ്ങാറുള്ളൂ. അന്ന് പെട്ടെന്ന് തിരിച്ചു. സർക്കസ് കാണലാണ് ലക്ഷ്യം. തൃശൂർക്കുള്ള ബസിൽ കയറി, നേരെ തേക്കിൻകാട് മൈതാനത്തിലെ തമ്പിലേക്ക്. സീലും ഹിപ്പോപൊട്ടാമസും മറ്റനേകം മൃഗങ്ങളും താരങ്ങളായുള്ള സർക്കസ്.

ഒരു മധ്യവേനൽ അവധിക്കാലം. എത്ര വെയിലും ചൂടുമുണ്ടെങ്കിലും കുട്ടികൾ ആർത്തുല്ലസിക്കും ദിനങ്ങൾ. ഉച്ചയൂണ് കഴിഞ്ഞു അച്ഛനും അമ്മയും വിശ്രമിക്കുകയാണ്. ഞങ്ങൾ അഞ്ചുപേർ ഒത്തുകൂടി എന്തെങ്കിലും ഒപ്പിക്കാൻ ചിന്തിക്കയാണ്. ഏട്ടൻ ഒരു ചിന്തയുമായി വന്നു. ആദിമമനുഷ്യർ തീ ഉണ്ടാക്കിയിരുന്നത് കല്ലുകൾ കൂട്ടിയുരസിയാണ്. നമുക്കും അതൊന്നു പരീക്ഷിച്ചാലോ, എല്ലാവർക്കും സമ്മതം. പറമ്പിന്റെ കിഴക്കേയറ്റത്തുള്ള കുളത്തിനടുത്തുനിന്നു രണ്ടു കരിങ്കൽ പെറുക്കിയെടുത്തു. വീടുപണിക്കായി കൊണ്ടുവന്നതിൽ ശേഷിച്ചവ. ഘർഷണം എങ്ങനെയാണ് തീയായി മാറുക എന്നാർക്കും അറിയില്ല. ഒരു പരീക്ഷണം, എല്ലാവരും കല്ലുകൾക്കു ചുറ്റും എന്താണ് സംഭവിക്കാൻ പോകുന്നത് എന്ന ജിജ്ഞാസയോടെ കണ്ണും കാതും കൂർപ്പിച്ചു കാത്തിരിക്കയാണ്. ഏട്ടൻ ഒരു കല്ല് താഴെവെച്ചു, ഭാരം കൂടിയതു എടുത്തു ആ കല്ലിൽ ആഞ്ഞടിച്ചു. ആദിമമനുഷ്യൻ തീയുണ്ടാക്കുന്നത് പരീക്ഷിക്കുകയാണ്!

സംഗതി പാളി, കൊച്ചനുജനു മൂന്നോ നാലോ വയസ്സേ കാണൂ. എന്താണ് സംഭവിക്കുന്നത് എന്നറിഞ്ഞോ അറിയാതെയോ അവൻ വലിയ ഒരു സൂത്രം പ്രയോഗിച്ചു. തന്റെ ഇടതു കയ്യിലെ ചൂണ്ടുവിരൽ അവൻ രണ്ടു കരിങ്കൽ ആഞ്ഞടിക്കുന്നിടയിലേക്കു എങ്ങനെയോ തിരുകി കേറ്റി. ഡിം, ചോര, കുഞ്ഞനുജന്റെ ചോര, ആകെ കരച്ചിലും ബഹളവും. അച്ഛനും അമ്മയും ഓടിവന്നു. "ദുഷ്ടാ എന്റെ മോനെ നീയെന്താ ചെയ്തത്" എന്ന് ഏട്ടനോട് അമ്മ, കുഞ്ഞിനെ വാരിയെടുത്ത് അവർ ആശുപത്രിലേക്കു പാഞ്ഞു. ചതഞ്ഞ വിരൽ തുന്നിക്കെട്ടേണ്ടി വന്നു. എന്നാലും ആ വിരൽ ഇപ്പോഴും പൂർണ്ണമായി വഴങ്ങുന്നതല്ല അവന്. അതാണ് തീയുണ്ടാക്കിയ കഥ.

പറങ്കി മാവിൻക്കൊമ്പിൽ അവധികാലങ്ങളിൽ ഊഞ്ഞാലിട്ടു കളിച്ചു രസിക്കുക ഒരു പതിവായിരുന്നു. ആടിയാടി പലരും പലപടവുകൾ കയറി ചുക്കാൻ പിടിക്കാനും തുടങ്ങി. ഊഞ്ഞാൽ പടിയിൽ കയറിനിന്നു ഒരു പ്രത്യേക തലത്തിൽ ഇരുന്നും നിവർന്നും ആടാൻ തുടങ്ങിയാൽ ആരുടേയും സഹായമില്ലാതെ ഊഞ്ഞാൽ ആട്ടത്തിന്റെ പാരമ്യത്തിലെത്താം, അതാണ് ചുക്കാൻ പിടിക്കൽ. കൊച്ചനുജന് അത് സാധ്യമല്ല. ഞങ്ങൾ ആടുന്നത് കണ്ടു അവനും അതുപോലെ ആടാൻ വാശി. ഏട്ടൻ അവനെ ഊഞ്ഞാൽ പടിയിലിരുത്തി അതു പരമാവധി ഉയർത്തി വിട്ടു. സാമാന്യം നല്ല ഒരു പറക്കൽ, പിന്നെ തിരിച്ചുവന്ന അനുജനെയും ഊഞ്ഞാലിനെയും എല്ലാ ശക്തിയും ചേർത്തുപിടിച്ചൊരു തള്ളൽ, ഊഞ്ഞാൽ അതിനെത്താവുന്ന അധിക ദൂരത്തിലും ഉയരത്തിലും വേഗത്തിലും ചലിച്ചു. ധിം... അനുജൻ തലകുത്തി വീണു. കരച്ചിലും ബഹളവും അമ്മയും അച്ഛനും ഓടിവന്നു, പ്രാക്ക് മുഴുവൻ ഏട്ടന്. ആശുപത്രിയിലേക്ക് അനുജനുമായി അച്ഛനും അമ്മയും ഓടി. ഏറെ ചികിത്സകൾ കഴിഞ്ഞിട്ടും കഴുത്ത് ഒരു ഭാഗം ചെരിഞ്ഞു തന്നെ നിന്നു. എല്ലാവർക്കും സങ്കടം, ഒടുവിൽ ആരുടെയോ ഉപദേശപ്രകാരം പാലയൂരുള്ള ഒരു ക്രിസ്ത്യൻ കുടുംബത്തിലേക്ക് ചികിത്സയ്ക്കായി പോയി. ഒരമ്മയാണ് അവിടത്തെ ഗുരു. ദിവസവും അങ്ങോട്ട് അനുജനുമായി ഞാനും അമ്മയും പോകും. ആദ്യദിവസങ്ങളിൽ ചില തൈലപ്രയോഗങ്ങൾ മാത്രം.

"ശരിയാകില്ലേ" അമ്മ വേദനയോടെ ആ അമ്മയോട് ചോദിക്കും.

അവർ ആത്മവിശ്വാസത്തോടെ തിരിച്ചു പറയും "പേടിക്കാനില്ല, ഒക്കെ ശരിയാകും എനിക്കെന്താണ് പകരം തരിക?"

"എന്തുവേണമെങ്കിലും തരാം" അമ്മ പറഞ്ഞു. ചിരിച്ചും കൊണ്ട് ആ വൃദ്ധ പറഞ്ഞു, "എനിക്ക് ഒരു ടേബിൾ ഫാൻ തന്നാൽ മതി."

അടുത്ത ദിവസം ആ വനിതാ ഗുരു അനുജന്റെ തല രണ്ടു കൈകൊണ്ടും മുഖം ചേർത്തുപിടിച്ചു തിരിഞ്ഞ ഭാഗത്തിനെതിരെ പെട്ടെന്ന് ഒന്നു ഞെട്ടിച്ചു. ആശ്ചര്യം! എല്ലാം സ്വാഭാവികാവസ്ഥയിൽ: ഞൊടിയിടെ

കൊണ്ട്. എല്ലാവർക്കും സന്തോഷമായി. ഒന്നുരണ്ടു മാസം നീണ്ട ശോകാവസ്ഥ വീട്ടിൽനിന്നും നീങ്ങി. ടേബിൾ ഫാൻ അച്ഛൻ ആ ഗുരു നാഥയ്ക്കു സമ്മാനിച്ചു.

ഞങ്ങൾ കളിച്ചുല്ലസിച്ചിരുന്നത് ഒരഗ്നിപർവതത്തിനു മുകളിലായിരുന്നു. ഇത്രയും വേഗം അത് പുകഞ്ഞു പൊട്ടിത്തെറിക്കുമെന്നു ഒരിക്കലും ഞങ്ങൾ മക്കൾ അറിഞ്ഞിരുന്നില്ല. മുന്നറിയിപ്പെന്നോണം പ്രകൃതി ഓരോ അടയാളങ്ങൾ നൽകാൻ തുടങ്ങി. നിരന്തരമായി ചിലക്കുന്ന ചിലാട്ടിക്കിളി. കാക്കകൾ ഏതോ അജ്ഞാതഭാഷയിൽ നിരന്തരം വരും വിപത്തുകൾ ഓതി ചുറ്റുപാടും അവ അറിഞ്ഞ ജന്മാന്തര ജീവൻ സ്മരണകളെ ഓർത്തു താക്കീതെന്നോണം വിചിത്രസന്ദേശങ്ങൾ നൽകിക്കൊണ്ടേയിരുന്നു. അച്ഛനും അമ്മയും രണ്ട് അഗാധ ഗർത്തങ്ങൾക്കിരുവശങ്ങളിൽ എന്ന പോലെയായി. ഒരുപാടു കാരണങ്ങൾ കാണുമായിരിക്കാം.

അന്ന് ടൈഗർ എന്നു പേരായ ഒരു നായ ഞങ്ങൾക്കുണ്ടായിരുന്നു. ചക്കായി അത് കുഞ്ഞായിരിക്കുമ്പോൾ എനിക്കു തന്നതാണ്. അവൻ വളർന്നു യുവാവായ കാലം....

ചക്കായി കാക്കി ഷോർട്ടും അരപ്പട്ടയും ധരിച്ചു തെങ്ങു കയറിയും തേനീച്ചകളെ ശേഖരിച്ചു അന്നത്തെ ഉള്ളവന്റെ വീട്ടിൽ കൊടുത്തും അല്ലറ ചില്ലറ മറ്റു ജോലികൾ എടുത്തും കുടുംബത്തിന് അന്നം കൊടുത്തു പോന്നു.

പിന്നെ അവർക്കു പണം കൂടുതൽ കിട്ടുന്ന അപൂർവ്വാവസരമാണ് പട്ടണത്തിൽ ജീവൻ വെടിയുന്ന അനാഥർ നൽകുന്നത്. അന്ന് പൊതുശ്മശാനമില്ല. ചാവക്കാട്ട്. കടപ്പുറത്തെ ഒഴിഞ്ഞു കിടക്കുന്ന ഗുരുവായൂർ ദേവസ്വം ഭൂമിക്കു പടിഞ്ഞാറുള്ള സർക്കാർ പുറമ്പോക്കാണ് അനാഥ പ്രേതങ്ങൾക്കു നിത്യവിശ്രമമേകിയിരുന്നത്.

ഇത്തരം പ്രേതങ്ങളെ അടക്കാൻ ചിലവ് പഞ്ചായത്തെടുക്കും. ധനമെല്ലാം മുൻകൂർ മേടിച്ചു ചക്കായിയും ഒരു കാലിൽ മന്തുള്ള ചങ്ങായിയും പച്ചോലയിൽ പൊതിഞ്ഞു ശവം ഒരു നീണ്ട മുളയിൽ തൂക്കി ചുമലിലേറ്റി കടപ്പുറത്തേക്ക് യാത്രയാകും. ചീഞ്ഞു നാറിയതോ മാരകരോഗം വന്നതോ ഒക്കെയാകും പ്രേതം. അവർ ചാരായത്തിന്റെ ലഹരിയിൽ ആ മഹാമനുഷ്യസേവനം ഒരു വിധം ഒപ്പിക്കും. ചിലപ്പോൾ കുഴിക്ക് ആവശ്യമുള്ള ആഴം കാണില്ല. അത് അനാഥനായ്ക്കൾക്കു മനുഷ്യ മാംസം വിരുന്നൊരുക്കലായി മാറും.

ഒരു പുലർച്ചെ ഉണർന്നു നോക്കുമ്പോൾ പടിക്കൽ ടൈഗർ ഒരു കുഴി മാന്തിയിരിക്കുന്നു. അതിൽ ഒരു ഇളനീർ ഒറ്റവെട്ടുകൊണ്ടു രണ്ടു തുണ്ടമാക്കി നാലു വലിയ ആണികൊണ്ടു യോജിപ്പിച്ചിരിക്കുന്നു. ആരോ

അതെടുത്തു തുറന്നു. ഉള്ളിൽ വലിയ പൊക്രാച്ചി തവള നാലു കാലും ചെറു ആണികളാൽ ഇളനീർ ഭിത്തിയിൽ ബന്ധിപ്പിച്ച, അതിന്റെ വായിൽ ചെമ്പുതകിടിൽ യന്ത്രങ്ങളും മന്ത്രങ്ങളും... മാരണം, ജീവൻ ഒടുക്കാനുള്ള മഹാ ദുർമന്ത്രവാദകർമ്മം! ആരാണ് ഇത്രയും വലിയ ശത്രു? ഇന്നും അതൊരു പ്രഹേളികയായി തുടരുന്നു.

എന്തായാലും ശത്രു ജയിച്ചു. അച്ഛന്റെ തൂത്തുക്കുടിയിലെ കമ്പനിയിലെ പ്രധാനപ്പെട്ട അഞ്ചുപേർ ഒരു വാഹനാപകടത്തിൽ മരിച്ചു. റോഡിനു നടുവേയുള്ള ആൽമരത്തറയിൽ കാർ രാത്രിയിൽ അതിവേഗം പാഞ്ഞിടിക്കയായിരുന്നുവത്രേ തമിഴ്നാട്ടിൽ. A I T ഫെർണാണ്ടസ് മാത്രം ജീവനോടെ അവശേഷിച്ചു.

അച്ഛൻ ഒന്നിലും ശ്രദ്ധ നൽകാതെ കുടിച്ചുകൊണ്ടേയിരുന്നു. വേദന കൊണ്ടു ചങ്കു പൊട്ടുന്ന ദിനങ്ങൾ. ഞാൻ അച്ഛനോടൊപ്പം പോകുമായിരുന്നു. പിന്നീട് അച്ഛന് അത് അരോചകമായി. എന്റെ ദുഃഖം തന്നെ കാരണം. ആഹാരം വേണ്ടവിധം കഴിക്കാതായി. നേരം വെളുത്താൽ തുടങ്ങുന്ന മദ്യപാനം. ഒരു ദിനം ഞാൻ അച്ഛനോടൊപ്പം പോയി. മദ്യം വിളമ്പുന്ന വീടാണ് ലക്ഷ്യം. ഞാൻ കരയാൻ തുടങ്ങി. അച്ഛന് ഭ്രാന്തു പിടിച്ച പോലെയായി, നേരെ കടപ്പുറത്തേക്ക്, കടലിൽ ചാടി ആത്മഹത്യയ്ക്കു പുറപ്പെടുകയാണ്, അച്ഛൻ കടലിൽ ചാടിയാൽ ഞാനും കൂടെ ചാടുമെന്നുറച്ചു. അപ്പോൾ ആരോ അതിലെ വന്നു, അയാൾ ചോദിച്ചു "ആരാ ബാലേട്ടനോ?" ആ ചോദ്യം അദ്ദേഹത്തിന് സ്വബോധം നൽകി. നേരെ വീട്ടിലേക്ക്. പിന്നെ മുറ്റത്തു മലർന്നൊരു കിടപ്പ്. ആരോടാണീ വിദ്വേഷം? പൂവിനും കായ്ക്കുമിടയിലുള്ള മക്കളെ എന്തുകൊണ്ട് അദ്ദേഹം ഓർത്തില്ല?

അതിനിടെ ആളുകൾ പറയാൻ തുടങ്ങി അച്ഛന്റെ ബാഗ് ആരോ എടുത്തു മാറ്റി എന്ന്. അറുപതുകളുടെ രണ്ടാം പകുതിയിലെ അമ്പതിനായിരം രൂപ അവർ കൈക്കലാക്കി എന്നും. ഒരു കാര്യം വ്യക്തം, ആ വാർത്തയ്ക്കു ശേഷം അച്ഛന്റെ പാർക്കർ പേനയും റെയ്ബാൻ ഗ്ലാസും ഞങ്ങൾ കണ്ടിട്ടില്ല.

ഒരുപാടു ചികിത്സകൾ ആശുപത്രികൾ... അമ്മയുടെ വിശ്വാസങ്ങൾ... പ്രാർത്ഥനകൾ... മന്ത്രവാദങ്ങൾ ഒന്നും ആ മനുഷ്യനെ ഞങ്ങൾക്കു നഷ്ടമാകാതിരിക്കാൻ പര്യാപ്തമാക്കിയില്ല.

1967 ഐക്യമുന്നണി അധികാരത്തിൽ വന്നു. ഇ.എം.എസിന്റെ നേതൃത്വത്തിലെ രണ്ടാം മന്ത്രിസഭ. ഇമ്പിച്ചി ബാവ ഗതാഗത മന്ത്രി. ചാവക്കാട് മുതൽ പുതുപൊന്നാനി വരെയുള്ള ടിപ്പുസുൽത്താൻ റോഡ് അതിവേഗം യാഥാർത്ഥ്യമായി. ഗുരുവായൂർ പുതുപൊന്നാനി റൂട്ടിൽ മേഘദൂത് എന്ന ബസും ഓടാൻ തുടങ്ങി.

മണത്തല സർക്കാർ മാപ്പിള അപ്പർ പ്രൈമറി സ്കൂൾ ഹൈസ്കൂൾ ആയി പരിണമിച്ചു. ചാവക്കാട് ഹൈസ്കൂളിൽനിന്നും ഒരു കൂട്ടം നല്ല അദ്ധ്യാപകർ മണത്തലയിലേക്കു മാറ്റപ്പെട്ടു. അക്കാലത്താണ് ഗൾഫിലേക്കുള്ള കുടിയേറ്റവും തുടങ്ങിയത്. അറുപതുകളുടെ തുടക്കത്തിൽ അപൂർവം ചിലർ ഈ മേഖലയിൽനിന്നും ഗൾഫിൽ എത്തപ്പെട്ടിരുന്നു. അതിലൊന്നായിരുന്നു കിഴക്കേതിലെ കരുണാകരൻ വൈദ്യർ. ചേറ്റുവയിൽനിന്ന് പത്തേമാരിയിൽ ആളുകളെ കയറ്റി ഗൾഫിലേക്ക് പോക്കു തുടങ്ങിയതും ഇക്കാലത്താണ്. അങ്ങനെ ഞങ്ങളുടെ കുടുംബത്തിൽനിന്ന് ആദ്യമായി ഒരാൾ ഗൾഫിൽ എത്തപ്പെട്ടു. വിജയേട്ടൻ, വല്യച്ഛന്റെ മകൻ.

ഞാനും ഏട്ടനും പഠിത്തം മണത്തലയിലേക്കു മാറ്റി, ഏട്ടൻ ഒമ്പതിലും ഞാൻ ഏഴിലും. സഹോദരിമാർ എൽ എഫ് കോൺവെന്റ് ഗേൾസ് ഹൈസ്കൂളിലും. മൂത്ത സഹോദരി പഠിക്കാൻ മിടുക്കിയായിയുന്നു. അച്ഛന്റെ കൈകൾക്ക് വിറ തുടങ്ങിയിരുന്നു. മദ്യം തന്നെ കാരണക്കാരൻ. എന്തെങ്കിലും ബിസിനസ് എഴുത്തുകുത്തുകൾ ഉണ്ടെങ്കിൽ അച്ഛൻ പറഞ്ഞുകൊടുത്തു ചേച്ചിയെ കൊണ്ടെഴുതിപ്പിക്കും. അവളുടെ കൈയ്യക്ഷരം വളരെ നല്ലതായിരുന്നു.

വീട്ടിലെ പുറംജോലികളെല്ലാം ചെയ്തിരുന്നത് ഞാനാണ്. പലചരക്കുകട, റേഷൻ കട, വൈക്കോൽ കട, ബാങ്ക്, പോസ്റ്റ് ഓഫീസ് എല്ലാം സന്ദർശിച്ചു കാര്യങ്ങൾ നിർവഹിക്കേണ്ടവൻ. മരണം മാത്രം ടെലഗ്രാമിലൂടെ അറിയിച്ചിരുന്ന അന്ന് അച്ഛന് ദിവസമെന്നോണം ടെലിഗ്രാം വന്നുകൊണ്ടിരുന്നു. എല്ലാം കച്ചവടാവശ്യങ്ങൾക്കായി.

അവധി ദിവസങ്ങളിൽ ഞാൻ കടപ്പുറത്തു മീൻ വാങ്ങാൻ പോകും കൈയിൽ ഒരു സഞ്ചിയുമായി. കടലിനു പല ഭാവങ്ങളാണ്. ശാന്തമായ തടാകമായും കവിതകൾ പാടും തിരമാലകളോടെയും കുട്ടികൾ ഒളിച്ചും ആർത്തുല്ലസിച്ചും കളിക്കുംപോലെയും തിരമാലകൾ! നല്ല അമ്മയായ കടലമ്മ. എന്നാൽ സംഹാരരൂപിണിയായി എല്ലാം തന്നിലേക്ക് ആവാഹിക്കുന്ന ഭയങ്കരിയായും അവൾ മാറും. കടൽ... എത്ര കണ്ടാലും മതിയാകില്ല. വ്യത്യസ്തമായ ഓരോ സന്ധ്യയും ഓരോ അസ്തമയവും എന്നും ഓരോ പുതുച്ചുവടുകൾ വെച്ചവൾ നൃത്തമാടി.

അമ്മ പൈസയും തന്നാണ് മീനിനു പറഞ്ഞയയ്ക്കുക. ഞാൻ കടലിൽ കളിച്ചു മീൻപിടുത്തക്കാരെയും അവരുടെ വള്ളത്തെയും നോക്കി രസിച്ച് സമയം കളയും. ഉച്ചയോടു കൂടി മിക്കവാറും വള്ളങ്ങളെല്ലാം കരയ്ക്കടിയും. പരുന്തും കാക്കകളും മനുഷ്യരുമായി ആകെ ബഹളമാണ്. മീൻ വള്ളത്തിൽനിന്നും ഓസിന് പതിവായി എടുക്കാൻ വരുന്ന ചില വിരുതർ. അവർക്ക് തെറിയഭിഷേകവുമായി തുഴഞ്ഞു ക്ഷീണിതരായ വലക്കാർ...

എനിക്കെപ്പോഴും സൗജന്യമായി മീൻ കിട്ടും. മാടപ്പേൻ ഹമീദ്ക്ക മത്സ്യമൊത്തക്കച്ചവടക്കാരാണ്. അദ്ദേഹത്തിന്റെ അനുജൻ അച്ഛന്റെ മാനേജരായിരുന്നു. എന്നെ കണ്ടാൽ ഹമീദ്ക്ക സഞ്ചി മേടിച്ചു അടുത്ത നിറയെ മത്സ്യങ്ങളുള്ള വള്ളത്തിൽനിന്ന് എനിക്ക് എടുക്കാവുന്നതിൽ അധികം മത്സ്യമെടുത്തു തരും. ഇതൊരു പതിവായിരുന്നു. അമ്മയോട് കാര്യം പറയില്ല, തന്ന പൈസ തിരിച്ചുകൊടുക്കയുമില്ല. അത് സിനിമ കാണാനും മറ്റുമൊക്കെയായെടുക്കും.

ഞാൻ വലിയ വായനക്കാരനയിരുന്നില്ല, എന്റെ സഹോദരങ്ങളെയും അച്ഛനെയുമൊക്കെ താരതമ്യപ്പെടുത്തിയാൽ. അതിനും കാരണങ്ങളുണ്ട്, വീട്ടിൽ കാര്യങ്ങൾ നീങ്ങാൻ അമ്മയ്ക്ക് ഒരാൾ വേണ്ടേ, അത് മറ്റാരും ഓർക്കാത്ത സത്യമാണ്. എന്തിനും ഏതിനും ചെറുപ്രായത്തിൽ തന്നെ വീട്ടിലെ ആവശ്യങ്ങളും ഇല്ലായ്മകളും കടങ്ങളും തൊട്ടറിഞ്ഞവൻ. അച്ഛന്റെ വഴിവിട്ട സഞ്ചാരവും അത് മുതലെടുക്കാൻ വന്നവരും പറ്റിച്ച വരും എന്നും ആ വ്യക്തിയെ ആദരവോടെ കാണുന്നവരും ഒക്കെ എന്റെ ഉള്ളിലുണ്ട്.

വായനയിലല്ലേ തുടങ്ങിയത്. അച്ഛൻ നല്ല വായനക്കാരനായിരുന്നു. 14/2/1971 അദ്ദേഹത്തിന്റെ ചരമദിനമാണ്.

ഒ.വി. വിജയന്റെ 'ഖസാക്കിന്റെ ഇതിഹാസം' വരെ അദ്ദേഹം വായി ച്ചിട്ടുണ്ട്. മാതൃഭൂമിയിൽ ഖണ്ഡശ്ശയായി. മലയാറ്റൂരിന്റെ 'വേരുകളി'ലെ ചില അദ്ധ്യായങ്ങൾ ഞങ്ങൾക്കു വായിച്ചുതന്നിട്ടുണ്ട് മാതൃഭൂമിയിൽ ഖണ്ഡശ്ശയായി വരുന്ന കാലത്ത്. ആ മനുഷ്യൻ ജനിച്ചത് 1928 നവംബ റിൽ ആയിരുന്നു. ഒരു ചെറുജീവിതം. ആഗോള കമ്മ്യൂണിസ്റ്റ് തേരോട്ട ത്തിൽ ചെഗുവരെയുടെ സമകാലികൻ, അതേ പ്രായവും.

1967 അവസാനത്തോടെ തൂത്തുക്കുടിക്കച്ചവടം ഒരുവിധം ഇല്ലാതായി. തൃശ്ശൂരിൽ അലൈഡ് ഇന്റർനാഷണൽ ട്രേഡേഴ്സ് തുടങ്ങിയെങ്കിലും അതിനും കാര്യമായ പുരോഗതിയൊന്നും കണ്ടില്ല. കാരണങ്ങൾ ഏറെ കാണും. കുട്ടികളായ ഞങ്ങൾക്ക് എല്ലാം വ്യക്തമായി അറിയണമെന്നി ല്ലല്ലോ. ചാവക്കാട്ടെ ഫാബ്രിക്സ് കൊണ്ടുനടന്നാൽ മാത്രം മതിയായി രുന്നു അച്ഛന്, അതും ചെയ്തില്ല. അവിടെ പതിവായി പോകുക പോലുമില്ല, എല്ലാം ജോലിക്കാരെ വിശ്വസിച്ചേൽപ്പിക്കും. അങ്ങനെ അതും ലാഭകരമല്ലാതായി. ലാഭമില്ലെങ്കിലും ദിവസവും അവിടെപോയി രുന്നു മറ്റു കച്ചവടക്കാരെപോലെ രാത്രിയിൽ വീട്ടിൽ തിരിച്ചെത്തിയാൽ മതിയായിരുന്നു, ജീവിതവും ആരോഗ്യവുമൊക്കയല്ലേ പ്രധാനം? അമ്മ യ്ക്ക് ജോലിയുള്ളതുകൊണ്ട് പട്ടിണി കിടക്കുന്നില്ല എന്നു മാത്രം.

അങ്ങനെയിരിക്കെ ഒരു ചാരായ ഷോപ്പ് അച്ഛൻ ലേലത്തിൽ പിടിച്ചു. അത് അമ്മയുടെ വീടിനടുത്തു പനമ്പാട്ടിൽ ആയിരുന്നു. അച്ഛാച്ചന്

അതിഷ്ടപ്പെട്ടില്ലാ എന്നു തോന്നുന്നു. അങ്ങനെ അധികകാലം അബ്കാരിയായി നിൽക്കാനുമായില്ല. ഫാബ്രിക്സ് വിറ്റു. അടുത്തുള്ള മറ്റൊരു കച്ചവടക്കാർക്ക്. അതിലെ ചരക്കുകളെല്ലാം അളന്ന് വില നിശ്ചയിക്കുമ്പോൾ അച്ഛന്റെ സാന്നിദ്ധ്യമില്ലായിരുന്നു. മേടിക്കുന്നവരും ജോലിക്കാരും മാത്രം.

അച്ഛന്റെ സുഹൃത്തുക്കൾ പലരും ഇക്കാലത്തു ദുബായിൽ എത്തപ്പെട്ടിരുന്നു. കുടിച്ചു നശിക്കുന്ന അദ്ദേഹത്തെ കണ്ട് അവർ അച്ഛനെ അങ്ങോട്ട് ക്ഷണിച്ചു. അതും സമയോചിതമായി നടന്നില്ല.

കാര്യമായി വരുമാനമൊന്നുമില്ലാത്ത അവസ്ഥ. സ്കൂൾ മാനേജ്മെന്റ് ഒരലങ്കാരത്തിനു മാത്രമുള്ള പദവിയായിരുന്നു. കിട്ടുന്ന മെയ്ന്റനൻസ് ഗ്രാൻഡ് ആ താൽക്കാലിക ഷെഡ് കെട്ടിമേയാൻ പോലും തികയില്ല.

അങ്ങനെയിരിക്കെ അച്ഛനെ തേടി വരുമാന നികുതിക്കാർ വന്നു. അച്ഛന്റെ വരുമാനമെല്ലാം നിലച്ചിരിക്കുന്നു. കുടിശ്ശികയ്ക്കായാണോ അവർ വന്നത്? അറിയില്ല. എന്തോ ജപ്തി ഒഴിവാക്കാനായി സ്കൂൾ പറമ്പ് ഏട്ടന്റെ പേരിലേക്കു മാറ്റി. മറ്റൊരു പറമ്പുണ്ടായിരുന്നത് പാപ്പന് കൊടുത്തു.

അച്ഛൻ അക്ഷരാർത്ഥത്തിൽ ഒന്നുമില്ലാത്തവനായി. കുടി തുടർന്നിരുന്നുവെങ്കിലും ഇടയ്ക്ക് നിർത്തും. അപ്പോൾ പഴയ അച്ഛനെ ഞങ്ങൾക്ക് തിരിച്ചുകിട്ടും. സുമുഖനും സുന്ദരനും തേജസ്വിയുമായി മാറും അദ്ദേഹം.

അങ്ങനെയിരിക്കെ ബീച്ചിലുള്ള ഒരു കോഓപ്പറേറ്റീവ് സൊസൈറ്റിയുടെ പ്രസിഡന്റ് ശ്രീ ശങ്കരൻ വീട്ടിൽ വന്നു. പാസിംഗ് ഷോ സിഗരറ്റ് നിരന്തരമായി വലിച്ചുകൊണ്ടിരുന്നു അദ്ദേഹം. അച്ഛന് ഒരു ഓഫറുമായാണ് വരവ്. സംസാരിച്ച് കാര്യങ്ങൾ ഉറപ്പിച്ചു. സഹകരണ സംഘത്തിന്റെ കച്ചവടവിഭാഗത്തിന്റെ ചുമതലക്കാരനായി അച്ഛനെ വേണമവർക്ക്. പല ദിവസത്തെ അദ്ദേഹത്തിന്റെ സന്ദർശനങ്ങൾക്കുശേഷം തീരുമാനത്തിലെത്തി. അവർ പേരിനു പത്രത്തിൽ ഒരു പരസ്യം കൊടുത്തു മറ്റു കൂടിക്കാഴ്ചകൾ ഒഴിവാക്കി അച്ഛനെ തന്നെ നിയമിച്ചു.

അന്ന് എനിക്ക് എന്നേക്കാൾ മുതിർന്ന കുറെ നല്ല കൂട്ടുകാർ ഉണ്ടായിരുന്നു. മാഷ് എന്ന് ഞങ്ങൾ വിളിക്കുന്ന വിശ്വേട്ടൻ, സുബ്രു, പുരുഷു തുടങ്ങിയവർ. നല്ലവരല്ലാത്ത ഒരു നിര വേറെയുണ്ട്, അവരെക്കുറിച്ചെഴുതി ഇവിടം വിഷമായമാക്കണ്ടല്ലോ.

അന്നത്തെ സമകാലിക വിഷയങ്ങളും അല്പം സാഹിത്യവും രാഷ്ട്രീയവുമൊക്കെ ചർച്ച ചെയ്യുന്നിടത്തു കേൾവിക്കാരനായി ഞാനും കൂടെക്കാണും. ദാസേട്ടന്റെ ചായപ്പീടികയാണ് വേദി. മോസ്കോ എന്ന് അമ്പതുകളിൽ അറിയപ്പെട്ട കവല. കവലയ്ക്കൊരു മൂലയിൽ ബാലേട്ടന്റെ

വീട്. 1969ൽ അവരും കടൽ കടന്നു. എല്ലാവരും എത്തിപ്പെട്ടത് ഇന്നത്തെ ഐക്യ അറബ് എമിറേറ്റ്സിൽ. അന്ന് എല്ലാം ഓരോ വ്യത്യസ്ത സ്വതന്ത്ര രാജ്യങ്ങളായിരുന്നു ഓരോ എമിറേറ്റ്സും. പരസ്പരം അതിർത്തി കടക്കാൻ പാസ്പോർട്ടും നിയമപരമായ റെസിഡൻസ് പെർമിറ്റും വേണം. അത്തരം അനുഭവങ്ങളുള്ള മലയാളികൾ ഇന്ന് ജീവിക്കുന്നവരിൽ അപൂർവമേ കാണൂ.

ചാവക്കാട് ഹൈസ്കൂൾ പോലെയായിരുന്നില്ല മണത്തല ഹൈസ്കൂൾ. സാമൂഹികവിരുദ്ധരായ ചില കുട്ടികളും കൂടെ പഠിച്ചിരുന്നു. തെറി പറയുന്നവരും ചൂത് കളിക്കുന്നവരും; ബലാത്സംഗത്തിനു പോലും മടിക്കാത്തവരും. നന്മയും തിന്മയയും ശരിയും തെറ്റും ഹിംസയും അഹിംസയും മനുഷ്യകുലത്തിന്റ ഭാഗമാണ്. ഒരു ചെറുജീവിതത്തിൽ ഓരോരുത്തരും ഇതെല്ലാം അനുഭവിക്കയും അനുഭവിപ്പിക്കയും ചെയ്യുന്നുണ്ടല്ലോ. എന്നിട്ടും നാം അവരവരുടെ ചീത്തയും കുറ്റവും കുറവുകളും തന്ത്രപൂർവം മറച്ചുവെച്ചു സമൂഹത്തിന്റെ നെറുകയിൽ എത്താൻ മത്സരിക്കുന്നു. ഇവിടെ എല്ലാവരും തുല്യരാണെന്ന ബോധം ആർക്കുമില്ല. മത്സരങ്ങളുടെ ലോകം, പിടിച്ചുപറിയുടെ ലോകം. നിയമലംഘകരുടെ ലോകം, അഴിമതിക്കാരുടെ ലോകം. എന്നിട്ടും ഒരു കുറ്റബോധവുമില്ലാതെ വലിയ മതവിശ്വസികളായി പൂജയും പ്രാർത്ഥനയും വ്രതങ്ങളുമായി കഴിയുന്നു! ഈശ്വരനും പരമസത്യാനുഭവവും മനുഷ്യനിൽ നിന്നകന്നകന്നു പോകുന്നു.

നല്ല അധ്യാപകരുടെ ക്ലാസ്സിൽ ഞാൻ മിടുക്കനായിരുന്നു. ശാസ്ത്രവും കണക്കുമാണ് ഇഷ്ടവിഷയങ്ങൾ. ഭാഷാധ്യാപകർ പ്രത്യേകിച്ച് ഇംഗ്ലീഷും ഹിന്ദിയും എടുത്തിരുന്നവർ നല്ല അധ്യാപകരായിരുന്നില്ല. ക്ലാസ്സിൽ എടുക്കുന്നതിൽ ശ്രദ്ധയൂന്നുകയല്ലാതെ വീട്ടിൽ വന്നു പഠിക്കുന്ന പതിവൊന്നും എനിക്കില്ലായിരുന്നു. നല്ല അദ്ധ്യാപകരുടെ ക്ലാസ്സിൽ ശ്രദ്ധയോടെ ഇരിക്കും, അല്ലെങ്കിൽ അശ്രദ്ധനുമാകും. ശ്രദ്ധിച്ചതെല്ലാം മനസ്സിൽ കുറിക്കും. ആ വിഷയങ്ങളിൽ കൂടുതൽ മാർക്കും കിട്ടും.

അന്ന് ഇംഗ്ലീഷ് സിനിമകൾ കാണുന്നത് ഒരു പതിവാക്കി. ഞായറാഴ്ച പ്രഭാത പ്രദർശനമായാണ് ഹോളിവുഡ് ചിത്രങ്ങൾ വന്നിരുന്നത്. കാണാത്ത സ്ഥലങ്ങളും മനുഷ്യരും അവരുടെ സംസ്കാരവും അറിയുക എന്ന സന്തോഷമാണ് അത്തരം ചിത്രങ്ങൾ കാണാനുള്ള പ്രേരണ. മെക്കന്നാസ് ഗോൾഡ്, ബെൻഹർ, റോമിയോ ആൻഡ് ജൂലിയറ്റ്, ബ്ലോ ഹോട്ട് ബ്ലോ കോൾഡ്, ഡ്രാക്കുള അന്ന് കണ്ട ചില ചിത്രങ്ങളുടെ പേരുകൾ.

വായനയും ചെറുതായി തുടങ്ങി. എന്നെ ഏറ്റവും സ്വാധീനിച്ച ആദ്യകാല രണ്ടു വായന മാതൃഭൂമിയിൽ വന്നിരുന്ന രണ്ടു ലേഖനപരമ്പരയായിരുന്നു. ഡെസ്മണ്ട് മോറിസിന്റെ നഗ്നവാനരനും (Naked Ape),

ആർതർ എസ്സ് ഗ്രെതേറിന്റെ പ്രപഞ്ചം എന്ന അത്ഭുതവുമായിരുന്നു അവ. എന്താണീ ജീവിതം, ഇതിനെന്തെങ്കിലും അർത്ഥമുണ്ടോ? മരണവും ജനനവും കാലവും മനുഷ്യനും പ്രപഞ്ചവും പ്രകൃതിയും ഒക്കെയായി സ്വകാര്യ ചിന്തകൾ.

അക്കാലത്ത് ഞാൻ ഒരു റിബൽ ആയി മാറിക്കൊണ്ടിരിക്കയായിരുന്നു. രാത്രിയെ ഭയക്കുന്നത് യുക്തിയോടെ ചിന്തിച്ചില്ലാതാക്കി. രാത്രിയിലും കുറെ ജീവികൾ ഉണർന്നു ജീവിക്കുന്നുണ്ടല്ലോ, തവള, വവ്വാൽ, കൂമൻ തുടങ്ങിയവ. അവയ്ക്കൊന്നും രാത്രിയെ ഭയമില്ലല്ലോ, അപ്പോൾ മനുഷ്യന്റെ അറിവില്ലായ്മയും അന്ധതയുമാണ് ആ ഭയത്തിനു കാരണം. അങ്ങനെ ഞാൻ രാത്രിയെയും രാത്രിയിലെ ആകാശത്തെയും നക്ഷത്രങ്ങളെയും സ്നേഹിക്കാൻ തുടങ്ങി.

ഞാൻ ഒരു രാക്ഷസനായി മാറിയോ? കാരണം വല്ലപ്പോഴുമൊക്കെ വീട്ടിൽ കോഴിയെ കൊന്നുകറിവെയ്ക്കുമായിരുന്നു. ആദ്യമൊക്കെ കൊല്ലാൻ പുറത്തുനിന്ന് ആരെയെങ്കിലും വിളിക്കയാണ് പതിവ്. അത് ഞാൻ ഏറ്റെടുത്തു. ജനിച്ചാൽ മരണവും കൂടെയുണ്ട്. അതുകൊണ്ട് ഇന്നാണ് ഈ കോഴിയുടെ ആ ദിനം എന്നു കരുതി എങ്ങനെയെങ്കിലും ഓടിപ്പിടിച്ചു കിഴക്കേ കുളക്കടവിലേക്കു ഒരു കത്തിയുമായി പോകും. ആദ്യത്തെ കൊലയിൽ ഒരബദ്ധം പറ്റി. കോഴിയുടെ ശ്വാസനാളം മുറിക്കുന്നതിനു പകരമായി കഴുത്തിന്റെ പിൻഭാഗത്തുനിന്നാണ് കത്തി പ്രയോഗം, പൂർണമായി ഛേദിക്കാത്ത കഴുത്തുള്ള കോഴി പിടഞ്ഞു മരിച്ചുകൊള്ളും എന്ന പ്രതീക്ഷയിൽ അതിനെ നിലത്തിട്ടു. ശ്വാസനാളം മുറിയാതെ ഒടിഞ്ഞ കഴുത്തുമായി പ്രാണവേദനയോടെ അതവിടെ ഓടിത്തുടങ്ങി. വീണ്ടും ഓടിച്ചു പിടിച്ചു തല വേർപ്പെടുത്തേണ്ടി വന്നു അതിന്റെ ജീവനെടുക്കാൻ. വീടിനു പരിസരത്തും അയൽവീടുകൾക്കടുത്തും ഇടയ്ക്കെല്ലാം പാമ്പുകൾ പ്രത്യക്ഷപ്പെടാറുണ്ട്. എല്ലാത്തരം പാമ്പുകളും കാണും, വിഷമുള്ളവയും ഇല്ലാത്തവയും. സർപ്പകോപം ഭയന്ന് അതിനെ കൊല്ലാൻ അധികമാരും മുതിരുകയില്ല. എന്നാൽ ഇന്നാണ് അതിന്റ ജാതകത്തിലെ അവസാന ദിനം എന്ന് കരുതി ഞാൻ അതിനു തയ്യാറാകും. അങ്ങനെ കുറെ പാമ്പുകളെയും കൊന്നിട്ടുണ്ട്. ഞാൻ ഒരു മഹാക്രൂരനാണ് എന്നു കരുതി ഭയപ്പെടേണ്ട. പിന്നീട് യോഗിയും അഹിംസാവാദിയും സസ്യാഹാരം മാത്രം കഴിച്ചിരുന്നവനായും പരിണമിച്ചു കുറെ വർഷം ജീവിച്ചിട്ടുണ്ട്.

കൊതുകുകളോടല്ലാതെ മറ്റൊരു ജീവിയോടും ഇന്നെനിക്കു വെറുപ്പില്ല. കൊതുകിനെ കൊല്ലാറുമുണ്ട്.

അക്കാലത്ത് ചിത്രകല നൂറ്റാണ്ടിലൂടെ എന്ന ഒരു പരമ്പര മാതൃഭൂമി ആഴ്ചപ്പതിപ്പിൽ വന്നിരുന്നു. രചയിതാവ് ആരാണെന്ന് ഓർമ്മയില്ല. ആ പരമ്പര ഞാൻ വായിച്ചിരുന്നു. മൈക്കലേഞ്ചലോ, ദാവെൻചി, റാഫേൽ,

വാൻഗോഗ് തുടങ്ങി പിക്കാസോ വരെയുള്ളവരുടെ ജീവിതവും സൃഷ്ടിയും. അങ്ങനെയാണ് എന്റെ ഉള്ളിലും ഒരു ചിത്രകാരൻ ഉണ്ട് എന്ന സത്യം ഞാൻ അറിയുന്നത്. വെറുതെ കുറെ വരകളിട്ടാൽ സുന്ദരികൾ തെളിയുന്നു. ഞാൻ അതാർക്കും കാണിച്ചില്ല. ഇന്നും അതങ്ങനെ തുടരുന്നു. അറിയാനും പ്രോത്സാഹിപ്പിക്കാനും ആരുമില്ലായിരുന്നു.

നിങ്ങൾക്കൊരു ഭവനം എന്ന മറ്റൊരു പരമ്പരയും ആ കാലങ്ങളിൽ മാതൃഭൂമിയിൽ വന്നിരുന്നു. അച്ഛൻ അത് സസൂക്ഷ്മം നോക്കിയിരുന്നു, വായിച്ചിരുന്നു. ഒരു പുതുഭവനം അദ്ദേഹം സ്വപ്നം കണ്ടിരുന്നൂ എന്നു തോന്നുന്നു. കുറച്ചുകൂടെ ആധുനികമായത്. ചില പ്ലാനുകൾ കണ്ട് ഞങ്ങളോട് അതിനെക്കുറിച്ച് പറയുമായിരുന്നു. അതിന്റെ ഗുണങ്ങളും പ്രത്യേകതകളും.

അമ്മയും അച്ഛനും ഒരുപക്ഷേ അകന്നാണ് കഴിഞ്ഞിരുന്നത് എന്ന് ഞാൻ മുന്നെ പറഞ്ഞിരുന്നല്ലോ. അതിന് ഒരുപക്ഷേ കാരണങ്ങൾ കാണും. വ്യക്തിബന്ധങ്ങൾ അകലാൻ, പ്രത്യേകിച്ച് സ്ത്രീപുരുഷ ബന്ധങ്ങൾ. മറ്റൊരു സ്ത്രീയോ പുരുഷനോ അവരിലേക്കു കടന്നാൽ മാത്രം മതിയെന്ന് തോന്നുന്നു.

അമ്മയ്ക്ക് അന്യസ്ത്രീകൾ വീട്ടിൽ വരുന്നത് ഇഷ്ടമായിരുന്നില്ല. അത് അയലത്തെയായാലും ബന്ധുക്കളായാലും. എന്തെങ്കിലുമൊക്കെ പറഞ്ഞ് അവരെ എത്രയും പെട്ടെന്ന് പടിക്കു പുറത്താക്കും അമ്മ. അച്ഛന്റെ ചില ചാപല്യങ്ങൾക്ക് അതേ ചീട്ടിൽ പ്രതികാരവും അമ്മ ചെയ്തു. വളരെ കാല്പനികനായിരുന്ന അദ്ദേഹത്തിന് തന്റെ ലിംഗ സമത്വവാദവും പൗരസ്വാതന്ത്ര്യബോധവുമൊക്കെ സ്വന്തം ജീവിതത്തിൽ പ്രായോഗികമാക്കേണ്ടി വരും എന്നു നിനച്ചിരിക്കയില്ല. എന്നാൽ അതൊക്കെയാണ് സംഭവിച്ചത്. അവർ ആ കാലത്തിനേറെ മുന്നിലായിരുന്നു ജീവിച്ചിരുന്നത്. അത് വലിയൊരാഘാതമായി അദ്ദേഹത്തെ നോവിച്ചിരിക്കും.

വ്യക്തിപരമായ തകർച്ച, സാമ്പത്തികവും കച്ചവടപരവുമായ തകർച്ച, ഒരു നല്ല കമ്മ്യൂണിസ്റ്റും സോഷ്യലിസ്റ്റുമായിരുന്ന അദ്ദേഹത്തിന് വലിയ ആഘാതമായി വന്ന പാർട്ടിപിളർപ്പ്, തിരഞ്ഞെടുപ്പിലെ തോൽവി എല്ലാം ദേവദാസിനു തുല്യനാക്കി തീർത്തു അദ്ദേഹത്തെ.

സഹകരണസംഘം ജോലി ആദ്യമൊക്കെ ചുറുചുറുക്കോടെ തുടങ്ങിയെങ്കിലും ക്രമേണ മന്ദഗതിയിലായി. അച്ഛനും അമ്മയുംകൂടെ അന്ന് ഇന്നത്തെ ചെന്നൈയിൽ (മദ്രാസ്) പോയിരുന്നു. സൊസൈറ്റിയുടെ കച്ചവടകാര്യങ്ങൾക്കായി.

ഞാൻ ഇടയ്ക്ക് അച്ഛന്റെ ഓഫീസിൽ പോകുമായിരുന്നു. എല്ലാ മുറികളിലും ടെലിഫോൺ, ഗോദ്റെജ് ടൈപ്പ്റൈറ്റർ, നല്ല മേശകളും കസേരകളും. ഇതൊക്കെയാണ് ആ ആപ്പീസിനെക്കുറിച്ചുള്ള ഓർമ്മകൾ.

ഗ്രൗണ്ട് ഫ്ളോറിൽ ഷോറും മേലെ ഓഫീസ്. ഓഫീസ് കട്ടികൂടിയ മരം കൊണ്ട് സീൽ ചെയ്തിരിക്കുന്നു. ഒന്നാംനിലയിൽനിന്ന് സീൽ ചെയ്തിടത്തിനും ഓടു മേഞ്ഞ മേൽക്കൂരയ്ക്കുമിടയിലേക്കു കടക്കാൻ ഒരു കിളിവാതിലുണ്ട്. അത് എട്ടടി ഉയരത്തിലാണ്. അതിനു താഴെ ഒരു ജനൽ. കോണിയില്ലെങ്കിൽക്കൂടി ജനലിൽ കൊതിപ്പിടിച്ചു ചുവടുകൾ മേലോട്ടു വെച്ചു കിളിവാതിൽ തുറന്നു അകത്തു കയറാം. ഞാൻ ചെറുപ്പം മുതൽ മരംകയറിയാണ്. പക്ഷികളുടെ കൂടെല്ലാം തേടിപ്പിടിച്ചു അതിലെ മുട്ടകൾ നോക്കലും കിളികളെ പിടിച്ചു വളർത്താൻ ശ്രമിക്കലുമൊക്കെ പതിവായിരുന്നു.

അതാണ് ആ തട്ടിൻപുറം എന്നെ ആകർഷിച്ചതും. പ്രാവുകളുടെ വിഹാരമായിരുന്നവിടെ. പ്രാവിനെ പിടിക്കാനായി കൊത്തിപ്പിടിച്ചു കയറി. അകത്തു കെട്ടിടത്തിന്റെ മുഴുനീളത്തിൽ ഉയരം കുറഞ്ഞ ഒരു ഹാൾ. പ്രാവുകളുടെ കാഷ്ഠത്തിൽ ആഴ്ന്നിറങ്ങുന്ന പാദങ്ങൾ. ഒരുപാടു പ്രാവുകൾ ഉണ്ടായിരുന്നു അവിടെ. എന്നെ കണ്ടു ഭയന്ന് അവയിൽ പലരും ചുവരിനും മേൽക്കൂരയ്ക്കുമിടയിലുള്ള പഴുതിലൂടെ പുറത്തുകടന്ന് രക്ഷപ്പെട്ടു. ഒന്നു രണ്ടു പേർക്കതായില്ല. ഞാൻ അവയ്ക്കു പിന്നാലെ ഓടി, ഹാളിന്റെ ഒരറ്റം മുതൽ മറുതല വരെ. പേടിച്ചു വിറച്ച ക്ഷീണിതനായ ഒരു പ്രാവ് അവസാനം എന്റെ പിടിയിലായി. അതിനെപ്പിടിച്ചു ഞാൻ വീട്ടിലേക്കു നടന്നു. ഈ ദിവസം മുന്നെ കണ്ടു ഞാൻ ഒരു കൂട് അതിനായി തയ്യാറാക്കിയിരുന്നു. പ്ലൈവുഡ് കൊണ്ടുള്ള ഒരു വലിയ ചായപ്പെട്ടി. അതിന്റെ ഒരു ഭാഗം അഴികളും വാതിലും ഞാൻ തന്നെ തയ്യാറാക്കിയിരുന്നു. പ്രാവിനെ അതിലാക്കി വാതിലടച്ചു. ഞാൻ കൊടുത്ത ആഹാരമൊന്നും അതു തിന്നില്ല. ദിവസം മുഴുവൻ ചിറകിട്ടടിയും രക്ഷപ്പെടാനുള്ള ശ്രമവും. രണ്ടാം ദിവസത്തിനൊടുവ് ഞാൻ അതിനെ തുറന്നുവിട്ടു.

മാസങ്ങൾക്കു ശേഷം പ്രാവിനെ പിടിച്ച കെട്ടിടത്തിന്റെ ആ ഭാഗത്തേക്കു കൊതിപ്പിടിച്ചു കയറി. കാൽപാദം പ്രാവിൻകാഷ്ഠത്തിൽ ആഴ്ന്നിറങ്ങി. പ്രാവുകൾ കൂട്ടമായി ജീവനുംകൊണ്ട് ആ ചെറുദ്വാരത്തിലൂടെ പറന്നകന്നു. അപ്പോൾ ഒരു വിചിത്ര കാഴ്ച്ച! മൂന്നു തൂവെള്ള വിചിത്ര പറവക്കുഞ്ഞുങ്ങൾ. തുറിച്ച ഭയന്ന കണ്ണുകളോടെ അവ എന്നെ നോക്കി ചീറ്റി. ഞാൻ ഭയന്നു. താഴെയിറങ്ങി അച്ഛനോട് കാര്യം പറഞ്ഞു. അച്ഛൻ മറ്റാരെയോ വിളിച്ചു കാര്യം അന്വേഷിപ്പിച്ചു. അവ വെള്ളിമൂങ്ങ കുഞ്ഞുങ്ങളായിരുന്നു.

എന്റെ മുതിർന്ന സുഹൃത്തുക്കൾ എല്ലാം ദുബായിലും ഷാർജയിലും അബുദാബിയിലും എത്തപ്പെട്ടു. എനിക്ക് കത്തയയ്ക്കുവാനും തുടങ്ങി. അന്ന് അറുപത്തഞ്ചു പൈസയാണ് എയറോഗ്രാമിന്. അത് എങ്ങനെയെങ്കിലും ഉണ്ടാക്കി അവരുമായി സംവദിക്കാനും തുടങ്ങി ഞാൻ.

ആ ദിവസമാണ് അദ്ദേഹം ലോകത്തോട് വിടപറഞ്ഞത്. 1928 നവമ്പറിൽ ജനിച്ച് 1971 ഫെബ്രുവരി പതിന്നാലിന് വിടപറഞ്ഞ യുവാവായ വടക്കുമ്പാട്ട് കുട്ടാപ്പു.

ബാലൻ എന്ന വി കെ ബാലൻ.

ഞാൻ ഒമ്പതാം തരത്തിൽ പഠിക്കുന്നു.

പാശ്ചാത്യ ചലച്ചിത്രങ്ങളോട് അതിയായ അഭിനിവേശമുണ്ടായിരുന്ന കാലവും പ്രായവും. അന്ന് ഗുരുവായൂർ ശ്രീ കൃഷ്ണയിലാണ് പാശ്ചാത്യ ചലച്ചിത്രങ്ങൾ പ്രദർശിപ്പിച്ചിരുന്നത്. അതും ഞായറാഴ്ചകളിൽ മോർണിംഗ് ഷോ ആയി മാത്രം. എങ്ങനെയെങ്കിലും അവിടെ എത്തപ്പെടുക സിനിമ കാണുക എന്ന് മനസ്സിൽ വരയ്ക്കുകയും അത് പ്രാവർത്തികമാക്കുകയും എന്റെ പതിവായിരുന്നു. അന്ന് കണ്ട ഓർമ്മകളിൽ നിൽക്കുന്ന ചിത്രങ്ങൾ റോമിയോ ആൻഡ് ജൂലിയറ്റ്, മക്കന്നസ് ഗോൾഡ്, ബെൻഹർ, ഡ്രാക്കുള തുടങ്ങി ഒട്ടേറെ ചിത്രങ്ങൾ. പത്തൊമ്പതാം നൂറ്റാണ്ടിലെ അമേരിക്കൻ കാഴ്ചകളും കൊള്ളയും വെടിവെപ്പും തീവണ്ടി തട്ടിയെടുപ്പും അമേരിന്ത്യക്കാരുടെ ജീവിതവും യാതനകളും ഒക്കെ ഓർമ്മയിൽ വരുത്തുന്ന പേരറിയാത്ത ഒരുപാട് ചിത്രങ്ങളും എന്റെ വളരുന്ന മസ്തിഷ്ക്കത്തിന് വളമേകിയവയാണ്. 'ബെൻഹർ' ഒരു വലിയ അനുഭവമായിരുന്നു. ഒരുപാട് അക്കാദമി അവാർഡുകൾ വാരിക്കൂട്ടിയ ചിത്രമാണതെന്ന് അന്ന് അറിയില്ലായിരുന്നു എങ്കിലും നല്ല ചിത്രങ്ങളെ തിരിച്ചറിയാനുള്ള ഒരു മസ്തിഷ്കം അന്നുമുണ്ടായിരുന്നു. റോമിയോ ആൻഡ് ജൂലിയറ്റിലെ പ്രണയവും ചുംബനവുമൊക്കെ എന്റെ മനസ്സിനെ സമകാലികരിൽ നിന്നും കാതങ്ങളോളം അകറ്റിക്കാണും.

ഗ്രിഗറി പെക്കും ഒമർ ഷെരീഫും മത്സരിച്ചഭിനയിച്ച മെക്കനാസ് ഗോൾഡ്നെക്കുറിച്ച് വീട്ടിൽ ചർച്ചയായപ്പോൾ അച്ഛൻ പറഞ്ഞു, ഒമർ ഷെരിഫ് 'അറബ് വംശജനാണ്.' എല്ലാം അറിയുന്ന അച്ഛൻ, അതായിരുന്നു ഞങ്ങൾക്ക് അച്ഛൻ. പാശ്ചാത്യചിത്രങ്ങളിലൂടെ ലോകത്തെ കാണാനും അവിടത്തെ ജീവിതം അറിയാനുമുള്ള ആകാംക്ഷയായിരുന്നു. ഇന്ത്യൻ കാഴ്ചകളിൽനിന്നന്യമായ ആ ദൃശ്യങ്ങൾ എന്നിൽ വേറിട്ടൊരു വ്യക്തിയെ വാർത്തെടുക്കുകയായിരുന്നു. ഞാൻ ഒന്നൊഴിയാതെ വരുന്ന ചിത്രങ്ങളെല്ലാം കാണാൻ ശ്രമിച്ചിരുന്നു.

ആ ഫെബ്രുവരി 14 ഒരു ഞായറാഴ്ചയായിരുന്നു. ഞാൻ ഒരു മോർണിംഗ് ഷോക്ക് പോകാൻ പ്ലാൻ ചെയ്തിരുന്നു. 'Blow hot and Blow cold', 'Kiss the girls and make them die' ഇതിലേതോ ഒരു മൂവി, അന്ന് അതായിരുന്നു എന്റെ ലക്ഷ്യം.

അച്ഛൻ മാനസികവും ശാരീരികവുമായി ഏറെക്ഷീണിതനായിരുന്നു. പല പ്രാവശ്യം അതുവരെ ഇല്ലാത്ത അപസ്മാരരോഗം അദ്ദേഹത്തെ ബാധിച്ചിരുന്നു. ഞങ്ങൾ കുട്ടികൾ വാവിട്ടു നിലവിളിക്കും, ഇന്നുള്ള

അറിവൊന്നും അന്നില്ലല്ലോ. അമ്മയ്ക്കാണെങ്കിൽ അന്ന് ഞങ്ങൾക്കുള്ള ത്രയുമില്ല. അമിത മദ്യപാനമാണോ അതോ താൻ അധികം ജീവിക്കില്ല എന്ന തോന്നൽ സ്വന്തം ഉള്ളിൽ ഉണർത്താൻ പോന്ന മഹാവ്യാധി അദ്ദേഹത്തിനുണ്ടായിരുന്നോ? അറിയില്ല. എന്റെ കൈ തലോടിക്കൊണ്ട് അദ്ദേഹം പറയുമായിരുന്നു, "അച്ഛൻ മരിക്കും മോനേ", എന്റെ കൈവെള്ളയിൽ നോക്കി അത് തലോടി എന്തൊക്കെയോ കണ്ടിരുന്ന പോലെ... ചങ്ക് വിങ്ങിപ്പൊട്ടും.

ദുഃഖം തളം കെട്ടിയ ദിനങ്ങൾ. ജീവിതത്തിന്റെ നിരർത്ഥകത ബോദ്ധ്യമാക്കിയ ദിനങ്ങൾ.

ഒരു മാസത്തോളം മദ്യപിക്കാതെ ശാന്തനായി കഴിയുകയായിരുന്നു അച്ഛൻ. അപ്പോഴാണ് അദ്ദേഹത്തിന്റെ ഒരു മച്ചുനൻ മരിച്ചത്. കൃഷ്ണൻ കുട്ടി വല്യച്ഛൻ എന്ന് ഞങ്ങൾ വിളിക്കുന്ന അച്ഛമ്മയുടെ ചേച്ചിയുടെ (അന്ന് പോസ്റ്റൽ സർവീസിലായിയുന്നു അദ്ദേഹം) മകനോടൊപ്പം പോയി തിരിച്ചുവന്നത് ഏറെ മദ്യപിച്ചായിരുന്നു. അത് മരിക്കുന്നതിന് കുറച്ചു നാൾവരെ തുടരുകയും ചെയ്തു. കുടിച്ചു വന്നു അമ്മയെ "ഏയ്... ഏയ്" എന്നു വിളിക്കുക പതിവായിരുന്നു. മദ്യപിച്ചതുകൊണ്ടു അമ്മ ഏറെ അതിന് ചെവി കൊടുക്കയുമില്ല. അവസാന ദിവസങ്ങളിൽ ആ വിളി തുടർന്നു. ആരും ഗൗനിച്ചില്ല. അറിവുള്ളവർ ആരുമില്ല. ലിവർ സിറോസിസ് ബാധിച്ച ഒരാളെ വേണ്ട ചികിത്സകൾ നൽകിയാൽ അന്നും ജീവിതത്തിലേക്കു തിരിച്ചുകൊണ്ടുവരാമായിരുന്നു. അത് നടന്നില്ല.

മണത്തല ഹൈസ്കൂളിലെ അദ്ധ്യാപകനായിരുന്ന വേലുണ്ണി മാസ്റ്റർ സ്കൂളിലേക്കു പോകുന്നതും വരുന്നതും വീടിന്റെ വടക്കുവശമുള്ള വഴിയിലൂടെയാണ്. തലേദിവസം മാഷ് തിരിച്ചു വീട്ടിൽ പോകുമ്പോൾ അമ്മ അദ്ദേഹത്തോട് പറയുന്നത് കേട്ടു "ബാലേട്ടന് നല്ല സുഖമില്ല."

വിധി അതായിരുന്നു. ആ ദിവസം ഹോസ്പിറ്റലൈസ് ചെയ്തിരുന്നൂവെങ്കിൽ ഒരുപക്ഷേ അദ്ദേഹം പിന്നെയും ജീവിക്കുമായിരുന്നു. അത് സംഭവിച്ചില്ല. രാവ് മുഴുവൻ "ഏയ്... ഏയ്" വിളികൾ, ഇടയ്ക്ക് "അമ്മേ" എന്നും. അച്ഛന്റെ നല്ല കാലത്ത് എല്ലാവരുടെയും അച്ഛമ്മയായ ആ അമ്മ അന്നവിടെ ഇല്ലായിരുന്നു.

ഗൾഫിൽ പോയ മക്കളുടെ പ്രതാപം വല്യച്ഛന്റെ ജീവിതത്തിൽ അലകളുയർത്തുന്ന കാലം. അമ്മയും അച്ഛമ്മയും തമ്മിലുള്ള ചില അകൽച്ചകൾ അച്ഛമ്മയെ വല്യച്ഛൻ കൊണ്ടുപോകാൻ കാരണമായി. അച്ഛമ്മ ബാലന്റെ അമ്മയായിരുന്നു അതുവരെ. ബാലന്റെ മക്കളെ നോക്കി വളർത്തിയതെല്ലാം ആ അമ്മയാണ്. എന്റെ അമ്മ ചന്ദ്രമതി ടീച്ചറാണ്. വീട്ടിലെ ജോലിക്കെല്ലാം സമയപരിധിയുണ്ടവർക്ക്. സ്കൂളിൽ പോകേണ്ടതല്ലേ?

ഞായറാഴ്ച വെളുത്തു. കുട്ടികൾ പതിവുപോലുണർന്നു. അതൊരു ദുരന്തദിനമാണെന്നാരും ഓർത്തില്ല. എല്ലാവരും അവരവരുടെ പതിവ് ചര്യകളിലേർപ്പെട്ടു. അച്ഛൻ വൈകിയാണുണർന്നത്. വളരെ ക്ഷീണിത നായി കാണപ്പെട്ടു. എന്തോ പന്തികേടുതോന്നി ഞാൻ അദ്ദേഹത്തെ പിന്തുടർന്നു. ഒരേക്കറിൽ അധികം വിസ്തൃതിയുള്ള ആ പറമ്പിന്റെ ഒര റ്റത്തുള്ള പറങ്കിമാവിൻചുവട്ടിൽ വേദനയോടെ അദ്ദേഹമിരുന്നു. രക്തം കട്ടയായ പോലെ കടുംനിറത്തിൽ ദ്രവരൂപത്തിലുള്ള വിസർജ്ജ്യം. അവിടെ നിന്നെഴുന്നേറ്റു കുളത്തിൽ പോയി ശുദ്ധി വരുത്തി വീട്ടിലേക്കു വന്നു. വീണ്ടും കിടക്കാനോ എന്തോ, പതിവുള്ള പത്രപാരായണം ഉപേക്ഷിച്ചു മുറിയിലേക്ക്... വാതിൽ കടന്നകത്തെത്തി. പിന്നെ ഒരു ഛർദ്ദി. ശരീരത്തിലെ എല്ലാ രക്തവും പുറംതള്ളിയപോലെ ആ മുറി മുഴു വൻ കറുത്തിരുണ്ട രക്തം തളം കെട്ടി. വെളുത്ത ചുമരിൽ തെറിച്ച രക്ത ക്കറകൾ. കുട്ടികൾ വാവിട്ടു നിലവിളിച്ചു. ആൾക്കാർ ഓടിക്കൂടി. കട്ടിലിൽ കിടന്ന അച്ഛൻ ഉരുവിട്ടുക്കൊണ്ടിരുന്നു. “എനിക്കൊന്നുമില്ല... എനി ക്കൊന്നുമില്ല...” താൻ ഇപ്പോഴും ജീവിതത്തിൽ തന്നെയുണ്ട് എന്ന ആത്മവിശ്വാസം തുളുമ്പുന്ന വചനങ്ങൾ...

അമ്മ എന്നോട് പറഞ്ഞു “മോനേ, വേഗം പോയി അച്ഛാച്ചനെ വിവരം അറിയിക്കൂ.”

കാര്യപ്രാപ്തിയുള്ള ഒരു മകൻ അത് ഞാൻ മാത്രം എന്ന ധാരണയി ലാകാം ആ പറച്ചിൽ. അനുജന് പത്തുവയസ്സേയുള്ളൂ. ഏട്ടൻ എല്ലാ കാലത്തും ‘വായിൽ കൊടുക്കേണ്ടത് മൂക്കിൽ തള്ളുന്നവൻ’ എന്ന് ഖ്യാതി നേടിയവൻ. ചില തുട്ടുകൾ തന്ന് അമ്മ എന്നോടോടാൻ പറഞ്ഞു. പൊന്നാനിക്കടുത്താണ് പുറങ്ങ്. ടിപ്പുസുൽത്താൻ റോഡ് അ ന്നില്ല. കുണ്ടുകടവ് പാലം തുറന്നിട്ടുണ്ട്. ഗുരുവായൂർ പൊന്നാനി കോട്ട പ്പടി, പുന്നയൂർക്കുളം, വന്നേരി കുണ്ടുകടവ് വഴി സർവീസ് ഉണ്ട്. മുപ്പതു കിലോമീറ്റർ താണ്ടാൻ ചുരുങ്ങിയത് ഒന്നര, രണ്ട് മണിക്കൂർ എടുക്കും. ഞാൻ ഓടി... അന്ന് പാടശേഖരങ്ങളെ പകുത്തുന്ന കേരവൃക്ഷങ്ങൾ തണലേകിയ ആ വഴി മത്തിക്കായൽ ഓരത്തെത്തും മുമ്പേ മനസ്സിൽ ഒരശരീരി ‘അദ്ദേഹം പോയി’. തിരിച്ചു പോകണോ മുന്നോട്ടായണോ?

മുന്നോട്ടുതന്നെ. ഒരുവിധം പുറങ്ങിൽ എത്തി. അമ്മമ്മ മാത്രമേ യുള്ളൂ. ഇതിനുമുന്നെയും ഞാൻ ഇത്തരം വാർത്തകളുമായി അവിടെ ചെന്നിട്ടുണ്ട്. അതുകൊണ്ടാകാം അമ്മമ്മ സാവധാനം ഒരുങ്ങി. കുണ്ടു ക്കടവിൽനിന്നും ബസിൽ ചാവക്കാട് എത്തുമ്പോഴേക്കും സമയം മൂന്നോ നാലോ ആയിക്കാണും. പുതിയ പാലം കടന്നു നാരിയമ്പുള്ളി ക്ഷേത്ര ത്തിനടുത്തെത്തിയപ്പോൾ ഒരു സ്ത്രീ ചോദിച്ചു “ബാലേട്ടന്റെ മോനല്ലേ, ഇതാരാ?”

“അമ്മമ്മ” ഞാൻ പറഞ്ഞു.

"വേഗം പൊയ്ക്കൊള്ളൂ", അവർ പറഞ്ഞു.

ഉള്ളിൽ ഒരു ഇടിമിന്നൽ പാഞ്ഞു. അമ്മമ്മ അവരോട് കുറച്ച് വെള്ളം ആവശ്യപ്പെട്ടു. അങ്ങനെ വീട്ടിൽ നടന്നെത്തി. ഒരുപാടാളുകൾ. ചന്ദന ത്തിരി, നിലവിളക്ക്. തെക്കോട്ട് തലവെച്ച് വെളുത്ത തുണിയിൽ പൊതിഞ്ഞു അച്ഛൻ കിടക്കുന്നു. എല്ലാം അസ്തമിച്ചു.

മറ്റൊരുമുറിയിൽ കുട്ടികൾ കരയാതെ മൂകരായി... അക്കൂട്ടത്തിൽ ഞാനും ചേർന്നു.

അന്ന് സാഹിത്യ ദീപിക സംസ്കൃത കോളേജിൽ ഏട്ടനോടൊപ്പം പഠിച്ചിരുന്ന സമപ്രായക്കാരനായ എന്റെ മാമൻ രവി പുന്നക്കലും ഈ ദുഃഖത്തിൽ പങ്കുചേർന്ന് ഞങ്ങളോടൊപ്പമുണ്ടായിരുന്നു ആ ദിനങ്ങളിൽ. എന്തോ പ്രതീക്ഷിച്ചത് സംഭവിച്ചപോലെ അപ്പോൾ, ജനിച്ചാൽ ഒരിക്കൽ മരിക്കും, ചിലർ നേരത്തെ പോകുന്നു, ദൈവത്തിനു പ്രിയപ്പെട്ടവർ വേഗം ഈ നാടകമവസാനിപ്പിക്കുന്നു... ഉള്ളിൽ അങ്ങനെ തോന്നി. സന്ധ്യ യോടെ സംസ്കാരം. അറിയപ്പെടുന്ന വ്യക്തി. പാർട്ടിക്കാർ ആരുമില്ല. വിശാലമായ പറമ്പിൽ തെക്കുഭാഗത്ത് കുഴിയെടുത്തു. ഒന്നും വ്യക്തമല്ല. സഖാവ്! നിരീശ്വരവാദി! കർമ്മങ്ങൾ ഒന്നും ഉണ്ടാവില്ല. കുഴിയിൽ വെ യ്ക്കാൻ നേരത്ത് അച്ചാച്ചൻ (പുന്നയ്ക്കൽ കണാരൻ മാസ്റ്റർ) വന്നു. ശരീരം ഇളകിയതുകൊണ്ടോ എന്തോ മുഖം മൂടിയ വെള്ളത്തുണിയിൽ വീണ്ടും ചോര പടർന്നു. നിർജ്ജീവമായ ശരീരത്തിൽനിന്നും ചോര പൊടിയുമോ? ജീവൻ പൂർണ്ണമായും വെടിഞ്ഞിരുന്നില്ലേ ആ ദേഹത്തു നിന്ന്? അങ്ങനെ ആ കഥ അവസാനിച്ചു. കുറേ കഴിഞ്ഞ് അന്നത്തെ സി.പി.ഐ. നേതാവ് സഖാവ് പി.കെ. ഗോപാലകൃഷ്ണനും കൂടെ കുറേ പേരും വന്നു.

1974 - ദുബായിലേക്ക്

ജൂലൈ മാസത്തിലായിരുന്നു യാത്ര. മഴക്കാലം. തലേന്ന് രാത്രി ചെറിയ ഒരു ഒത്തുചേരൽ. വിശ്വംഭരേട്ടൻ പട്ടാളത്തിൽനിന്ന് അവധിയിൽ വന്നിട്ടുണ്ട്. അദ്ദേഹം കൊണ്ടുവന്ന റം കുപ്പികൾ തുറന്നു. ദാസേട്ടന്റെ ചായക്കടയുടെ തട്ടിൻപുറമായിരുന്നു വേദി. ആരൊക്കെയാണ് അന്നു ണ്ടായിരുന്നത്? സുഹൃത്തുക്കളിൽ പലരും അപ്പോഴേക്കും അറേബ്യ യിലെത്തപ്പെട്ടിരുന്നു. അവർ അവിടെ ചെറിയ ജോലികളിൽ ഏർപ്പെട്ടു. ഹൗസ് ബോയ്, ഓഫീസ്ബോയ്, ഹെൽപ്പർ.

നാട്ടുകാരിൽ ആശ്ചര്യവും അതിശയവും പകർന്ന് അവർ അവധി കൾ ഉത്സവമാക്കി. ഫ്രഞ്ച് പെർഫ്യൂമും സ്കോച് വിസ്കിയും റോത്ത മൻസ് സിഗരറ്റും ജാപ്പനീസ് വസ്ത്രങ്ങളും കൊണ്ടുവന്ന് വീട്ടുകാരെയും നാട്ടുകാരെയും അവർ സൽക്കരിച്ചു. അതുവരെ അന്യമായിരുന്ന ഒരുപാട് വിദേശ ഉൽപ്പന്നങ്ങൾ. ഗൾഫ് എന്ന ഒരു മായികലോകസൃഷ്ടി ഓരോ

മനുഷ്യന്റെ ഉള്ളിലും വളർന്നു പന്തലിക്കയായിരുന്നു. നാട്ടുകാർ എന്തു ത്യാഗം സഹിച്ചും ആ മായികലോകത്തിലെത്താൻ വെമ്പി. അതുവരെയു ണ്ടായിരുന്ന ഇല്ലായ്മകൾക്കറുതിയായി. അറബിപ്പൊന്നും പണവും നാട്ടിൽ ഒഴുകി. ഒന്നിനും കൊള്ളാതെ തെക്കു വടക്കു നടന്നവരെല്ലാം അറബി നാട്ടിൽ പോയി സുന്ദരക്കുട്ടപ്പന്മാരും ധനവാന്മാരും സംസ്കാര സമ്പന്നരുമായി വന്നു നാട്ടുകാരെ അമ്പരപ്പിച്ചു. അതായിരുന്നു ആ കാലം.

ബോംബെ വരെ തീവണ്ടിയിലായിരുന്നു യാത്ര. ബോംബെയിൽ കനത്ത മഴയായിരുന്നു. പാതകൾ പലയിടത്തും വെള്ളത്തിന്നടിയിൽ. വണ്ടികൾ പലതും വൈകി ഓടുന്നു. ദാദർ സ്റ്റേഷനിൽ ഇളയമ്മയും പാപ്പനും കാത്തിരുന്നിരുന്നു. അവർ ആയിടെയാണ് വിവാഹിതരായത്. സാകിനകയിൽ അത്രയൊന്നും മനോഹരമല്ലാത്തൊരിടത്തു താമസം. ഒരു മുറിയും വരാന്തയും മാത്രമേ അതിനുണ്ടായിരുന്നുള്ളൂ. സാമാന്യം വലിയ മുറിയുടെ ഒരു മൂല അടുക്കളയായി രൂപപ്പെടുത്തിയിരിക്കുന്നു. മറ്റൊന്ന് കുളിമുറിയും. വരാന്തയിൽ ഒരു കട്ടിൽ കൂടെയുണ്ട്; അതിഥി കൾക്കായി. ടോയ്‌ലറ്റ് പുറത്ത്, അത് ഒരുപാടാളുകൾക്കുള്ളതാണ്. ഒരു പാട് കെട്ടിടങ്ങൾ, കെട്ടിടം എന്നൊന്നും പറയാൻ പറ്റില്ല തകരപ്പാളി കളാൽ മേൽക്കൂര തീർത്ത അഞ്ചാറ് ചെറുവാസസ്ഥലമൊരുക്കിയ നീളൻ നിർമ്മിതികൾ. അതിലൊന്നുമാത്രമാണ് അവരുടേത്. കുളിയും വെപ്പും തീനും കിടപ്പും ഒരിടത്തുതന്നെ. ഒരു കെട്ടിടത്തിന് ഒരു കക്കൂസ് മാത്രമേയുള്ളൂ, വൃത്തികേടായി അറപ്പുളവാക്കുന്നത്. മുംബൈയിലെ സാധാരണക്കാരുടെ ജീവിതം അന്ന് അങ്ങനെയൊക്കെയായിരുന്നു.

ഒരാഴ്ചയിലധികം അവിടെ താമസിച്ചു കാണും.

വിസയും പാസ്സ്പോർട്ടും മാത്രമാണ് യാത്രാരേഖയായി എന്റെ പക്ക ലുള്ളത്. ടിക്കറ്റ് എടുക്കണം. അന്നൊന്നും വിമാനയാത്ര സാർവത്രികമാ യിട്ടില്ല. അത്രയ്ക്കൊന്നും ധനശേഷി അധികമാർക്കുമില്ലായിരുന്നു. കപ്പൽ ടിക്കറ്റിനായി പാപ്പനോടൊപ്പം നഗരത്തിന്റെ മറ്റൊരു ഭാഗത്തേക്കു പോയി. മുഹമ്മദ്അലി തെരുവിലെ ഒരു ട്രാവൽ ഏജന്റിൽനിന്നും ദുബാ യിലേക്ക് ടിക്കറ്റ് എടുത്തു. അഞ്ഞൂറുരൂപയിൽ താഴെ വേണ്ടിവന്നു അതിന്. അടുത്ത ദിവസങ്ങളിലൊന്നിൽ യാത്ര. പാപ്പൻ ബോംബെ തുറ മുഖംവരെ വന്ന് യാത്രയാക്കി. അപരിചിതമായ രീതികൾ: ഇമ്മിഗ്രേഷൻ, കസ്റ്റംസ്. സെക്യൂരിറ്റി. സെക്യൂരിറ്റി പരിശോധനയൊന്നും കാര്യമായു ണ്ടായിരുന്നില്ല. കപ്പൽ യാത്രയല്ലേ!

തന്റെ ചെറിയ പെട്ടിയുമേന്തി ആ പതിനേഴുകാരൻ മുംബൈ തുറ മുഖഡോക്കിലൊന്നിൽ നങ്കൂരമിട്ട ആ പഴയ വലിയ കപ്പലിന്റെ പടികൾ ചവിട്ടിക്കയറി. അവൾ 'ദ്വാരക'. ദീർഘകാലഅദ്ധ്വാനവും പ്രായാധി ക്യവും അവളിൽ പാടുകൾ ഏല്പിച്ചിരിക്കുന്നു. പെയിന്റ് അടർന്നു പോയി തുരുമ്പെടുത്ത ശരീരഭാഗങ്ങൾ.

വില കുറഞ്ഞ ടിക്കറ്റെടുത്തവർക്ക് കപ്പലിന്റെ മേൽത്തട്ടിലാണ് ഇടം. യാത്രക്കാരിൽ മലയാളികളാണ് അധികം. അവർ കളസം മാറി കള്ളി മുണ്ടുടുത്തു. പെട്ടി തുറന്ന് ലുങ്കിയോ കിടക്കവിരിയോ എടുത്ത് വിരിച്ചു അവരുടെ ശയ്യകൾ ഉറപ്പാക്കി.

അതിലൊന്നും വ്യാപൃതനാകാതെ ഒരു കാഴ്ചക്കാരൻ മാത്രമായി യാത്രക്കാരെയും കടലിനെയും നഗരത്തെയും നോക്കി നിന്നു ഞാൻ. പരുന്തുകൾ വട്ടമിട്ടു പറക്കുന്ന ആകാശം. കാക്കകൾ എന്തെങ്കിലു മൊക്കെ ആഹരിക്കാൻ കിട്ടും എന്ന പ്രതീക്ഷയിൽ കപ്പലിന്റെ പല ഭാഗ ങ്ങളിലായി വന്നിരുന്നു യാത്രക്കാരെ വീക്ഷിക്കുന്നു, പിന്നെ പറന്നകലുന്നു. വാർഫിൽ കൂട്ടിവെച്ചിരിക്കുന്ന ചരക്കുകൾ കപ്പലിൽ തന്നെ സ്ഥാപിച്ചിരി ക്കുന്ന ചെറു ക്രെയിനുകൾ പൊക്കിയെടുത്തു ചരക്കുകൾക്കായുള്ള കപ്പൽ അറയിൽ നിറയ്ക്കുന്നു. ദ്വാരക ഒരപൂർണ്ണയാത്രാക്കപ്പലായി രുന്നു. ചരക്കുകൾക്കൊപ്പം കുറെ യാത്രക്കാർ എന്നു തോന്നുംപോലെ.

ആകാശം മേഘാവൃതമാണ്, കാറ്റിന് കുളിരുണ്ട്. മഴ എപ്പോൾ വേണ മെങ്കിലും പെയ്യാം.

മണിക്കൂറുകൾക്കുശേഷം ദ്വാരകയുടെ നങ്കൂരചങ്ങലകൾ മേലോട്ടു യർന്നു. വാർഫിൽ ബന്ധിപ്പിച്ച കമ്പകൾ അയഞ്ഞു. അവയെ കപ്പലി ലേക്ക് വലിച്ചു കയറ്റി തൊഴിലാളികൾ.

തുറമുഖാധികൃതരുടെ ടഗ് ബോട്ടുകൾ വന്ന് കപ്പലിനെ ഡോക്കിൽ നിന്നും വലിച്ചകറ്റി. കപ്പൽ ചാനലിൽ ഒന്ന് മുന്നിലും മറ്റൊന്ന് പിറകിലു മായി ടഗ് ബോട്ടുകൾ കപ്പലിനെ അനുഗമിച്ചു. ഒരു നിശ്ചിത ദൂരം താണ്ടി അവ ഓരോന്നായി തിരിച്ചുപോയി. ഗേറ്റ് വേ ഓഫ് ഇന്ത്യയും താജ്മഹൽ ഹോട്ടലും പേരറിയാത്ത മറ്റൊരുപാട് കെട്ടിട നിരകളും അകന്നകന്നു പോകയാണ്. മഹാനഗരമേ വിട, മഹാരാജ്യമേ വിട...

മൺസൂൺ കാലത്തെ അറബിക്കടൽ. ആകെ പ്രക്ഷുബ്ധമാണ്. തീരം അകലുംതോറും തിരമാലകളുടെ വലുപ്പവും കൂടിക്കൂടിവന്നു. അവ മലപോലെ വന്ന് കപ്പലിനെ ഇട്ട് പന്താടി. കടൽചൊരുക്ക് ഓരോരുത്ത രെയും ബാധിക്കാൻ തുടങ്ങി. ഛർദ്ദി, തലചുറ്റ്, ക്ഷീണം. അവർക്ക് കിടന്നിടത്തുനിന്നെഴുന്നേൽക്കാൻ വയ്യാതായി. ഞാൻ അവർക്ക് സഹായിയായി. വെള്ളവും സോഫ്റ്റ് ഡ്രിങ്ക്സും ക്യാന്റീനിൽ നിന്നു മേടിച്ച് ആവശ്യക്കാർക്കായി നൽകി. അങ്ങനെയാണ് ചിലർ കാന്റീൻ കൗണ്ടറിൽ നിന്ന് പച്ച നിറത്തിലുള്ള കാൻ മേടിച്ചു തുറന്നു കുടിക്കുന്നത് ശ്രദ്ധയിൽ പെട്ടത്. എനിക്ക് കൗതുകം തോന്നി. ഇന്ത്യൻ രൂപ മാറി മേടി ച്ച ഇരുപത് ഡോളർ കയ്യിലുണ്ടായിരുന്നു. ഒരു കാൻ ഞാനും മേടിച്ചു ഒ രു ഡോളറിന്. കാനിന്റെ വലിച്ചാൽ തുറക്കുന്ന മൂടി തുറന്ന് ദ്രാവകം രു ചിച്ചു. ചവർപ്പ് രസം! അങ്ങനെ ആദ്യമായി വിദേശ നിർമ്മിത ബിയർ കു ടിച്ചു; ഹെനിക്കെൻ ബിയർ.

യാത്രക്കാർ പലരും പരവശരായി. കടൽ അത്രയും ക്ഷോഭിച്ചിരിക്കയാണ്. ഒരു മലയിൽനിന്ന് മറ്റൊന്നിലേക്ക് ചാടിക്കയറുംപോലെയാണ് കപ്പൽ നീങ്ങുന്നത്. വൻ തിരമാലകൾ ഒന്നിനു പിറകെ മറ്റൊന്നായി വന്നുകൊണ്ടേയിരുന്നു. രണ്ടാം ദിവസമാണെന്ന് തോന്നുന്നു കപ്പൽ കറാച്ചി തുറമുഖത്തെത്തി നങ്കൂരമിട്ടു. ഞാൻ ബോംബെയിൽനിന്നും ധരിച്ച അതേ വസ്ത്രങ്ങൾ തന്നെയാണ് അപ്പോഴും ധരിച്ചിരുന്നത്. പാന്റ്സും ഷർട്ടും. മുഷിഞ്ഞു തുടങ്ങി. കറാച്ചിയിൽ കാലത്തെത്തിയ ദ്വാരക ആ ദിനം മുഴുവൻ അവിടെ കിടന്നു. ഒരുപാട് ചരക്കുകൾ അവിടെനിന്നും കയറ്റി. അധികവും ഭക്ഷ്യ യോഗ്യമായവ. ഉണക്കമുന്തിരി, അരി...

പാകിസ്താനി പുരുഷന്മാരുടെ പാരമ്പരാഗത വേഷമായ സൽവാർ കമ്മിസ് ആദ്യമായി കണ്ടു. കൂട്ടിയിട്ട ഉണക്കമുന്തിരി പെട്ടികൾ ക്രെയിനിലേക്കു കയറ്റി വെയ്ക്കുകയായിരുന്നു ചാരവർണ്ണത്തിലുള്ള സൽവാർ കമ്മിസ് ധരിച്ച ആ തൊഴിലാളി. അയാൾക്ക് മൊട്ടത്തലയും മീശയില്ലാത്ത താടിയും ഒത്ത ഉയരവും ദുർമേദസ്സില്ലാത്ത ശരീരവുമുണ്ടായിരുന്നു. മുഴുവൻ ദിവസവും വിശ്രമമില്ലാതെ തൊഴിൽ ചെയ്യുകയായിരുന്നു ആ മധ്യവയസ്കൻ. ഉച്ചയോടുകൂടെ ഒരു യുവതിയും മൂന്നോ നാലോ വയസ്സുള്ള ഒരാൺകുഞ്ഞും ഭക്ഷണവുമായി വന്നു. യുവതിയുടെ വേഷവും കുഞ്ഞിന്റെ വേഷവും സൽവാർ കമ്മിസ് തന്നെ. യുവതിക്ക് ഒരു ദുപ്പട്ട കൂടുതൽ ഉണ്ടെന്നു മാത്രം. അവർ മൂവരും ഒരുമിച്ചിരുന്നു റൊട്ടിയും ദാലും കഴിച്ചു. കുഞ്ഞ് യാത്രക്കാരെ നോക്കി ചിരിക്കുന്നു. അവനും അമ്മയും മധ്യവയസ്കനും കപ്പൽ നീങ്ങും വരെ അവിടെയുണ്ടായിരുന്നു. അമ്മയും മകനും കളിച്ചും ചിരിച്ചും ഇടയ്ക്ക് മധ്യവയസ്കനെ സഹായിച്ചും കപ്പൽ വിടുംവരെ അവിടെത്തന്നെ കഴിഞ്ഞു. പിന്നെ അകലുന്ന കപ്പലിലെ യാത്രികരെ നോക്കി അമ്മയും കുഞ്ഞും കൈ വീശി യാത്രമൊഴിയേകി.

വില കുറഞ്ഞ ടിക്കറ്റെടുത്തവരോടൊപ്പം സഹയാത്രികരായി രണ്ട് യുവതികൾ കൂടിയുണ്ടായിരുന്നു. യാത്രയുടെ തുടക്കം തൊട്ടേ നാവിക വേഷത്തിലുള്ള ഒരു കപ്പൽ ഉദ്യോഗസ്ഥൻ അവരെ നോട്ടമിട്ടിരുന്നു. പിന്നീട് അവർ പരിചയക്കാരായി. അധികനേരമെടുക്കാതെ അവരുടെ യാത്ര ഉദ്യോഗസ്ഥനോടൊപ്പം അയാളുടെ ക്യാബിനിലേക്ക്! ദ്വാരക സന്ധ്യയോടെ കറാച്ചി വിട്ടു. കാലാവസ്ഥയിൽ ഒരു മാറ്റവുമില്ല. കപ്പൽ ഉൾക്കടലിലെത്തി ആടിയുലയാൻ തുടങ്ങി. അതുവരെ പിടിച്ചുനിന്ന പയ്യനും വീണു, ഛർദ്ദി, തലകറക്കം, ക്ഷീണം...

നാലാം ദിവസം സന്ധ്യയോടെ ദ്വാരക മുത്തശ്ശി ഒമാൻ തീരത്തെത്തി. അതുവരെ സംഹാരതാണ്ഡവമാടിയിരുന്ന കടൽ ഒരു തടാകം പോലെ ശാന്തമായി. അകലെ മനോഹരമായ ദീപ നിരകൾ. നിരയായി നീളത്തിൽ കനകമാലകൾ പോലെ... ഈ ആദ്യാനുഭവം യഥാർത്ഥത്തിൽ എന്തെന്ന്

മനസ്സിലായില്ല. പിന്നീടറിഞ്ഞു, അന്നാടുകളിലെ തെരുവുവിളക്കുകളായിരുന്നു അവ.

ഒമാൻ തീരം വിട്ടു. വീണ്ടും വിളക്കുമാലകൾ ദൃശ്യമായി, പരിചയ സമ്പന്നർ പറഞ്ഞു, "ഫുജൈറ". ഹോർമോസ് കടലിടുക്കു കടന്ന് കപ്പൽ തെക്കോട്ടു നീങ്ങി, റാസൽഖൈമ, ഉംഅൽക്വയ്‌വാൻ, അജ്‌മാൻ, ഷാർജ തീരങ്ങൾ താണ്ടി അഞ്ചാം ദിവസം വെളുപ്പിന് ദ്വാരക ദുബായിലെ പോർട്ട് റാഷിദിൽ എത്തിച്ചേർന്നു.

കടുത്ത ചൂടും ഈർപ്പവുമുള്ള ദുബായ് പ്രഭാതം. ജൂലൈ 21. 'ദ്വാരക' പോർട്ട് റാഷിദിൽ ഡോക്ക് ചെയ്തിരിക്കുന്നു. യാത്രികർ പെട്ടിയും ഭാണ്ഡവുമേന്തി വരിവരിയായി കപ്പൽ പടികൾ ഇറങ്ങുന്നു. വാർഫിൽ വൃത്തിയും വെടിപ്പുമുള്ള ഒരു ചെറുനിർമ്മിതി. അതാണ് ഇമിഗ്രേഷൻ ഓഫീസ്. ഓഫീസിനു മുന്നിൽ കറുത്ത തടിയനായ ഒരാൾ യാത്രക്കാരെ നിയന്ത്രിക്കുന്നു. എന്തോ കാരണത്താൽ വരിയിൽ നിന്ന് വിട്ടുപോയ ഞാൻ വന്നു നിന്നത് വരിക്കു മുന്നിലാണ്. ഇതുകണ്ട് അയാൾ അറബിയിൽ എന്തൊക്കയോ വിളിച്ചു പറഞ്ഞു. എനിക്ക് പിന്നെ ഏറ്റവും പിറകിൽ വന്ന് നിൽക്കേണ്ടി വന്നു.

ആദ്യമായി കാണുന്ന അറബി. ആഫ്രിക്കൻ വംശജനാണ് എന്നു തോന്നിക്കുന്ന പ്രകൃതം. ഇന്നാട്ടുകാരെല്ലാം ഇങ്ങനെയായിരിക്കുമോ? കടുത്ത ഈർപ്പമുള്ള അന്തരീക്ഷം ചൂടിനെ കഠിനവും ദുസ്സഹവുമാക്കി. യാത്രികർ വരിയിൽനിന്നു വിയർത്തു കുളിച്ചു. പതുക്കെ നീങ്ങുന്ന വരി. അങ്ങനെ തന്റെ ഊഴവുമെത്തി. ശീതീകരിച്ച മുറിക്കകത്ത് സുമുഖരും ശാന്തരുമായ രണ്ടുപേർ പരമ്പരാഗത അറബിവേഷമായ കന്തൂറയും ശിരോവസ്ത്രവും ധരിച്ചിരിക്കുന്നവർ. വെട്ടി ചെറുതാക്കി ഭംഗിയാക്കിയ താടിയും മീശയും. അവരിലൊരാൾ പാസ്സ്പോർട്ടും എൻട്രി പെർമിറ്റും പരിശോധിച്ച് സ്റ്റാമ്പ് ചെയ്തു തന്നു. മറ്റൊരു കവാടത്തിലൂടെ പുറത്തു വന്നു. അപ്പോൾ ഒരു കാര്യം ബോദ്ധ്യമായി. ആദ്യം കണ്ടയാൾ ഇന്നാട്ടുകാരനല്ല. തന്നെപ്പോലെ മറ്റേതോ നാട്ടിൽ നിന്ന്, ചിലപ്പോൾ ആഫ്രിക്കയിലെ ഒരു ചെറുപട്ടണത്തിൽ നിന്ന് കുടിയേറി ഇവിടെ ജോലി ചെയ്യുകയാണയാൾ.

ഇമിഗ്രേഷൻ കഴിഞ്ഞവർ ബാഗേജുമായി മറ്റൊരു ഭാഗത്തേക്ക് നടന്നു കസ്റ്റംസ് പരിശോധനയും കഴിഞ്ഞു പുറത്തേക്കുള്ള വഴി തേടി. തുറമുഖത്തിന്റെ പ്രധാന കവാടം കുറച്ചു ദൂരെയാണ്. അവിടം വരെ നടക്കണം. വരവേൽക്കാൻ വന്നവരൊക്കെ ആ പടിക്കു പുറത്താണ് കാത്തുനിൽക്കുന്നത്. വരുന്ന വിവരം മാമനെയും സുഹൃത്തിനേയും അറിയിച്ചിരുന്നു. വിയർത്തൊലിച്ച ദേഹവുമായി പടിയിലെ അവസാന പരിശോധനയും കഴിഞ്ഞു പുറത്തു കടന്നു. ആകെ മുഷിഞ്ഞു നാറിയിരിക്കുന്നു. അഞ്ചു ദിവസമായി കുളിയില്ല, ശരിയായ ആഹാരമില്ല, വിസർജ്ജനവുമില്ല.

പുറത്ത് യാത്രികരെ കാത്ത് കുറച്ചുപേർ റോഡിന്റെ അരികുചേർന്നു നിന്നിരുന്നു. എന്റെ നോട്ടം നേരെ ചെന്നത് അവരിൽ തന്നെയാണ്, മാമനും സുഹൃത്തുമുണ്ട്. രണ്ടുപേരും ഒരുമിച്ചുതന്നെ. ചുറ്റുപാടും ഒന്നു വീക്ഷിച്ചു. ആകെ വിജനം. മരങ്ങളോ കെട്ടിടങ്ങളോ ഒന്നുമില്ല. ദൂരെ പ്ലൈവുഡിനാൽ വേലികെട്ടിയ ഒരിടം. അതിൽ ഉയർന്നുനിൽക്കുന്ന ലോഹ നിർമ്മിതമായ ടവർ. ഏറ്റവും മേലെ ഇംഗ്ലീഷ് അക്ഷരമാലയിലെ 'L' എന്നപോലെ ഒരു കൂട്ടിച്ചേർക്കൽ. അത് ഇടത്തോട്ടും വലത്തോട്ടു മൊക്കെ കറങ്ങുന്നുണ്ട്. ആദ്യമായാണ് ഇങ്ങനെയൊന്ന് കാണുന്നത്. ഓരോ പുതിയ അറിവുകൾ, കാഴ്ചകൾ വന്നിറങ്ങിയ ദേശം നൽകുക യാണ്. വൻനിർമ്മിതികൾക്കായി ഉപയോഗിക്കുന്ന ടവർ ക്രെയിൻ ആണ് ദൂരെ കണ്ടത്.

മാമനും സുഹൃത്തും ഹസ്തദാനം തന്ന് സ്വീകരിച്ചു. കുശലാന്വേഷ ണങ്ങൾക്കു ശേഷം ടാക്സിക്കായി മുന്നോട്ടു നീങ്ങി. ചെറിയ കാത്തിരി പ്പിനുശേഷം ഒരു വണ്ടി വന്നു. ഇന്ത്യയിൽ അക്കാലത്ത് അപൂർവമായ ജപ്പാൻ നിർമ്മിതമായ ടെയോട്ട വണ്ടി. ഡ്രൈവർ കറാച്ചി തുറമുഖത്തു കണ്ട തൊഴിലാളിക്ക് സമാനൻ. മീശയില്ലാതെ നീട്ടിവളർത്തിയ താടി. ത ലയിൽ ബലൂചി തൊപ്പി, സൽവാർ കമ്മിസ് വേഷം, വെളുത്ത നിറം. പാ ക്കിസ്ഥാനിലെ പഠാൻ സ്വദേശി.

ഞങ്ങൾ വണ്ടിയിൽ കയറി. മാമൻ ലക്ഷ്യസ്ഥാനം ഉറുദുവിൽ ഡ്രൈ വറോട് പറഞ്ഞു. വണ്ടി അതിവേഗം മുന്നോട്ടു പാഞ്ഞു. ആദ്യമായാണ് അത്രയും വേഗത്തിൽ ഒരു വണ്ടിയിൽ സഞ്ചരിക്കുന്നത്. വിജനമായ തെരുവോരം, ചെറുമൺകൂനകളാൽ നിമ്നോന്നതമായ ഭൂമി. അങ്ങിങ്ങു പൊന്തിനിൽക്കുന്ന ശോഷിച്ച ഈന്തപ്പനകൾ. അവയ്ക്കിടയിൽ മരുഭൂമി യിൽ മാത്രം കാണുന്ന ചില പുൽച്ചെടികൾ. വൃത്തിയും വെടിപ്പുമുള്ള നല്ല റോഡുകൾ.

ബർദുബായിൽ അന്ന് കാര്യമായി ഒന്നുമില്ലായിരുന്നു. വണ്ടി വിജന മായ കരാമയും കടന്നു സബീൽ റോഡിലൂടെ ദേര ലക്ഷ്യമായി പാഞ്ഞു. റോഡിൽ വലിയ ട്രാഫിക് ഒന്നുമില്ല. ചെറിയ ഇടവേളകൾ നൽകി എതിരെ അതിവേഗത്തിൽ പാഞ്ഞു പോകുന്ന ചില വണ്ടികളല്ലാതെ. രണ്ടു വരി പാത മാത്രമുണ്ടായിരുന്ന അന്നത്തെ മക്റ്റും പാലവും ക്ലോക്ക് ടവറും പിന്നിട്ട് ചെറു നേരം കൊണ്ട് വണ്ടി ദേരയിലെത്തി. ടാറിടാത്ത ഒരു വഴിയിലേക്ക് തിരിഞ്ഞ് ചെറിയ ദൂരം താണ്ടി വണ്ടി നിന്നു. വഴിയിൽ ആരുമില്ല. പഴയ ഒറ്റനിലകെട്ടിടങ്ങൾ ചിതറികിടക്കുന്നു. മാമൻ പഠാ ണിക്ക് പ്രതിഫലം കൊടുത്തു. ഞങ്ങൾ വണ്ടിയിൽ നിന്നിറങ്ങി ഇരുമ്പ് വാതിലുകളുള്ള ഒരു പഴയ ഒറ്റനില കെട്ടിടത്തിലേക്ക് കടന്നു.

ചേറ്റുവ മെസ്സ്.

ഒരു നടുമുറ്റം, അതിന്റെ മൂന്നു ഭാഗത്തുമായി അഞ്ചാറു മുറികൾ. അവയെ ബന്ധിപ്പിക്കുന്ന പത്തടി ഉയരമുള്ള മതിലിനാൽ നാലാം ഭാഗം.

ഒരു മുറി അടുക്കള, മറ്റൊന്ന് ഭോജനശാല. അടുക്കളയ്ക്കു പിന്നിൽ മതിലിനോട് ചേർന്ന് കുളിമുറിയും കക്കൂസും.

നടുമുറ്റത്ത് അടുക്കളയ്ക്കരികിലായി വലിയ മൂന്നു നാലു മണ്ണെണ്ണ സ്റ്റോവുകൾ. അവയ്ക്കരുകിൽ പല വലുപ്പത്തിലും ഒരേ ആകൃതിയുമുള്ള മൂടിയോടു കൂടിയ അലുമിനിയ വട്ടകകൾ ഒന്നിനു മീതെ ഒന്നായി വലുപ്പക്രമത്തിൽ അടക്കി വെച്ചിരിക്കുന്നു. മൂലയിൽ ലോഹ പാളികളാൽ പൊതിഞ്ഞ പൊറോട്ട മേശ.

നാലഞ്ചു പേർ അന്തേവാസികളായി ഓരോ മുറിയിലുമുണ്ട്. കൂടുതലും ചെറുവേതനവും ചെറുജോലിയുമുള്ളവർ. മെസ്സിന്റെ ഭോജനശാല കടന്നേ മാമന്റെ മുറിയിലേക്കു പ്രവേശിക്കാനാകൂ. അവിടെ നാലു ലോഹക്കട്ടിലുകൾ. അവയ്ക്കു മീതെ കനം കുറഞ്ഞ ഫോം മെത്തകൾ, ചൈനയിൽനിന്നും വന്ന വിലകുറഞ്ഞ വിരികളും തലയണയും. കട്ടിലിന്നടിയിൽ അന്തേവാസികളുടെ സ്വകാര്യതകൾ അടങ്ങിയ പെട്ടികൾ, വസ്ത്രങ്ങൾ, ലേപനങ്ങൾ, വീട്ടിൽ നിന്നയച്ച കത്തുകൾ, പ്രേമ ലേഖനങ്ങൾ, ലെറ്റർപാഡ്, പേന തുടങ്ങി പലതും. ഇളം നീലചായം പൂശിയ ചുമരുകളെ അലങ്കരിക്കാൻ ഒരു ചെറുകണ്ണാടിയും നാട്ടിൽനിന്നും കൊണ്ടുവന്ന മലയാളം കലണ്ടറും. എടുത്തുപറയാൻ മറ്റൊന്നുമില്ല മച്ചിൽ തൂങ്ങിക്കിടക്കുന്ന സീലിംഗ് ഫാൻ അല്ലാതെ.

ഭോജനശാലയിലേക്ക് തുറക്കുന്ന വാതിലും അതിന്നെതിർവശം ലോഹച്ചട്ടയും ഇരുമ്പുകമ്പികളുമുള്ള രണ്ടുപൊളി ജനൽ. ജനലിനപ്പുറം പൂഴിമണൽ ഇടവഴി. വഴിയോരത്തു ചേറ്റുവമെസ്സിനു സമാനമായ നിർമ്മിതികൾ. അവയുടെ നടുമുറ്റങ്ങളിൽ നിന്നുയർന്നു നിൽക്കുന്ന ചില ബദാം മരത്തലപ്പുകൾ. പ്രവാസികളും തദ്ദേശീയരും ഇടകലർന്നു വസിക്കുന്ന പാർപ്പിടങ്ങൾ.

ആ മുറിയിൽ അഞ്ചുപേരുണ്ടായിരുന്നു. അവർ ചാവക്കാട്ടുകാരും പരിസര ദേശവാസികളുമായിരുന്നു. മാമൻ, അമ്മയുടെ അനുജൻ. എന്നേക്കാൾ മൂന്നു വയസ്സുമാത്രം മൂത്തത്. ചാവക്കാട്ടുകാരൻ അബ്ദുള്ള ചക്കനാത്ത് എന്നേക്കാൾ പത്തുവയസ്സ് മൂപ്പ്. അബ്ദുല്ലയുടെ ബന്ധു മുസ്തഫ. അദുള്ളയേക്കാൾ ചെറുപ്പമാണയാൾക്ക്. മുഹമ്മദുണ്ണി, പുന്നയൂർക്കാരൻ. പിന്നെ വെളിയംകോട്ടുകാരനായ രവി. മുഹമ്മദുണ്ണിയും രവിയും മുസ്തഫയുമെല്ലാം സമപ്രായക്കാർ.

മാമന്റെ മുറിയിൽ ആദ്യമായി കയറിയപ്പോൾ അവരാരും അവിടെയില്ല. ജോലിയിലാണ് എല്ലാവരും. മാമനും ഞാനും സുഹൃത്തും അകത്തുകയറി. നല്ല ചൂടുണ്ട്. മാമൻ ഫാൻ ഓൺ ചെയ്തു. ചൂടുള്ള കാറ്റാണെങ്കിലും അതാശ്വാസമേകി. മാമൻ പുറത്തുപോയി അടുത്തുള്ള ഗ്രോസറിയിൽനിന്നു മൂന്നു കാൻ ഓറഞ്ചു ജ്യൂസ് മേടിച്ചു വന്നു. ആദ്യമായാണ് അങ്ങനെ ഒരു പാനീയം കാണുന്നതും രുചിക്കുന്നതും.

ചൈനയിൽനിന്നും വന്ന അതിന് നാരങ്ങാതൊലിയുടെക്കൂടെ സ്വാദുണ്ടായിരുന്നു. ചെറുനാരങ്ങാ തരികളുള്ള പാനീയം. മാറ്റിയുടുക്കാനുള്ള വസ്ത്രങ്ങളും തോർത്തുമെടുത്ത് പെട്ടി മാമന്റെ കട്ടിലിന്നടിയിലേക്ക് തള്ളി വെച്ചു.

കട്ടിലിന്നടിയിൽനിന്ന് മാമൻ ഒരു സോപ്പുപെട്ടി എടുത്തു തന്നു. ഒന്ന് ഫ്രഷ് ആകണം. ഒരുപാടു പേർ ഉപയോഗിക്കുന്ന കുളിമുറി. ഷവർ ഉണ്ട്. ഒരു ബക്കറ്റും മഗ്ഗും താഴെ. അത്ര ശുചിയല്ലാത്ത നിലവും ചുമരും. കക്കൂസിൽ പോകാൻ തോന്നിയില്ല, മലബന്ധമാണ്. ചെന്നിരുന്നു മുക്കി, ഒരു രക്ഷയുമില്ല. അഞ്ചുദിവസത്തെ കപ്പൽ യാത്ര സമ്മാനിച്ചതാണത്.

കുളിമുറിയിൽ സാന്ദ്രമായ ഈർപ്പവും കഠിനമായ ചൂടും. ആകെ വിയർത്തു കുളിച്ചു. ഷവർ തുറന്നു, ചൂടുവെള്ളമാണ്. ഗീസറിൽ നിന്നു വരുന്നതുകൊണ്ടല്ല. ടാങ്കിലെ ജലം സൂര്യതാപമേറ്റുയുർന്നതാണ്. ബക്കറ്റിൽ വെള്ളമെടുത്തു വെച്ചു. വസ്ത്രങ്ങൾ അഴിച്ച് അഴയിലിട്ടു. ദേഹമാകെ ഒട്ടുന്നു. കാലുകൾക്കിടയിൽ വഴുവഴുപ്പ്. വെള്ളം തട്ടിയപ്പോൾ നീറ്റം. അഞ്ചു ദിവസമായി കുളിയും തെളിയും ഇല്ലായിരുന്നുവല്ലോ! നല്ല വണ്ണം സോപ്പ് തേച്ചു കുളിച്ചു. കാലിടയിലെ നീറ്റം മാറാൻ ആന്റിബയോട്ടിക് ഓയിന്റ്മെന്റ് ഉപയോഗിക്കേണ്ടിയും വന്നു പിന്നീട്.

ഉച്ചയോടുകൂടെ മെസ്സിൽ തിരക്കായി. അടുത്തുള്ള മലയാളികൾ ഊണിനായി വരികയാണ്. ചേറ്റുവക്കാരായ ബാവക്കയും മൊയ്ദുക്കയുമാണ് മെസ്സ് നടത്തുന്നത്. പ്ലെയിറ്റിൽ ചോറും പപ്പടവും ചെറുപിഞ്ഞാണങ്ങളിൽ മീൻകറിയും തോരനും നൽകി വരുന്നവരുടെ വിശപ്പകറ്റുന്നു അവർ.

ഉച്ചയോടെ ഞങ്ങൾ മെസ്സിൽനിന്നും ഊണ് കഴിച്ചു. പുറത്തിറങ്ങാൻ ചൂടും ഹ്യൂമിഡിറ്റിയും അനുവദിക്കുന്നില്ല. വൈകുംവരെ ഓരോ വിശേഷങ്ങൾ പറഞ്ഞിരുന്നു.

വൈകുന്നേരത്തോടെ പുറത്തിറങ്ങി. നൈഫ് റോഡിലേക്ക് നുറു മീറ്ററോളമേ വരൂ. അതുവരെ ടാറിട്ട റോഡൊന്നുമില്ല. കച്ചാ വഴികൾ, പൂഴി അല്ലെങ്കിൽ സബ്കാ (ഒരുതരം ഉറച്ച കളിമണ്ണ്).

കച്ചാ റോഡിൽ താഹിറ സ്റ്റോർ കണ്ടു. അവരാണ് വിസ തരപ്പെടുത്തിയത്. പാസ്പോർട്ട് അവർക്കു കൊടുക്കണം. റെസിഡന്റ് പെർമിറ്റ് അടിച്ചു കിട്ടേണ്ടതുണ്ട്. ഞങ്ങൾ നൈഫ് റോഡിലേക്കു നടന്നു. അതൊരു ചെറിയ മുക്കവലയായിരുന്നു. അബ്രയിലേക്കും സോണാ ബസാറിലേക്കും പോകുന്ന റോഡുകൾ നൈഫുമായി ചേരുന്ന കവല. റോഡരുകിൽ ചെറിയ കെട്ടിടങ്ങൾ. ദുബായ് അന്നൊരു ചെറുപട്ടണമായിരുന്നു.

സുഹൃത്ത് യാത്രചൊല്ലി ജുമേറായിലേക്കു പോയി. മാമൻ മൂലയിലുള്ള പഴങ്ങൾ വിൽക്കുന്ന ഒരു പെട്ടിക്കടയിൽനിന്നും രണ്ട് ഗ്രീൻ

ആപ്പിൾ മേടിച്ചു. പുളിയുള്ള ആപ്പിളും കടിച്ചുകൊണ്ട് നൈഫിന്റ എതിർ ദിശയിലോട്ട് നടന്നു. അധികം ദൂരമല്ലാതെ വലതുവശത്ത് ഒരു പ്രാചീന നിർമ്മിതി. മുന്നിൽ രണ്ട് വലിയ പീരങ്കികൾ. കടൽ പുറ്റുകൊണ്ടുണ്ടാക്കിയ സാമാന്യം വലിയ ഒരു സൗധം. വലിയ അകത്തളമുള്ള കോട്ട പോലെയുള്ള ഒരു നാലുകെട്ട്. നൂറ്റാണ്ടുകളുടെ പഴക്കമുള്ളത്. ദേര പൊലീസ് സ്റ്റേഷനായി പരിണമിച്ചിരിക്കുന്നു അത്. അതിൽ തന്നെ ഒരു ജയിലുമുണ്ട്. എതിർവശത്തായി ഒരു പള്ളി. രണ്ടും ഈ ഭാഗത്തെ ലാൻഡ് മാർക്കുകൾ. കുറച്ചുകൂടെ മുന്നോട്ടുനീങ്ങി. മുന്നിൽ ഒരു ചെറിയ റൗണ്ടബൗട്ട്. പിന്നെ കുട്ടികൾക്കായുള്ള ഒരു പാർക്ക്. പാർക്കിന്നെതിർ വശം ഒരു ഒറ്റനില കെട്ടിടം. 'ലക്കി സ്റ്റാർ' റെസ്റ്റോറന്റിൽ തുടങ്ങുന്നു അതിലെ വ്യാപാരസ്ഥാപനങ്ങൾ. ആ കെട്ടിടത്തിന് പുറകിലായി കുറെ പഴയ അറബി പാർപ്പിടങ്ങൾ. അതിലൊന്നിലാണ് മാമന്റെ സുഹൃത്തായ ചന്ദ്രേട്ടൻ താമസിക്കുന്നത്. അവർക്ക് സ്വന്തമായി ഒരു പോസ്റ്റ് ബോക്സ് ഉണ്ട്. P. Box 3683. മാമന്റെ കത്തുകൾ വരുന്നതും അതിലേക്കാണ്. ദിവസവും പോസ്റ്റ് ഓഫീസിൽ പോയി ബോക്സ് തുറന്ന് മെയിൽ എല്ലാം എടുത്ത് ആ വില്ലയിലുള്ള ഒരു പെട്ടിയിൽ നിക്ഷേപിക്കുന്നു. ആരെങ്കിലും ഒരാൾ ഈ ദൗത്യം ഏറ്റെടുത്തിരിക്കും. വില്ലയിലുള്ള ബോക്സിൽ 'P. Box 3683' എന്ന് വലിയ അക്ഷരങ്ങളിൽ എഴുതിയിരിക്കുന്നു. ഞങ്ങൾ അവിടം സന്ദർശിച്ചു. ചന്ദ്രേട്ടനെ കണ്ടു. വിഷമഘട്ടങ്ങളിൽ മാമനെ ഏറെ സഹായിച്ച വ്യക്തിയാണ് തളിക്കുളം സ്വദേശിയായ ചന്ദ്രേട്ടൻ.

മെയിൽ ചെക്ക് ചെയ്തു. ആ വില്ലയിൽ തഴച്ചു വളർന്നു നിന്നിരുന്നു ഒരു ഈന്തപ്പനമരം. ആൾ സാമീപ്യവും ജലലഭ്യതയുമാകാം ആ വളർച്ചയുടെ രഹസ്യം! പിന്നീടുള്ള കുറേ കാലം മിക്കവാറും ദിവസങ്ങളിൽ ആ വില്ലയിൽ പോകുമായിരുന്നു. കത്തുകൾ... കത്തുകൾ, അവയ്ക്കായുള്ള ജിജ്ഞാസ പാദങ്ങളെ ദിവസവും അങ്ങോട്ട് ചലിപ്പിച്ചിരുന്നു. തിരിച്ച് പള്ളിയുടെ പുറകിലൂടെയുള്ള മണൽവഴിയിലൂടെ മെസ്സിലേക്ക്. മെസ്സിൽ കോഴിക്കറിയുടെ ഗന്ധം. നടുമുറ്റത്ത് മണ്ണെണ്ണ സ്റ്റൗവുകൾ ഇരമ്പത്തോടെ കത്തുന്നു. അതിലൊന്നിൽ ആവി പരത്തി കോഴിക്കറി വേവുന്നു. കള്ളിമുണ്ടിനുമേലെ ഒരു തോർത്തുമുണ്ട് ചുറ്റി പൊറോട്ട മേശയ്ക്കിരുവശവുമായി വിയർത്തു കുളിച്ചു രണ്ടുപേർ കൂട്ടിവെച്ച ഒരു കുന്നു മാവിനോട് മല്ലിടുന്നു. ബാവക്ക കൂട്ടിവെച്ച മാവിൽനിന്ന് പൊറോട്ടയ്ക്കാവശ്യമായ ചെറുകഷ്ണങ്ങൾ അടർത്തി ഉരുട്ടി എണ്ണ ചേർത്തടിച്ചു പരത്തി വീശി ചുറ്റി മേശയുടെ മറുവശത്തിടുന്നു. രണ്ട് സ്റ്റൗവുകൾ പൊറോട്ട ചുട്ടെടുക്കാനുള്ള ദീർഘചതുരാകൃതിയിലുള്ള കറുത്ത ലോഹ തകിടും പേറി പൊറോട്ടയെ കാത്ത് അവർക്കൊരുവശം ശബ്ദത്തോടെ കത്തിക്കൊണ്ടിരിക്കുന്നു. ബാവക്ക ഷേപ്പ് ചെയ്തെറിഞ്ഞു കൊടുക്കുന്ന പൊറോട്ടകൾ രണ്ടു സ്റ്റൗവിലുമായി ചുട്ടെടുത്ത് കൂട്ടിവെച്ച

വെന്ത പോറോട്ടകളെ രണ്ടു കൈകൊണ്ടും ഇടിച്ചു മൃദുവാക്കുന്നു മൊയ്തുക്ക. പിന്നെ വൃത്തിയുള്ള പരുത്തി തുണി വിരിച്ച വലിയ ഒരു പാത്രത്തിലേക്കു മാറ്റുന്നു. അവർ അന്തേവാസികൾക്കും പുറത്തുനിന്ന് വന്നു കഴിക്കുന്നവർക്കുമായി അത്താഴം പാകം ചെയ്യുകയാണ്.

റൂമിൽ എല്ലാവരുമുണ്ട്. ചെറുപ്പക്കാർ.

അന്ന് ആയിരത്തി ഇരുനൂറോ, ആയിരത്തി അഞ്ഞൂറോ ദിർഹം ശമ്പളം മേടിക്കുന്നവർ അപൂർവമായിരുന്നു. കൂടുതൽ പേരും അഞ്ഞൂറിനും ആയിരത്തിനുമിടയിൽ വേതനം പറ്റുന്നവർ. രവിക്കും അബ്ദുള്ളയ്ക്കും OSC(Oilfield Supply Cetnre)യിലാണ് ജോലി. മൊയ്തുണ്ണി Cable and Wirelessൽ. അന്ന് etisalat ഉണ്ടായിരുന്നില്ല. ഒരു ബ്രിട്ടീഷ് സ്വകാര്യ കമ്പനിയായ കേബിൾ ആൻഡ് വയർലെസ്സ് ആണ് ദുബായുടെ എല്ലാ ടെലികമ്മ്യൂണിക്കേഷന്റെയും നടത്തിപ്പുകാർ.

ദുബായ് ക്രീക്കിന്റെ ഓരത്ത് മക്തൂം പാലത്തിനു കിഴക്ക് പോർട്ട് സായിദ് എന്ന സ്ഥലത്താണ് OSC സ്ഥിതി ചെയ്തിരുന്നത്. ഒരുപാട് നീളമുള്ള ഷെഡുകളുടെ കൂട്ടം. അതായിരുന്നു OSC. ഇന്നവിടെ മനോഹരമായ ഒരു ഗോൾഫ് ക്ലബ്ബും ദെയ്റ സിറ്റി സെന്ററും മറ്റുമൊക്കെയാണ്.

OSCക്ക് എതിർവശം ക്രീക്കിനോട് ചേർന്ന് മെക്ക് ഡെർമോട്ട് യാർഡ്. ക്രൂഡ് ഓയിൽ ഘനനനത്തിനായി കടലിൽ സ്ഥാപിക്കുന്ന വലിയ മറൈൻ പ്ലാറ്റുഫോമുകളുടെ നിർമ്മാണവും റിപ്പയറിംഗുമാണ് അവിടെ. ഉയർന്നു നിൽക്കുന്ന ക്രെയിനുകൾ, വലിയ കാറ്റെർപില്ലർ ഷവലുകൾ, മറ്റു യന്ത്രങ്ങൾ, ക്രീക്കിൽ മറൈൻ പ്ലാറ്റ്ഫോമുകളെ ഉൾക്കടലിൽ എത്തിക്കാനും കൊണ്ടുവരാനുമുള്ള ബാർജുകൾ, ടഗ് ബോട്ടുകൾ, അദ്ധ്വാനിക്കുന്ന മനുഷ്യർ, വെളുത്തവരും കറുത്തവരുമായ പല ദേശക്കാർ, മെക്ക് ഡെർമോട്ട് യാർഡ് സാദാ സജീവവും ചലനാത്മകവുമായിരിക്കും. ഇന്ന് എത്തിസലാത് ടവർ, എമിരേറ്റ്സ് NBD ബാങ്ക്, ഷെറാട്ടൺ ഹോട്ടൽ എല്ലാം ആ പഴയ മെക്ക് ഡെർമോട്ട് യാർഡിലാണ് ഉയർന്നു നിൽക്കുന്നത്. ഇന്നത്തെ ഷെറാട്ടൺ ഹോട്ടൽ തൊട്ട് മക്തൂം പാലംവരെ ഒരു വശവും ക്ലോക്ക് ടവർ തൊട്ട് എത്തിസലാത് ടവർ വരെ മറുഭാഗവും അത്രയും വലുപ്പമുണ്ടായിരുന്നു ആ യാർഡിന് അന്ന്.

മുസ്തഫ ബർ ദുബായിലെ എയർലൈൻസ് ഹോട്ടലിൽ വെയ്റ്റർ. മാമൻ ജനാവ്കോ എന്ന ഒരു കമ്പനിയുടെ മെക്കാനിക്കൽ വർക്ക്ഷോപ്പിൽ.

എല്ലാവരുമായി എന്ന് തോന്നുന്നു.

വീണ്ടും ഒരു കുളിയെല്ലാം പാസ്സാക്കി ആഹാരം കഴിച്ചു. ചിക്കൻ കറിയും പൊറോട്ടയും.

രാത്രിയിലും ഉയർന്ന ഊഷ്മാവാണ് വായുവിന്. മുറിയിൽ കിടന്നുറങ്ങാൻ പ്രയാസം, ആകെ വിയർത്തു നനയും കിടക്കയും വിരിയും.

അന്തേവാസികളെല്ലാം പായയും തലയണയുമെടുത്തു ടെറസ്സിലേക്ക് ചേക്കേറി. ആകാശം നോക്കിയുള്ള കിടത്തം. ചൂട് തന്നെ അവിടെയും. വല്ലപ്പോഴും ഒരു ചെറു സുഖം തന്ന് ഓടിയകലുന്ന കുഞ്ഞിക്കാറ്റ്. ചാര നിറമുള്ള ആകാശത്തിൽ വളരെ കുറച്ചു നക്ഷത്രങ്ങളേ ഉള്ളൂ. ഈർപ്പ മുള്ള വിസിബിലിറ്റി കുറഞ്ഞ അന്തരീക്ഷം അവയെ മറയ്ക്കുകയാണ്.

ആ ദിവസത്തെ കഥകൾ പറഞ്ഞും പരസ്പരം തമാശ പറഞ്ഞും പതുക്കെ അവർ നിദ്രയെ പുണർന്നു.

പ്രഭാതം. പായ ചുരുട്ടി മടക്കി കയ്യിലേന്തി ഓരോരുത്തരായി അവരവ രുടെ മുറികളിലേക്കു പോയി. പല്ലുതേപ്പ്, ഷേവിങ്ങ്, കുളി, മറ്റു പ്രഭാത കൃത്യങ്ങൾ എന്നിവയ്ക്കായി ആകെ തിക്കും തിരക്കും. ബാവക്കയും മൊയ്തുക്കയും പ്രാതൽ പാകത്തിരക്കിൽ. പുട്ടും കടലയുമാണ്. വെളുത്ത വലിയ കടല. പുട്ട് കഷ്ണങ്ങൾക്കിടയിൽ ചിരകിയ നാളികേര ത്തിന് പകരം തായ്‌ലന്റിൽനിന്നും വരുന്ന നാളികേരപ്പൊടി. അക്കാല ങ്ങളിൽ തേങ്ങ ദുബായിൽ അപൂർവ്വമായേ കിട്ടിയിരുന്നുള്ളൂ. എല്ലാവരും ഏഴുമണിയോടെ തൊഴിലിടങ്ങളിലേക്കു യാത്രയായി.

മൂന്നു മാസം തൊഴിൽരഹിതനായി മാമന്റെ ചിലവിൽ അവിടെ കഴിഞ്ഞു. അതിനിടയിൽ നാട്ടുകാർ പലരും വന്നു കണ്ടു. ഷാർജയിൽ നിന്ന് വിജയേട്ടനും.

ഒരു ദിവസം അബ്ദുള്ളയും ഞാനും ഇന്ന് ഗളദാരി ഗല്ലേരിയ ഉയർന്നു നിൽക്കുന്ന ദേര കടൽ തീരത്തേക്കു പോയി. ആ ഭാഗത്ത് അന്ന് കാര്യ മായി ഒന്നുമില്ലായിരുന്നു. ദുബായ് ക്രീക് കടലിൽ വന്നുചേരുന്ന ഭാഗത്ത് ടിപ്പറുകളും ഷവലുകളും ബുൾഡോസറുകളും ഗ്രേഡറുകളും ക്രെയിനു കളും അവിരാമം പ്രയത്നിക്കുന്നു. പൊടിയിൽ നിന്നും രക്ഷ നേടാനായി മുഖവും തലയും ഷാൾ കൊണ്ട് മൂടി ആ യന്ത്രങ്ങളെ ചലിപ്പിക്കുന്ന തൊഴിലാളികൾ. അവരിലധികവും മലയാളിയും പാക്കിസ്താനിയും തന്നെ. അവിടെ ദേരയെയും ബർദുബായിയെയും ബന്ധിപ്പിക്കുന്ന ഷിന്ദഗ തുരങ്കം നിർമ്മിക്കയാണ്. ദുബായ് ക്രീക് കടലിൽ ചേരുന്നതിനു മുന്നെ അതിന്നടിയിലൂടെ വാഹനങ്ങൾക്കായി നാലുവരി പാതയും കാൽ നടക്കാർക്കായി മറ്റൊന്നും.

കടൽത്തീരം വിജനമെങ്കിലും കനത്ത കോൺക്രീറ്റ് ഭിത്തികളാൽ കെട്ടിയിരിക്കുന്നു. അതിന് താഴെ തിരമാലകളുടെ ശക്തി കുറയ്ക്കാനായി ത്രികോണാകൃതിയിൽ മധ്യത്തിൽ ദ്വാരത്തോടുകൂടിയ കോൺക്രീറ്റ് നിർമ്മിതികൾ കൂട്ടിയിട്ടിരിക്കുന്നു. എല്ലാം ആദ്യമായി കാണുന്നവ!

ഒരു വെള്ളിയാഴ്ച്ച ഞാനും മാമനും വിജയേട്ടനെ കാണാനായി ഷാർജയിൽ പോയി. പ്രശസ്തമായ കാദർ റെസ്റ്റോറന്റ്. അതിനു മുന്നിൽ നിന്നാണ് ഷാർജയിലേക്കുള്ള ടാക്സികൾ പുറപ്പെടുന്നത്. കാദർ

ഹോട്ടൽ സാധാരണക്കാരുടെ ദേരയിലെ ഒരു ലാൻഡ് മാർക്കാണ്. വെള്ളിയാഴ്ചകളിൽ പലയിടത്തുനിന്നുമായി തൊഴിലാളികൾ അവിടെ വന്നു ചേരുന്നു. പലർക്കും പലതാകും ലക്ഷ്യം. സുഹൃത്തുക്കളെയോ ബന്ധുക്കളെയോ കാണാൻ വരുന്നവർ. ചെറുഷോപ്പിങ്ങിനായി വരുന്നവർ, വെള്ളിയാഴ്ചകളിലുള്ള മലയാള സിനിമ കാണാനായി വരുന്നവർ. അങ്ങനെ... അങ്ങനെ..., പിന്നെ പുതുതായി കപ്പൽ/പത്തേമാരി ഇറങ്ങുന്നവരും. അവർക്കെല്ലാം ഒരഭയം അന്ന് കിട്ടിയിരുന്നു. മനുഷ്യൻ മനുഷ്യന്റെ വില അറിയും കാലം. വന്നിറങ്ങുന്നവരെയെല്ലാം സഹോദരന്മാരായിക്കണ്ട് അഭയം നൽകിയിരുന്ന കാലം. തൊഴിൽരഹിതരായവരാരും അന്ന് പട്ടിണിയും പാർപ്പിടവുമില്ലാതെ വലഞ്ഞിട്ടില്ല. അവർക്ക് രക്ഷകരായി അവർക്കു മുന്നെ വന്ന ഒരാൾ അന്നുണ്ടായിരുന്നു.

ഷാർജയിലേക്ക് നാലുപേരെ കിട്ടിയാൽ ടാക്സി യാത്രയായി. രണ്ടു ദിർഹമാണ് ഒരാൾക്ക്. വണ്ടി യൂസഫ് ബേക്കർ റോഡിലൂടെ നീങ്ങി മഖ്റ്റും ഹോസ്പിറ്റലിന്ന് മുന്നിലൂടെ നൈഫ് റോഡിലെ മച്ചി ചൗക്കും പിന്നിട്ട് നേരെ പോകുന്നു. ഇന്നുള്ളതൊന്നും അന്നില്ല. വിജനമായ തെരുവോരം അങ്ങിങ്ങ് ഒറ്റപ്പെട്ട ചെറിയ കെട്ടിടങ്ങൾ. നിരപ്പല്ലാത്ത ഭൂമി. മരുഭൂമിയിൽ വളരുന്ന ചെറുസസ്യങ്ങളും ഒറ്റപ്പെട്ടു ഉയർന്നുനിൽക്കുന്ന ശോഷിച്ച ഈന്തപ്പനകളും.

ട്രാഫിക് കുരുക്കുകൾ ഇല്ല. നല്ല റോഡുകൾ. വാഹനങ്ങൾ നൂറും നൂറ്റിഇരുപതും കിലോമീറ്റർ വേഗതയിൽ പായുന്നു. കുറേ ചെന്നാൽ വലതുഭാഗത്ത് ഗളദാരി സർവീസ് സ്റ്റേഷൻ; മസ്ദ കാറുകളുടെ. അതു കഴിഞ്ഞു ഒരു ജംഗ്ഷൻ. വലത്തോട്ട് തിരിഞ്ഞാൽ ഗളദാരിവർക്ക് ഷോപ്പിനു മേലെ ഇംഗ്ലീഷിലും അറബിയിലുമുള്ള നിയോൺ അക്ഷരങ്ങളിൽ 'Mazda' എന്ന് വിവിധ വർണ്ണങ്ങളിൽ മാറിവരുന്ന പരസ്യപ്പലക. ഇടത്തോട്ട് തിരിഞ്ഞാൽ ഹൈവേ ആയി. നാലുവരി പാത. അതിനൊരു വശം ദുബായ് വിമാനത്താവളത്തിന്റെ റൺവേ വന്നവസാനിക്കുന്നു. ഹൈവേയിൽ കയറിയ വണ്ടി വേഗതകൂട്ടി പായാൻ തുടങ്ങി. ഇരുവശവും ചക്രവാള സീമവരെ വിജനം. അൽ മുല്ല പ്ലാസയോ ഖിസൈസൊ ഒന്നുമില്ല. അൽ ഖാൻ തുടങ്ങി റോഡ് പതുക്കെ ഇടത്തോട്ടു തിരിയുന്നു. അപ്പോൾ ദൂരെ ഒരു ചെറുകെട്ടിടം കാണാം. ഷാർജ അൽ ഖാൻ കടൽത്തീരത്തുള്ള കാൾട്ടൻ ഹോട്ടൽ ആണത്. ഒരുപാട് മലയാളികൾക്ക് അഭയമായിരുന്നു കാൾട്ടൻ ഹോട്ടൽ. അവിടെ ബാറിലും റെസ്റ്റോറന്റിലും അടുക്കളയിലും റൂം സെർവീസിലും അവർക്കായി ചെറുജോലികൾ കാത്തിരിന്നിരുന്നു.

റോഡിന്റെ വളവ് തൊണ്ണൂറ് ഡിഗ്രി പൂർത്തിയാക്കുന്നത് പത്തു പതിനഞ്ചു കിലോമീറ്റർ എടുത്താണ്. വളവ് തീരുന്നതോടെ ഇടതുവശത്ത് ഷേബാ ഹോട്ടൽ. അതും കാൾട്ടനെപ്പോലെ മലയാളികൾക്ക് തണലായിരുന്നു. ഷേബാ ഹോട്ടലിന്നെതിർവശം ഷാർജ എയർപോർട്ട്. ഇന്നുള്ള

സൗദി പള്ളി നിൽക്കുന്നിടം തൊട്ട് തുടങ്ങുന്നു റൺവേ. അറബ് എമിറേറ്റ്സിലെ ആദ്യ എയർപോർട്ട്. ഇംഗ്ലണ്ടിൽനിന്ന് ഇന്ത്യയിലേക്ക് പറക്കാൻ ഇരുപതാം നൂറ്റാണ്ടിന്റെ ആദ്യകാലത്ത് ഇന്നുള്ള പോലെ വലിയ ജെറ്റുകൾ ഒന്നും ഇല്ലായിരുന്നു. പ്രൊപ്പെല്ലറിൽ പറക്കുന്ന ചെറുവിമാനങ്ങൾ. അതിൽ വലിയ ഇന്ധന ടാങ്കുകളും ഇല്ല. അതിനാൽ പറക്കൽ പൂർത്തിയാക്കുന്നതിനിടയിൽ പലതവണ ഇന്ധനം നിറയ്ക്കേണ്ടി വരുന്നു. അന്ന് ബ്രിട്ടീഷുകാലത്ത് ഈ മേഖലയിൽ അവർക്ക് refuellingന്നായി ഒരു ബേസ് വേണമായിരുന്നു. ഷാർജ ഭരണാധികാരിക്കാണ് അതിന് യോഗമുണ്ടായത്. വല്ലപ്പോഴും എണ്ണ നിറയ്ക്കാനായി വന്നിറങ്ങുന്ന വിമാനങ്ങൾ. അവയ്ക്കായി ഇരുപതാം നൂറ്റാണ്ടിന്റെ ആദ്യപകുതിയുടെ പകുതിയിൽ നിർമ്മിച്ചതാകാം ആ എയർപോർട്ട്. ഓരോ ലാന്റിങ്ങിനും ഷാർജ ഭരണാധികാരിക്ക് അന്ന് അഞ്ഞൂറ് ഇന്ത്യൻ രൂപ കിട്ടുമായിരുന്നത്രെ.

റൺവേയുടെ മദ്ധ്യത്തിലായി ഷേബാ ഹോട്ടലിന്നെതിർവശം ഇന്നത്തെ ഒരു വീടിനോളം മാത്രം വലുപ്പമുള്ള ഒരു കെട്ടിടം. അതാണ് എയർപോർട്ട് ടെർമിനൽ. അതിന്മേലെ വൃത്താകൃതിയിൽ ചുറ്റുഭാഗവും സ്ഫടിക ജാലകങ്ങളുള്ള ഒരു ഭാഗമുണ്ട്. അത് കൺട്രോൾ ടവർ. അന്നും ആ വിമാനത്താവളം സജീവമായിരുന്നു. പഴയ കാലത്തെ ഭൂപടങ്ങളിൽ മറ്റ് എമിരേറ്റ്സുകളെയെല്ലാം ഒഴിവാക്കി ഷാർജ രേഖപ്പെടുത്താൻ കാരണം ഈ പഴയ കോളോണിയൻ അധികാരികൾക്കായൊരുക്കിയ എയർപോർട്ടാണ്. റൺവെയുടെ പടിഞ്ഞാറു വശത്തിലൂടെ തിരിഞ്ഞ് കാർ ഒരു റൗണ്ട് എബൗട്ട് കടന്ന് നേരെ കടക്കുന്നത് ഒരു ചെറുജനവാസമേഖലയിലേക്കാണ്. റൗണ്ട് എബൗട്ട് കഴിഞ്ഞാൽ ഇടതുവശം ഒരു സിനിമ. അതായിരുന്നു പേരുകേട്ട ഷാർജ സിനിമ. പിന്നെ ഇരുവശവും ഇരുനില കെട്ടിടങ്ങളുടെ ഒരു നിര. അതും പിന്നിട്ടാൽ വലതുവശത്ത് മൂന്നോ നാലോ നിലകളുള്ള ഒരു പുതിയ കെട്ടിടം. അതിൽ ബ്രിട്ടീഷ് ബാങ്ക് ഓഫ് മിഡ്ഡിൽ ഈസ്റ്റ്. ഇന്ന് അത് HSBC എന്ന പേരിൽ അറിയപ്പെടുന്നു. ഇപ്പോൾ അതിൽ ഇന്ത്യൻ പ്രവാസസംരംഭകരിൽ അത്യുന്നതങ്ങളിലിൽ എത്തിയ B R ഷെട്ടിയുടെ UAE എക്സ്ചേഞ്ച് പ്രവർത്തിക്കുന്നു. അതിനപ്പുറം വിശാലമായ ഒരു മൈതാനം. മൈതാനത്ത് റോഡിനടുത്തായി ഒരാൽ മരം. ഷാർജയിലെ പ്രശസ്തമായ റോള ചതുരം.

റൗണ്ട് എബൗട്ട് കഴിഞ്ഞ് പട്ടണത്തിലേക്കു കടക്കുമ്പോൾ വലതുവശത്തെ രണ്ടാമത്തെ ഇരുനിലകെട്ടിടത്തിലായിരുന്നു സ്പിന്നിസ്. വിജയേട്ടൻ അവിടെ ജോലി ചെയ്യുന്നു. സ്പിന്നിസ് ഒരു ബ്രിട്ടീഷ് സൂപ്പർമാർക്കറ്റ് ആണ്. അന്നവിടെയുള്ള പാശ്ചാത്യരും പണക്കാരായ സ്വദേശികളും കൂടുതൽ ഉപഭോക്താക്കളായ ഒരു സ്ഥാപനം. ഇന്നത്തെ ഒരു വലിയ ഗ്രോസറിയുടെ വലുപ്പമേ ആ സ്ഥാപനത്തിന് അന്നുണ്ടായിരുന്നുള്ളൂ. ഷാർജ ഒരു ചെറുപട്ടണമായിരുന്നു. റോഡിനു ഇരുവശമുള്ള കച്ചവട

സ്ഥാപനങ്ങൾക്ക് പിന്നിൽ പഴയ കുറേ അറബി വീടുകൾ. കടൽപുറ്റു കൊണ്ടും തബൂക് (hollow block)കൊണ്ടും നിർമ്മിച്ചവ. അതിൽ സ്വദേശികളും വിദേശികളും സമ്മിശ്രമായി വസിക്കുന്നു.

എടുത്തു പറയാൻ അവിടെയുള്ളത് മറ്റെന്തായിരുന്നു? ഡീസൽ യന്ത്ര വൈദ്യുതി കേന്ദ്രം.... പത്തേമാരി അടുക്കുന്ന അബ്ര.....

അന്ന് ഷാർജ പോർട്ട് ഉണ്ടായിയുന്നോ? അറിയില്ല.

ദുബായ് ക്രീക്കിന് ഇന്നുള്ളതിനേക്കാളും വീതി കൂടുതലുണ്ടായിരുന്നു. രണ്ട് കരയും കോൺക്രീറ്റ് ഭിത്തികളാൽ ബലം വരുത്തി പത്തേമാരികൾക്കു നങ്കൂരമിടാനായി സൗകര്യപ്പെടുത്തിയിരിക്കുന്നു. ദുബായ് ഭരണാധികാരി ഷെയ്ഖ് റാഷിദ് ആദ്യം ചെയ്ത വൻമുതൽമുടക്കിലൊന്നു ക്രീക്ക് ഡ്രഡ്ജ് ചെയ്ത് ആഴം വർദ്ധിപ്പിക്കയും അവയിൽ പത്തേമാരികൾ അടുക്കാൻ സൗകര്യമൊരുക്കുകയുമായിരുന്നു.

ഒരു ദിവസം നടക്കാൻ ഇറങ്ങിയത് ക്രീക്ക് സൈഡിലേക്കായിരുന്നു. ദേര പോസ്റ്റ് ഓഫീസ് നിൽക്കുന്ന കെട്ടിടം അന്നത്തെ വലിയ നിർമ്മിതികളിൽ ഒന്നായിരുന്നു. അതിന് മുന്നിലൂടെ ക്രീക്കിന് സമാന്തരമായി ഒരു രണ്ടുവരി പാത. ആ പാതയുടെ ഒരു വശത്തായി അന്നത്തെ വലിയ കെട്ടിടങ്ങൾ. മറുഭാഗം 'ദുബായ് പുഴ'. വൃത്തിയും വെടിപ്പുമുള്ള ആധുനിക കെട്ടിടങ്ങൾ. മാർബിൾ പാകിയ തിളങ്ങുന്ന നിലം. എട്ടും പത്തും നിലകളുള്ള അഞ്ചാറ് കെട്ടിടങ്ങളുടെ ഒരു നിര. എല്ലാം ക്രീക്കിന്നഭിമുഖമായി. അതിൽ ഒന്ന് കാൾട്ടൻ പഞ്ചനക്ഷത്ര ഹോട്ടൽ. തൊട്ടടുത്ത കെട്ടിടത്തിന് താഴെ വിംപി റെസ്റ്റോറന്റ്. അവിടെ അമേരിക്കൻ രീതിയിലുള്ള ഫാസ്റ്റ് ഫുഡ് വിളമ്പുന്നു. നാട്ടുകാരായ ചിലർ അവിടെ ജോലി ചെയ്തിരുന്നു. അവരെല്ലാം അറുപതുകളുടെ അവസാനത്തിൽ പത്തേമാരിയിൽ കടൽ കടന്നവരാണ്. ഈ കാലത്തിനുള്ളിൽ പലരും നാട്ടിൽ വീടുകൾ നിർമ്മിച്ചു. അങ്ങനെ പല ഓലപ്പുരകളും വാർപ്പ് പുരകളായി മാറിക്കൊണ്ടിരുന്നു. വിംപിക്കപ്പുറം രണ്ടുമൂന്നു കെട്ടിടങ്ങൾ. ഇന്റർകോണ്ടിനെന്റൽ ഹോട്ടൽ അന്നില്ല. അത് നിർമ്മിതിയിലായിരുന്നു. കേബിൾ ആൻഡ് വയർലെസ്സ് അവസാന കെട്ടിടത്തിൽ. പിന്നെ കുറേ വിജനം. ദൂരെ ഒരുപാട് ക്രെയിനുകൾ ഉയർന്നു നിൽക്കുന്ന മെക് ഡെർമൊട്ട് യാർഡ്.

ക്രീക്കിൽ ഒരുപാട് പത്തേമാരികൾ. കയറ്റിറക്ക് തകൃതിയായി നടക്കുന്നു. അതിൽ പണിയെടുക്കുന്നവർ അധികവും ഇറാനികളും ബലൂചികളും. ഇന്ത്യ, ഇറാൻ, പാക്കിസ്ഥാൻ, ഒമാൻ, യെമൻ, സോമാലിയ തുടങ്ങി താരതമ്യേന അടുത്ത സമുദ്രതീരങ്ങളിലേക്ക് നിരന്തരം നീന്തുന്ന യാനങ്ങൾ. അവയിൽ പലതും ഇന്ത്യയിലേക്ക് അനധികൃതമായി സ്വർണ്ണം കടത്താനും ഉപയോഗിച്ചിരുന്നു. ക്രീക്ക് കടലിൽനിന്ന് നിരപ്പു കുറഞ്ഞ ഭാഗത്തേക്ക് ഒഴുകിവന്ന പ്രകൃതിദത്തമായ ഒരു ജലാശയമാണ്.

കരയിലേക്കു നീണ്ട കടലിന്റെ ഒരു വാൽ! അത് അഞ്ചെട്ട് കിലോമീറ്റർ കരയിലോട്ട് സഞ്ചരിച്ചു വീതി കൂടി കണ്ടൽക്കാടുകളാൽ ചുറ്റപ്പെട്ട് അവസാനിക്കുന്നു. വേലിയേറ്റവും ഇറക്കവും വളരെ പ്രകടമാണ് ഈ ജലാശയത്തിൽ. കണ്ടൽക്കാടുകൾ സംരക്ഷിതമാണ്. ഫ്ളമിംഗോകളുടെ ആവാസകേന്ദ്രമാണത്. എല്ലാ കാലത്തും ഫ്ളമിംഗോകളെ അവിടെ കാണാം. നീണ്ട കഴുത്തും നീണ്ട കാലും വളഞ്ഞ കൊക്കും റോസിൽ തുടങ്ങി വെള്ളയിൽ അവസാനിക്കുന്ന നിറവും. ആഴം കുറഞ്ഞ ഭാഗങ്ങളിൽ അവ കൂട്ടത്തോടെ ജല കീടങ്ങളെയും ചെറുമത്സ്യത്തെയും ആഹാരമാക്കി കഴിയുന്നു. തണുപ്പുകാലങ്ങളിൽ ദേശാടനപക്ഷികളും മനോഹര കാഴ്ചകൾ ഒരുക്കി ക്രീക്കിൽ വന്നണയുന്നു.

തിരിച്ചു നടന്നു. ചെറുറോഡിൽ ചെറുകെട്ടിടങ്ങളിലെ ചെറുകച്ചവട സ്ഥാപനങ്ങൾക്കിടയിലൂടെ ചെറു ആൾക്കൂട്ടത്തോടൊപ്പം.

ഞങ്ങൾ ഒരു ലബനീസ് സാൻഡ്‌വിച്ച് കടയിലേക്കു കയറി. നല്ല വൃത്തി, തിളങ്ങുന്ന നിലം, സ്റ്റെയിൻലെസ്സ് സ്റ്റീൽ ഉപകരണങ്ങൾ. കണ്ണുകൾക്കെല്ലാം പുതുകാഴ്ചകൾ. പുറത്ത് കമ്പിയിൽ തിരിയുന്ന കോഴി. 'നരകക്കോഴി' എന്നാണ് അങ്ങനെ ചുട്ടെടുക്കുന്ന കോഴി മലയാളികൾക്കിടയിൽ അറിയപ്പെട്ടിരുന്നത്. അകത്തു ഷവർമ്മയുമുണ്ട്. ഇന്ന് കേരളത്തിലെ ഗ്രാമങ്ങളിൽ പോലുമുണ്ട് ആ കാഴ്ച. മലയാളികളുടെ ആഹാരത്തിൽ വന്ന അറബ് സ്വാധീനം!

മാമൻ രണ്ട് ഫിലാഫിൽ സാൻഡ്‌വിച്ചാണ് ഓർഡർ ചെയ്തത്. വെള്ളക്കടലയും പാർസിലിയും അരച്ച് വടപോലെ രൂപം നൽകി എണ്ണയിൽ വറത്തെടുക്കുന്നതാണ് ഫിലാഫിൽ. ഒരു കുബ്ബൂസ് രണ്ടായിപ്പകുത്ത് അതിൽ രണ്ട് ഫിലാഫിൽ വെച്ച് ഒന്ന് ഞരടി അതിൽ ലെറ്റൂസ് കഷ്ണങ്ങൾ, ഉള്ളി, ഹോമുസ്, കുക്കുംബർ തുടങ്ങിയവയിട്ട് ചുരുട്ടി സാൻഡ്‌വിച് പേപ്പറിൽ പൊതിഞ്ഞു തരുന്നു. കൂടെ ഉപ്പിലിട്ട മുളക്, മുള്ളങ്കി, കാരറ്റ് തുടങ്ങിയവയും. ആദ്യമായി കഴിക്കുന്ന ഒരു മദ്ധ്യപൂർവേഷ്യൻ വിഭവം. നല്ല സ്വാദ്.

ദിവസങ്ങൾ നീങ്ങുന്നു. അതിനിടയിൽ ഒരു നോവൽ വായിച്ചു തീർത്തു. മേതിൽ രാധാകൃഷ്ണന്റ 'സൂര്യവംശം'. മാമന്റെ ശേഖരത്തിൽ ഒന്ന്.

ഒരു ജോലി കിട്ടി. അമ്മയുടെ ശിഷ്യനായ കൂർക്കപ്പറമ്പിൽ മണി വന്ന് എന്നെ കൂട്ടിക്കൊണ്ടുപോയി. കാൾട്ടൻ ഹോട്ടലിലേക്ക്. ഓഫീസിൽ ചെന്ന് പേഴ്സണൽ മാനേജരെ പരിചയപ്പെടുത്തി. ഇന്റർവ്യൂ ഒന്നും കാര്യമായില്ല. അടുത്ത ദിവസം തൊട്ട് ജോലിക്ക് ഹാജരാകാൻ പറഞ്ഞു. എയർപോർട്ടിലാണ് ജോലി. അന്ന് കാൾട്ടൻ ഹോട്ടലിനാണ് ദുബായിലെ ഇൻഫ്ളൈറ്റ് കാറ്ററിംഗ് ചുമതല. എയർപോർട്ട് ടെർമിനലിന്റെ താഴത്തെ നിലയിലാണ് അടുക്കളയും പാക്കിംഗ് സെക്ഷനും വിതരണവും എല്ലാം.

ടൈംകീപ്പർ കം കാഷ്യർ എന്ന ഒരു ജോലിയാണ് ആദ്യമായി കിട്ടിയത്. കാൾട്ടൻ സ്റ്റാഫിനായി ഒരു കാന്റീൻ താഴത്തെ നിലയിൽ പ്രവർത്തിച്ചിരുന്നു. DNATA തുടങ്ങി മറ്റു സ്ഥാപങ്ങളിൽ ജോലിയെടുക്കുന്നവർക്കും അവിടെനിന്നു ആഹരിക്കാം, കാഷ് കൊടുക്കണമെന്നുമാത്രം. ഈ ക്യാന്റീനിന്റെ എൻട്രൻസിൽ ആണ് എനിക്ക് കിട്ടിയ ഇരിപ്പിടം. ടേബിളിൽ ഒരുപാട് പഞ്ചിങ്ങ് കാർഡുകൾ ലോഹനിർമ്മിതമായ കാർഡ് ഹോൾഡറിൽ പേരുകൾ കാണും വിധം ഒന്നിനു പുറകെ ഒന്നായി അടുക്കിയിരിക്കുന്നു. തൊട്ടടുത്തു ഒരു ക്ലോക്കോട് കൂടിയ പഞ്ചിങ് മെഷീൻ. ഓരോ എംപ്ലോയിയും അകത്തുകടക്കുമ്പോഴും പുറത്തു പോകുമ്പോഴും പഞ്ച് ചെയ്യണം. അത് നോക്കിനടത്തൽ ഒരു ജോലി. മറ്റൊന്ന് ഫ്രീ ആഹാരത്തിനു യോഗ്യരല്ലാത്തവർക്ക് ബിൽ ചെയ്യലും ക്യാഷ് കളക്ഷനും.

രാത്രിയിലാണ് ജോലി. ദേര പൊലീസ് സ്റ്റേഷന്റെ അടുത്ത് കമ്പനി ബസ് വരും പിക്ക് ചെയ്യാനായി. രാത്രി എട്ടുമണി മുതൽ കാലത്ത് എട്ടു മണിവരെ പന്ത്രണ്ട് മണിക്കൂർ ജോലി. ബസ് വന്നു. ഇന്ത്യൻ നിർമ്മിതമായ 'ടാറ്റാ'. കയറ്റുമതിക്കായതുകൊണ്ട് ചില മാറ്റങ്ങളൊക്കെയുണ്ട്. ലെഫ്റ്റ് ഹാൻഡ് ഡ്രൈവ്, ഓട്ടോമാറ്റിക് വാതിലുകൾ.

ഡ്രൈവർ ഒരു തടിയൻ, ചെറുപ്പക്കാരൻ, വെള്ള നിറവും കറുത്ത കണ്ണുകളും മുടിയും. ഒരു ലെബനീസ് സുന്ദരൻ. ഷേവ് ചെയ്ത് മിനുക്കിയ തുടുത്ത കവിളുകൾ, കട്ട മീശ. അയാൾ ഒരു സംസാരപ്രിയനായിരുന്നു. എന്തെങ്കിലുമൊക്കെ പറയുകയും ചിരിക്കുകയും ചിരിപ്പിക്കയും ചെയ്തിരുന്നു. അറബിയിലായതുകൊണ്ട് ഒന്നും മനസ്സിലായിരുന്നില്ല.

ദേരയിൽ പലയിടങ്ങളിൽ കറങ്ങി പലരെയുമെടുത്ത ബസ് നൈഫ് റോഡിലേക്ക് കടന്ന് വലത്തോട്ടു തിരിഞ്ഞു. ഇടതുഭാഗത്തെ ജലസംഭരണികളും പഴയ വൃത്താകാരത്തിൽ മേലോട്ട് പൊങ്ങിയ കിണറു പോലുള്ള കടൽപുറ്റ് നിർമ്മിതിയും കടന്ന് ബസ് മുന്നോട്ടു പാഞ്ഞു. ഫിഷ് റൗണ്ട് എബൗട്ട്, ദേര സിനിമ പിന്നിട്ട് എയർപോർട്ട് റോഡിൽ ചേർന്ന് ഇടത്തോട്ടു തിരിഞ്ഞു. കാര്യമായ നിർമ്മിതികളൊന്നുമില്ലാത്ത ഒഴിഞ്ഞ പാതയോരം. ഇടതുഭാഗത്ത് റോഡിൽനിന്നും ദൂരെ ഖത്തർ പതാകവാഹിയായ ഒരു മന്ദിരം, ഒരു വലിയ വീടു പോലെ ഖത്തർ കോൺസുലേറ്റ്. എതിർദിശയിൽ മാക് ഡെർ മൊട്ട്. അടുത്ത റൗണ്ട് അബൗട്ടിൽ ക്ലോക്ക് ടവർ. ക്ലോക്ക് ടവറിന്റെ വലതുവശം മൂലയിൽ രണ്ട് എട്ടു നിലക്കെട്ടിടങ്ങൾ. അവയിൽ ഒന്ന് ഇപ്പോഴുമുണ്ടെന്ന് തോന്നുന്നു. ക്ലോക്ക് ടവറിന്റെ ഇടത്തെ മൂലയിൽ ഇമിഗ്രേഷൻ ഓഫീസ്. റൗണ്ട് ബൗട്ടിൽനിന്ന് വലത്തോട്ടു തിരിഞ്ഞാൽ റോഡ് മഖ്റ്റും പാലം കടന്ന് ബർ ദുബായിലേക്കു പോകുന്നു. നേരെ പോയാൽ വീണ്ടും റൗണ്ട്

എബൗട്ട്. ഫ്ളയിം റൗണ്ട് എബൗട്ട്. അതിന് നടുവിലായി ഒരു കോൺക്രീറ്റ് ശില്പം. ശില്പത്തിനും നടുവിലായി എപ്പോഴും ജ്വലിച്ചു കൊണ്ടിരിക്കുന്ന ദീപം. ഇവിടെ നിന്ന് വലത്തോട്ടു തിരിഞ്ഞാൽ ബുസ്താൻ ഹോട്ടൽ. ഇടതുവശത്ത് റൺവേ തുടങ്ങുന്നു. അതിനൊരു വശം ഷാർജ എയർപോർട്ടിൽ കണ്ടതിനു സമാനമായ ഒരു ടെർമിനൽ. ദുബായ് എയർപോർട്ടിന്റെ ആദ്യ ടെർമിനൽ. അന്ന് അത് കാർഗോ ടെർമിനലായി പ്രവർത്തിക്കയായിരുന്നു. ആ ഭാഗം പൊളിച്ചു നീക്കി. ഇന്ന് വലിയ കാർഗോ കോംപ്ലെക്സും ഫ്ളവർ സെന്ററും നിൽക്കുന്നിടം. പൂക്കൾക്ക് മാത്രമായി ഒരു ടെർമിനൽ! അത്രയും പൂക്കൾ ദിവസവും ലോകത്തിന്റെ നാനാഭാഗത്തുനിന്നുമായി ദുബായിൽ പറന്നിറങ്ങുന്നുണ്ട്. (വർഷത്തിൽ മൂന്നു ലക്ഷം ടൺ പൂക്കൾ).

പഴമയിലേക്ക് മടങ്ങാം.

ബസ് മുന്നോട്ടു നീങ്ങി. ഫ്ളൈഓവർ കയറി നാലുവരിപാത മറികടന്നു ദുബായ് എയർപോർട്ട് ടെർമിനലേക്കടുത്തു. അന്നത്തെ വലിയ ഒരു ആധുനിക നിർമ്മിതി. (ഇന്നത് ദുബായ് എയർ ടെർമിനലുകളുടെ ഒരു ചെറു തുണ്ട് മാത്രമാണ്). ബസ് സ്റ്റാഫ് എൻട്രൻസുള്ള ടെർമിനലിന്റ മറുഭാഗത്തേക്കു നീങ്ങി. പാർക്കിംഗ് ബേയിൽ വലിയ ജെറ്റ് വിമാനങ്ങൾ. അതിനും പിന്നിൽ റൺവേ.

ഒരു സെക്യൂരിറ്റി ചെക്കിങ്ങും ഇല്ലാതെയാണ് അവിടംവരെ എത്തിയത്. ഉള്ളിൽ കയറാനുമില്ല സെക്യൂരിറ്റി. ഒരു ഐ.ഡി. പോലുമില്ലാതെ ടെർമിനലിന്റെ അകത്തേക്ക് പ്രവേശിച്ചു.

ക്യാന്റീന്റെ പുഷ് ഡോർ തുറക്കുന്നത് ഒരു വലിയ ഇടനാഴിയിലേക്കാണ്. ഒരറ്റം വിമാനങ്ങൾ നിൽക്കുന്ന ഭാഗത്തേക്കും മറുഭാഗം ലിഫ്റ്റിലേക്കും സ്റ്റെയർകേസിലേക്കും. യാത്രക്കാർ വണ്ടിയിറങ്ങുന്നത് ഒന്നാം നിലയിൽ. അവർ ബോഡിങ്ങ് പാസ്സ് എടുത്ത് എമിഗ്രേഷനും കഴിഞ്ഞ് പടവുകളില്ലാത്ത അഞ്ച് മീറ്ററെങ്കിലും റാഡിയസ് ഉള്ള ചുറ്റുകോണി ഇറങ്ങി നടന്ന് വിമാനത്തിനടുത്തെത്തുന്നു. പിന്നെ വിമാനത്തിൽ കയറാനായി അടുപ്പിച്ച പടവുകൾ കയറി ഇരിപ്പിടങ്ങളിലേക്കും.

കോറിഡോറിലൂടെ വിമാനജോലിക്കാർ കടന്നു പോകാറുണ്ട്. ഇൻഫ്ളൈറ്റ് ക്രൂവിന് മാത്രമായി പ്രത്യേകം നിർമ്മിച്ച ട്രോളി ബാഗും ഹാൻഡ് ബാഗുമായി തോളത്തും കൈകളിലും വരകളുള്ള കറുത്ത കോട്ട് ധരിച്ച് തന്റെ സ്ഥാനമെന്തെന്നറിയിച്ച് പോകുന്ന പൈലറ്റ്/ക്യാപ്റ്റൻ റാങ്കുകാർ, വ്യത്യസ്ത വസ്ത്രങ്ങൾ അണിഞ്ഞ പല നാട്ടുകാരായ എയർഹോസ്റ്റസ് സുന്ദരിമാർ, എഞ്ചിനീയർമാർ, മറ്റ് എയർപോർട്ട് ജീവനക്കാർ, നീല ഷർട്ടും പാന്റ്സും ധരിച്ച തൊഴിലാളികൾ, തോക്കേന്തിയ പൊലീസുകാർ അങ്ങനെ ഒരുപാടാളുകൾ. പുതിയ അനുഭവങ്ങൾ... കാഴ്ചകൾ...

ശക്തമായ ശബ്ദമാണ് വിമാനങ്ങൾ അടുത്തുവരുമ്പോൾ. പ്രത്യേകിച്ച് അവ പുറപ്പെടുമ്പോൾ ജെറ്റിൽ നിന്നുവരുന്ന ശക്തിയേറിയ കാറ്റ് ഭീകര ശബ്ദത്തോടൊപ്പം കത്തിയ ഇന്ധനത്തിന്റെ തീവ്രഗന്ധവുമായി ഇടനാഴിയിയിലൂടെ പാഞ്ഞടുത്തു വരും, പുഷ് ഡോർ ചിലമ്പും അതിന്റെ ശക്തിയിൽ.

ക്യാന്റീനിൽ രണ്ടുപേരാണ് വേറെ ജോലിക്കാർ. ദാമു തൃശൂർ ജില്ലക്കാരൻ. പിന്നെ അമ്പതിനോടടുത്ത വെളുത്ത നിറവും നീലക്കണ്ണുകളും കറുത്ത മുടിയുമുള്ള ഒരു സിറിയക്കാരൻ. രണ്ടു പേർക്കും ഒരേ വേഷം. ഗ്രേയിൽ കറുത്ത ചെറിയ കള്ളികളോടെയുള്ള പാന്റ്സ്, കട്ടികൂടിയ വെള്ളത്തുണിയിൽ കോളർ ഇല്ലാത്ത വലിയ ബട്ടണുകളുള്ള മേൽക്കുപ്പായം. വെളുത്ത നിറത്തിൽ നീളത്തിലുള്ള തൊപ്പി. അതിന്റെ ഉയർന്ന ഭാഗത്ത് ഞൊറിവുകൾ. വലിയ ഹോട്ടലിലെ ഷെഫ് പോലെ. ഭാരിച്ച ജോലിയൊന്നുമില്ലവിടെ. വരുന്ന അതിഥികൾക്ക് അവർ ആവശ്യപ്പെടുന്ന ആഹാരം കൊടുക്കുക. നരകക്കോഴി മൂന്ന് യൂണിറ്റിൽ നൽകുന്നു. ഫുൾ, ഹാഫ്, ക്വാർട്ടർ. കൂടെ ഹോമുസ്, ഖുബൂസ്. അധികം ആവശ്യക്കാരും അതിനുതന്നെ.

രാത്രിയിൽ ഓരോന്നാലോചിച്ചിരിക്കും. തോക്കുമായി വന്ന് ആഹാരം കഴിക്കുന്ന പൊലീസുകാർ. ഏറ്റവും ആധുനികമായ തുരു തുരാ വെടിവെയ്ക്കാവുന്ന യന്ത്രത്തോക്കുകൾ. എന്തിനാണ് മനുഷ്യൻ ആയുധവുമായി നടക്കുന്നത്? മനുഷ്യനെതന്നെ നേരിടാൻ. മറ്റു ജീവികളൊന്നും ഇങ്ങനെ ചെയ്യുന്നില്ലല്ലോ? മനുഷ്യൻ ശരിയായ ഒരു ജീവിയല്ല എന്നുറപ്പിച്ചു. ദേശാടനപ്പക്ഷികൾ പാസ്പോർട്ടോ ഇമിഗ്രേഷനോ ഇല്ലാതെ ലോകം മുഴുവൻ പറന്നെത്തുന്നു. സമുദ്രത്തിലെ വൻമത്സ്യങ്ങളും തിമിംഗലങ്ങളും മഹാസമുദ്രങ്ങൾ താണ്ടി ലോകം കറങ്ങുന്നു. മനുഷ്യനു മാത്രം അതിർത്തികൾ, അതിർത്തിക്കപ്പുറമുള്ള ജനങ്ങളെ ശത്രുക്കളായി കാണുന്നൂ ചിലർ. നിയമങ്ങൾ... നിയമലംഘകരെ നേരിടാനായി ആയുധവുമായി റോന്തുന്ന മനുഷ്യൻ. അതിർത്തികൾ ഇല്ലാത്ത, ചെറിയവനും വലിയവനുമില്ലാത്ത, ഉള്ളവനും ഇല്ലാത്തവനുമില്ലാത്ത ഒരു സമത്വസുന്ദരവും കർമ്മനിരതവുമായ ലോകം, സീമകളില്ലാത്ത പുത്തൻ അറിവിന്റെ, കനിവിന്റെ ലോകം സ്വപ്നം കാണുകയായിരുന്നു അവൻ.

ഒന്നുരണ്ട് ദിവസം കഴിഞ്ഞു. ദാമു ചങ്ങാത്തം കൂടി. ഊരും പേരുമെല്ലാം പരസ്പരം അറിഞ്ഞു.

“ഇങ്ങനെ പോയാൽ ഞങ്ങടെ കഞ്ഞി മുട്ടും”, ദാമു പറഞ്ഞു.

ആദ്യം പിടികിട്ടിയില്ല, കൂടുതൽ ചോദിച്ചപ്പോൾ കാര്യം വ്യക്തമായി. കുറേ പേർക്ക് സൗജന്യമായി ആഹാരം കൊടുക്കുന്നു അവിടെ. ആഹാരത്തിനു കണക്കൊന്നുമില്ല. അക്ഷരാഭ്യാസമില്ലാത്ത തൊഴിലാളികളും ആഹാരത്തിനായി വരുന്നുണ്ടവിടെ. അങ്ങനെയുള്ളവർ വരുമ്പോൾ

ബില്ലിൽ തിരിമറി കാണിക്കണം, ഒരു കോഴി ചോദിച്ചാൽ ഒരു ചായ എന്നെഴുതികൊടുത്ത് വാക്കാൽ ദാമുവിനോട് അവരുടെ ആവശ്യം മലയാളത്തിൽ അറിയിക്കുക. ഒരു ചായയുടെ ചാർജ് എഴുതി കോഴിയുടെ വില വരുന്നവരിൽ നിന്നും വഹിക്കുക. കമ്പനിക്ക് ചായയുടെ വില മാത്രം. ചായയുടെ വില എടുത്ത് ബാക്കി വരുന്നത് രണ്ടുപേർക്കും. ഇതവിടെ നിത്യ സംഭവമാണ്. അങ്ങനെ ചെയ്യാത്തതിൽ ആയിരുന്നു ദാമുവിന് പിണക്കം. എന്തായാലും ദാമു അത് പറഞ്ഞു തന്നു. മൂന്നു മാസം കഷ്ടിയെ അവിടെ നിന്നുള്ളൂ. അപ്പോഴേക്കും മറ്റൊരു ജോലി ശരിയായി.

കടുത്ത ജോലിയൊന്നുമില്ലാത്ത രാത്രികൾ കൊഴിഞ്ഞുകൊണ്ടിരുന്നു. സൂപ്പർവൈസർ മാന്യനും മദ്ധ്യവയസ്കനുമായ ഒരു പാക്കിസ്താനി ആയിരുന്നു. ഫുൾ സ്യൂട്ടിൽ വല്ലപ്പോഴും അതിലെ കടന്നുപോകും. എല്ലാം ഒക്കെയല്ലേ എന്നു ചോദിക്കയേയുള്ളൂ. സമയം ഏറെയുള്ളതുകൊണ്ട് ഞാൻ വായിക്കാൻ തുടങ്ങി. ആനന്ദിന്റെ 'ആൾക്കൂട്ടം'. സൂപ്പർവൈസർ വരുമ്പോൾ ഒരു രാത്രി ഞാൻ വായിച്ചുകൊണ്ടിരിക്കയാണ്. അദ്ദേഹം ഒന്ന് ചിരിച്ചു കടന്നുപോയി. ആദ്യകാല ദുബായ് ജീവിതത്തിൽ ഇങ്ങനെ കുറേ നല്ല അനുഭവങ്ങൾ ഉണ്ടായെങ്കിലും എല്ലാം അങ്ങനെയായിരുന്നില്ല.

ഡേ ഷിഫ്റ്റിൽ ജോലിചെയ്തിയുന്ന തിരുവല്ലക്കാരൻ മാത്യു മറ്റൊരു ജോലി കിട്ടിപോയി. അന്ന് വിസയോ ലീഗൽ സ്പോൺസർഷിപ്പോ ഒന്നും ഒരു ജോലിക്ക് വിഘ്നമായിരുന്നില്ല. ഒരാളുടെ സാന്നിദ്ധ്യം മാത്രം മതി. അയാൾ പത്തേമാരിയിൽ വന്ന ആളായാൽ പോലും. മനുഷ്യർ വളരെ കുറവായിരുന്ന കാലം, ഉള്ള മനുഷ്യർക്ക് വിലയുമുണ്ടായിരുന്നു.

പകരം വന്നത് ഒരു പാക്കിസ്താനിയായിരുന്നു. മുപ്പത് മുപ്പത്തഞ്ച് പ്രായം. എല്ലാ മനുഷ്യരെയും ഏകോദര സഹോദരന്മാരായി സ്നേഹിക്കാൻ മാത്രമായ ശിക്ഷണം ലഭിച്ച ഞാൻ എങ്ങനെ ഒരു ഭിന്ന ദേശക്കാരനെ അന്യനായി കാണും? അതും ഇരുപത്തിയേഴുകൊല്ലം മുന്നെ വരെ സ്വന്തം നാട്ടുകാരനായവനെ. മതത്തിന്റെയോ വർണ്ണത്തിന്റെയോ ജാതിയുടെയോ പേരിൽ മനുഷ്യനെ മറുകണ്ണോടെ കാണാൻ എനിക്കാവില്ലായിരുന്നു. പ്രത്യേകിച്ചും ഒരു ലാഹോർവാസിയെ. യെശ്പാലിന്റെ 'ജൂട്ടസച്' (നിറം പിടിപ്പിച്ച നുണകൾ, This is not that Dawn) എന്ന ഇതിഹാസ നോവൽ അവിഭക്ത ഇന്ത്യയെക്കുറിച്ചുള്ള വേറിട്ട ഉൾക്കാഴ്ച നൽകിയിരുന്നു. അന്ന് ലാഹോർ മുംബൈയെക്കാളും പരിഷ്കൃതമായിരുന്നു. കിഴക്കിന്റെ പാരീസ് എന്നറിയപ്പെടുന്ന നഗരമായിരുന്നു ബ്രിട്ടീഷ് ഇന്ത്യയിലെ ലാഹോർ. എന്നാൽ മതങ്ങൾ കാലത്തെ പുറകോട്ട് നയിക്കുന്നു. ശാസ്ത്രീയവും സാംസ്കാരികവുമായി മനുഷ്യൻ നേടിയ ഉയർച്ചക്ഷണം ഇല്ലാതാക്കുന്ന മതങ്ങൾ... ആ ലാഹോറി വംശീയമായി, ജാതീയമായി നാം ഒന്നല്ല, വെറുക്കപ്പെടേണ്ടവർ കൂടിയാണെന്ന് മുഖം

നോക്കി മൊഴിഞ്ഞു. ആദ്യമായി ആ നിലയിൽ കിട്ടിയ ഒരു പ്രഹരം! അയാൾ രണ്ടു ദിവസമേ വന്നുള്ളൂ. ട്രെയിനിങ്ങിൽ തന്നെ മടുത്തു കാണും. പിന്നെ വന്നത് വർക്കലക്കാരൻ പദ്മാക്ഷനാണ്. മുപ്പത്തഞ്ച് നാല്പത് പ്രായം, കഷണ്ടി ചെറുതായി ബാധിച്ച നെറ്റി. ഉണ്ടക്കണ്ണുകൾ, അഹന്ത മുറ്റിയ മുഖം.

മണത്തല സ്കൂളിലെ അറബിക് ടീച്ചറുടെ മകൻ ബഷീർ ഏട്ടന്റെ സഹ പാഠിയും സുഹൃത്തും മുനീറയുടെ സഹോദരനുമായിരുന്നു. മുനീറ സഹോദരിയുടെ സഹേലിയും സഹപാഠിയുമായിരുന്നു. (ബഷീറും എന്റെ സഹോദരി അരുണയും ലോകത്തോട് വിട പറഞ്ഞു).

ബഷീർ അന്ന് ദുബായ് ഇലക്ട്രിസിറ്റി കമ്പനിയിൽ ജോലിനോക്കുന്നു. എയർപോർട്ട് റോഡിൽ ദേര സിനിമയ്ക്കെതിർവശം മക് ഡെർമൊട്ട് യാർഡിന്റെ ഒരു മൂലയിലായിരുന്നു ദുബായ് ഇലക്ട്രിസിറ്റിയുടെ ഓഫീസും പവർഹൗസും. വലിയ ഡീസൽ എൻജിൻ ജനറേറ്ററുകൾ ഒച്ചയോടെ സദാ പ്രവർത്തിച്ച് ഒരു ചെറുപട്ടണമായിരുന്ന ദുബായിക്ക് വേണ്ട വൈദ്യുതി നിർമ്മിച്ചുകൊണ്ടേയിരിക്കുന്നു. ബഷീർ അവിടെയാണ് ജോലി ചെയ്യുന്നത്. ഒരിക്കൽ അവിടെ പോയി ബഷീറിനെ കണ്ടു. ഓഫീ സിൽ ആണദ്ദേഹം. വലിയ ടൈപ്പ്റൈറ്റർ പോലുള്ള ഒരു ഉപകരണം പ്രവർത്തിപ്പിക്കയാണയാൾ. ഉപകരണത്തിന്റെ ഒരു മീറ്ററോളം നീളം വരുന്ന പേപ്പർ ഹോൾഡറിൽ പോസ്റ്റ് കാർഡിനേക്കാൾ നീളമുള്ള കുറേ കാർഡുകൾ ഘടിപ്പിച്ച് ടാബ് ഉപയോഗിച്ച് ചലിപ്പിച്ച് ഓരോ കാർഡിലും ചില അക്കങ്ങൾ ഇടുന്നു. കൺസ്യൂമർ കാർഡുകളാകാം അവ. കംപ്യൂട്ട റുകളോ വലിയ ടെക്നോളോജിയോ ഇല്ലാത്ത കാലം. ജോലി ചെയ്തു കൊണ്ടും തന്നെ ബഷീർ സംസാരിച്ചു. ഇലക്ട്രിസിറ്റി ഓഫിസിലേക്ക് ക്ലറിക്കൽ ജോലിക്കായി അപേക്ഷിക്കാൻ പറഞ്ഞു വിലാസം തന്നു. പറഞ്ഞ പോലെ അപേക്ഷ അയച്ചു. ഒരു അവധി ദിവസം അദ്ദേഹം റൂമിൽ വന്നു. ഞങ്ങൾ പുറത്തിറങ്ങി നടന്നു സംസാരിച്ചു. ക്രീക്ക് ഓര ത്തിലെ കാൾട്ടൻ ഹോട്ടലിൽ കയറി. ആദ്യമായി കയറുന്ന പഞ്ചനക്ഷത്ര ഹോട്ടൽ. തിളങ്ങുന്ന നിലം, പരവതാനി, വില കൂടിയ ഫർണിച്ചർ, സ്വർണ്ണ വർണ്ണത്തിൽ മട്ടുപ്പാവിൽ തൂങ്ങിനിൽക്കുന്ന വലിയ അലങ്കാരവിളക്കു കൾ (Chandelier). ഞങ്ങൾ ലിഫ്റ്റിൽ കയറി അടുത്ത നിലയിലുള്ള ബാറിലേക്ക് പോയി. രണ്ട് കാൾസ്ബർഗ് ഡ്രാഫ്റ്റ് ബിയർ ഓരോരു ത്തരും കുടിച്ചു. വലിയ ഡ്രമ്മിൽ വരുന്ന ബിയർ ബാർ കൗണ്ടറിൽ ഘടി പ്പിച്ച ചില്ലർ ടാപ്പിലൂടെ അര ലിറ്റർ ഗ്ലാസിൽ പകർന്നു തരുന്നു. ഓരോ ബ്രാൻഡിനും വ്യത്യസ്ത ചില്ലറുകൾ. ഓരോ ബാർ കൗണ്ടറിലും ബ്രാൻഡ് ലോഗോകളാൽ അലംകൃതമായി ജലബിന്ദുക്കളാൽ പൊതിഞ്ഞ അത്തരം കുറേ ബിയർ ഡിസ്പെൻസറുകൾ ഉയർന്നു നിൽക്കുന്നതു കാണാം.

റാഷിദ് ഹോസ്പിറ്റലിൽ പോർട്ടർ ആയി ജോലി ചെയ്യുന്ന തളിക്കുളംകാരൻ സെയ്ദ് ചേറ്റുവ മെസ്സിൽ മറ്റൊരു മുറിയിൽ താമസിക്കുന്നു. റാഷിദ് ഹോസ്പിറ്റലിൽ നഴ്സിംഗ് ട്രൈനീസ്നെ റിക്രൂട്ട് ചെയ്യുന്നുണ്ടെന്ന് സെയ്ദ് ഒരു ദിവസം അറിയിച്ചു. ഞാനും മാമനും അതിന്നായി അപേക്ഷിച്ചു. എയർപോർട്ട് ജോലി രസകരമായി മുന്നോട്ട് പോയി. പദ്മാക്ഷനുമായി കൂടുതൽ അടുത്തു. അദ്ദേഹം ദേര ക്ലോത്ത്സൂഖിനു പുറകുവശത്തായി രണ്ട് മുറികളുള്ള ഒരു അറബിക് വില്ല വാടകയ്ക്കെടുക്കുന്നുണ്ട്, എന്നോട് പോരണോ എന്നു ചോദിച്ചു. മാമനോട് വിവരം പറഞ്ഞു, അദ്ദേഹം സമ്മതിച്ചു. രണ്ടു പേരും അങ്ങോട്ട് താമസം മാറ്റി.

DNATA (Dubai National Air Travel Agency)യിൽ നീലക്കോളർ ജോലി ചെയ്യുന്ന വർക്കലക്കാരൻ ശശിയും പദ്മാക്ഷന്റെ കൂടെയുണ്ടായിരുന്നു. ശശി ഒരു നാടനായിരുന്നു. നല്ല ഉയരവും നീണ്ട കഴുത്തും മുഖവും മേൽവരിയിൽ പൊങ്ങിയ കട്ടപ്പല്ലുകൾ. വല്ലപ്പോഴും ഷേവ് ചെയ്യുന്ന പ്രകൃതം. DNATA യുടെ യൂണിഫോമായ നീല കോട്ടൻ പാന്റ്സും ഷർട്ടും ധരിച്ചു തലയിൽ ഒരു നാടൻ തോർത്തുമുണ്ടും കെട്ടിയാണ് മൂപ്പർ ജോലിക്കു പോകുന്നത്.

ചേറ്റുവ മെസ്സിൽ മാമനും ഞാനും ഒരു കട്ടിലാണ് ഉപയോഗിച്ചിരുന്നത്. പുതിയ സ്ഥലത്തേക്കായി മറ്റൊന്ന് കൂടി മേടിച്ചു.

റോഡിൽ വാഹനമിറങ്ങി ഇരുവശത്തുമുള്ള തുണിക്കടകളിലെ എയർകണ്ടിഷണറുകളിൽനിന്നും തള്ളുന്ന ചൂട് കാറ്റനുഭവിച്ച്, ഇടുങ്ങിയ ഗലികളിലെ വളവും തിരിവും താണ്ടി ആ ചെറുവില്ലയിൽ എത്തപ്പെടുന്നു. രണ്ടു മുറിയും ഒരടുക്കളയും ഒരു ടോയ്‌ലറ്റുമുള്ള ഒരു ചെറുവില്ല. L ഷേപ്പിലുള്ള അവയെ ബന്ധിപ്പിച്ചു ചതുരാകൃതിയിലാക്കുന്ന മതിൽ. മതിലിൽ ശബ്ദത്തോടെ തുറക്കുന്ന ഇരുമ്പ് വാതിൽ. ഉള്ളിൽ ഒരു ചെറു നടുമുറ്റം.

തുണിക്കടകൾ അധികവും ഗുജറാത്തികളുടേതും സിന്ധികളുടേതുമാണ്. അപൂർവം മലയാളികളുടേതും. പല വർണ്ണത്തിലുള്ള ജപ്പാൻ നിർമ്മിതമായ തുണികൾ സാരികൾ. കനം കുറഞ്ഞു സുതാര്യമായവയിൽ പല വർണ്ണത്തിലുള്ള പൂക്കൾ, ശലഭങ്ങൾ... ഉപഭോക്താക്കളെ ആകർഷിക്കാനായി കടയുടെ പുറത്ത് ഡിസ്പ്ലേ ചെയ്തവ... അന്ന് ചെറു കച്ചവടത്തിൽ തുടങ്ങിയ പലരും ഇന്ന് വൻ കച്ചവട സാമ്രാജ്യത്തിൻ ഉടമകളാണ്. ഒന്നുമാകാത്തവരും നശിച്ചവരും വേറെ.

ക്രീക്ക്/അബ്ര കടന്ന് ബർദുബായിൽ എത്താൻ മൂന്ന് പോയിന്റ്കളാണ് അന്നുണ്ടായിരുന്നത്. ദേര പോസ്റ്റ് ഓഫീസിനു മുന്നിൽനിന്നും ദേര പബ്ലിക് ലൈബ്രറിക്ക് മുന്നിൽനിന്നും ചെറുയന്ത്രവൽകൃത ബോട്ടുകൾ. ലൈബ്രറിക്കപ്പുറം തുഴയുന്ന ചെറുവള്ളങ്ങൾ. ഇരുപത്തഞ്ച് ഫിൽസ് ആണ് ഒരു യാത്രയ്ക്ക്. പ്ലാസ സിനിമയ്ക്കു മുൻവശം കുറേ

പഴയ നിർമ്മിതികൾ. അധികവും വീടുകൾ തന്നെ. ഷിന്ദഗ എന്ന് ഈ ഭാഗം അറിയപ്പെടുന്നു. ദുബായ് ഭരണാധികളുടെ ആദ്യകാല ഭവനം അതിലൊന്നാണ്. പ്ലാസ സിനിമ കഴിഞ്ഞാൽ സത്വവാ വരെ വിജനമാണ്. കടലോരത്തു പോർട്ട് റാഷിദ്. സത്ത്‌വായുടെ പടിഞ്ഞാറു ജുമേയ്റ. അവിടെ പാശ്ചാത്യർക്കായുള്ള വില്ലകൾ. ആ വില്ലകളിൽ വലിയ കമ്പനികളിലെ പാശ്ചാത്യരായ ഉന്നത ജോലിക്കാർ വസിക്കുന്നു.

അന്ന് ഹൗസ് മെയിഡ് (Housemaid) സാർവത്രികമായിരുന്നില്ല. ഹൗസ് ബോയ്കളായിരുന്നു അധികവും. നാട്ടുകാർ പലരും അങ്ങനെ ആ തൊഴിലിലേർപ്പെട്ടു അത്തരം വില്ലകളിൽ കഴിയുന്നു. വില്ലാ കോമ്പൗണ്ടിൽ ഒരു മൂലയിൽ അവർക്ക് ഒരു മുറി താമസസൗകര്യം. അടുക്കളയും ടോയ്‌ലറ്റും അതിൽ കാണും. വില്ലകൾക്കും അപ്പുറം കടൽ. പേർഷ്യൻ ഉൾക്കടൽ.

ജുമേറ കടലോരത്തു പ്രസിദ്ധമായ ഒരു ഭവനമുണ്ട്. യൂണിയൻ ഹൗസ് എന്ന പേരിൽ അതറിയപ്പെടുന്നു. 1971 ഡിസംബറിൽ അബുദാബി ഭരണാധികാരി ഷെയ്ഖ് സയ്ദ് ബിൻ അൽ നഹിയാന്റെ നേതൃത്വത്തിൽ യുണൈറ്റഡ് അറബ് എമിരേറ്റ്സ് രൂപീകൃതമായത് ആ മന്ദിരത്തിൽ വെച്ചാണ്. തുടക്കത്തിൽ ആറു എമിറേറ്റുകളൾ: അബുദാബി, ദുബായ്, ഷാർജ, അജ്മാൻ, ഉം അൽ ക്വയ്‌വാൻ, ഫുജൈറ, റാസ് അൽ ഖൈമ പിന്നീട് കൂടിച്ചേരുകയായിരുന്നു. ഇന്ന് ലോകത്തിലെ തന്നെ ഉയരം കൂടിയ ഫ്ളാഗ് മാസ്റ്റുകളിൽ ഒന്ന് അവിടെയാണ്. അതിൽ യുഎഇയുടെ വലിയ പതാക പാറിക്കളിക്കുന്നു. പുതുതായുണ്ടാക്കിയ യുഎഇയുടെ ചരിത്രം വിവരിക്കുന്ന ഒരു മ്യൂസിയവും ഇന്നവിടെ പ്രവർത്തിക്കുന്നു.

പ്ലാസ സിനിമയുടെ അടുത്തുനിന്നും ഷെയറിങ് ടാക്സി ജുമേറയിലേക്ക് കിട്ടും. ഒരാൾക്ക് ഒരു ദിർഹം.

ഡിസംബർ പകുതിയോളമായി. രണ്ടു സ്ഥാപനങ്ങളിൽനിന്ന് അപ്പോയ്ന്റ്മെന്റ് ഓർഡർ വന്നിരിക്കുന്നു. രണ്ടും സർക്കാർ സ്ഥാപനങ്ങൾ. ദുബായ് ഇലക്ട്രിസിറ്റി കമ്പനിയും റാഷിദ് ഹോസ്പിറ്റലും. ഇലക്ട്രിസിറ്റിയിൽ ക്ലാർക്ക്. ഹോസ്പിറ്റലിൽ ട്രെയിനീ നേഴ്സ്. തിരഞ്ഞെടുപ്പ്, ചോയ്സ്... ജീവിതം മാറ്റി മറിക്കുന്നവ. ഹോസ്പിറ്റൽ ആയിരുന്നു അന്നത്തെ ചോയ്സ്. മറിച്ചായിരുന്നുവെങ്കിൽ മറ്റെന്തൊക്കെയോ ആകുമായിരുന്നു.

ട്രൂഷ്യൽ സ്റ്റേറ്റ്സ് എന്നാണ് അറബ് മേഖല അറിയപ്പെട്ടിരുന്നത്. തമ്മിൽ സ്നേഹിക്കയും കലഹിക്കുകയും ചെയ്തിരുന്ന കൊച്ചു രാജ്യങ്ങൾക്ക് ഉടമകളായ ഷെയ്ഖ് എന്നു വിളിക്കപ്പെടുന്ന ഭരണാധികാരികൾ. എമിർ എന്നും അവർ അറിയപ്പെടുന്നു. അങ്ങനെ എമിരേറ്റ്സ്

എന്ന വാക്കുണ്ടായി. അംഗസംഖ്യ കുറഞ്ഞ ട്രൈബൽ സമൂഹം കടലോരത്തും കുന്നിൻ താഴ്‌വരകളിലും പാർത്തു വന്നു. മത്സ്യബന്ധനവും മുത്തെടുക്കലും പ്രധാന തൊഴിൽ. ഉപകരണസഹായമില്ലാതെ കടലിന്റെ ആഴങ്ങളിൽ മുങ്ങി മുത്തു വാരാനുള്ള വൈദഗ്ദ്ധ്യം സിദ്ധിച്ചവരായിരുന്നു അവർ. മത്സ്യം, മാംസം, അരി, ഈന്തപ്പഴം പ്രധാന ആഹാരം. നൂറ്റാണ്ടുകളായി ജീവിച്ച ശീലുകൾക്ക് മാറ്റം വരുന്നത് അറുപതുകളോടെയാണ്.

അക്കാലത്ത് ഞാൻ കണ്ട എമിറാത്തി പുരുഷന്മാർ ആരോഗ്യമുള്ളവരും സുന്ദരന്മാരുമായിരുന്നു. ദുർമേദസ്സില്ലാത്ത നീണ്ടു നിവർന്ന ശരീരം. വൃദ്ധന്മാർ പലരും താടിയും മുടിയും നീട്ടിവളർത്തിയവരാണ്. ഭാരതത്തിന്റെ പുരാണ കഥാപാത്രങ്ങളെ ഓർമ്മിപ്പിച്ചിരുന്നു അവർ. എന്റെ ഉള്ളിലെ ഭീഷ്മ പിതാമഹൻ, ദ്രോണാചാര്യർ, വിദുരർ, ധൃതരാഷ്ട്രർ ഒക്കെ ജീവനോടെ മുന്നിൽ വന്നപോലെ. പ്രതികൂല കാലാവസ്ഥയിൽ ജീവിതം നിലനിർത്താനായി ഏറെ പൊരുതി മുന്നേറിയവരാകാം അവർ. വിജനമായ മണലാരണ്യം. അതിലെ ഒട്ടകസവാരികൾ. കടലുമായി മല്ലിട്ട മത്സ്യബന്ധനവും മുത്തുവാരലും. അതിജീവനത്തിനായി പൊരുതിയ കഠിനമായ ജീവിതസാഹചര്യങ്ങൾ ആയിരിക്കാം അവരുടെ ആരോഗ്യ രഹസ്യം. പ്രായമായവരിൽ കണ്ണ് ഇല്ലാത്തവരും കാഴ്ച നഷ്ടപ്പെട്ടവരും കണ്ണിന്നസുഖമുള്ളവരും ഏറെയായിരുന്നു. മരുഭൂമിയിലെ പൊടിയും കഠിനമായ ചൂടുമായിരിക്കാം കാരണം.

1971 വരെ ഇവിടെ ഒരു പൊതു കറൻസി ഇല്ലായിരുന്നു. ഇന്ത്യൻ രൂപയാണ് പ്രചാരത്തിലിരുന്നത്.

യു.എ.ഇ. രൂപീകരണം ഈ മേഖലയെ വൻകുതിപ്പിലേക്കു നയിച്ചു. ഒരുപക്ഷേ ലോകചരിത്രത്തിൽ സമാനകളില്ലാത്ത മഹാപരിവർത്തനം. ഒരു ട്രൈബൽ സമൂഹം കാൽ നൂറ്റാണ്ടുകൊണ്ട് ലോകത്തിന്റെ നെറുകയിലേക്കുയർന്നു. വിവരണാതീതമായ വളർച്ചയും മാറ്റവും. അവയുടെ ചില ചിത്രങ്ങൾ നൽകാൻ മാത്രമേ ഈ കുറിപ്പുകൾക്കു ശേഷിയുള്ളൂ. ഓരോ എമിറേറ്റും ഓരോ കൊച്ചു സ്വതന്ത്ര രാജ്യങ്ങളായിരുന്നു യു.എ.ഇ.യുടെ രൂപീകരണം വരെ. വികസനം എത്തപ്പെടാത്ത അറബ് ഉപഭൂഖണ്ഡത്തിലെ ഒറ്റപ്പെട്ട തുരുത്തുകൾ. ബ്രിട്ടീഷുകാരുടെ സ്വാധീന മേഖല. ഇന്ത്യയ്ക്ക് സ്വാതന്ത്ര്യം നൽകുമ്പോൾ ട്രൂഷ്യൽ സ്റ്റേറ്റ്സ് കൂടെ തരാൻ ബ്രിട്ടീഷുകാർ ഒരുക്കമായിരുന്നൂ എന്നും ഇന്ത്യ അത് നിരസിച്ച് ആൻഡമാൻ നിക്കോബാർ ആവശ്യപ്പെടുകയായിരുന്നു എന്നെല്ലാം കേട്ടിട്ടുണ്ട്. എത്ര മാത്രം ശരിയെന്നറിയില്ല. അറുപതുകളുടെ അവസാനം വരെ ദുബായ് അബുദാബി റോഡില്ലായിരുന്നു. പകരം ഫോർ വീലർക്ക് (land rower, land cruiser etc.) മാത്രം സഞ്ചാരയോഗ്യമായ മരുപ്പാത. ജബൽ അലിയിലെ അതിർത്തിയിൽ ചെക്ക്പോസ്റ്റും എമിഗ്രേഷനും.

1975

മുറിയിൽ നിന്നും നാസ്സർ സ്ക്വയർ വരെ നടക്കണം റാഷിദ് ഹോസ്പിറ്റലിലേക്കുള്ള ഷെയറിങ് ടാക്സി ലഭിക്കാൻ. ഏഴുമണി മുതൽ രണ്ടു മണിവരെയാണ് മോർണിംഗ് ഷിഫ്റ്റ്. നാലു പേരെ കിട്ടിയാൽ ടാക്സി പുറപ്പെടുകയായി. മക്റ്റും പാലം വഴി അതിവേഗത്തിൽ പാഞ്ഞു ടാക്സി ചെറിയ സമയത്തിനുള്ളിൽ ഹോസ്പിറ്റലിൽ എത്തും. 1975 ജനുവരിയിലെ ഒരു കുളിരുള്ള ദിനത്തിൽ റാഷിദ് ഹോസ്പിറ്റലിൽ ട്രെയ്നി പ്രാക്ടിക്കൽ നഴ്സ് ആയി ഞാനും മാമനും ജോയിൻ ചെയ്തു. 1973ലായിരുന്നു റാഷിദ് ഹോസ്പിറ്റൽ തുറന്നത്. എല്ലാ ആധുനിക സൗകര്യങ്ങളുമുള്ള മുന്നൂറ് കിടക്കകളോളമുള്ള വൃത്തിയും വെടിപ്പുമുള്ള ഒരാശുപത്രി. ഇന്ന് റാഷിദ് ഹോസ്പിറ്റൽ യു.എ.ഇയിലെ ഏറ്റവും വലിയ ആശുപത്രിയാണ്. ഗൾഫ് മേഖലയിലെ ഏറ്റവും വലിയ പോളിട്രോമാ കെയർ സെന്റർ (Poltyruama care cetnre) അവിടെ പ്രവർത്തിക്കുന്നു. പാശ്ചാത്യരും അറബികളും ഇന്ത്യക്കാരും പാക്കിസ്താനികളും അടങ്ങുന്ന മെഡിക്കൽ ടീം. നഴ്സുമാർ അധികവും മലയാളികൾ. നഴ്സിംഗ് അദ്ധ്യാപികമാരും മലയാളികൾ. സിസ്റ്റർ ചിന്നമ്മ, സിസ്റ്റർ Mrs. മാത്യൂസ്. ചെങ്ങന്നൂർ തിരുവല്ല ഭാഗത്തുനിന്നും വന്നവർ.

ക്ലാസ്സിൽ ഇരുപത്തിഅഞ്ചുപേർ കാണും. എല്ലാം മലയാളികൾ. ചെങ്ങന്നൂർ, കോട്ടയം, പത്തനംതിട്ട, വർക്കല ഭാഗത്തുനിന്നുള്ളവർ. തിയറിയും പ്രാക്ടിക്കലുമായി ക്ലാസ്സ് മുന്നോട്ടുപോയി. മൂന്ന് ജോടി വെള്ള പാന്റ്സും തോളത്തു ഒരു വരയും മൂന്ന് പോക്കറ്റുമുള്ള വെള്ള ഷർട്ടും യൂണിഫോം ആയി ലഭിച്ചു. വിദ്യാർത്ഥികളധികവും ബിരുദധാരികളും ബിരുദാനന്തര ബിരുദധാരികളുമായിരുന്നു. മൂന്നു നാലു പേർ ഒഴിച്ച്. അതിൽ ഒരാൾ ഞാനും മറ്റൊരാൾ മാമനുമായിരുന്നു. തുടർച്ചയായ ഒരു മാസത്തെ പഠനത്തിനുശേഷം കുറച്ചുകാലം പ്രാക്ടിക്കൽ. പ്രാക്ടിക്കൽ എന്നാൽ ജോലിയാണ്. വിവിധ വിഭാഗങ്ങളിൽ വിദ്യാർത്ഥികളെ ഒന്നോ രണ്ടോ ആഴ്ച പ്രാക്ടിക്കലിന്നായി വിടുന്നു. വാർഡുകൾ, കാഷ്വാലിറ്റി, ക്ലിനിക്സ്, ഓപ്പറേഷൻ തിയേറ്റർ തുടങ്ങിയവിടങ്ങളിലേക്ക്.

ആദ്യ നിയമനം മെഡിക്കൽ വാർഡിലായിരുന്നു. മുപ്പത്തിയേഴ് കിടക്കയുള്ള വാർഡ്. 'H' ആകൃതിയിയിലായിരുന്നു ആശുപത്രി. രണ്ടു നില കെട്ടിടം. എച്ചിന്റെ കുറുകെയുള്ള വര വലതുഭാഗത്തേക്കു കുറേ കൂടി നീണ്ടിരിക്കുന്നു. ആ ആകൃതിയിലുള്ള നീണ്ട നീണ്ട ഇടനാഴികകൾ. ഇടനാഴികൾക്കിരുവശമായി, വാർഡുകൾ, ക്ലിനിക്കുകൾ, ഫിസിയോതെറാപ്പി, സ്റ്റെറിലൈസിങ്ങ് പ്ലാന്റ്, തിയേറ്റർ, അടുക്കള തുടങ്ങി ഒരു ഹോസ്പിറ്റലിന്നാവശ്യമായ എല്ലാ വിഭാഗങ്ങളും. പുറത്ത് മറ്റൊരു കെട്ടിടത്തിൽ വലിയ ഒരു ഓട്ടോമാറ്റിക് ലോൻട്രി. മറ്റൊന്നിൽ തൂവെള്ള പ്ലാന്റ്. പിന്നെ വലിയ ഒരു സെൻട്രൽ എയർകണ്ടീഷനർ പ്ലാന്റും

സ്റ്റാൻഡ് ബൈ ജനറേറ്ററും. അതിന്നും പുറകിൽ നഴ്സുമാർക്കായുള്ള താമസവും കളിസ്ഥലങ്ങളും. പിന്നെ ഡോക്ടർമാർക്കായുള്ള താമസവും കളിസ്ഥലവും.

വാർഡിലെ ജോലി പലതായിരുന്നു. ചെന്നയുടൻ രാത്രി ജോലിക്കാർ വാർഡ് കൈമാറും. സിസ്റ്ററും സ്റ്റാഫ് നഴ്സുമാരും സ്റ്റുഡന്റ് നഴ്സുമാരും മറ്റും കൂട്ടമായി ഓരോ രോഗിക്കടുത്തേക്കും നീങ്ങുന്നു. ഒരാൾ രോഗികളുടെ ഫയൽ ഹോൾഡറുകളിൽ ഫയൽ ഏന്തിയ ട്രോളിയും ഉന്തി ഒപ്പം. രോഗിയുടെ ചരിത്രവും കൊടുക്കുന്ന മരുന്നും ഭക്ഷണവും ഉറക്കവും രാത്രിയിലെ പ്രത്യേക വിശേഷങ്ങൾ ഉണ്ടെങ്കിൽ അതും വിവരിച്ചു വാർഡ് ചുറ്റുന്നു.

ഉത്തരവാദിത്തപ്പെട്ട ജോലിയൊന്നും ട്രെയിനികൾക്കോ ഓക്സിലറി നഴ്സുമാർക്കോ ഇല്ല. കൂടിയാൽ, B P, TPR എടുക്കലും രേഖപ്പെടുത്തലും.

ഏഴുമണിക്ക് മുന്നെ രോഗികൾക്കായുള്ള പ്രാതൽ അടുക്കളയിൽ നിന്നും വരും. ട്രേകൾ അടുക്കിവെയ്ക്കാൻ അറകളുള്ള അടച്ചു ഭദ്രമാക്കിയ വലിയ സ്റ്റെറ്റൻ ലെസ്സ് ഫുഡ് ട്രോളിയിൽ പ്രാതൽ കൊണ്ടുവന്നു ചുമരിലുള്ള ഇലക്ട്രിക് സോക്കറ്ററുമായി ഘടിപ്പിക്കുന്നു. ട്രോളിക്കുള്ളിലെ ഊഷ്മാവ് നിലനിർത്താനായാണത്. രാത്രിജോലിക്കാർ പ്രാതൽ നൽകുന്നു. സ്വയം കഴിക്കാൻ കെല്പില്ലാത്തവരെ ആഹരിപ്പിക്കയും വേണം. ഞങ്ങളെപ്പോലുള്ള പകൽജോലിക്കാരുടെ ആദ്യപണി ട്രേകൾ പെറുക്കി ട്രോളിയിൽ അടുക്കുകയാണ്. പിന്നെ രോഗികളെ കുളിപ്പിക്കണം, ഷവറിലോ ടബ്ബിലോ. നടക്കാൻ പറ്റാത്തവർക്കു സ്പോഞ്ച് ബാത്ത് കൊടുക്കണം. പുതുവസ്ത്രങ്ങൾ ധരിപ്പിക്കണം, കിടക്കവിരികളും തലയണ കവറും മാറ്റണം. മുഷിഞ്ഞവ ലാൻഡ്രി ബാഗിൽ നിക്ഷേപിക്കണം. പകർച്ച വ്യാധിവന്ന് ഐസൊലേറ്റ് ചെയ്തവരുടേതാണെങ്കിൽ ഗാർബേജ് ബാഗിൽ നിറച്ചു കെട്ടി അതിനായുള്ള പ്രത്യേക ഇടത്തിൽ നിക്ഷേപിക്കണം. മാസ്ക്കും ഗൗണും ധരിച്ചേ അത്തരം രോഗികളുടെ പരിചരിക്കാവൂ. ഓരോ പ്രാവശ്യം അവരുടെ മുറിയിൽ നിന്നിറങ്ങും മുന്നെ കൈകൾ നല്ലവണ്ണം സോപ്പിട്ടു കഴുകണം.

ഓരോ ദിവസവും അലക്കുശാലയിൽനിന്നു പുതപ്പുകൾ, കിടക്കവിരികൾ, തലയണക്കവറുകൾ, രോഗികൾക്കായുള്ള വസ്ത്രങ്ങൾ (പൈജാമയും ഷർട്ടും) കൊണ്ടുവന്ന് വാർഡ് റോബിൽ അടുക്കി വെയ്ക്കുന്നു അലക്കുകാർ. ലോൻഡ്രി ബാഗിൽ നിക്ഷേപിച്ച് അതിനായുള്ള പ്രത്യേക മുറിയിൽ വെച്ച ഉപയോഗിച്ച തുണികൾ ലോൻഡ്രിമാൻ കൊണ്ടുപോകുകയും ചെയ്യുന്നു. പിന്നെ കുടിവെള്ളം കൊടുക്കലാണ്. രോഗികൾക്കെല്ലാം ഓരോ വാട്ടർ ബോട്ടിൽ നൽകുന്നുണ്ട്. അതെല്ലാം ശേഖരിച്ച് പാൻട്രിയിൽ കൊണ്ടുപോയി കഴുകി അവിടെത്തന്നെയുള്ള കുടിവെള്ള ഡിസ്പെൻസറിൽനിന്നും വെള്ളമെടുത്ത് ഓരോ ബോട്ടിലും നിറച്ച്

തിരികെ ഓരോ കട്ടിലിനും അരുകിലുള്ള ചെറുമേശമേൽ വെയ്ക്കണം. വാട്ടർ ബോട്ടിലിന്റ മൂടി തുറന്നാൽ അതൊരു കപ്പായി ഉപയോഗിക്കാം.

ഒമ്പതു മണിയോടെ ചായ സമയമായി. രോഗികൾക്ക് ചായ, കോഫി കൊടുക്കേണ്ട സമയം. കപ്പ്, സോസർ, ടീ സ്പൂൺ, ഷുഗർ, ടീബാഗ്സ്, കോഫിപൗഡർ, വലിയ ജഗ്ഗിൽ ചൂടുവെള്ളം എന്നിവ നിരത്തിയ ട്രോളി ഉന്തി ഓരോ രോഗിയുടെയും അടുത്തെത്തി അവരുടെ ഇഷ്ടത്തിനൊത്ത പാനീയങ്ങൾ ഉണ്ടാക്കി നൽകണം. ചിലരെ കുടിപ്പിക്കേണ്ടിയും വരും. സ്റ്റാഫിന്റ ടീ ബ്രേക്ക് ഒമ്പതിനും പത്തിനുമിടയ്ക്കുതന്നെയാണ്. ഓരോരുത്തരായി കിച്ചനിലുള്ള സ്റ്റാഫ് ക്യാന്റീനിൽ പോയ്‌വരണം. കോഫിക്കും ചായയ്ക്കുമായി രണ്ട് ഡിസ്പെൻസറുകളുണ്ടവിടെ. അതിനു മുന്നിൽ അവ പകർന്നുകൊടുക്കാൻ ഒരു അടുക്കള ജീവന ക്കാരനും.

തിരക്കുള്ള ദിവസങ്ങളിൽ ടീ ബ്രേക്ക് എടുക്കാൻ പറ്റിയെന്നു വരില്ല. അടുത്ത ജോലി ചായയും കോഫിയും നൽകിയ കപ്പും സോസറും തിരിച്ചു പെറുക്കി കഴുകി പാൻട്രിയിലെ അവയ്ക്കായുള്ള ഷെൽഫിൽ അടുക്കണം. ഓരോ രോഗിക്കും കയ്യെത്താവുന്ന ദൂരത്തിൽ കാളിങ്ങ് ബെൽ സ്വിച്ചുണ്ട്. അതവർ അമർത്തുമ്പോൾ ബെഡിനു മുകളിൽ സീലി ങ്ങിൽ ഒരു ചുകപ്പ് വെളിച്ചം തെളിയും ശബ്ദത്തോടൊപ്പം. ബെഡ് സൈഡിലും വെളിച്ചം തെളിയും. അപ്പോൾ രോഗിയുടെ അടുത്തു ചെന്ന് ആവശ്യം അറിയണം. ബെഡ് സൈഡിലെ വെളിച്ചം അമർത്തിയാൽ എല്ലാ വെളിച്ചവും കെടും. ചിലപ്പോൾ ഒരു ബെഡ് പേനോ യൂറിനലോ ആകാം ആവശ്യം. അല്ലെങ്കിൽ വീൽ ചെയർ. ഡിസ്പോസൽ മുറിയിൽ ചുമരിൽ സ്റ്റെയിൻ ലെസ്സ് സ്റ്റീൽ ബെഡ്പാനും യൂറിനലും കഴുകാനുള്ള യന്ത്രമുണ്ട്. അവിടെ തന്നെ അവ അടുക്കി വെയ്ക്കാനൊരിടവും. ബെഡ് പാൻ വാഷർ ആദ്യം സാദാ വെള്ളംകൊണ്ടും പിന്നെ ഡിസിൻ ഫെക്റ്റണ്ട് കൊണ്ടും അവസാനം തിളച്ച വെള്ളം കൊണ്ടും കഴുകി ഓരോ യൂറിനലും ഓരോ ബെഡ് പാനും അണുവിമുക്തമായി കഴുകുന്നു.

രോഗികളുടെ ആവശ്യങ്ങൾക്കൊത്ത് അവരെ സഹായിക്കുകയും വേണം. ചിലർക്ക് ടോയ്‌ലെറ്റിൽ ഇരിക്കാം, എന്നാൽ അങ്ങോട്ട് നടക്കാൻ പറ്റില്ല. അങ്ങനെയുള്ളവരെ വീൽ ചെയറിൽ കൊണ്ടുപോകണം, തിരിച്ചു കൊണ്ടുവരണം. ബെഡ് പാൻ, യൂറിനൽ എന്നിവ ഉപയോഗിക്കാൻ രോഗികളെ സഹായിക്കേണ്ടിവരും. ഉപയോഗം കഴിഞ്ഞ് അവ കഴുകി യഥാസ്ഥാനം സൂക്ഷിക്കയും വേണം. അങ്ങനെ ജോലികൾ പലതാണ് വാർഡിൽ. ചിലപ്പോൾ രോഗികളെ ക്ലിനിക്കിലേക്കോ എക്സ്റേയി ലേക്കോ വീൽ ചെയറിലോ സ്ട്രച്ചറിലോ കൊണ്ടുപോയി തിരിച്ചു കൊണ്ടുവരണം. ഇതെല്ലാം ഒരാൾ ചെയ്യുന്നു എന്നർത്ഥമാക്കരുത്. പങ്കാളിയോടുകൂടി ചെയ്യുന്നതും പലരായി ചെയ്യുന്നതും. പന്ത്രണ്ട് മണി യോടെ ലഞ്ച് അടുക്കളയിൽ നിന്നെത്തും. ട്രോളി പ്ലഗ് ചെയ്ത് ഹീറ്റർ

പ്രവർത്തിപ്പിച്ച് കിച്ചൻ ബോയ് പോകും. പിന്നെ ഭക്ഷണം കൊടുക്കലായി. രോഗികളുടെ ആരോഗ്യത്തിനൊത്താണ് ആഹാരം. നോർമൽ, സോഫ്റ്റ്, ലിക്വിഡ് തുടങ്ങി ആഹാരം പലതാണ്. നോർമലിൽ തന്നെ ലോക്കലും യൂറോപ്യനുമുണ്ട്. ഓരോ ട്രേയിലെയും പ്രധാന പ്ലേറ്റ് ഒരു അലുമിനിയപാത്രം കൊണ്ട് മൂടിയിരിക്കും.

മോർണിംഗ് ഷിഫ്റ്റിൽ ഒരു നിമിഷം വെറുതെ നിൽക്കാനാകില്ല. രണ്ടു മണിവരെ എന്തെങ്കിലുമൊക്കെക്കാണും ചെയ്യാൻ. രണ്ടു മണിയോടെ ഈവനിംഗ് ഷിഫ്റ്റുകാർ വരുന്നു. വീണ്ടും കാലത്തെപ്പോലെ ഒരു റൗണ്ട്. ഹാൻഡ് ഓവർ കഴിഞ്ഞ് മോർണിംഗ് ഷിഫ്റ്റുകാർ പിരിയുന്നു, സ്വന്തം മാളത്തിലെത്തിപ്പെടാനായി. ദീർഘനേരം നിന്ന് പരിചമില്ലാത്തതിനാൽ ആദ്യത്തെ കുറച്ച് ദിവസം കാൽ കടച്ചിലും വേദനയുമായിരുന്നു. പതുക്കെപ്പതുക്കെ അത് ശീലമായി. കാലത്ത് കാര്യമായി ഒന്നും കഴിക്കാറില്ല. ഹോസ്പിറ്റലിൽ നിന്നും കുടിച്ച ചായയുടെ ബലത്തിലാണ് അതുവരെ. ടാക്സി ഇറങ്ങി താമസസ്ഥലത്തേക്ക് നടക്കുന്ന വഴിയിലെ ലക്കി സ്റ്റാർ റെസ്റ്റോറന്റിൽ നിന്നും ഊണ് കഴിക്കും. മൂന്ന് ദിർഹം മാത്രമേ അന്നത്തിനു വിലയുണ്ടായിരുന്നുള്ളൂ.

ഒഴിവു സമയം ഏറെയുണ്ടായിരുന്നു ആ ദിവസങ്ങളിൽ. ഏഴു മണിക്കൂർ ജോലിയും ആഴ്ചയിൽ രണ്ടു ദിവസം അവധിയും. കുറേ പുസ്തകങ്ങൾ അക്കാലത്തു വായിച്ചു.

മാസങ്ങൾ കടന്നു പോയി, പഠിപ്പും പ്രാക്റ്റിക്കലുമായി. ഒരു മാസത്തെ മെഡിക്കൽ വാർഡ് സേവനത്തിനു ശേഷം ENT & Eye വാർഡിൽ മറ്റൊരു മാസം. പിന്നെ പുരുഷന്മാർക്കായുള്ള സ്വകാര്യ മുറികളിൽ. പണക്കാരായ സ്വദേശികളും ഉന്നതനിലയിലുള്ള വിദേശികൾക്കും മാത്രം പ്രാപ്യമായ ദിവസത്തിന് ഇരുന്നൂറ് ദിർഹം വിലമതിക്കുന്ന മുറികളായിരുന്നു അവ.

പല ഉന്നതന്മാരെയും പരിചരിക്കാനും പരിചയപ്പെടാനും അവസരമേകി ആ വാർഡിലെ ദീർഘ കാലസേവനം. ആർ കെ ലുല്ലയുമായുള്ള അടുപ്പം അങ്ങനെ തുടങ്ങിയതാണ്. വൃക്കയിൽ കല്ലായിരുന്നു (Renal colic) ലുല്ലാ സാഹേബിന്റെ അസുഖം. ഇടക്കിടയ്ക്ക് കഠിനവേദനയായി വരുന്ന അദ്ദേഹത്തെ കുറേ ദിവസം ചികിത്സയ്ക്കായി അഡ്മിറ്റ് ചെയ്യും. വേദന സഹിക്കാതെ വരുമ്പോൾ ഒരു ചെറിയ ശിവലിംഗം ബാഗിൽ നിന്നെടുത്തു സൈഡ് ടേബിളിൽ വെച്ച് ജപിക്കാൻ തുടങ്ങും 'ഓം നമഃ ശിവായ, ഓം നമഃ ശിവായ."

രാധാകൃഷ്ണ ലുല്ല 1952ൽ ദുബായിൽ എത്തപ്പെട്ടതാണ്. അന്ന് ദുബായ് ഒരു ചെറു ഗ്രാമം. ആ കാലത്തും ചില ഇന്ത്യക്കാർ ദുബായിലുണ്ടായിരുന്നു. ഇന്ത്യാ വിഭജനത്തോടെ സിന്ധ് പ്രവിശ്യ മുഴുവൻ പാക്കിസ്ഥാന്റെ ഭാഗമായി. ഹിന്ദുക്കളായ സിന്ധികൾ സ്വതന്ത്ര ഇന്ത്യയുടെ

വിവിധ നഗരങ്ങളിലേക്ക് കുടിയേറി. സ്വന്തം ഭൂമി നഷ്ടപ്പെട്ട സിന്ധികൾ കുടിയേറിയ നഗരങ്ങളിൽ നിലനില്പിന്നായി കഠിനപ്രയത്നത്തിലേർപ്പെട്ടു. ഭൂമി നഷ്ടപ്പെട്ട ജനതയുടെ നിലനില്പിന്നായുള്ള നെട്ടോട്ടം പോരാട്ടം. ജൂതരെപ്പോലെ അവരും തന്റേതല്ലാത്ത നഗരങ്ങളിൽ വ്യാപാരികളും വ്യവസായിയുമായി വളർന്നു, സ്വദേശികൾക്ക് അസൂയ ജനിപ്പിക്കും വിധം.

ലുല്ലാ സാഹേബും ഒരു സിന്ധിയായിരുന്നു. അദ്ദേഹത്തിന്റെ വ്യവസായം ദുബായിൽ വളർന്നു പന്തലിച്ചു. ദുബായിലെ ആദ്യത്തെ നക്ഷത്ര ഹോട്ടൽ ബർ ദുബായിൽ അബ്രയുടെ തീരത്ത് ഉയർന്നു. 1969ൽ അംബാസ്സഡർ ഹോട്ടൽ പ്രവർത്തനമാരംഭിച്ചു. പണക്കാരും രാജകുടുംബാഗങ്ങളും പതിവ് സന്ദർശകരായ അതിഥികളായി. ആ ഹോട്ടലിന്റെ റിസപ്ഷനിൽ ആ കാലെത്തെടുത്ത ഒരു ഫോട്ടോഗ്രാഫ് ഫ്രെയിം ചെയ്ത് പ്രദർശിപ്പിച്ചിട്ടുണ്ട്. അംബാസഡർ ഹോട്ടലിന്റെ മുൻവശത്തുനിന്നും എടുത്ത ചിത്രം. ആ കെട്ടിടത്തിന് പുറകേ ചെറിയ ഒന്ന് രണ്ട് അറബി വീടുകൾ, പിന്നെ എല്ലാം വിജനം, ഇന്നത്തെ തിരക്കേറിയ ആറു വരിപ്പാതയായ കമ്പ്യൂട്ടർ സ്ട്രീറ്റ് വിജനമായ ഒരു ചെറുപാത മാത്രം. അതിനും പുറകിൽ മരുഭൂമിയും ഒറ്റപ്പെട്ട ശോഷിച്ച ഈന്തപ്പനകളും. ഞാൻ അവിടെ എത്തുന്നതിനും അഞ്ച് വർഷം മുന്നേയുള്ള ദുബായുടെ ചിത്രമാണത്. ഓരോ അഞ്ച് വർഷവും വലിയ വലിയ മാറ്റങ്ങൾ ദുബായിൽ വന്നുകൊണ്ടേയിരുന്നു. അങ്ങനെ വളർന്നു വളർന്നു ഇന്നത് സുന്ദരവും അത്യാധുനികവും ആരെയും മോഹിപ്പിക്കുന്നതുമായ വൻ നഗരമായി ദുബായ് എമിരേറ്റ്സ് മുഴുവൻ നിറഞ്ഞു നിൽക്കുന്നു. ഭരണാധികാരികളുടെ കാഴ്ചപ്പാടും പണവും പിന്നെ ഇന്ത്യൻ ഉപഭൂഖണ്ഡത്തിൽ നിന്നുള്ള ചെറിയ വേതനത്തിൽ ലഭ്യമായ വിദഗ്ദ്ധരും അവിദഗ്ദ്ധരുമായ തൊഴിലാളികളും ദുബായിയെ മഹാനഗരമാക്കി വളർത്തി. ഇന്നും അതു വളർന്നുകൊണ്ടേയിരിക്കുന്നു.

അക്കാലത്തെ പ്രചാരത്തിലുള്ള ഒരു കഥയുണ്ട്. ഇതും ഒരു സിന്ധിയുമായി ബന്ധപ്പെട്ടതാണ്. അമ്പതുകളുടെ തുടക്കത്തിൽ സംഭവിച്ചതുമാണ്. വ്യവസായി ആയിരുന്ന ചോയ്ത്തു റാമിനെ കബളിപ്പിച്ചു അദ്ദേഹത്തിന്റെ തൊണ്ണൂറായിരം രൂപയുമായി ഒരാൾ ദുബായിലേക്ക് രക്ഷപ്പെട്ടു. തന്നെ കബിളിപ്പിച്ചയാൾ ദുബായിലുണ്ടെന്നറിഞ്ഞ ചോയ്ത്ത് റാം ദുബായിലേക്ക് കപ്പൽ കയറി. വലിയ വ്യവസായിയും പണക്കാരനുമായ റാമിനെ ദുബായ് ഭരണകുടുംബം തന്നെ സ്വീകരിച്ചു. അവർ വഞ്ചകനെ പിടികൂടാൻ സഹായിച്ചു. റാമിന്റെ നഷ്ടപ്പെട്ട ധനം തിരിച്ചുകിട്ടുകയും ചെയ്തു. തിരിച്ചുപോകാനൊരുങ്ങിയ റാമിനോട് അധികാരികൾ വീണ്ടും വരണമെന്നും ദുബായിൽ കച്ചവടം തുടങ്ങണമെന്നും അഭ്യർത്ഥിച്ചു. സമ്മതം മൂളിയ റാം കുറച്ചു മാസങ്ങൾക്കു ശേഷം വീണ്ടും വന്നു. ഒരു സീലിംഗ് ഫാനും അത് പ്രവർത്തിപ്പിക്കാനുള്ള ബാറ്ററിയുമായായിരുന്നു

മൂപ്പരുടെ രണ്ടാം വരവ് (അന്ന് ദുബായിൽ ഇലക്ട്രിസിറ്റി ഇല്ലായിരുന്നു). ബാറ്ററിയിൽ ഫാൻ പ്രവർത്തിക്കുന്ന അതിശയം കാണാൻ അന്തഃപുരത്തിലെ സ്ത്രീകളടക്കമുണ്ടായിരുന്നു.

'Choithram' സൂപ്പർ മാർക്കറ്റ് തുടങ്ങാൻ വർഷങ്ങൾ പിന്നെയുമെടുത്തു. ഇരുപതാം നൂറ്റാണ്ടിന്റെ തുടക്കത്തിൽ Seirra Leone എന്ന പടിഞ്ഞാറൻ ആഫ്രിക്കൻ രാജ്യത്ത് ആരംഭിച്ച ഒരു ചെറു പലചരക്കു കടയുടെ തുടർച്ചയാണ് ഇന്ന് പല രാജ്യങ്ങളിൽ വ്യാപിച്ച Choithrams സൂപ്പർമാർക്കറ്റ്. 1974ൽ അത് ദുബായിലും ആരംഭിച്ചു.

അങ്ങനെ കുറേ ദിവസങ്ങൾ കഴിഞ്ഞു. ബിരുദധാരികളല്ലാത്ത പ്രാക്ടിക്കൽ നഴ്സിങ്ങ് ട്രെയിനികളെ കോഴ്സിൽ നിന്നൊഴിവാക്കി ഓക്സിലറി നഴ്സ് ആയി സ്ഥിരപ്പെടുത്തി. അനോട്ടമിയും ഫിസിയോളജിയും മറ്റും അവർക്കു മനസ്സിലാവുകയില്ല എന്ന കാരണവും പറഞ്ഞ്! അത് അഹത്തിനേറ്റ ഒരു പ്രഹരമായി. എന്തായാലും ജോലി തുടരുക തന്നെ.

താമസം വീണ്ടും മാറി. പത്മാക്ഷൻ വലിയ ആളെന്നപോലെ ധിക്കാരത്തോടെ പെരുമാറാൻ തുടങ്ങി. അയാളുടെ പേരിൽ വാടകക്കെടുത്തതാണെങ്കിലും വാടക എല്ലാവരും തുല്യമായി പങ്കിട്ടെടുക്കുകയായിരുന്നു. അയാൾ അതിൽനിന്നും ചെറിയ ലാഭവും എടുക്കുന്നുണ്ടാവാം. എന്തായാലും ബോസ്സിങ്ങ് സഹിക്കേണ്ടെന്നു കരുതി താമസം മാറി. അൽ നാസർ സ്ക്വയറിനു സമീപത്തേക്കു. രണ്ടുമുറി, ഒരു ഹാൾ, ഒരു ബാൽക്കണി, ഒരു ഇടനാഴി, രണ്ട് ടോയ്ലെറ്റ്, ഒരു കിച്ചൻ ഇത്രയുമുള്ള ഒരു ഫ്ളാറ്റ്. അധികമാളുകളും പഴയ വില്ലകൾ താമസിക്കുന്ന കാലം. ഫ്ളാറ്റിലെ താമസം അന്ന് ആഡംബരമായിരുന്നു. തിരുവനന്തപുരം ജില്ലക്കാരായിരുന്നു അന്തേവാസികളിൽ അധികവും. വർക്കല, ആറ്റിങ്ങൽ, കടക്കാവൂർ, ചിറയൻകീഴ് തുടങ്ങിയ സ്ഥലത്തുനിന്നുമുള്ളവർ. ഞാനും മാമനും ഒരു മുറിയിൽ, വേറെ രണ്ട് പേർ അടുത്ത മുറിയിൽ, ഹാളിൽ അഞ്ചാറ് പേർ വേറെയും. അൽ നാസർ സ്ക്വയർ അടുത്തായതുകൊണ്ട് ഹോസ്പിറ്റലിലേക്കുള്ള ടാക്സിക്കായി കുറച്ചു ദൂരം മാത്രമേ നടക്കേണ്ടൂ.

ഭൂമി എല്ലാ ജീവികളുടെയും അമ്മ. എന്തെല്ലാം വൈവിധ്യങ്ങൾ! പുല്ലുകൾ, ചെടികൾ, വൻമരങ്ങൾ, പുഴകൾ, തടാകങ്ങൾ, സമുദ്രങ്ങൾ, മലകൾ, സമതലങ്ങൾ, മരുഭൂമികൾ, ഹിമാനികൾ, പുകതുപ്പുന്ന അഗ്നിപർവ്വതങ്ങൾ, വെള്ളച്ചാട്ടങ്ങൾ, മഴ, വെയിൽ, മഞ്ഞ്, കാറ്റ്, മഹാ ആശ്ചര്യങ്ങൾ, ഭൂമി, പ്രകൃതി, ജീവന്റെ അമ്മ. ഭൂമിയിൽ നിറഞ്ഞ ജീവൻ യുഗങ്ങളായി ജനിച്ചും മരിച്ചും പരിണമിച്ചും ഇവിടെ നിലനിൽക്കുന്നു. ഇരയായും തണലായും താങ്ങായും അവ പരസ്പരം സ്നേഹം പങ്കിടുന്നു.

നിത്യോപയോഗ വസ്തുക്കൾ, ഭക്ഷണം, വസ്ത്രം കെട്ടിട നിർമ്മിതിക്കായ സിമെന്റ്, കമ്പി തുടങ്ങി എല്ലാമെല്ലാം അന്യദേശങ്ങളിൽ നിന്നെത്തണം. ഇവിടെ ഒന്നും ഇല്ലായിരുന്നു, ചില പ്രകൃതി വിഭവങ്ങളല്ലാതെ. അതിൽ പ്രധാനം ഹോർമോസ് മുനമ്പ് തൊട്ട് ഒമാൻ അതിർത്തി വരെ യു എ ഇ യുടെ വടക്കു കിഴക്കായി നീണ്ടു കിടക്കുന്ന മലനിരകൾ. അത് ഓമനിലേക്കും വ്യാപിച്ചു കിടക്കുന്നു. ആ മലനിരകളിലെ കരിങ്കൽ ഖനികൾ അര നൂറ്റാണ്ടായി ആ നാടിനെ സേവിച്ചുകൊണ്ടേയിരിക്കുന്നു. റോഡുകൾ, കെട്ടിടങ്ങൾ, തുറമുഖങ്ങൾ, വിമാനത്താവളങ്ങൾ തുടങ്ങി ഒട്ടേറെ നിർമ്മിതികൾക്കായ കരിങ്കൽ നിരന്തരം ഈ ഖനികളിൽനിന്നും പൊട്ടിച്ചെടുക്കുന്നു. വലിയ കരിങ്കൽക്കഷ്ണങ്ങൾ കടൽ തൂർക്കാനും കടൽഭിത്തി നിർമ്മിതിക്കും തുറമുഖനിർമ്മിതിക്കും മറ്റുമായി ഉപയോഗിക്കുന്നു. അവയുടെ ഗതാഗതത്തിനായി പടുകൂറ്റൻ Cater pillar ടിപ്പറുകൾ ഉപയോഗിക്കുന്നു.

ക്രഷ് ചെയ്തു പല വലുപ്പത്തിലാക്കിയ കരിങ്കൽച്ചില്ലുകൾ വലിയ പതിനെട്ടു ചക്ര ടിപ്പറുകളിൽ ഇഷ്ടിക നിർമ്മാണശാലകളിലേക്കും റോഡ് നിർമ്മാണ മേഖലകളിലേക്കും കോൺക്രീറ്റ് പ്ലാന്റുകളിലേക്കും നിരന്തരം ഉരുളുന്നു. ഇവിടെ പരിസ്ഥിതി പ്രവർത്തകർ ഒന്നുമില്ലാത്തതിനാൽ അക്കാര്യങ്ങളെ ചൊല്ലിയുള്ള പ്രശ്നങ്ങളില്ല. പരിസ്ഥിതിക്ക് ആഘാതം ഏറ്റിട്ടുണ്ടാകുമെന്നത് തീർച്ചയാണ്. അര നൂറ്റാണ്ടിന്നിടെ ഈ രാജ്യത്ത് അത്രയും നിർമ്മിതികൾ ഉയർന്നിട്ടുണ്ട്. മാത്രവുമല്ല പതിനഞ്ച് വർഷങ്ങളോ അധികമോ പഴകിയ പല പത്തും പതിനഞ്ചും അതിലധികവും നിലകളുള്ള കെട്ടിടങ്ങൾ പൊളിച്ച് ആ സ്ഥാനത്ത് പുതിയവ പണിയുകയും ഇവിടെ പതിവാണ്.

ഭൂമിയിൽ നിന്നുമെടുക്കുന്ന ചില ദ്രവ്യങ്ങളല്ലാതെ മറ്റൊന്നും ഇവിടെ ഇല്ലായിരുന്നു. എല്ലാം വിദേശത്തുനിന്നും ഇറക്കുമതി ചെയ്യുന്നവ. അക്കാലത്ത് ജപ്പാൻ, ബ്രിട്ടൺ, യു.എസ്.എ, ഫ്രാൻസ്, ജർമ്മനി തുടങ്ങിയ രാജ്യങ്ങളിൽ നിന്നുമുള്ള ഉത്പന്നങ്ങളാണ് മാർക്കറ്റിൽ അധികവും. ചൈനയുടെ ഒരു ചന്ദന സോപ്പ്, പ്രശസ്തമായ ഹീറോ പേന, ടൈഗർ ബാം എന്നിവ ഓർമ്മകളിലെ ചില ഉൽപ്പന്നങ്ങളാണ്. എന്നും ഓർമ്മകളിൽ നിൽക്കുന്ന മറ്റൊരു സ്വീഡിഷ് ഉല്പന്നമുണ്ട്. 'ഫ്ളവർ ബാസ്കറ്റ്' തീപ്പെട്ടി. ഇന്നും യു.എ.ഇയിൽ ഈ ഒരു തീപ്പെട്ടി മാത്രമേ പ്രചാരത്തിലുള്ളൂ.

ക്രൂഡ് ഓയിലിനാൽ സമ്പന്നമാണ് അറേബ്യൻ ഉപഭൂഖണ്ഡം. മണ്ണിന്നടിയിലെ വലിയ എണ്ണശേഖരങ്ങൾ. കടലിലെയും കരയിലെയും. കോടാനുകോടി വർഷങ്ങൾക്കുമുന്നെ വൻകരകൾ ഇന്നു കാണും പോലെ ആയിരുന്നില്ലല്ലോ. അവയുടെ ആകൃതിയും പ്രകൃതിയും വലുപ്പവും സ്ഥാനവും മാറിക്കൊണ്ടേയിരിക്കുന്നു. കോടാനുകോടി

വർഷങ്ങൾ വരുത്തുന്ന മാറ്റങ്ങൾ. അറേബ്യൻ മേഖല ഒരു ട്രോപ്പിക്കൽ വനമേഖലയായിരുന്നു. ഒരുപാട് ജീവികൾക്ക് ജീവനമേകിയ കര. കാലം മണ്ണിന്നടിയിലാക്കിയ വൻകാടുകളുടെയും ജീവിവർഗങ്ങളുടെയും അവശിഷ്ടങ്ങളാണ് fossilized fuel ആയി മനുഷ്യൻ കുഴിച്ചെടുക്കുന്നത്. യു.എ.ഇയിൽ അബുദാബിക്കാണ് ഏറ്റവും കൂടുതൽ എണ്ണശേഖരമുള്ളത്. ദുബായുടെ എണ്ണവരുമാനം താരതമ്യേന ചെറുതാണ്.

ജുമേരയിൽ നിന്ന് ഉണ്ണി അവധിദിനങ്ങളിൽ വരും. ചിലപ്പോൾ ഞാൻ അങ്ങോട്ടും പോകാറുണ്ട്. അടിയന്തിരാവസ്ഥയോടടുക്കുന്ന കാലം. വിപ്ലവ സ്വപ്നങ്ങളുമായി ദുബായിൽ കഴിയുന്ന രണ്ട് ചെറുപ്പക്കാർ. അടുത്തുതന്നെ അത് സംഭവിക്കും എന്നു കരുതിയ കുട്ടികൾ.

ഒന്നും സംഭവിച്ചില്ലെങ്കിലും ഒരുപാട് സ്വപ്നങ്ങൾ കണ്ട കാലം. സ്വകാര്യ സ്വത്ത് ഇല്ലാത്ത സ്വയം ഭരണാവകാശമുള്ള ചെറുഗ്രാമങ്ങൾ. എല്ലാവരും പരസ്പരം അറിയുന്നവർ. കൃഷിയിടങ്ങളിൽ ഒരുമിച്ച് അദ്ധ്വാനിക്കുന്നവർ. പാട്ടും താളവും നൃത്തവും മാറ്റുകൂട്ടുന്ന സായാഹ്ന കൂടിച്ചേരലുകൾ. മിച്ചം വരുന്ന ധാന്യമോ ഉല്പന്നങ്ങളോ ശേഖരിക്കാനും വിതരണം ചെയ്യാനുമുള്ള മാർഗ്ഗങ്ങൾ, തപാൽ, ഗതാഗതം, രാജ്യരക്ഷ, ടെലിഫോൺ, ഷിപ്പിംഗ്, ഏവിയേഷൻ തുടങ്ങി എല്ലാ ജനങ്ങളെയും ബാധിക്കുന്നവ. സർക്കാർ നേരിട്ട്. പാർപ്പിടം, വിദ്യാഭ്യാസം, ആരോഗ്യ സംരക്ഷണം എല്ലാം എല്ലാവർക്കും തുല്യതയിൽ. വലുപ്പ ചെറുപ്പ വ്യത്യാസമില്ലാതെ ആവശ്യങ്ങൾ. എല്ലാവർക്കും തുല്യം, ഒരു നാട്, ഒരു ജനത അങ്ങനെ അങ്ങനെ പോകുന്ന എന്റെ സ്വപ്നങ്ങൾ...

മാമന്റെ നാട്ടുകാരിൽ ഒരാൾ ദുബായിൽ കപ്പലിറങ്ങുമെന്നും വേണ്ട സഹായങ്ങൾ നൽകണമെന്നും ഒരു സന്ദേശം ആയിടെ നാട്ടിൽ നിന്നും മാമനു ലഭിച്ചു. ആ സുഹൃത്തിന്റെ വരവേൽപ്പിന്നായി പോർട്ട് റാഷിദിൽ കാത്തുനിൽക്കുമ്പോഴാണ് മറ്റൊരതിഥിയുടെ വരവ്. ദാസ് എന്റെ ബന്ധുവാണ്. ദാസിന്റെ മരുമകൻ (മൂത്ത ചേച്ചിയുടെ മകനും മാമനും ഏറക്കുറെ സമപ്രായക്കാർ.) വത്സൻ അറുപതുകളുടെ അവസാനത്തിലേ ഇവിടെ എത്തിയിരുന്നു, പത്തേമാരിയിൽ.

ദിവസങ്ങളോളം നീളുന്ന, മരണം മുന്നിൽ കണ്ടുകൊണ്ടുള്ള യാത്ര. അതിജീവനത്തിനായി മനുഷ്യൻ നടത്തുന്ന സാഹസപ്രയാണം. ഇന്ന് യൂറോപ്പിൽ എത്തിപ്പെടാൻ മെഡിറ്ററേനിയൻ കടലിലെ വടക്കൻ ആഫ്രിക്കൻ അഭയാർത്ഥികളുടെ സാഹസികതയ്ക്ക് തുല്യം. മനുഷ്യരുടെ അമിത ഭാരത്താൽ മുങ്ങുന്ന യാനങ്ങൾ, തീരത്തണയുന്ന മൃതദേഹങ്ങൾ, അമ്മ, കുഞ്ഞ്, അച്ഛൻ, സഹോദരൻ...

വത്സൻ ഷേബാ ഹോട്ടലിൽ ബാർ മാൻ. അന്ന് ആ ഹോട്ടലിൽ രണ്ട് മൂന്ന് ബാറുകളുണ്ടായിരുന്നു. ഇന്ന് ഷാർജയിൽ മദ്യം നിരോധിച്ചിരിക്കുന്നു. യു.എ.ഇയിലെ ഏക മദ്യരഹിത എമിറേറ്റാണ് ഷാർജ.

ദാസ് കാൾട്ടൻ ഹോട്ടലിന്റെ വിസയിലാണ് വന്നിരിക്കുന്നത്. വത്സൻ അദ്ദേഹത്തെ ഷാർജയിലേക്കു കൊണ്ടുപോയി കാൾട്ടൻ ഹോട്ടലിനു കൈമാറി. ഹോട്ടലിലെ ജോലിയല്ലേ എല്ലാം ചെയ്യേണ്ടി വരും. പ്രത്യേകിച്ചും തുടക്കത്തിൽ. ഡിഷ് വാഷർ ആയി ജോലിയെടുക്കാൻ ദാസിന്റെ മാനം അനുവദിച്ചില്ല. ബിരുദധാരിയാണയാൾ.

കോളേജിൽ പോകുമ്പോഴേ ഷർട്ടും പാന്റ്സും ടൈയും ഷൂവും ധരിച്ചിരുന്നയാൾ. മൂത്ത നാലു സഹോദരിമാർക്കും ഒരു ചേട്ടനും കുഞ്ഞനുജനായി പിറന്നവൻ. ഒരുപാട് ലാളനകൾ, നിറവേറ്റപ്പെടുന്ന ആഗ്രഹങ്ങൾ... താൻ ഡിഷ് വാഷർ ആകാൻ ജനിച്ചവനല്ല എന്നയാൾ ഉറപ്പിച്ചു.

അന്ന് ഇമിഗ്രേഷൻ നിയമങ്ങൾക്കൊത്തായിരുന്നില്ല അധികമാളുകളും അവിടെ ജീവിച്ചിരുന്നത്, പ്രത്യേകിച്ച് താഴേക്കിടയിലുള്ളവർ. വിസയിൽ വന്നിറങ്ങുന്നവർ കൂടുതലും തന്റെ സ്പോൺസരോടൊപ്പമായിരുന്നില്ല ജോലി എടുത്തിരുന്നത്. നിയമാനുസൃതം സ്പോൺസറുടെ കൂടെ ജോലി ചെയ്യണമെങ്കിലും പലപ്പോഴും വിസ ഈ മണ്ണിൽ പ്രവേശിക്കാനും താമസിക്കാനുമുള്ള അനുമതി മാത്രമായി ചുരുങ്ങുന്നു. വിസ പല സ്പോൺസർമാർക്കും ഒരു കച്ചവടവുമാണ്. ഒരു വർഷം കഴിഞ്ഞാൽ വിസ പുതുക്കണം, അതിനൊരു വില. സ്പോൺസറെ മാറ്റണമെങ്കിൽ ആദ്യ സ്പോൺസർ റിലീസ് ലെറ്റർ നൽകണം, അതിന്നും ഒരു വില... അങ്ങനെ വിസയുമായി ബന്ധപ്പെട്ട ധനാർജ്ജന മാർഗങ്ങൾ പലതാണ്.

ദാസ് മരുമകനുമായി തെറ്റി പിരിഞ്ഞു. ഡിഷ്വാഷർ ആയി കൊണ്ടുവന്നതിലുള്ള രോഷം. "എന്താ ഇവിടെ ഷെയ്ഖ് ആകാൻ വന്നതാണോ?" മരുമകൻ തിരിച്ചും ചോദിച്ചു. ദാസ് ദുബായിലേക്ക് തിരിച്ചു വന്നു. എന്നെ കണ്ടുപിടിച്ചു, താമസം ഞങ്ങളോടൊപ്പമായി. അങ്ങനെ റൂമിൽ ഒരു മൂന്നാമനുമായി. എല്ലാവരും സാദാ മനുഷ്യർ. ദാരിദ്ര്യത്തിൽനിന്നും ഇല്ലായ്മയിൽ നിന്നും മോചനത്തിനായി മണലാരണ്യത്തിൽ ജീവിതം ഹോമിക്കുന്നവർ. ചെറിയ വേതനത്തിൽ ഇവിടെ ജീവിതം തുടങ്ങുന്നവർ. 500 ദിർഹം തൊട്ട് 1000 വരെയാണ് ശരാശരി സാദാ വേതനം. 1000ന് മേലെയുള്ളവരെ ആരാധനയോടെ, കുശുമ്പോടെ നോക്കിയിരുന്ന കാലം! 250 ദിർഹം കൊണ്ട് താമസവും ആഹാരവും. മറ്റു ചിലവുകൾ എല്ലാം ചുരുക്കി മിച്ചം വരുന്നത് ഓരോ മാസവും വീട്ടിലേക്കയയ്ക്കുന്നവർ.

ശമ്പളം കിട്ടിയാൽ ഹുണ്ടി വ്യാപാരിയുടെ അടുത്തേക്ക് ഓടുന്നവർ. അന്ന് 500 ദിർഹത്തോളം വേണം 1000 ഇന്ത്യൻ രൂപയ്ക്ക്. രൂപ ഇന്നത്തേക്കാൾ വളരെ വിലകൂടിയതായിരുന്നു. സ്വാതന്ത്ര്യ ലബ്യകാലത്ത് രൂപയുടെ മൂല്യം അതിലും എത്രയോ കൂടുതലായിരുന്നു. ഡോളറിനും രൂപയ്ക്കും ഒരേ വിലയായിരുന്നു 1947ൽ. ഇന്ന് ഡോളറിന്റെ വില 70രൂപയിൽ

അധികമാണ്. അങ്ങനെ രൂപ ശോഷിച്ചു ശോഷിച്ച് വടി കുത്തി നടക്കുന്നു. ഹുണ്ടി വ്യാപാരി നാനൂറ്റി അമ്പതോ നാനൂറ്റി അറുപതോ കൊടുത്താൽ നാട്ടിൽ സ്വന്തം വീട്ടിൽ 1000 രൂപ എത്തിക്കുന്നു. ഡ്രാഫ്റ്റ് മാറാൻ ബാങ്കിൽ പോകേണ്ട, റെഡി ക്യാഷ് വീട്ടിൽ. അങ്ങനെ അധികമാളുകളും സ്വന്തം വീട്ടിലേക്കെത്തിക്കുന്നത് കള്ളപ്പണം.

ഹുണ്ടി വ്യാപാരി ശേഖരിക്കുന്ന പണം ഇവിടെ മൂലധനമാക്കി വൻകച്ചവടങ്ങളിൽ നിക്ഷേപിക്കുന്നു. അല്ലെങ്കിൽ കള്ളക്കടത്തിന്നായുള്ള സ്വർണ്ണത്തിന്നായി. ഹുണ്ടിക്കാർ നാട്ടിലെ വൻകള്ളപ്പണക്കാരുമായി കരാറുണ്ടാക്കി അവരുടെ കള്ളപ്പണം ഇവിടെനിന്നും അയയ്ക്കുന്ന പണമായി വീടുവീടാന്തരം വിതരണം ചെയ്യുന്നു. പകരം കള്ളപ്പണക്കാർക്ക് ദുബായിൽ മൂലധനം, അല്ലെങ്കിൽ വിതരണം ചെയ്ത ധനത്തിന്റെ വിലയിൽ സ്വല്പം കുറഞ്ഞ ശുദ്ധ വിദേശനാണ്യം. കള്ളപ്പണം അങ്ങനെ വെളുക്കുന്നു. ഇത് പതിറ്റാണ്ടുകളായി തുടരുന്നു. ഇന്നും ഈ മാഫിയകൾ സജീവമാണ്. വില കൂടിയ മെർസഡിസ്, BMW, Audi കാറുകളിൽ സഞ്ചരിക്കുന്ന ചില മാന്യമാർ, ചില രാഷ്ട്രീയക്കാർ, ചില സ്വർണ്ണ വ്യാപാരികൾ, ചില വ്യവസായികൾ, കൈക്കൂലിക്കാരായ ചില ബ്യൂറോക്രാറ്റ്സ് അങ്ങനെ പലരും ലോകം മുഴുവൻ കണ്ണികളുള്ള ദിനവും ശത കോടികളുടെ ഇടപാടുകൾ നടത്തുന്ന ഈ കുഴൽപ്പണ മാഫിയക്കണ്ണികളുമായി ബന്ധപ്പെട്ടവരാകാം. അവർക്കെല്ലാം ലാഭം. പണം ശേഖരിക്കുന്ന രാജ്യത്തിനും ലാഭം. കാരണം അവരുടെ പണം വിദേശത്തേക്ക് അയയ്ക്കപ്പെടുന്നില്ല എന്നതുതന്നെ. ഈ ഇടപാടിൽ നഷ്ടം ധനം വിതരണം ചെയ്യുന്ന രാജ്യത്തിന്റെ ഇക്കോണമിക്ക് മാത്രമാണ്. ജീവിതത്തിൽ ഒരിക്കലും ഹുണ്ടിപണം നാട്ടിലേക്കയച്ചിട്ടില്ല. അത് രാജ്യത്തെ തകർക്കും എന്ന ബോധമുള്ളതുകൊണ്ടുതന്നെ.

അന്ന് ദേരയിൽ മുർഷിദ് ബസാർ റോഡിൽ ക്രീക്കിനടുത്തായിരുന്നു ബാങ്ക് ഓഫ് ബറോഡ. നാട്ടിലേക്ക് ഡ്രാഫ്റ്റ് എടുത്തിരുന്നത് അവിടെ നിന്നായിരുന്നു. മണി എക്സ്ചേഞ്ചുകൾ അന്ന് യു.എ.ഇയിൽ ഇല്ലായിരുന്നു.

ദാസ് മാസങ്ങളോളം തൊഴിൽരഹിതനായി കഴിഞ്ഞു. അദ്ദേഹം നിരന്തരം സിഗരറ്റ് വലിക്കുമായിരുന്നു. ഇരുനൂറ് സിഗരറ്റ് അടങ്ങിയ ഒരു ബോക്സ് 'റോത്തമൻസ്' ഒരാഴ്ച കൊണ്ട് തീർക്കും. അന്ന് ഇരുപത് സിഗരറ്റ് അടങ്ങിയ ഒരു ചെറുബോക്സിനു വില ഒരു ദിർഹം. ഇന്നത് ഇരുപതിന് മേലെയാണ്.

സിഗരറ്റിനു മാന്യതയുള്ള കാലമായിരുന്നു. എവിടെയും കാണുന്ന ചാരപ്പാത്രങ്ങൾ (Ash trays), സിഗരറ്റ് സൽക്കരിക്കുന്ന ചങ്ങാതിമാർ, ഒരു ഓഫീസിൽ ഇന്റർവ്യൂ ചെയ്യപ്പെടുമ്പോൾ പോലും ആഷ്ട്രേ ആദരവോടെ നീക്കി ഓഫർ ചെയ്യപ്പെടുന്ന സിഗരറ്റുകൾ.

ദാസിന് ജോലി കിട്ടി. സ്റ്റോർ കീപ്പറായി J & B എന്ന് പേരായ ഒരു സൈപ്രസ് കമ്പനിയിൽ. യു.എ.ഇയുടെ മലയോര മേഖലയായ ഖോർഫഖാൻ, ഫുജൈറ, ദൈദ്, മുസാഫി ഭാഗങ്ങളിൽ റോഡ് നിർമ്മാണത്തിൽ ഏർപ്പെട്ടിരിക്കയാണ് J&B. അവരുടെ സൈറ്റ് ഓഫീസിലാണ് അയാൾക്ക് ജോലി.

ഒരു പുൽക്കൊടി പോലുമില്ലാത്ത മരുഭൂമിയിലെ വരണ്ട മലകൾ, ഒന്നിനു പുറകെ ഒന്നായി നാഴികകളോളം വീതിയിലും നീളത്തിലും. പച്ച പട്ടു പുതച്ച കേരളത്തിൽനിന്നും വരുന്ന മലയാളി അവിടെ എത്തിപ്പെടുമ്പോൾ ഏതോ അന്യഗ്രഹത്തിൽ അകപ്പെട്ടപോലെ അന്ധാളിക്കും. ആ മലകൾക്കു കുറുകെ നവീന മോട്ടോർ പാത ഒരുക്കുകയാണ്. ബുൾഡോസറുകൾ, ഷവലുകൾ, ഗ്രേഡറുകൾ, ട്രക്കുകൾ, പാറ പൊട്ടിക്കാനുള്ള വെടിക്കോപ്പുകൾ തുടങ്ങി ഒട്ടേറെ യന്ത്രങ്ങളും മനുഷ്യരും ചേർന്ന് പൊള്ളുന്ന ചൂടിൽ. പത്തേമാരിയിൽ ഖോർഫഖാൻ തീരത്തിറങ്ങി ഈ മലനിരകളെ മറികടക്കാൻ ശ്രമിച്ച ഒരുപാട് മലയാളികൾ ലക്ഷ്യം നേടാതെ കൊടുംചൂടിൽ ഒരു തുള്ളി ജലം കിട്ടാതെ ദാഹിച്ച് ക്ഷീണിച്ച് ആ മലയിടുക്കുകളിൽ ജീവൻ ഒടുക്കിയിട്ടുണ്ട്.

പഞ്ചനക്ഷത്ര ഹോട്ടലിൽ ശീതീകരിച്ച അടുക്കളയിൽ ഡിഷ് വാഷർ ആയി ജോലി എടുക്കുന്ന സുഖം എന്തായാലും മലമുകളിലെ ജോലിക്കോ താമസത്തിനോ തരാനാകില്ല. അത്തരം സൈറ്റിൽ ജോലി എടുക്കുന്നവർ താമസിക്കുന്നത് പ്ലൈവുഡുകൊണ്ട് നിർമ്മിച്ച താൽക്കാലിക ഷെഡുകളിലാണ്. കാര്യമായ ഒന്നും അതിൽ കാണുകയില്ല. ഒരു ചെറിയ ഇരുമ്പു കട്ടിലും കിടക്കയുമല്ലാതെ. വെള്ളം ടാങ്കറുകളിൽ ജനവാസ മേഖലകളിൽ നിന്നു കൊണ്ടുവന്ന് വലിയ ഫൈബർ ഗ്ലാസ് ടാങ്കുകളിൽ നിറയ്ക്കുന്നു. ടാങ്കറുകളുടെ വരവ് വൈകിയാൽ വെള്ളവുമില്ല.

ഇന്ന് കേരളത്തിൽ ലക്ഷക്കണക്കിന് ഇതര സംസ്ഥാന തൊഴിലാളികൾ വസിക്കുന്നു. അന്യദേശങ്ങളിലെ അനുഭവമില്ലാത്ത കേരളത്തിലെ മലയാളികൾക്ക് അവരുടെ വേദനകൾ പങ്കിടാൻ സാധ്യമല്ല. അതിന് കേരളം വിടണം, പത്തും പന്ത്രണ്ടും മണിക്കൂർ പൊള്ളുന്ന ചൂടിൽ... കൊടുംതണുപ്പിൽ... വെള്ളക്കാരുടെയും അറബികളുടെയും ആട്ടും തുപ്പും സഹിച്ച് പ്രതികരിക്കാനാകാത്ത നിസ്സഹായവസ്ഥയിൽ പണിയെടുക്കണം, തപിക്കണം. കേരളത്തെ ഈ നിലയിലേക്കുയർത്തിയത് ആ തപസ്സികളാണ്. ഇന്നും കേരളത്തിന്റെ വളർച്ചയിൽ അവർ വലിയ പങ്കു വഹിക്കുന്നു. കോടാനുകോടി കേരളത്തിന്റെ, ഇന്ത്യയുടെ ഇക്കോണമിയിലേക്ക് പമ്പ് ചെയ്ത് കുടുംബത്തെയും രാജ്യത്തേയും രക്ഷിക്കുന്നു.

മുറിയിലെ ദാസിന്റെ ഒഴിവു നികത്തിയത് സുന്ദരനായിരുന്നു. കടക്കാവൂരുള്ള സുന്ദരനും സുമുഖനും ഒത്ത ഉയരവുമുള്ള സുന്ദരൻ,

മെക് ഡെർ മൊട്ടിൽ ക്രെയിൻ ഓപ്പറേറ്ററായി ജോലി. ഇരുപത്തിയഞ്ച്, ഇരുപത്തിയാറു പ്രായം. ആയിരത്തി അഞ്ഞൂറ് ദിർഹം ശമ്പളം. ഓവർ ടൈം അടക്കം രണ്ടായിരത്തിനു മേലെ മാസവരുമാനം. അന്ന് അത് അസൂയ ജനിപ്പിക്കും വിധം വലിയ ശമ്പളമായിരുന്നു. എനിക്കും മാമനും ആയിരത്തിനും ആയിരത്തിഇരുനൂറിനും ഇടയിൽ മാത്രം. എന്നാൽ ഞങ്ങളോടും മറ്റുള്ളവർക്ക് അസൂയ. ആഴ്ചയിൽ രണ്ട് ദിവസം അവധി, ഏഴു മണിക്കൂർ മാത്രം ജോലി. നൈറ്റ് ഡ്യൂട്ടിയാണെങ്കിൽ ഏഴു ദിവസം തുടർച്ചയായി പത്തു മണിക്കൂർ ജോലി, മൂന്നു ദിവസം അവധിയും. നൈറ്റ് ഡ്യൂട്ടി രണ്ടു മാസത്തിലൊരിക്കലേ വരൂ. മറ്റുള്ളവർ കാലത്ത് ഏഴുമണിക്ക് ജോലിക്കുപോയാൽ തിരിച്ചു വരുന്നത് രാത്രി എട്ടു മണിക്കും ഒമ്പതിനുമൊക്കെയാണ്. പിന്നെ കുളി, ആഹാരം, ഉറക്കം. മറ്റൊരു ജീവിതവുമില്ല.

ഒരു അവധി ദിനം സുന്ദരൻ ഒരു ചെറുപ്രൊജക്ടർ താങ്ങി കൊണ്ടു വന്നു. ചില 8 mm ഫിലിം റീലുകളും. ചുമരിലേക്കു പ്രൊജക്റ്റ് ചെയ്ത് റീലുകൾ പ്രദർശിപ്പിച്ചു. അങ്ങനെ ആദ്യമായി അതും കണ്ടു. നീലച്ചിത്രം. പച്ചയായ രതിക്രീഡകൾ.

ആയിടെ ഞങ്ങൾ ഒരു അമേരിക്കൻ ബ്രാൻഡ് വിൻഡോ എയർ കണ്ടീഷനർ ആയിരത്തി അഞ്ഞൂറ് ദിർഹത്തിന് മേടിച്ച് മുറിയിൽ സ്ഥാപിച്ചു.

ഇഷ്ടംപോലെ ഒഴിവുസമയം. പുറത്തു പോകാതെ റൂമിൽ തന്നെ ചില വഴിക്കുന്ന വേളകൾ. വായന... ശീതളിമയിൽ ഉറക്കം...

മായ, വേരുകൾ, ഖസാക്കിന്റെ ഇതിഹാസം, ഊഞ്ഞാൽ, ഒരു ദേശത്തിന്റെ കഥ, ഒരു തെരുവിന്റെ കഥ, ഡൽഹി, ഹരിദ്വാറിൽ മണിമുഴങ്ങുന്നു, മയ്യഴിപ്പുഴയുട തീരങ്ങളിൽ... തുടങ്ങി ഒട്ടേറെ വായനകൾ.

അങ്ങനെയിരിക്കെ അശോകൻ ഇവിടെയെത്തി. എപ്പോഴും വിയർത്തു നനയുന്ന കൈവെള്ളകളുള്ള അശോകൻ കോയമ്പത്തൂരിൽ നിന്നാണ് ബിരുദമെടുത്തത്. ഇംഗ്ലീഷ് ഭാഷയിൽ നല്ല പ്രാവീണ്യമുള്ള അശോകന്റെ മലയാളവും ഗംഭീരം. റൂമിൽ ആളുകൾ കൂടുകയാണ്, ചെലവുകളും. അശോകൻ കുറച്ചുകാലമേ ദുബായിൽ താമസിച്ചുള്ളൂ. അദ്ദേഹം ജോലി കിട്ടി റാസ് അൽ ഖൈമയിലേക്കു പോയി. റാസ് അൽ ഖൈമ അന്നൊരു ചെറുപട്ടണമായിരുന്നു. മലയുടെ താഴ്വരയിലുള്ള റാസ് അൽ ഖൈമയുടെ മണ്ണ് കൃഷിക്കനുയോജ്യമായതാണ്. നല്ല ആരോഗ്യമുള്ള ഈന്തപ്പനകൾ അവിടെ തഴച്ചു വളരുന്നു. ജലം ലഭ്യമായിടങ്ങളിൽ പച്ചക്കറികളും, ധാന്യങ്ങളും വിളയിച്ചിരുന്നൂ ആ ദേശവാസികൾ.

അശോകൻ കുറേകാലം അവിടത്തെ ഏകനക്ഷത്ര ഹോട്ടലായ റാസ് അൽ ഖൈമ ഹോട്ടലിലും പിന്നീട് അവിടെ എയർപോർട്ട് പ്രവർത്തനം

ആരംഭിച്ചപ്പോൾ അങ്ങോട്ടും ചേക്കേറി. ആ എയർപോർട്ടിൽ മെറ്റീറിജിയോളജിസ്റ്റായി വർഷങ്ങളോളം തുടർന്ന ജോലി അടുത്തകാലത്താണ് അദ്ദേഹം വിട്ടത്. ഇടതുപക്ഷസഹയാത്രികനും റാസ് അൽ ഖയ്മയിലെ സാമൂഹ്യ പ്രവർത്തകനുമായിരുന്നു അശോകൻ. ഒരു മൂന്നാം ലോക ദരിദ്ര രാജ്യപ്രജയുടെ ജീവിതവും അനുഭവങ്ങളും അതിനൊത്ത കണ്ണുകളുമാണ് തന്റേതും. ആ കണ്ണുകളിലൂടെ കാണുന്ന അറബികളുടെയും പാശ്ചാത്യരുടെയും ജീവിതം ഭൗതികതയിൽ ആറാടുന്നതായി അവനു തോന്നി. നമ്മൾ അന്നുവരെ കാണാത്ത ഉപകരണങ്ങൾ, ഉപഭോഗ വസ്തുക്കൾ, ആഹാരവിഭവങ്ങൾ...

അന്ന് സാധാരണക്കാരന്റെ സ്വപ്നത്തിൽപോലും വരാത്ത ഉൽപ്പന്നങ്ങൾ... കാർ, ഫ്രിഡ്ജ്, അലക്കുയന്ത്രം, ഗ്യാസ് അടുപ്പ്, രാജകീയമായ ഫർണിച്ചർ, പരവതാനി, വർണ്ണ ടെലിവിഷൻ, സുഗന്ധലേപനങ്ങൾ, സൗന്ദര്യവർദ്ധകങ്ങൾ... എന്തിന് ഒരു ടിഷ്യു പോലും അവനു അന്യമായിരുന്നു. ഭൗതികതയുടെ സുഖലോലുപതയിൽ കഴിയുന്നവർ. ഭൂമിയിലെ എല്ലാ വിഭവങ്ങളും ഉൽപ്പന്നങ്ങളും സ്വന്തം സുഖത്തിന്നായി കൈപ്പിടിയിൽ ഒതുക്കുന്നവർ. അവൻ ദരിദ്രനെയും ധനവാനെയും ഒരു തുലാസിൽ വെച്ചളന്നു. ധനവാന്റെ ഭാരത്തിൽ പൊങ്ങിയാടുന്ന മറുതട്ട്... അതിന് ഭാരമേയില്ല! അവന്റെ സോഷ്യലിസ്റ്റ് ചിന്തകൾക്ക് തീ പിടിച്ചു.

ഒരു മൂന്നാം ലോക പ്രജ ഒരു ജീവിതം മുഴുവൻ ഉപയോഗിക്കുന്ന വിളകൾ, ഉൽപ്പന്നങ്ങൾ ഒന്നാം ലോകത്തുള്ളവൻ ആറു മാസം കൊണ്ട് തീർക്കുന്നു. ഉള്ളിൽ വേദനയും, ദ്വേഷ്യവും, നിസ്സഹായാവസ്ഥയും.

മാസങ്ങൾ കഴിഞ്ഞു. ദാസിന്റെ J&B ജോലി കഴിഞ്ഞു. അയാൾ മറ്റൊരു സുഹൃത്തുമായി തിരിച്ചു വന്നു. സുഹൃത്ത് രണ്ടു ദിവസം കൂടെ താമസിച്ചു മറ്റെവിടേക്കോ പോയി.

ഉണ്ണി ഇടയ്ക്കെല്ലാം വരും. ഞങ്ങൾ മൂവരും (ഉണ്ണി, ദാസ്, ഞാൻ) നൈഫ് റോഡിലെ പുരാതന watch towerന് ചുറ്റുമുള്ള ചെറു ഗാർഡനിൽ ചെന്നിരിക്കും. വിപ്ലവചർച്ചകളാണ് അധികവും. വിപ്ലവം വരും... നമ്മളൊക്കെ അതിൽ പങ്കാളികളാവും... ഒരു സോഷ്യലിസ്റ്റ് ചുകപ്പൻ അരുണോദയം മുന്നിൽ കാണും പോലെ.

അരുണോദയം നിറം മങ്ങി ഇരുണ്ടു... കറുത്ത സൂര്യോദയം, ഇന്ത്യയിൽ അടിയന്തിരാവസ്ഥ! കമ്മ്യൂണിസ്റ്റുകളെയും സോഷ്യലിസ്റ്റുകളെയും ജയിലിലടച്ചു. മാധ്യമസ്വാതന്ത്ര്യം ഇല്ലാതാക്കി, "വായടക്കൂ, പണിയെടുക്കൂ..."

ആ കാലത്താണ് മുഹമ്മദ് എന്ന് പേരായ ഒരു കൊടുങ്ങല്ലൂർക്കാരൻ ദാസുമായി പരിചയത്തിലാകുന്നത്. അയാൾ ഒരു പുസ്തകം വായിക്കാൻ തന്നു 'പ്രപഞ്ചവും മനുഷ്യനും'.

പരിസ്ഥിതി പ്രശ്നങ്ങൾ അന്നുമുണ്ട്. വെട്ടിവെളുപ്പിക്കുന്ന കാടുകൾ, അനധികൃത വനകുടിയേറ്റങ്ങൾ, മാംസത്തിനും ദന്തത്തിനും ചർമ്മത്തിനും വിനോദത്തിനുമായി കൊന്നൊടുക്കുന്ന വന്യജീവികൾ. മലിനമാകുന്ന പുഴകളും കാടുകളും കടലും വായുവും. ഒരു മോട്ടോർ വാഹനം ഓടുമ്പോൾ പോലും അതിനോട് വെറുപ്പായിരുന്നു. സ്വാർത്ഥനായ മനുഷ്യൻ തന്റെ സുഖത്തിനായി നിർമ്മിച്ച ഓരോ യന്ത്രങ്ങൾ, അവ മലിനമാക്കുന്ന വായുവും കടലും. മനുഷ്യൻ എത്ര മഹത്തായ പദം എന്ന വാക്കിനോടൊപ്പം തന്നെ മനുഷ്യൻ ഭൂമിയുടെ അർബുദം എന്നും മനസ്സിൽ തോന്നിയിരുന്നു. ഹെർമൻ ഹെസ്സെയുടെ സിദ്ധാർത്ഥയുടെ വായന ചിന്തയെ മറ്റൊരു തലത്തിലേക്ക് നയിച്ചു. എല്ലാ ചിന്തകളും ഉണ്ണിയുമായി പങ്കിട്ടിരുന്നു.

മാസങ്ങൾ കഴിഞ്ഞു. ഹോസ്പിറ്റലിൽ രോഗികളായി വരുന്ന വലിയ ധനവാന്മാരായ അറബികുടുംബങ്ങളെ സ്വാധീനിച്ച് പല സഹജീവനക്കാരായ മലയാളികളും ട്രേഡ് ലൈസൻസ്, വിസ തുടങ്ങി പലതും സ്വന്തമാക്കി. അങ്ങനെ ഒരു ചിന്തയും മനസ്സിൽ പോയില്ല. അനാദിയായ കാലത്തിൽ, ജനനമരണപ്രവാഹത്തിൽ ഈ ഭൂമിയിലെ തന്റെ അസ്തിത്വം എന്താണ്? രണ്ട് നിമിഷം ഓക്സിജൻ ലഭിക്കാതിരുന്നാൽ ഇല്ലാതാകുന്ന ജീവൻ, വെള്ളമില്ലാതെ ദിവസങ്ങളോളം. ആഹാരമില്ലാതെ ആഴ്ചകൾ...

ഭൂമിയുടെ ഉപരിതലത്തിൽ നിന്ന് പതിന്നാല് കിലോമീറ്റർ ഉയരത്തിൽ ജീവനില്ല, ഭൂമിക്കടിയിലും അത്രതന്നെ. സൗരയൂഥത്തിലെ ചെറുഗ്രഹമായ ഭൂമിയിലെ ഒരു ചെറുപാളിയിൽ മാത്രം കാണുന്ന പ്രതിഭാസം, ജീവൻ... അതിൽ ഒരു ബുദ്ധിരാക്ഷസനാണോ മനുഷ്യൻ? സ്വാർത്ഥത ഏറി എന്തിനാണ് അവൻ സംഹാര മൂർത്തിയാകുന്നത്? ബുദ്ധനിലേക്കും സന്ന്യാസത്തിലേക്കും അടുക്കുന്നതുപോലെ...

ദാസിന് Arenco എന്ന കമ്പനിയിൽ അക്കൗണ്ടന്റ് ആയി ജോലി കിട്ടി. A. A. Al Moosa and Sons എന്ന പേരിലും ആ കമ്പനി അറിയപ്പെടുന്നു. നിർമ്മാണവും റിയൽ സ്റ്റേറ്റുമാണ് അവരുടെ മേഖല. ഇന്ന് ഷെയ്ഖ് സയ്ദ് റോഡിൽ ഉയർന്നുനിൽക്കുന്ന രണ്ട് പടുകൂറ്റൻ സ്വർണ്ണ വർണ്ണ ഗ്ലാസ്സുകളാൽ പൊതിഞ്ഞ കെട്ടിടങ്ങൾ അവരുടേതാണ്, Al Moosa Towers 1 & 2. വലിയ ശമ്പളം. അയാളുടെ ജീവിതം ഒരു പുതിയ വഴിയിലേക്ക് തിരിഞ്ഞു. കോളേജിൽ പോകുമ്പോൾ ധരിച്ചിരുന്ന വസ്ത്രം അയാൾ ദിവസവും അണിഞ്ഞു. അന്ന് റ്റൈറ്റ് പാന്റ്സ്, ഇപ്പോൾ ബെൽബോട്ടം! ടൈ, ഇൻ ചെയ്ത ഷർട്ട്, ഉയർന്ന ഹീലുള്ള പരന്ന ഷൂ. ദാസ് ഭേദപ്പെട്ട മറ്റൊരു താമസസ്ഥലവും കണ്ടെത്തി.

1975 അങ്ങനെ അവസാനിച്ചു.

1976

വാർഡ് ഓർമ്മകൾ

ഒരു ചെറിയ കാലമേ ആ വലിയ ഹോസ്പിറ്റലിൽ ജോലിയെടുത്തിട്ടുള്ളൂ. മൂന്നു വർഷം തികച്ചിട്ടില്ല. കൂടുതലും പുരുഷന്മാരുടെ പ്രൈവറ്റ് റൂംസിൽ. ഇരുപത്തിഅഞ്ച് മുറികളോടു കൂടിയ ഒരു വാർഡ്. ജനറൽ വാർഡുകളിൽ എല്ലാം സൗജന്യമാണ്. ഇവിടെ റൂമിന് മാത്രമേ വിലയുള്ളൂ. ദിവസം 250 ദിർഹം. ബാക്കി എല്ലാ ചികിത്സയും സർക്കാർ ചിലവിൽ. പത്തു പതിനഞ്ച് കൊല്ലം മുന്നെ വരെ എല്ലാ ചികിത്സകളും സൗജന്യമായിരുന്നു, സ്വദേശികൾക്കും, വിദേശികൾക്കും.

ഈ ആനുകൂല്യം മുതലെടുത്ത് പണക്കാരനായ ചില മാർവാടികളും സിന്ധികളും മറ്റു പലരും അവരുടെ വൃദ്ധരായ മാതാപിതാക്കളെ ഇവിടെ വരുത്തിയും വർഷങ്ങളായി ഇവിടെ ജീവിക്കുന്നവരെയും ആ ഹോസ്പിറ്റലിൽ പ്രവേശിപ്പിച്ച് മാസങ്ങളും ചിലപ്പോൾ വർഷങ്ങളോളവും ചികിത്സ നേടുമായിരുന്നു. ഒന്നും ചിലവാക്കേണ്ട, ലോകോത്തരമായ നഴ്സിംഗ് കെയർ, ചികിത്സ. ഒരു ബന്ധുവിന്റെയോ പരിപാലകന്റെയോ ആവശ്യമില്ല. എല്ലാം സർക്കാർ ചെലവിൽ. അവരെ ശുശ്രൂഷിക്കുന്നതോ ഞങ്ങളെപ്പോലുള്ളവർ. അടുത്ത കാലത്ത് സൗജന്യചികിത്സ ഇല്ലാതായി ദുബായിൽ. മെഡിക്കൽ ഇൻഷുറൻസ് നിർബന്ധമാക്കി, പ്രജകൾക്കും പ്രവാസികൾക്കും. ഇൻഷുറൻസ് ആനുകൂല്യമില്ലെങ്കിൽ പണം എണ്ണിക്കൊടുക്കേണ്ടിവരും ഓരോ ടെസ്റ്റിനും ശാസ്ത്രക്രിയയ്ക്കും നേഴ്സിംഗ് കെയറിനും മരുന്നിനും. ഇന്ന് യു.എ.ഇ. തികച്ചും മുതലാളിത്ത രീതിയിൽ മാത്രം ചലിക്കുന്ന രാജ്യമാണ്. ഇന്നത്തെ ഇന്ത്യയും ഏറക്കുറെ അങ്ങനെയൊക്കെത്തന്നെ.

വാഹനാപകടത്തിൽ പരുക്കേറ്റ് കഴുത്തിനു താഴെ തളർന്ന ജുമ എന്നു പേരായ സ്വദേശി ആ വാർഡിൽ ചികിത്സയിലായിരുന്നു. സുഷുമ്ന നാഡിയിലെ ക്ഷതമാണ് തളർച്ചയ്ക്കു കാരണം. അദ്ദേഹത്തിന്റെ സുന്ദരിയായ മകൾ ഐഷ പതിവു സന്ദർശകയാണ്. അവളുടെ അമ്മ അറബ് വനിതകൾ ധരിക്കുന്ന കറുത്ത മേലങ്കി (ബുർക്ക)യും വിവാഹിതരായ സ്ത്രീകൾ മാത്രം അണിയുന്ന കടും വയലറ്റ് നിറമുള്ള മൂക്കും നെറ്റിയും മറക്കുന്ന ഒരാവരണവും ധരിക്കുമായിരുന്നു. ആ കുടുംബം വളരെ സ്നേഹമുള്ളവരായിരുന്നു. മാന്യമായ പെരുമാറ്റം, ആദരവോടെയുള്ള സംസാരം. അറബ് സംസർഗ്ഗംകൊണ്ട് അല്ലറ ചില്ലറ അറബ് വാക്കുകൾ അന്ന് അറിയാമായിരുന്നു.

ജുമ ഒരു സർക്കിൾ ബെഡിലാണ്. ദേഹമാസകലം തളർന്ന അദ്ദേഹത്തിന് ബെഡ് sore (കിടക്ക പുണ്ണ്) വരാതിരിക്കാൻ ഇടവിട്ട സ്കിൻ കെയർ ആവശ്യമാണ്. നട്ടെല്ലിന് ക്ഷതമേറ്റ് കഴുത്തിനു താഴെ തളർന്ന അദ്ദേഹത്തെ മറ്റ് രോഗികളെപ്പോലെ തിരിക്കാനോ മറിക്കാനോ

സാധ്യമല്ല. അത് പരിഹരിക്കാനാണ് സർക്കിൾ ബെഡ്. മലർന്നു കിടക്കുന്ന രോഗിയുടെ മുകൾഭാഗത്ത് ഒരാളുടെ നീളത്തിൽ ഇസ്തിരി ബോർഡിനു സമാനമായ ഒരു മൃദു ഫലകം വെച്ച് മുറുക്കുന്നു. ഒരിക്കൽ യഥാസ്ഥാനം മുറുക്കിയാൽ അതിന്ന് ഒരു മനുഷ്യനെ താങ്ങാനുള്ള കെൽപ്പുണ്ട്. എല്ലാം ശരിയെന്നുറപ്പാക്കി സർക്കിൾ ബെഡിനെ എതിർ ദിശയിലേക്കു ചലിപ്പിക്കാം. അപ്പോൾ രോഗിയുടെ പുറംഭാഗം മേലെയും മുഖം താഴെയുമായി വരും. പുറം ചൂടുവെള്ളത്തിൽ മുക്കിപ്പിഴിഞ്ഞ ടവൽ കൊണ്ട് തുടച്ചു കഴുകി ചില ലേപങ്ങളെല്ലാം പുരട്ടി ടാൽകം പൗഡർ ഇട്ട് മസ്സാജ് ചെയ്യണം. പിന്നീട് സർക്കിൾ ബെഡ് പൂർവ്വാവസ്ഥയിൽ വരുത്തി രോഗിയുടെ മറ്റ് ശരീരഭാഗങ്ങളിലും ഇതെല്ലാം ആവർത്തിക്കണം.

ഈ പ്രക്രിയയ്ക്കായി ഞങ്ങൾ (മാമനും ഞാനും) ജുമായുടെ സർക്കിൾ ബെഡ് തിരിച്ചു. കഴുത്തിനു താഴെ തളർന്ന രോഗി. എവിടെയോ പിശകു പറ്റി. അദ്ദേഹത്തിന്റെ മുൻവശത്തുറപ്പിച്ച സപ്പോർട്ട് അയഞ്ഞു ഒരുഭാഗം താഴെ വീണു. രോഗിയുടെ അവസ്ഥ ത്രിശങ്കുസ്വർഗത്തിൽ. ഞങ്ങൾ ഒരുവിധം അദ്ദേഹത്തെ പൂർവാവസ്ഥയിൽ കൊണ്ടുവന്നു. അപ്പോഴേക്കും അന്നമ്മ എന്നു പേരായ ഒരു സ്നേഹമുള്ള സ്റ്റാഫ് നഴ്സ് വന്ന് ഞങ്ങളെ സഹായിച്ചു. അവർ ഈ സംഭവം ആരോടും പറഞ്ഞില്ല. മേട്രനോ ഡോക്ടർമാരോ അറിഞ്ഞാൽ വലിയ പ്രശ്നമാകുമായിരുന്ന സംഭവം.

റൂം നമ്പർ 7B വി.ഐ.പികൾക്കായുള്ളതാണ്. മറ്റു മുറികളേക്കാൾ വലുതും സൗകര്യങ്ങളുമുള്ളത്. അത് അധികവും അടഞ്ഞു കിടക്കാറാണ് പതിവ്. വല്ലപ്പോഴും വരുന്ന ഷെയ്ഖ് കുടുംബാംഗങ്ങളെയും കാത്ത്.

വി.ഐ.പി. റൂമിൽ രോഗിയുണ്ടെങ്കിൽ വാർഡ് കൂടുതൽ സജീവമാകും. സമയ നിയന്ത്രണങ്ങൾ ഇല്ലാതെ പൂക്കൊട്ടകളും കേക്കുമായി വരുന്ന അതിഥികൾ, ഡോക്ടർമാർ, മേട്രൺ, അവരുടെ നിർദ്ദേശങ്ങൾ പാലിക്കാൻ തിടുക്കം പിടിക്കുന്ന വാർഡ് ഇൻചാർജ്, അതിനൊത്ത് ചലിക്കുന്ന മറ്റു ജീവനക്കാർ. ഊതിവീർപ്പിച്ച ബലൂൺപോലെ താൻ എന്തൊക്കെയോ ആണ് എന്ന് സ്വയം ധരിച്ചു നടക്കുന്നവർ ചിലർ. എന്നാൽ കർമ്മത്തിൽ അറിയാമല്ലോ അവരുടെ മഹത്വം. അങ്ങനെ ഒരു വ്യക്തി അന്ന് അവിടെ ജോലി ചെയ്തിരുന്നു.

വെളുത്ത നിറവും കറുത്ത കണ്ണുകളും മുടിയുമുള്ള ഒരു സുന്ദരനായ പലസ്തീൻ ചെറുപ്പക്കാരൻ അപകടത്തിൽ കാലൊടിഞ്ഞു ചികിത്സയിലായിരുന്നു ഒരു മുറിയിൽ. മധ്യപൂർവ്വ ദേശങ്ങളിലുള്ളവരെ പാശ്ചാത്യരിൽനിന്നും വ്യത്യസ്തമാക്കുന്ന ഘടകം അവരുടെ കറുത്ത കണ്ണും മുടിയുമാണ്. പിന്നെ ആരോഗ്യമുള്ള ത്വക്കും വെളുത്ത നിറവും. ചെമ്പൻ

മുടിയും പൂച്ചക്കണ്ണുകളും കുത്തും പുള്ളിയുമൊക്കെയുള്ള ആരോഗ്യം കുറഞ്ഞ ത്വക്കും പാശ്ചാത്യരെ വേറിട്ടവരാക്കുന്നു. മദ്ധ്യപൂർവ്വദേശങ്ങളിലുള്ളവരുടെ സൗന്ദര്യവും അവർക്കില്ല.

പ്ലാസ്റ്ററിട്ട കാലിൽ ട്രാക്ക്ഷൻ ഇട്ടിരിക്കുന്നു ആ യുവാവിന്. കാൽമുട്ടിന് താഴെ ഇരുഭാഗങ്ങളിലായി ഘടിപ്പിച്ച ലോഹതുണ്ടുകളിൽ കോർത്ത ചരടുകൾ കട്ടിലിന്റെ അറ്റത്തു ഘടിപ്പിച്ച കപ്പിക്കിടയിലൂടെ എടുത്ത് അതിൽ പ്ലാറ്റ്ഫോം ബാലൻസിന്റെ കട്ടികൾ പോലെ ഭാരം തൂക്കിയിടുന്നു. അതാണ് ട്രാക്ക്ഷൻ എല്ലിന്റെ പൊസിഷൻ ശരിയായി നിൽക്കാനാകണം. രോഗിക്ക് സ്വയം തല ഉയർത്തി ഇരിക്കാനായി കട്ടിലിന്റെ തല ഭാഗത്ത് ഘടിപ്പിച്ച വളഞ്ഞ ലോഹക്കമ്പിയിൽ തൂങ്ങിയ ചങ്ങലയും അതിനറ്റത്തെ പിടുത്തവും. ആ യുവാവിന്റെ അവസ്ഥ അതായിരുന്നു.

ബലൂൺ പോലെ മനസ്സുള്ള ആളോടൊപ്പമായിരുന്നു ആ ദിവസം യുവാവിനെ പരിചരിക്കേണ്ടിയിരുന്നത്. ഒന്നും രണ്ടും പറഞ്ഞ് പലസ്തീനിയും ബലൂൺ മനസ്സും ഉടക്കി. 'ഇന്ത ഹറാമി' പലസ്തീൻ യുവാവ്. ബലൂൺ മനസ്സും തിരിച്ചടിച്ചു 'ഹറാമി ഇന്ത'. പലസ്തീൻ യുവാവ് കിടന്നുകൊണ്ട് ബലൂണിന്റെ മുഖത്ത് തുപ്പി. ബലൂൺ രോഗിയുടെ വായ് പിടിച്ചു തുറന്ന് അതിൽ തുപ്പി. രംഗം ആകെ വഷളായി. വലിയ സംഭവമാകുമോ എന്ന് ഭയന്നെങ്കിലും ഒന്നും സംഭവിച്ചില്ല. ചെറുപ്പം തൊട്ടേ വലിയ ഭീകരതകൾ കണ്ടു വളർന്ന പലസ്തീനി ഇതൊരു ചെറു കാര്യമായി എടുത്തു കാണും.

ഒരു രാത്രി ഡ്യൂട്ടിയിൽ പാതിര കഴിഞ്ഞ നേരം നേഴ്സിംഗ് ടേബിളിലെ ടെലിഫോൺ ശബ്ദിച്ചു. ഡ്യൂട്ടി ഇൻചാർജ് ഫോണെടുത്തു സംസാരിച്ചു. ഫിമേൽ വാർഡിൽ നിന്നായിരുന്നു വിളി. ഒരു രോഗി അവിടെ മരിച്ചിരിക്കുന്നു. ശവശരീരം മോർച്ചറിയിലേക്ക് മാറ്റണം. പുരുഷന്മാരായി ആരും ഡ്യൂട്ടിയിലില്ല അവിടെ. മൃതദേഹം മോർച്ചറിയിലേക്ക് മാറ്റാൻ സഹായം വേണമവർക്ക്. ഡ്യൂട്ടി ഇൻചാർജ് ആ കൃത്യനിർവഹണം ഏൽപ്പിച്ചത് എന്നെ. പ്രേതവും പിശാചുമൊന്നും ഇല്ല എന്നുറപ്പു വരുത്താൻ പാതിരാത്രിയിൽ ചാവക്കാട് കടപ്പുറത്തെ അനാഥശവങ്ങൾ കുഴിച്ചിടുന്ന ശ്മശാനത്തിലൂടെ ഒറ്റയ്ക്ക് നടന്നവനാണ് ഞാൻ. ആ യുക്തിബോധം എപ്പോഴുമുണ്ട്. ഞാൻ ആ വാർഡിലേക്ക് നടന്നു. വാർഡിന്റെ ഒരറ്റത്ത് കർട്ടൻ മൂടിയ ഒരു ബെഡ്. അതിന്നടുത്ത് ഒരു സ്ട്രച്ചർ, ഡ്യൂട്ടി നേഴ്സ്സസ്, പോർട്ടർ...

സ്ട്രച്ചർ കർട്ടനുള്ളിലേക്കെടുത്ത് വെള്ളത്തുണിയാൽ തല മൂടി കെട്ടിയ ദേഹം എല്ലാവരും ചേർന്നെടുത്ത് സ്ട്രച്ചറിലേക്ക് മാറ്റി. ദേഹത്തിന്റ മൃദുലത അത് യുവതിയുടേതാണതെന്ന് അറിയിച്ചു. പോർട്ടർ തല ഭാഗത്തും ഞാൻ പാദത്തിന്നടുത്തും. ചക്രങ്ങൾ ചെറുശബ്ദത്തോടെ കറങ്ങി വാർഡിന് പുറത്തേക്ക്. വിജനമായ നീണ്ട ഇടനാഴി.

വളവുകളും മറുവളവുകളും താണ്ടി ഹോസ്പിറ്റലിന്റെ ഒരു കോണിലുള്ള മോർച്ചറി ലക്ഷ്യമായി ചലിക്കുന്ന പാദങ്ങൾ, ഉരുളുന്ന ചക്രങ്ങൾ. നിശ്ശബ്ദമായ, വിജനമായ ആ ഇടനാഴിക്ക് കാതങ്ങളോളം ദൂരമുണ്ടെന്നു തോന്നി.

ഒടുവിൽ ലക്ഷ്യമെത്തി. മോർച്ചറിയുട പ്രധാന കവാടം വലിച്ചു തുറന്ന് അകത്തു പ്രവേശിച്ചു. വലിച്ചു തുറക്കാവുന്ന ഫ്രീസ് ചെയ്ത ഒരുപാട് ചേമ്പറുകൾ ഒന്നിനു മീതെ ഒന്നായി മുറിയുടെ ചുവരുകൾക്ക് പകരമായി നിറയെ. ചിലതിൽ ടാഗുകൾ തൂങ്ങിക്കിടക്കുന്നു. പോർട്ടർ ടാഗ് ഇല്ലാത്ത ഒരു ചേംബർ കവാടം വലിച്ചു തുറന്നു. തണുത്ത ജലകണികകൾ മൂടൽമഞ്ഞു പോലെ പുറത്തേക്കൊഴുകി. ബെയറിങ്ങിൽ ഘടിപ്പിച്ച അതിനുള്ളിലെ ശവമഞ്ചം ചെറിയ കര ശക്തിയാൽ പുറത്തേക്കുരുണ്ടു വന്നു. മൃതശരീരം സ്ട്രച്ചറിന്റെ മുകൾ തട്ടോടെ പൊക്കി പുറത്തേക്ക് വന്ന മഞ്ചലിൽ ഘടിപ്പിച്ചു. ഒരു ചെറു തള്ളൽ, അതിവേഗം മൃതദേഹം ശീതളിമയിലേക്ക് ഊളയിട്ടു. അപ്പോഴാണ് അയാൾ കാലിൽ കെട്ടിയ ടാഗ് കണ്ടത്. Ms.......... , 22 വയസ്സ്, D/o of..........., Fujeirah, UAE. പോർട്ടർ തന്റെ പക്കലുണ്ടായിരുന്ന അതേ ടാഗ് ചേംബർ അടച്ച് അതിന്റെ പിടിയിൽ കെട്ടിത്തൂക്കി.

തലയ്ക്കു മീതെ ഭാരമുള്ള വാൾ എപ്പോൾ വേണമെങ്കിലും പൊട്ടി വീഴാം എന്നപോലെ തൂങ്ങിയാടുന്നു.

ഗൾഫിലെ മൂന്നാം രാജ്യത്തെ ദരിദ്രജനത ഓരോ നിമിഷവും ഭയന്നു കഴിയുന്നു. അവരെ ഭയപ്പെടുത്തുന്ന ശക്തമായ നിയമങ്ങൾ, തൊഴിലുടമകൾ, അവരുടെ മാനേജർമാർ. ഉള്ള തൊഴിൽ നഷ്ടപ്പെടുമോ എന്ന ഭയത്താൽ പലരും അടിമകൾക്ക് തുല്യം പണിയെടുക്കുന്നു. രണ്ടിടങ്ങളിലിൽ മാത്രമായൊതുങ്ങുന്ന ജീവിതം. ജോലിയിടം. പാർപ്പിടം. പുറത്തു പോയി ഉല്ലസിക്കാൻ സമയമോ ധനമോ അവർക്കില്ല. റോഡിൽ ഇറങ്ങി നടക്കാൻ പോലും ഭയക്കുന്നവർ. താൻ ആരെന്നു തെളിയിക്കാൻ പാസ്പോർട്ട് പോലുമില്ലാത്തവർ. കിട്ടുന്ന കൂലി ഒരു ഫിൽസ് പോലും തനിക്കായി ചെലവഴിക്കാതെ തന്റെ ഇഷ്ടപ്പെട്ടവരുടെ നല്ല ജീവിതത്തിനായി നാട്ടിലേക്കെത്തിക്കുന്നവർ.

എന്റെ ഒരു വർഷത്തേക്ക് സ്റ്റാമ്പ് ചെയ്തു തന്ന റെസിഡന്റ് പെർമിറ്റിന്റെ കാലാവധി കഴിഞ്ഞ് ഒരു വർഷത്തോളമാകാറായി. എനിക്ക് വിസയ്ക്ക് ഏർപ്പാടാക്കിയത് ചാവക്കാടുള്ള ഒരു പുതുപണക്കാരനാണ്. "മരന്തൻ അബു'.

മരന്തൻ അബു അറുപതുകളുടെ അവസാനം വരെ പാവപ്പെട്ടവനായിരുന്നു. ഒറ്റക്കാലുകളുള്ള പഴയ കണ്ണടയും അലക്കിയലക്കി ദ്രവിച്ചു തുടങ്ങിയ ഷർട്ടും മുണ്ടും ധരിച്ച് റേഷൻ കടയിൽ അരിയും പഞ്ചസാരയും

മണ്ണെണ്ണയും തൂക്കിയും അളന്നും കൊടുക്കുന്ന ചപ്ര തലമുടിയോടു കൂടിയ രൂപമാണ് അദ്ദേഹത്തെക്കുറിച്ചോർക്കുമ്പോൾ ആദ്യം മനസ്സിൽ വരുന്നത്. അറുപതുകളുടെ തുടക്കത്തിൽ തന്നെ ചാവക്കാടുനിന്ന് ഗൾഫിലേക്ക് കുടിയേറ്റം തുടങ്ങിയിട്ടുണ്ട്. അന്ന് പേർഷ്യക്കാർ എന്നാണ വരെ വിളിച്ചിരുന്നത്. പേർഷ്യ (ഇറാൻ) ആയിരുന്നല്ലോ ഗൾഫിലെ ഒരു പ്രബല രാജ്യം. സൂഫികളുടെയും പാഴ്സികളുടെയും സൊരാഷ്ട്രരുടെയും (Zoroaster) നാട്. പേർഷ്യൻ ഗൾഫിന്റെ വടക്കുതീരം തൊട്ട് കാസ്പിയൻ കടൽ വരെയും ബലൂചിസ്ഥാൻ മുതൽ ഇറാഖ് വരെയും നീണ്ടുകിടക്കുന്ന വലിയ രാജ്യം. ഇന്നും പല മലയാളികളും ഇതൊരു അറബ് രാജ്യമാണെന്ന് തെറ്റിദ്ധരിക്കുന്നു. ഇൻഡോ-യൂറോപ്യൻ ഭാഷാ ശാഖയിൽ പെടുന്ന പാർസിക്ക് അറബുമായി ഒരു ബന്ധവുമില്ല.

എന്തായാലും ഒരാൾ അന്ന് ഗൾഫിലെ അറബ് രാജ്യങ്ങളിൽ പോയാൽ 'അവൻ പേർഷ്യയിൽ പോയി' എന്നാണ് നാട്ടുകാർ പറഞ്ഞിരുന്നത്. മരന്തൻ അബുക്കയുടേ ഒരു ബന്ധു ദുബായിലേക്ക് പത്തേമാരിയിൽ കടന്ന ആദ്യചാവക്കാട്ടുകാരിൽ ഒരാളാണ്. അയാൾക്ക് ദുബായിൽ ഗ്രോസറിയും അതിനെ ചുറ്റിപ്പറ്റിയുള്ള കുഴൽപ്പണശേഖരണവും വിതരണവുമാണ് പ്രധാന തൊഴിൽ. മരന്തൻ അബുവിന്റെ പരിണാമം അതിവേഗമായിരുന്നു. അറുപതുകളുടെ അവസാനത്തോടെ അലക്കിതേച്ച കൈത്തറി മുണ്ടും ജുബ്ബയുമായി അദ്ദേഹത്തിന്റെ വേഷം. മുടി വെട്ടി ദിവസവും ഷേവ് ചെയ്ത് മാന്യനായി മാറി അയാൾ. സ്വാധീനമുള്ള വലതുപക്ഷ രാഷ്ട്രീയക്കാരുമായുള്ള സൗഹൃദം. ചാവക്കാട് നഗരത്തിൽ മണ്ണെണ്ണ കച്ചവടവും. സത്യത്തിൽ കച്ചവടത്തിന്റെ മറവിൽ കുഴൽപ്പണവിതരണമായിരുന്നു കാര്യമായി നടന്നിരുന്നത്. ദുബായിലെ ബന്ധുവിന്റെ നാട്ടിലെ ഏജന്റ് ആയി അയാൾ വളർന്നു, പണക്കാരനുമായി. തന്റെ ഓലപ്പുരയുടെ സ്ഥാനത്ത് മണിമാളിക ഉയർന്നു. ഈ മരന്തൻ അബുവിലൂടെയാണ് എനിക്ക് വിസ ലഭിക്കുന്നത്. ദുബായിൽ വിസ ശരിപ്പെടുത്തിയത് അയാളുടെ ബന്ധുവും. വിസ തീർന്നു മാസങ്ങൾ ഏറെയായി. ഹോസ്പിറ്റലിലെ പേഴ്സണൽ ഡിപ്പാർട്ട്മെന്റ് സ്പോൺസർ ചെയ്യാൻ തയ്യാർ. അവർ ആദ്യസ്പോൺസറിൽ നിന്നും റിലീസ് ആവശ്യപ്പെടുന്നു. ദുബായിലെ തഹാനി ഷോപ്പിൽ ചെന്ന് പല പ്രാവശ്യം ആവശ്യം ഉന്നയിച്ചിട്ടും ഫലമൊന്നുമില്ല. ഒടുവിൽ വിസ തന്ന കടയുടമയ്ക്ക് കത്തെഴുതാൻ തീരുമാനിച്ചു. മരന്തന്റെ ബന്ധു അന്ന് അബുദാബിയിൽ ആയിരുന്നു. കത്തയച്ചു, മറുപടിയും വന്നു. ചാവക്കാട്ടെ വൃത്തികെട്ട തെരുവുഭാഷയിൽ തെറി പച്ചത്തെറി. വിസ തന്ന താങ്കൾക്ക് റിലീസ് തരാനും ഉത്തരവാദിത്തമുണ്ട്. അതുകൊണ്ട് വേഗം അത് ശരിപ്പെടുത്തണം എന്ന അർത്ഥത്തിലാണ് എന്റെ എഴുത്ത്. അയാൾക്കത് ഇഷ്ടപ്പെട്ടില്ല എന്നു തോന്നുന്നു. അങ്ങനെ റിലീസ് കിട്ടും എന്ന പ്രതീക്ഷ അസ്തമിച്ചു.

ഞാൻ ഗൾഫിൽ എത്തപ്പെടാൻ ചില കാരണങ്ങളുണ്ട്. ഹൈസ്കൂളിൽ പഠിക്കുന്ന കാലത്ത് എന്റെ ജീവിതം വളരെ സംഘർഷത്തിലായിരുന്നു. ഒരുപാട് നല്ല സ്വപ്നങ്ങൾ നൽകി പിതാവ് അകാലത്തിൽ വലിയ വേദനകൾ നൽകി ഇല്ലാതായി. ധാർമ്മിക ജീവിതത്തിന്റെ നിരർത്ഥകത സൂക്ഷ്മമായി ബോദ്ധ്യപ്പെടുത്തിയ ദിനങ്ങൾ. ഭാഷകളെക്കുറിച്ച് വലിയ ധാരണയൊന്നുമില്ലാത്ത ആ ഇളം മനസ്സിന്റെ ചിന്ത, 'എനിക്ക് എന്റെ സ്വന്തം ഭാഷയുണ്ട്, ഞാൻ ഈ ഭാഷയിലൂടെ ഒരുപാട് അറിവ് പാഠപുസ്തകങ്ങളിൽ നിന്നല്ലാതെ നേടിയിട്ടുണ്ട്, പിന്നെ എന്തിന് ഞാൻ മറ്റു ഭാഷകൾ പഠിക്കണം?'

എന്റെ ഭാഷയിലൂടെ തന്നെ ഞാൻ ലോകത്തിന്റെ എല്ലാ അറിവുകളും നേടും, മറ്റു ഭാഷ ഞാൻ എന്തിന് പഠിക്കണം? അങ്ങനെയായിരുന്നു എന്റെ ചിന്ത. നിർഭാഗ്യവശാൽ എന്നെ പഠിപ്പിപ്പിച്ച ഭാഷാദ്ധ്യാപകർ (English and Hindi) അദ്ധ്യാപന കലയിൽ പ്രാവീണ്യം കുറഞ്ഞവരായിരുന്നു. ക്ലാസ്സിൽ കുട്ടികളുടെ ശ്രദ്ധ തന്നിലേക്ക് കേന്ദ്രീകരിച്ച് ശാസ്ത്രവും ഗണിതവും സാമൂഹ്യപാഠവും പഠിപ്പിച്ചിരുന്ന ചില നല്ല അദ്ധ്യാപകർ അന്നുണ്ടായിരുന്നു. അവരുടെ ക്ലാസ്സ് അനുഭവിച്ചാൽ മാത്രം മതി, എല്ലാം മനസ്സിൽ നിൽക്കും. അതിനാൽ വലിയ ഹോം വർക്ക് ഒന്നുമില്ലാതെ നല്ല മാർക്കുകൾ എനിക്കു കിട്ടിയിരുന്നു ഹിന്ദിയിലും ആംഗലേയത്തിലുമൊഴികെ. ഹിന്ദിയെ സഹിക്കാം. ഉച്ചാരണവും ലിപികളും മലയാളത്തിനു സമം. എന്നാൽ ഇംഗ്ലീഷ് ഒരിക്കലും മനസ്സിൽ കേറിയില്ല. ആ ഭാഷ പഠിപ്പിച്ച അധ്യാപകർ എല്ലാം താഴ്ന്ന നിലവാരം പുലർത്തുന്നവരായിരുന്നു. 'Enough, Knife, Naugthy' എന്ന പദങ്ങളുടെ ഉച്ചാരണം എന്നെ വല്ലാതെ വിഷമിപ്പിച്ചു. കേട്ടെഴുതുകളിൽ 'inef' ആക്കി ചുരുക്കി ഞാൻ 'Enough'നെ.

എന്നാൽ പേരെടുത്തു പറയാവുന്ന നല്ല ഇംഗ്ലീഷ് അദ്ധ്യാപകർ ആ സ്കൂളിൽ ഉണ്ടായിരുന്നു. കെ.എസ്. രാജൻ മാസ്റ്റർ, വേലുണ്ണി മാസ്റ്റർ... നിർഭാഗ്യവശാൽ അവരൊന്നും എന്റെ ഇംഗ്ലീഷ് അധ്യാപകരായി വന്നില്ല. ഒരു ദിനം ഇംഗ്ലീഷ് അദ്ധ്യാപകൻ ചില പോയന്റുകൾ തന്ന് ആ വിഷയത്തെക്കുറിച്ച് ഉപന്യാസമെഴുതുവാൻ എല്ലാവരോടുമായി പറഞ്ഞു. ആറാം ക്ലാസ്സുവരെ ഇംഗ്ലീഷ് മീഡിയയിൽ പഠിച്ച അറിവും എന്റെ അച്ഛന്റെ ഇംഗ്ലീഷ് സ്വാധീനവും എന്തോ അറിയില്ല ആ ഉപന്യാസം ഞാൻ മനസ്സിൽ നിന്നുവന്ന ഇംഗ്ലീഷ് ഭാഷയിൽ എഴുതി. അധ്യാപകന് അത് ഏറെ ഇഷ്ടപ്പെട്ടു. മറ്റു കുട്ടികൾ കേൾക്കുംവിധം ആ ഉപന്യാസം അദ്ദേഹം ക്ലാസ്സിൽ വായിച്ചു. പിന്നെ ഒരു കമന്റും 'ഇങ്ങനെയാണ് ഇംഗ്ലീഷ് എഴുതേണ്ടത്.'

ഹിന്ദി അദ്ധ്യാപിക കുട്ടികളുടെ അറ്റെൻഷൻ തന്നിലേക്ക് എടുക്കാതെ ഒരു വഴിപാടുപോലെ അദ്ധ്യയനം നടത്തി സമയം കൊല്ലും.

അവർ അവിവാഹിതയായിരുന്നു. ആത്മഹത്യയിൽ നിന്ന് രക്ഷപ്പെട്ട് ജീവിതത്തിലേക്ക് തിരിച്ചു വന്നതാണവർ എന്ന് അച്ഛൻ പറഞ്ഞതായോർക്കുന്നു. എന്തായാലും 'പ്രേതം' എന്ന അപരനാമത്തിലായിരുന്നു അവർ അറിയപ്പെട്ടിയുന്നത്. അങ്ങനെ പബ്ലിക് എക്സാം വന്നു. താൻ തോറ്റു. സയൻസിലും മാത്ത്സിലും ഹൈ മാർക്ക് (നല്ല അധ്യാപകർക്ക് നന്ദി). മലയാളമൊഴികെയുള്ള ഭാഷകളിൽ തോൽവി. എന്നാൽ ഇരുന്നൂറ്റി ഇരുപതോ, നാൽപതോ ആണ് അന്ന് പാസ്സ് മാർക്ക്. തന്റെ മാർക്ക് അതിനേക്കാൾ വളരെ ഏറെ. എന്നാൽ ഒരു വിഷയത്തിൽ പാസ്സ് മാർക്ക് ഇല്ലെങ്കിൽ തോറ്റതുതന്നെ. വീട്ടിൽ വന്ന് ദിവസവും പഠിക്കുന്ന നല്ല കുട്ടിയല്ലായിരുന്നു ഞാൻ. ഒരുപാട് വീട്ടുജോലികൾ, പശു, പട്ടി, പൂച്ച അവയെ നോക്കൽ, വീട്ടിലേക്കാവശ്യമായ പലവ്യഞ്ജനം സംഹരിക്കൽ, റേഷൻ മേടിക്കൽ തുടങ്ങി എന്റെ ദൗത്യങ്ങൾ ഏറെയായിരുന്നു.

മൂന്നു തവണ ഞാൻ തോറ്റു. ഒന്നുകിൽ ഇംഗ്ലീഷ്, അല്ലെങ്കിൽ ഹിന്ദി. നാലാം തവണ മുന്നൂറിലധികം മാർക്കോടെ ജയിച്ചു. കോളേജിൽ പോകണം, ഫിസിക്സോ, മാത്സൊ പഠിക്കണം എന്നൊക്കെ ആഗ്രഹിച്ച ദിനങ്ങൾ. ഇത്രയും തോൽവി ഏറ്റുവാങ്ങിയ എന്നെ ഒരു മണ്ടനെന്ന് അമ്മയും മാമന്മാരും വിലയിരുത്തി. എന്റെ അച്ഛൻ അന്നില്ലായിയുന്നു. ആ ദിനങ്ങളിൽ അച്ഛമ്മയുടെ സഹോദരീപുത്രിയുടെ മകൻ രാജേട്ടൻ മസ്കറ്റിൽ എത്തപ്പെട്ടിരുന്നു. ചെറിയ കാലം കൊണ്ട് ഏറെ സമ്പാദിച്ചു രാജേട്ടൻ. അച്ഛനെ അവർ ബാലമാമൻ എന്നാണ് വിളിച്ചിരുന്നത്. അച്ഛമ്മയുടെ കുടുംബത്തിലെ കുറേ പേർ അന്ന് പോസ്റ്റൽ ഡിപ്പാർട്ട്മെന്റിലാണ് ജോലി ചെയ്തിരുന്നത്. കേന്ദ്ര സർക്കാർ ജോലി. രാജേട്ടന്റെ ജ്യേഷ്ഠ സഹോദരനും പോസ്റ്റൽ ഡിപ്പാർട്ട്മെന്റിൽ ആയിരുന്നു; വിജയേട്ടൻ. അച്ഛന്റെ നല്ല കാലത്ത് ഇവരെല്ലാം വീട്ടിലെ പതിവ് സന്ദർശകനായിരുന്നു. ബാലമാമൻ ഇത്രയും വേഗം ഇല്ലാതാകുമെന്ന് അവർ മാത്രമല്ല ആരും പ്രതീക്ഷിച്ചതല്ല.

രാജേട്ടൻ അവധിക്കു വന്നപ്പോൾ ഞങ്ങളുടെ ഭവനം 'ജ്യോതി ഭവനം' സന്ദർശിച്ചു. എല്ലാ പ്രതാപവും നശിച്ച് യൗവനം തുടിക്കുന്ന ഒരു വിധവയും അവരുടെ എങ്ങുമെത്താത്ത അഞ്ചു മക്കളും. രാജേട്ടന്റെ മിഴികൾ ഈറനായി. ഉടനെത്തന്നെ ഏട്ടനെ ഗൾഫിൽ എത്തിക്കാം എന്ന് അദ്ദേഹം അമ്മയ്ക്ക് വാക്കുകൊടുത്തു.

സാഹിത്യ ദീപിക സംസ്കൃത കലാലയത്തിൽ പഠിച്ചിരുന്ന ഏട്ടൻ അതുപേക്ഷിച്ച് ഫുഡ് ക്രാഫ്റ്റ് ഇൻസ്റ്റിട്യൂട്ടിൽ ചേർന്നതെന്തിനാണ്? അറിയില്ല. അദ്ദേഹത്തിന് ചേർന്ന ഒരു മേഖല അല്ലായിരുന്നു അത്. രാജേട്ടന്റെ വിസ ഓഫർ കിട്ടുമ്പോഴേക്കും ഏട്ടന് ITDCയിൽ തൊഴിൽ ലഭിച്ചിരുന്നു. അച്ഛന്റെ പഴയ സി.പി.ഐ. ബന്ധം അതിന് വഴിയൊരുക്കിക്കാണും. അമ്മ അന്നത്തെ അച്യുതമേനോൻ മന്ത്രിസഭയിലെ ആരെയൊക്കെയോ കണ്ട് നേടിയെടുത്തതാണ് ആ തൊഴിൽ എന്ന് കേട്ട്

കേൾവി. ഏട്ടന് തൊഴിൽ കിട്ടിയതുകൊണ്ട് ഈ മണ്ടനെ നാട് കടത്താൻ അമ്മയും മാമന്മാരും തീരുമാനിച്ചു. രാജേട്ടൻ വിസയ്ക്കായി 5000 രൂപ അന്ന് (1974) അമ്മയ്ക്കയച്ചു കൊടുത്തു. ആ തുക മരന്തൻ അബുവിന് കൊടുത്താണ് എനിക്ക് വിസ ശരിപ്പെടുന്നത്.

ഇന്ത്യയിൽ അടിയന്തിരാവസ്ഥ. സെൻസർ ചെയ്തു മാത്രം വരുന്ന വാർത്തകൾ. കോൺഗ്രസ് പാർട്ടി ഒഴികെ മറ്റെല്ലാ പാർട്ടി നേതാക്കളും ജയിലിൽ. ജനാധിപത്യത്തെ കശാപ്പു ചെയ്ത ഇരുണ്ട ദിനങ്ങൾ. നിർബന്ധിത വന്ധ്യകരണം, ബുൾഡോസാർ ക്ഷണനേരം കൊണ്ടില്ലതാക്കിയ ചേരികൾ, രാഷ്ട്രീയ തടവുകാർക്ക് ക്രൂരമായ ജയിൽ മർദ്ദനം, തൽഫലമായി ജീവൻ വെടിഞ്ഞ രക്തസാക്ഷികൾ... അമ്മയുടെയും മകന്റെയും ക്രൂരമായ ഏകാധിപത്യം. നിരാശയും വേദനയുമുണ്ടാക്കിയ ദിനങ്ങൾ.

ദുബായ് ദിനം പ്രതി മാറിക്കൊണ്ടിരിക്കുകയാണ്. ദുബായ് ക്രീക്കിന്നടിയിലൂടെ ദേര ബർദുബായ് യാത്ര സുഗമമാക്കിക്കൊണ്ട് ഷിന്ദഗ ടണൽ ഗതാഗതയോഗ്യമായി. പുതിയ റോഡുകൾ, നടപ്പാതകൾ, കെട്ടിടങ്ങൾ, പൂന്തോട്ടങ്ങൾ, ജലധാരകൾ, ശില്പങ്ങൾ... നഗരം വലുതാകുകയാണ്.

അബുദാബി റോഡിൽ സബീൽ പാലസിന് എതിർവശം റൗണ്ട് എബൗട്ടിനടുത്തായി ദുബായ് ട്രേഡ് സെന്റർ നിർമ്മാണം തുടങ്ങി. പത്തുമുപ്പതു വർഷത്തോളം യു.എ.യിലെ ഏറ്റവും ഉയരം കൂടിയ കെട്ടിടമായതു നിലകൊണ്ടു. തൊണ്ണൂറുകളുടെ അവസാനത്തോടെ തുടങ്ങിയ നിർമ്മാണപ്രളയത്തിൽ ട്രേഡ് സെന്റർ ചെറുതാകാൻ തുടങ്ങി. വലിയ അംബരചുംബികൾക്കു മുന്നിൽ മുപ്പത്തിയൊമ്പതു നിലകളുള്ള ആ കെട്ടിടം ചെറുതായി കൊണ്ടിരുന്നു. അമ്പത് നില, അറുപതു നില, എൺപതു നില, നൂറു നില... പിന്നെ അതിന് മേലേക്കും കെട്ടിടങ്ങൾ ഉയർന്നു ഷെയ്ഖ് സയ്ദ് റോഡിലും ദുബായ് മറീനയിലും.

അങ്ങനെയിരിക്കെയാണ് മണിയന്റെ വരവ്. മണി ദുബായിലാണ് കപ്പലിറങ്ങിയത്. ഒന്നുരണ്ട് ദിവസം ദുബായിൽ താമസിച്ചു എന്നു തോന്നുന്നു. ഞങ്ങൾ കുറേ സംസാരിച്ചു. തന്നോട് സമ്മതം വാങ്ങാതെ കിട്ടിയ ജന്മം. ഒരുപാട് ദുഃഖവും വേദനയും നൽകി മരണത്തിലേക്ക് യാത്രയാകുന്നവർ. ലക്ഷ്യവും അർത്ഥവും നഷ്ടപ്പെട്ട ദിനങ്ങൾ. എന്തോ മണിയുമായുള്ള സംവാദം കണ്ണീരിൽ കുതിർന്നുപോയി. മണി ദുബായിൽ നിന്നില്ല. അദ്ദേഹം അബുദാബിയിലേക്കു പോയി. ജഗേട്ടന്റെ അടുത്തേക്ക്.

റിലീസ് ലെറ്റർ കൊടുക്കാതെ ഡിപ്പാർട്ട്മെന്റ് ഓഫ് ഹെൽത്ത് ആൻഡ് മെഡിക്കൽ സർവീസിന് എന്നെ സ്പോൺസർ ചെയ്യാൻ സാധ്യമല്ലെന്ന് ഹോസ്പിറ്റലിലെ HR (അന്നെല്ലാം പേഴ്സണൽ

ഡിപ്പാർട്ട്മെന്റ്, പേഴ്സണൽ മാനേജർ എന്നൊക്കെയാണ് ഈ വിഭാഗത്തെ വിളിച്ചിരുന്നത്. ഇന്നത് HR ഡിപ്പാർട്ട്മെന്റും HR മാനേജരുമായി മാറി.)

ഇവിടെ തുടരണമെങ്കിൽ പുതിയ റെസിഡന്റ് പെർമിറ്റ് കിട്ടിയേ മതിയാകൂ. മുട്ടാത്ത വാതിലുകളില്ല. അറുപത്തൊൻപതിൽ ഇവിടെ എത്തിയ നാട്ടുകാരനായ ജെനു ഇമിഗ്രേഷൻ ഓഫീസിലാണ് ജോലി ചെയ്തിരുന്നത്. ചെറിയ ജോലിയിൽ തുടങ്ങിയ ജെനു ചെറുസമയം കൊണ്ട് പല പടികൾ കയറി ഭേദപ്പെട്ട നിലയിലായി, ധനവാനുമായി. നാട്ടിൽ നല്ല വലിയ വീട് വെച്ചു. ഒരുപാട് ബന്ധുക്കൾക്കു വിസ അയച്ചുകൊടുത്തു, ദേരയിൽ നയിഫ് റോഡിനു പുറകിൽ ഒരു ഗ്രോസറിയും തുറന്നു. മലയാളി കുടുംബങ്ങൾ എണ്ണത്തിൽ കുറവായിരുന്ന കാലം. ഉള്ളവർതന്നെ ചുരുങ്ങിയ ചിലവിൽ ഇവിടെ കഴിഞ്ഞ് മിച്ചം വരുന്ന വരുമാനം മുഴുവൻ നാട്ടിലേക്കയയ്ക്കുന്നവർ. ഒന്നിലധികം സഹോദരീ സഹോദരന്മാരാണ് ഓരോ കുടുംബത്തിലും. അവരെ ഒരു നിലയിലാക്കേണ്ടതോ ഗൾഫിൽ പോയവർ. ചെറിയ മൺപുരകളും ഓലക്കുടിലുകളും നല്ല ഭവനങ്ങൾക്ക് വഴിമാറി. ഓരോ ഗൾഫുകാരന്റെയും ലക്ഷ്യമായി നല്ലൊരു കോൺക്രീറ്റ് വീട്. അതിനാൽ അക്കാലത്ത് ആരും ഇവിടെ അമിതവ്യയം ചെയ്തിരുന്നില്ല. ഭക്ഷണം, പാർപ്പിടം, ജോലി ഇതിൽ മാത്രം ഒതുങ്ങുന്ന ചര്യകൾ. കുട്ടികളുള്ളവർക്ക് വിദ്യാഭാസവും നൽകേണ്ടിയിരുന്നു.

ദുബായ് നഗരം വളരുന്നു, മലയാളി കുടുംബങ്ങളുടെ എണ്ണവും കൂടി വന്നു. അങ്ങനെ മലയാളികളെ കൂടുതൽ ആകർഷിച്ചിരുന്ന ജെനുവിന്റെ ഗ്രോസറിയും വളർന്നു. പിന്നെ എൺപതുകളിൽ അത് പല ശാഖയുള്ള സൂപ്പർമാർക്കറ്റ് ശൃംഖലയായി ഉയർന്നു. അടിയും ബഹളവും ശീട്ടുകളിയൊക്കെയായി നാട്ടിൽ നടന്നിരുന്ന ജെനുവിന്റെ സഹോദരന്മാർ MDയും CEO ഒക്കെയായി മാറി. അവർ വിലകൂടിയ ആഡംബര വാഹനങ്ങളിൽ സഞ്ചരിച്ചു.

ജോലി, വായന, ചിന്ത... കാപട്യം, സ്വാർത്ഥത, അഹന്ത... മരണം, വേദന, വേർപാട്... കാലം, പരിണാമം, യുദ്ധം, ഹിംസ... യുക്തിചിന്ത, നിരർത്ഥകത.. ആകെ സങ്കീർണ്ണമായ മനുഷ്യാവസ്ഥകൾ. ഇതിൽ സത്യം എന്താണ്? എന്താണ് മനുഷ്യ ജീവന്റെ ലക്ഷ്യം? മൃഗങ്ങൾ ചെയ്യുന്നത് തന്നെയല്ലേ മനുഷ്യനും ചെയ്തുകൊണ്ടിരിക്കുന്നത്? Food, shelter, mating, reproduction and caring of siblings? മൃഗങ്ങൾക്കൊരു രീതിയും മനുഷ്യന് മറ്റൊന്നും. എന്നാൽ ആത്യന്തികമായി രണ്ട് ഗണങ്ങളും ചെയ്യുന്ന ജീവധർമ്മം ഒന്നുതന്നെ. പരിഷ്കൃത മനുഷ്യൻ പ്രകൃതിയിൽനിന്നും ഏറെ അകന്നു ജീവിക്കുന്നു. മറ്റു ജീവികൾ ചെയ്യാത്ത ഒരുപാട് കാര്യങ്ങൾ ചെയ്ത് അവൻ സ്വയം ഉന്നതനാണെന്നു കരുതി അഹങ്കരിക്കുന്നു. അവൻ വിനോദത്തിനായി മൃഗങ്ങളെ

കൊല്ലുന്നു. ദന്തത്തിനും ത്വക്കിനുമായും കൊല്ലുന്നു. മൃഗങ്ങൾ ആഹാരത്തിനായേ അത് ചെയ്യാറുള്ളൂ. 'കൊന്നാൽ പാപം തിന്നാൽ തീരും.'

മനുഷ്യൻ ഭൂമിക്ക് അതിരുകൾ വെച്ച് എന്റേത്, ഞങ്ങളുടേത് എന്നു പറയുന്നു. യുദ്ധം ചെയ്യുന്നു, കോടിക്കണക്കിനു മനുഷ്യരെ കൊന്നൊടുക്കുന്നു. മറ്റുജീവികൾ അതിരുകളില്ലാത്ത കരയിൽ, സമുദ്രത്തിൽ, ആകാശത്തിൽ ഇഷ്ടാനുസാരം സഞ്ചരിക്കുന്നു, അതിജീവിക്കുന്നു. ഓരോ കാലത്തും മനുഷ്യന്റെ അറിവുകൾ, ചിന്തകൾ, ജീവിതം വ്യത്യസ്തമായിരുന്നു. അവ രൂപപ്പെടുന്നതിൽ അവന്റെ ഭൗമസാഹചര്യങ്ങൾ ഏറെ സ്വാധീനിച്ചിരുന്നു. മരുഭൂമിയിലും മഞ്ഞിലും ഇടതൂർന്ന വനത്തിലും മലമുകളിലും നദീതടങ്ങളിലും സമതലങ്ങളിലും അവൻ വസിച്ചിരുന്നു. ഉഷ്ണവും തണുപ്പും ജലലഭ്യതയും ആഹാരലഭ്യതയും പ്രാണവായു ലഭ്യതയുമൊക്കെ വ്യത്യസ്തമായ ഇടങ്ങൾ. അതിനൊത്ത വ്യത്യാസം അവന്റെ ചിന്തയിലും പ്രവൃത്തിയിലും അറിവിലും ജീവിതത്തിലും കാണും. ഒരുപാട് ഭാഷകൾ, ചിന്തകൾ, അറിവുകൾ, മതങ്ങൾ... കാലവും ജീവിതവും പരിസ്ഥിതിയുമായി ബന്ധപ്പെട്ട് വൈവിധ്യങ്ങളായവ. പരിണമിക്കുന്നവ.

'എന്റെ മതമാണ് ശരി, നിന്റേതല്ല, ഞാൻ സ്വർഗ്ഗത്തിൽ പോകും, നീ നരകത്തിലും', എന്നൊക്കെ പറഞ്ഞ് പരസ്പരം വെറുക്കുകയും കൊല്ലുകയും വിഭജിക്കയും ചെയ്യുന്നവർ ചിലർ. ശാസ്ത്രീയ അറിവും ചരിത്രബോധവും ഇല്ലാതെ വൈവിധ്യങ്ങളെ ഭയപ്പെടുന്നവർ.

ആവി യന്ത്രം കണ്ടുപിടിക്കുന്നതിന് മുന്നെ ആയിരക്കണക്കിന് വർഷം പരിഷ്കൃതനെങ്കിലും ഏറക്കുറെ പ്രകൃതിയോടൊത്ത ജീവിതമായിരുന്നു മനുഷ്യന്റേത്. സഞ്ചരിക്കാൻ കുതിരയും കാളയും അവയുടെ പേശീബലത്തിൽ തിരിയുന്ന ചക്രങ്ങളോടുകൂടിയ വണ്ടികൾ. കടൽ യാത്രയ്ക്ക് കാറ്റിൻശക്തിയിൽ നീങ്ങുന്ന പായക്കപ്പലുകൾ. മുളയും മണ്ണും ചാണകവും പുല്ലും ഓലയും കൊണ്ടുള്ള പാർപ്പിടങ്ങൾ. മണ്ണു കൊണ്ടുള്ള കലവും ചട്ടിയും. മുള, പന, കൈത, ചിരട്ട കൊണ്ടുണ്ടാക്കിയ മറ്റു അടുക്കള ഉപകരണങ്ങൾ, കൂടാതെ അമ്മി, ഉരൽ, ഉലക്ക, അലക്കുകല്ല്. പരുത്തി കൊണ്ടുണ്ടാക്കിയ വസ്ത്രങ്ങൾ. മീൻ പിടിക്കാൻ ചണനൂൽകൊണ്ട് നെയ്ത വലകൾ. എല്ലാം ജൈവം. പ്രകൃതിക്ക് വലിയ ഹാനി വരുത്താത്ത ദ്രവ്യങ്ങൾ. മരവും കല്ലും അധികം ഉപയോഗിച്ചിരുന്നത് കൊട്ടാരങ്ങളും ദേവാലയങ്ങളുമുണ്ടാക്കാനാണ്. പ്രകൃതിയുടെ സ്നേഹവും ലാളനയും നുകർന്ന് ജീവന്റെ ധർമ്മം പാലിക്കപ്പെട്ട ജീവിതം. എന്നാൽ എല്ലാ പരിസ്ഥിതി പ്രശ്നങ്ങളും ഉത്ഭവിച്ചത് വ്യവസായ വിപ്ലവത്തിനുശേഷമാണ്. ഫോസിലൈസ്ഡ് ഇന്ധന ഖനനം തുടങ്ങിയതിനു ശേഷം. ഒരു പരിവ്രാജകനെപ്പോലെ സത്യം തേടി, അർത്ഥം തേടിയ ദിനരാത്രങ്ങൾ.

നാട്ടിലേക്കുള്ള ആദ്യയാത്ര 1976ൽ ആയിരുന്നു. യാത്രയ്ക്ക് മുന്നെ ഒരാഴ്ച നൈറ്റ് ഡ്യൂട്ടിയായിരുന്നു. വിസ മാറ്റിയേ പറ്റൂ. സയ്ദ് എന്ന ലബനീസ് പൗരനായിരുന്നു എന്നെ അതിനായി ഹോസ്പിറ്റലിന്റെ ഭാഗത്തു നിന്ന് നിർബന്ധിച്ചിരുന്നത്. അതവരുടെ ജോലി. അവർക്കത് ചെയ്തേ പറ്റൂ.

പകൽ കിടന്നുറങ്ങേണ്ടയാൾ റിലീസ് കിട്ടാനായി ഓരോ മാർഗ്ഗങ്ങൾ തേടി നടന്നു. തഹാനിക്കാർക്കും സഹായിക്കാൻ പറ്റാത്ത അവസ്ഥയായിരുന്നു. അവരുടേതായിരുന്നില്ല എന്റെ വിസ. അത് ഒരു ടൈലറിംഗ് ഷോപ്പിന്റേതായിരുന്നു. അവർ കട പൂട്ടി അപ്രത്യക്ഷരായി. അവരെ കണ്ടുകിട്ടിയാലേ കാര്യം നടക്കൂ. ടെലിഫോൺ പോലും സാർവത്രികമാകാത്ത കാലം. ന്യൂസ് പേപ്പർ പോലുമില്ലായിരുന്നു അന്ന് ദുബായിൽ. റോയിട്ടർ എന്നു പേരായി A4 പേപ്പറിൽ ഇംഗ്ലീഷിൽ പ്രധാന വാർത്തകൾ ടൈപ്പ് ചെയ്ത് അതിന്റെ കോപ്പികൾ എടുത്ത് വിതരണം ചെയ്തിരുന്നു അക്കാലത്ത്. അഞ്ചാറ് പേജുകൾ ഉണ്ടായിരുന്ന അതിൽ തൊഴിൽ ഒഴിവ് പരസ്യങ്ങളും കാണുമായിരുന്നു. തൊഴിൽ അന്വേഷകർക്കുള്ള അന്നത്തെ ഏക വഴികാട്ടി! റിലീസ് ശ്രമത്തിന്റെ ഭാഗമായി ജെനുവിനെ താമസ സ്ഥലത്ത് പോയി കണ്ടു. അദ്ദേഹം ഇമിഗ്രേഷൻ ഓഫീസിൽ ആയിരുന്നല്ലോ. പഴയ വിസ സ്റ്റാമ്പ് ചെയ്ത പാസ്പോർട്ടിലെ പേജിൽ 'Cancelled' സ്റ്റാമ്പ് അടിച്ചു കിട്ടിയാൽ മതി. ബാക്കി കാര്യങ്ങൾ ഹോസ്പിറ്റൽ ചെയ്തുകൊള്ളും. എന്നാൽ ജെനുവും കയ്യൊഴിഞ്ഞു.

പകൽ ഒട്ടും ഉറങ്ങാതെ ആ നൈറ്റ് ഡ്യൂട്ടി ചെയ്തു തീർത്തു. അതിനിടെ സയ്ദ് പാസ്പോർട്ട് കൊടുക്കാൻ പറഞ്ഞു. അവസാന നൈറ്റ് ഡ്യൂട്ടിക്കുശേഷം ഹോസ്പിറ്റൽ വിടുന്നതിനു മുന്നെ സയ്ദ് എന്നെ വിളിപ്പിച്ചു. പഴയ വിസ ക്യാൻസൽ ചെയ്ത പാസ്പോർട്ടും പുതിയ എൻട്രി പെർമിറ്റുമായി സയ്ദ്, "പെട്ടെന്ന് നാട്ടിൽ പോയി വരൂ." അങ്ങനെയാണ് ആദ്യത്തെ നാട്ടിൽ പോക്ക്. രണ്ടാഴ്ച അവധിയിൽ. കയ്യിൽ കാര്യമായി ധനമില്ല. ഹരിയും മാമനും സഹായിച്ചു. അടുത്ത ദിവസത്തേക്ക് ടിക്കറ്റ് എടുത്തു. ദുബായ് ബോംബെ ദുബായ് ബ്രിട്ടീഷ് എയർവെയ്സ് റിട്ടേൺ ടിക്കറ്റ്. ആദ്യമായി നാട്ടിൽ പോകയല്ലേ. ഒരു മിനോൾട്ട ക്യാമറയും ചെറിയ ഒരു ടേപ്പ്റെക്കോർഡറും രണ്ടുമൂന്ന് റോൾ കൊഡാക് കളർ ഫിലിമും രണ്ട് ലേഡീസ് വാച്ചും മേടിച്ചു. പിന്നെ അല്ലറ ചില്ലറ എന്തൊക്കെയോ, കാര്യമായി ഒന്നുമില്ല. ഹരി J&Bയിൽ ജോലിയെടുക്കുമ്പോൾ സഹപ്രവർത്തകനായിരുന്ന കൊല്ലം സ്വദേശിയായ ഒരു കുറുപ്പും നാട്ടിൽ പോകാനായി ദുബായിൽ എത്തിയിട്ടുണ്ടായിരുന്നു. അദ്ദേഹത്തിന്റെ ടിക്കറ്റിനൊത്താണ് എനിക്കും ടിക്കറ്റെടുത്തത്. അങ്ങനെ ഞാനും കുറുപ്പും യാത്രയായി. ആദ്യ വിമാനയാത്ര. അതൊരു വലിയ എയർക്രാഫ്റ്റ് ആയിരുന്നു. മൂന്ന് ജെറ്റ് എഞ്ചിനുകളുള്ള DC 10. ഒരു വരിയിൽ പത്തു സീറ്റുകളും അവയ്ക്കിടയിൽ രണ്ട് നടവഴികളുമുള്ള പടുകൂറ്റൻ വിമാനം. (ചെറു വിമാനങ്ങളിൽ ആറു സീറ്റേ ഒരു വരിയിൽ കാണൂ).

മുന്നൂറ്റി എൺപത് യാത്രക്കാർക്കതിൽ സഞ്ചരിക്കാം. തന്റെ മനസ്സിലെ വിമാനചിത്രങ്ങളെക്കാൾ എത്രയോ വലിയ വിമാനം മേഘങ്ങൾക്കും മേലെ 40,000 അടി ഉയരത്തിൽ മൈനസ് 40 ഡിഗ്രി സെൽസിയസ്സിൽ വിറങ്ങലിച്ച വായുവിനെ തുളച്ച് 900 കിലോമീറ്ററിൽ അധികം വേഗത്തിൽ ബോംബെയെ ലക്ഷ്യമാക്കി പറന്നു. താഴെ വെള്ളമേഘങ്ങൾ, അതിനും താഴെ അറബിക്കടൽ.

സുന്ദരികളായ ബ്രിട്ടീഷ് എയർഹോസ്റ്റസുകൾ ട്രോളികൾ ഉന്തി അതിലെ ഭക്ഷണവും മധുവും യാത്രക്കാർക്ക് നൽകിക്കൊണ്ടിരുന്നു. മൂന്നു മണിക്കൂറിലേറെ പറന്ന് വിമാനം ബോംബെയിൽ ഇറങ്ങാനായി താഴ്ന്നു പറക്കാൻ തുടങ്ങി. സീറ്റ് ബെൽറ്റ് മുറുക്കാനും ഇരിപ്പിടം നേരെയാക്കുമുള്ള അറിയിപ്പുകൾ വന്നു. താഴ്ന്നു പറക്കുന്ന വിമാനക്കാഴ്ചയിൽ കടലും അതിലെ കപ്പലുകളും ബോട്ടുകളും. അകലെ തീരത്ത് ബോംബെ മഹാനഗരം. വിമാനം വീണ്ടും താഴ്ന്നു. താഴെ കാടുകൾ, പുഴകൾ, നദികൾ, ചതുപ്പുകൾ, ചേരികൾ, കെട്ടിടങ്ങൾ...

ഒരു ചെറു കുലുക്കത്തോടെ ചക്രങ്ങൾ റൺവേയിൽ പതിച്ചുരുണ്ടു. കുറേനേരം റൺവേയിൽ ഓടി, വളഞ്ഞു തിരിഞ്ഞു വിമാനം ആ പഴയ ടെർമിനലിന് മുന്നിൽ വന്നു നിന്നു.

യാത്രക്കാർ ഹാൻഡ് ലഗേജ് എടുത്ത് ഇറങ്ങാൻ ഒരുങ്ങി. കുറുപ്പിനെ പിന്തുടർന്ന് ഞാനും വാതിലിന്നടുത്തേക്ക് നടന്നു. എയർഹോസ്റ്റസ്സുകൾ ഓരോ യാത്രക്കാരനോടും നന്ദി പറഞ്ഞ് വിട ചൊല്ലുന്നു. വിമാനത്തിൽ ഘടിപ്പിച്ച പടികളിറങ്ങി. വിമാനത്തിന്നടുത്ത് യാത്രക്കാർക്കായൊരുക്കിയ ബസ്സുകൾ. ബസ്സിൽ അധികം സീറ്റുകൾ ഇല്ല. നിൽക്കുന്നവർക്ക് താങ്ങായി റൂഫിലെ കമ്പികളിൽ തൂങ്ങിയാടുന്ന ഒരുപാട് പിടുത്തങ്ങൾ. ഒരു ബസ്സിൽ കയറി പിടിച്ചു നിന്നു. നിറഞ്ഞ യാത്രക്കാരെയും കൊണ്ട് ബസ് ടെർമിനൽ കെട്ടിടത്തിന്നടുത്തേക്ക് ചലിച്ചു. നിമിഷങ്ങൾക്കുള്ളിൽ അത് അറൈവൽ കവാടത്തിനു മുന്നിൽ വന്നു നിന്നു. ബസ്സിറങ്ങി ഇമിഗ്രേഷൻ കൗണ്ടറിലേക്ക് നടന്നു. അവിടെ ക്യൂവിന് പിന്നിൽ തന്റെ ഊഴത്തിനായി കാത്തുനിന്നു. പതുക്കെ നീങ്ങുന്ന ക്യൂ. തന്റെ ഊഴമായി. ആ കപ്പാടെ ഒന്നു നോക്കി പിന്നെ പാസ്പോർട്ടിൽ നോക്കി വീണ്ടും തന്നെ നോക്കി ആൾമാറാട്ടമൊന്നും ഇല്ല എന്നുറപ്പുവരുത്തി ഓഫീസർ പാസ്പോർട്ടിൽ അറൈവൽ സ്റ്റാമ്പ് അടിച്ചു തിരിച്ചു തന്നു. ഇനി ലഗേജ് കിട്ടണം. അതിന്നായി ബ്രിട്ടീഷ് എയർവെയ്സിൽ വന്ന യാത്രക്കാരുടെ ലഗേജ് നീങ്ങിവരുന്ന കൺവെയർ ബെൽറ്റിന്നടുത്തേക്കു നടന്നു. റബ്ബർപാളികളാൽ മറച്ച ദ്വാരത്തിലൂടെ ചലിക്കുന്ന കൺവെയറിൽ ചുമരിന്റെ മറുഭാഗത്തുനിന്നും വരുന്ന ഓരോ പെട്ടിയിലേക്കും നോക്കി തന്റേതാണോ അല്ലയോ എന്ന് ഉറപ്പാക്കുന്ന യാത്രക്കാർ. കാത്തിരിപ്പിനു

ശേഷം തന്റെ പെട്ടിയും എത്തി. അടുത്ത് അടുക്കിവെച്ചിരുന്ന ട്രോളി ക്കൂട്ടത്തിൽ നിന്നും ഒരെണ്ണം വലിച്ചൂരി കൺവെയർ ബെൽറ്റിൽനിന്നും തന്റെ പെട്ടിയെടുത്ത് ട്രോളിയിൽ വെച്ചു. കുറുപ്പിന്റെ പെട്ടി അപ്പോ ഴേക്കും എത്തിയിരുന്നു. രണ്ടുപേരും ട്രോളിയും ഉന്തി കസ്റ്റംസ് കൗണ്ട റിലേക്കുനീങ്ങി. അവിടെയും ക്യൂ. ഒരുപാട് യാത്രക്കാർ കസ്റ്റംസ് കടമ്പ കടക്കാനായി കാത്തുനിൽക്കുന്നു.

അങ്ങനെ കസ്റ്റംസ് പരിശോധന ആരംഭിച്ചു. ഒരു ചെറിയ പെട്ടിയും അതിൽ കുറച്ച് സാധനങ്ങളുമേ പക്കലുള്ളൂ. അധികവും സ്വന്തം വസ്ത്ര ങ്ങൾ. കസ്റ്റംസ് ഡ്യൂട്ടിയെക്കുറിച്ച് വലിയ ധാരണകൾ ഒന്നുമില്ലായിരുന്നു. ഡ്യൂട്ടി കൊടുക്കേണ്ടതായി എന്റെ പക്കൽ ഒരു ചെറുടേപ്പ്റെക്കോർഡറും രണ്ട് വാച്ചും ഒരു ക്യാമറയും. 'കയ്യിൽ എത്ര ധനമുണ്ട്', ഓഫീസറുടെ ചോദ്യം. കാര്യമായി ഒന്നുമില്ലായിരുന്നു. ധനമുണ്ടെങ്കിൽ അത് കൈക്ക ലാക്കി വിടാനായിരുന്നു ആ ചോദ്യം. അവർ ഉദ്ദേശിച്ച പണം കയ്യിലില്ലെ ന്നറിഞ്ഞപ്പോൾ ഡ്യൂട്ടി അടയ്ക്കേണ്ടി വരും എന്ന നിലയായി. അതിനു ള്ളതും കയ്യിലില്ല. എന്ത് ചെയ്യും? അവസാനം അവർ സാധനങ്ങൾ എയർപോർട്ടിലെ ലോക്കറിൽ വെയ്ക്കാമെന്നും തിരിച്ചുപോകുമ്പോൾ അവയെയും കൂടെ കൊണ്ടുപോകാമെന്നും പറഞ്ഞു. വേറെ നിവൃത്തി യൊന്നുമില്ല. ഏറെ ആഗ്രഹിച്ചു കൊണ്ടുവന്ന എല്ലാം അവിടെ വെയ്ക്കേണ്ടിവന്നു. പാസ്പോർട്ടിൽ ആ വിവരങ്ങൾ രേഖപ്പെടുത്തി സ്റ്റാമ്പ് ചെയ്തു തന്നു. പുറത്തിറങ്ങി കുറുപ്പ് ഒരു ടാക്സി വിളിച്ചു, ഞങ്ങൾ കൊളാബയിലേക്ക് യാത്രയായി. ബോംബെ നഗരത്തിലെ പണ ക്കാരും, പരിഷ്കൃതരും വസിക്കുന്ന ഇടമാണ് കൊളാബ. ബോംബെ യിലെ തിക്കും തിരക്കും ബഹളവും നഗര വലുപ്പവും കണ്ട് അന്തംവിട്ടു! ഒരു ചെറുനഗരമായ ദുബായിയും മഹാനഗരമായ ബോംബെയും തമ്മി ലുള്ള മഹാ അന്തരം! കൊളാബയിൽ അന്നും അംബരചുംബികൾ ഉണ്ടായിരുന്നു. ഞങ്ങൾ അവിടെ ഒരു ചെറുഹോട്ടലിൽ മുറിയെടുത്തു. ഒന്നോ രണ്ടോ ദിവസം അവിടെ താമസിച്ചുകാണും. കുറുപ്പുമായി പുറത്തി റങ്ങി. ചുവന്ന തെരുവിലേക്ക്. അവിടെ സന്ദർശകരെ കാത്തിരിക്കുന്ന സ്ത്രീകൾ, വാതിൽക്കലും ബാൽക്കണിയിലും ശരീരഭാഗങ്ങൾ പ്രദർശി പ്പിച്ച് സന്ദർശകരെ മാടിവിളിക്കുന്നു.

ബോംബെ ഒരു മഹാനഗരമാണെങ്കിലും രണ്ടു വർഷം ദുബായിൽ ജീവിച്ച് തിരിച്ചു വന്ന എന്റെ കണ്ണുകളിൽ ഉടക്കിയ കുറേ കാഴ്ചകൾ.

ദുബായിൽ തെരുവുകളിൽ മനുഷ്യർ വളരെ കുറച്ചേ കാണൂ. എന്നാൽ ചീറിപ്പായുന്ന ആഡംബര വാഹനങ്ങൾ വേണ്ടത്ര. ഓട്ടോറിക്ഷയോ സൈക്കിൾറിക്ഷയോ അവിടെയില്ല. പകരം ശീതീകരിച്ച ആധുനിക ടാക്സികൾ. ഭിക്ഷക്കാരോ അലഞ്ഞു നടക്കുന്നവരോ ദുബായിൽ ഇല്ല. മുബൈയിൽ അവർ ഏറെ.

പൂച്ചെടികളാലും പുൽത്തകിടികളാലും അലംകൃതമായ വൃത്തിയുള്ള ശാസ്ത്രീയമായി നിർമ്മിച്ച റോഡുകൾ, ട്രാഫിക് നിയമങ്ങൾ കൃത്യമായി പാലിച്ച് വണ്ടിയിടിക്കുന്നവർ, വൃത്തിയും ഭംഗിയുമുള്ള കെട്ടിടങ്ങൾ, മാലിന്യം അതിവിദഗ്ദ്ധമായി ശേഖരിക്കുകയും സംസ്കരിക്കയും ചെയ്യുന്നതിനാൽ മാലിന്യമുക്തമായ പട്ടണം, റോഡിൽ മനുഷ്യ വിസർജ്ജ്യമോ കൂരകളോ ഇല്ലാത്ത ക്ലീൻ, ക്ലീൻ നഗരം... ഇത് ദുബായ്.

സ്വന്തം രാജ്യമാണ്, ദരിദ്രമാണത്. കോടാനുകോടി ജനങ്ങൾ അതിജീവനത്തിന്നായി കഷ്ടപ്പെടുന്നു. ഒരിക്കലും പുതുതായി ജന്മമെടുത്ത സമ്പന്നവും ആധുനികവുമായ ദുബായിയെ ബോംബെയോട് താരതമ്യപ്പെടുത്താൻ സാധ്യമല്ല.

എന്നാൽ ഒരു കാഴ്ചക്കാരൻ എന്ന നിലയിൽ മാത്രം എഴുതുന്നു:

ചെളിപുരണ്ട് പൊടിപിടിച്ച് അറ്റകുറ്റപ്പണികൾ ചെയ്യാതെ ജീർണ്ണിച്ച് ഇടിഞ്ഞു വീഴാറായ വൃത്തിഹീനമായ കെട്ടിടങ്ങൾ. തെരുവിൽ പാട്ടയും ചാക്കും മരക്ഷണങ്ങളും ഉപയോഗിച്ച് കൂര കെട്ടിയും അതിനടുത്തു തന്നെ മലമൂത്രവിസർജ്ജനം ചെയ്യുന്ന തെരുവുവാസികൾ. ചളിയും കുണ്ടും കുഴിയും മാലിന്യസമൃദ്ധവുമായ തെരുവുകളിൽ, മായം ചേർത്ത ഇന്ധനം നിറച്ച്, സമയാസമയം ഓയിൽ മാറ്റാതെ കട്ടപ്പുക പുറംതള്ളുന്ന പഴയ പാട്ടവണ്ടികൾ. ഒരു നിയമവും പാലിക്കാത്ത ഡ്രൈവർമാർ.

ഒരു ജനതയുടെ സംസ്കാരവും ഔന്നിത്യവും പ്രതിഫലിക്കുന്നതാണ് അവരുടെ നഗരവും പൊതുജീവിതവും. എന്തോ നാം ആ കാര്യങ്ങളിൽ ഇപ്പോഴും വളരെ പുറകിലാണ്. ലോകത്തെ അഞ്ചാമത്തെ വലിയ എക്കണോമിയും ചന്ദ്രയാനും മംഗൾയാനും ഇന്റർനെറ്റുമൊക്കെ ഉണ്ടെങ്കിൽകൂടി.

അന്നുതന്നെ നാട്ടിലേക്കുള്ള ട്രെയിൻ ടിക്കറ്റെടുത്തു, തൃശ്ശൂർക്കും കൊല്ലത്തേക്കുമായി. റിസർവേഷൻ ഇല്ല, ജനറൽ കോച്ചിൽ സഞ്ചരിക്കണം. അടുത്ത ദിവസം യാത്ര തുടർന്നു. തിക്കും തിരക്കുമുള്ള ബോഗി. നിന്നും ഇരുന്നും എങ്ങനെയൊക്കെയോ തൃശ്ശൂരിലെത്തി. കാലിൽ ചെറിയ നീര് വെച്ചിരിക്കുന്നു. കുറുപ്പിനോട് വിട ചോദിച്ച് ഞാൻ ബാഗേജുമായി ഇറങ്ങി.

സമയം പാതിര. റെയിൽവേ സ്റ്റേഷന്റെ മുന്നിൽ നിന്നുതന്നെ ടാക്സി കിട്ടി. പഴയ മഞ്ഞയും കറുപ്പും പെയിന്റ് അടിച്ച ഒരു അംബാസഡർ കാർ. പൂങ്കുന്നം, അമല, പറപ്പൂർ വഴി കാർ ചാവക്കാട്ടേക്കു നീങ്ങി. രാത്രി, പുറംകാഴ്ചകൾ ഒന്നും ദൃശ്യമായില്ല. ചാവക്കാട് ജംഗ്ഷനിൽ തെരുവുവിളക്കുകൾ പ്രകാശിക്കുന്നു. ഇടുങ്ങിയ ജംഗ്ഷൻ വിശാലമായിരിക്കുന്നു. അച്ഛന്റെ തുണിക്കടയുണ്ടായിരുന്ന കെട്ടിടവും മറ്റു മൂന്നു

നാലു കെട്ടിടങ്ങളും പൊളിച്ച് മാറ്റിയിരിക്കുന്നു. കനോലികനാൽ കടന്ന് കാർ ബീച്ച്റോഡിലൂടെ നീങ്ങി. പിന്നെ ബീച്ചിൽ നിന്നു തുടങ്ങുന്ന ബേബി റോഡിൽ കയറി ഒന്ന് കറങ്ങി കാർ വീടുമുറ്റത്തെത്തി നിന്നു.

വരുന്ന വിവരം അറിയിക്കാതെ വീട്ടിലെത്തിയ മകനെ കണ്ട് അമ്മയ്ക്ക് ആഹ്ലാദവും അമ്പരപ്പും. താൻ വലിയ പുരുഷനായി എന്നാണ് സ്വയം ധരിച്ചിരുന്നത്. എന്നാൽ അപ്പോഴും ഇരുപത് വയസ്സ് തികഞ്ഞിട്ടില്ലായിരുന്നു. മൂത്ത സഹോദരി കേരളവർമ്മയിൽ ബിരുദാനന്തര ബിരുദത്തിന് ചേർന്നു അവിടെ ഹോസ്റ്റലിൽ. ഇളയ സഹോദരി ശ്രീ കൃഷ്ണയിൽ ബിരുദത്തിനും സഹോദരൻ Pdcക്കും പഠിക്കുന്നു. ഏട്ടന് ബാംഗ്ലൂർ അശോക ഹോട്ടലിൽ നിന്ന് സ്ഥലം മാറ്റമായി, പുതിയതായി തുടങ്ങിയ ITDCയുടെ കോവളം ഹോട്ടലിലേക്ക്.

വീട്ടിൽ അമ്മയും അനുജനും അനുജത്തിയുമേയുള്ള. അച്ഛമ്മ അഞ്ചാറു വർഷമായി വല്യച്ഛന്റെയും പാപ്പന്റെയും കൂടെ മാറി മാറി താമസിക്കുന്നു.

ഇന്ത്യയിൽ അടിയന്തിരാവസ്ഥയാണ്. ചിന്തിക്കുന്ന ചെറുപ്പക്കാർ ഏറെ നിരാശയിലാണ്. താടിയും മുടിയും വളർത്തി നൈരാശ്യം മുഖമുദ്രയാക്കി സായന്തനങ്ങളിൽ അവർ കടപ്പുറത്തെ പഞ്ചാരമണലിൽ ഒത്തു ചേരുമായിരുന്നു... വിദ്യാസമ്പന്നർ, നല്ല വായനക്കാർ, ചിത്രകാരന്മാർ, എഴുത്തുകാർ, സംഗീതാസ്വാദകർ, ചലച്ചിത്രാസ്വാദകർ... പല സഖാക്കളും ജയിലിലാണ്. അവശേഷിക്കുന്നവർ ഒളിവിലെന്ന പോലെയും.

പത്തു പന്ത്രണ്ട് ദിവസമേ ബാക്കിയുള്ളൂ. അതിൽ രണ്ട് ദിവസം ബോംബെ യാത്രയ്ക്കായെടുക്കും. എന്റെ കൂട്ടുകാരിൽ അധികവും എന്നേക്കാൾ അഞ്ചും ആറും വയസ്സ് കൂടിയവരാണ്. അവരിൽ പലരും ബിരുദമോ ബിരുദാന്തര ബിരുദമോ ഉള്ളവരായിരിക്കുന്നു. ഇടതുപക്ഷക്കാരും തീവ്ര ഇടതുപക്ഷക്കാരും ആയ അവരുടെ മേൽ പൊലീസിന്റെ ചാരക്കണ്ണുകൾ പതിഞ്ഞിരുന്നു. രാജൻ സംഭവം നടന്നുകൊണ്ടിരിക്കുന്ന കാലം. അടുത്ത ദിവസം കൂട്ടുകാർ എല്ലാം കടപ്പുറത്ത് കൂടാൻ തീരുമാനിച്ചു. ലഹരിയിൽ ആകാശവാണിയിലെ ദേശീയ സംഗീത പരിപാടി ആസ്വദിക്കലായിരുന്നു ലക്ഷ്യം. 'കന്നാബിസ്' അന്ന് സുലഭമായിരുന്നു. ഇന്നുള്ള വിലക്കുകൾ ഒന്നുമില്ല. പിതാമഹന്മാരുടെ കാലത്ത് അത്രയുമില്ല! സന്ന്യാസികളും ഗൃഹസ്ഥരും ഒരുപോലെ ഉപയോഗിച്ചിരുന്ന ദിവ്യധൂമം! നൂറ്റാണ്ടുകളായി, സഹസ്രാബ്ദങ്ങളായി ഇവിടെയുള്ളവർ കന്നാബിസ് ഉപയോഗിച്ചിരുന്നു. അന്നൊക്കെ ശുദ്ധിയോടെ, ഭക്തിയോടെ മാത്രം സമീപിച്ചിരുന്ന വസ്തു! അങ്ങനെ ആ സന്ധ്യയിൽ ഞങ്ങൾ അറബിക്കടലോരത്ത് കൂടി. എട്ടു പത്തു പേരുണ്ട്. ഇരുപതിനും മുപ്പതിനും ഇടയിൽ പ്രായമുള്ളവർ...

ശാന്തമായ ചെറുതിരമാലകളോടുകൂടിയ കടൽ. അങ്ങിങ്ങ് ചെറു ശുഭ്ര മേഘങ്ങളോടുകൂടിയ തെളിഞ്ഞ നീലാകാശം. കാറ്റാടി മരങ്ങളാലും തൈതെങ്ങുകളാലും സമൃദ്ധമായ കടലോരം.

നൂറു മീറ്റർ കിഴക്കായി പുതുതായി നിർമ്മിച്ച വിഷ്ണു ക്ഷേത്രം.

ആ സന്ധ്യയിൽ വാക്കുകൾക്കും ഇന്ദ്രിയങ്ങൾക്കും അതീതമായി അറിഞ്ഞ മഹാനുഭവം എങ്ങനെ പറഞ്ഞറിയിക്കാനാണ്? ഇന്ദ്രിയങ്ങൾ ഇല്ലാതായി, ഞാൻ ഇല്ലാതായി, ഭൂമി ഇല്ലാതായി. പ്രപഞ്ചവും കാലവും ഇല്ലാതായി. പിന്നെ അവശേഷിക്കുന്നതെന്തോ ഒന്നുമില്ലായ്മ. എന്നാൽ അതാണ് എല്ലാം, നിത്യമായ ഉണ്മ, എന്നും നിലനിൽക്കുന്ന ജനനവും മരണവുമില്ലാത്ത പരമമായ മഹാബോധം. വാക്കുകളെക്കൊണ്ട് ഒരിക്കലും പറഞ്ഞു ഫലിപ്പിക്കാൻ അസാധ്യമായ അനുഭവം! എത്ര നേരം അതിൽ ലയിച്ചിരുന്നു എന്നറിയില്ല. യുഗങ്ങളും മന്വന്തരങ്ങളും കല്പവും എത്ര കഴിഞ്ഞു എന്നറിയില്ല. സൃഷ്ടി സ്ഥിതി സംഹാര ചക്രങ്ങൾ എത്രയോ ആവർത്തിച്ചു. ഒടുവിൽ മറ്റൊരു ഗാലക്സിയിൽ, സൗരയൂഥത്തിൽ, ഭൂമിയിൽ വീണ്ടും മനുഷ്യനായി, അജിതനായി പിറന്നവൻ...

അതേ കടലോരം, അതേ സുഹൃത്തുക്കൾ അതേ കാലം...

വീട്ടിലേക്കു മടങ്ങി. ആ അനുഭവത്തിന്റെ തീവ്രതയിൽ ദിവസങ്ങളോളം മൗനിയായി കഴിഞ്ഞു. തിരിച്ചുപോകാൻ ദിവസങ്ങൾ അധികമില്ല. തൃശ്ശൂർ പോയി ബോംബെയിലേക്ക് ട്രെയിൻ ടിക്കറ്റ് എടുത്തു. റിസർവേഷൻ കിട്ടിയില്ല. സ്ലീപ്പർ ബോഗിയിലല്ല. ജനറൽ ക്യാമ്പാർട്ട്മെന്റിൽ.

NBSൽ കയറി ചില പുസ്തകങ്ങൾ മേടിച്ചു. ഭഗവദ്ഗീത (വിവർത്തനം : K.M.), ഇന്ത്യയെ കണ്ടെത്തൽ, ഗ്ലിമ്പ്സെസ് ഓഫ് വേൾഡ് ഹിസ്റ്ററി, ഭാരതീയ ദർശനം തുടങ്ങിയവ. കോവളത്തു പോയി ഏട്ടനെ കണ്ടു. കോവളത്തിന്റെ സൗന്ദര്യമോ അവിടത്തെ കാഴ്ചകളോ പഞ്ചനക്ഷത്ര വിഭവങ്ങളോ മനസ്സിൽ ഒരു ചലനവും ഉണ്ടാക്കിയില്ല... മരവിപ്പ്, നിസ്സംഗത...

വീട്ടിൽ തിരിച്ചെത്തി അടുത്ത ദിവസം ബോംബെയിലേക്ക് യാത്രയായി. ജനറൽ ക്യാമ്പാർട്ട്മെന്റ്. തിക്കും തിരക്കും ഇരിക്കാൻ ഇടമില്ല. രണ്ടു ദിവസത്തെ യാത്ര. കൂടുതൽ നില്പ് തന്നെ. ചിലരുടെ സൗമനസ്യത്താൽ കുറച്ചു നേരം ഇരിക്കാൻ സാധിക്കും. അങ്ങനെ വണ്ടി VT സ്റ്റേഷനിൽ എത്തി നിന്നു. കാലിൽ നല്ലപോലെ നീര് വന്നിരിക്കുന്നു. ഊരിവെച്ച ഷൂസ് ധരിക്കാൻ പറ്റാതെയായി. VT സ്റ്റേഷന്റെ ചാരുതയോ തിരക്കോ ഒന്നും ഗൗനിച്ചില്ല. വണ്ടിയിൽ നിന്നിറങ്ങി ടാക്സിയിൽ കൊളാബയിലേക്ക്. ആ രാത്രി കൊളാബയിലെ ഒരു ചെറുഹോട്ടലിൽ കഴിഞ്ഞു. അടുത്ത ദിവസം ഫ്ളൈറ്റ്.

കാലത്ത് എയർപോർട്ടിൽ എത്തി. വിസയും പാസ്പോർട്ടും ടിക്കറ്റും കയ്യിൽ പിടിച്ച് ചെറിയ ലഗേജുമായി ഉള്ളിൽ കടന്നു. ബ്രിട്ടീഷ് എയർവേസിന്റെ കൗണ്ടർ കണ്ടെത്തി ലഗേജ് ഹാൻഡ് ഓവർ ചെയ്ത് ബോർഡിംഗ് പാസ് മേടിച്ചു. ഇനി കസ്റ്റംസ് ചെക്കിംഗ്. എന്റെ കുറേ സാധനങ്ങൾ അവരുടെ ലോക്കറിൽ വെച്ചിട്ടുണ്ട്. അത് തിരിച്ചെടുക്കണം. കസ്റ്റംസ് ഓഫീസറെ കണ്ടു സംസാരിച്ചു. പാസ്പോർട്ട് കൊടുത്തു. അടുത്തു നിൽക്കുന്ന മറ്റൊരു ഓഫീസറോട് അറിയാത്ത ഭാഷയിൽ എന്തൊക്കെയോ അയാൾ സംസാരിച്ചുകൊണ്ടിരുന്നു. പിന്നെ എന്നോടായി പറഞ്ഞു 'You should pay the locker rent'. അങ്ങനെ ഒരു ചാർജ് വരുമെന്ന് ഒരിക്കലും കരുതിയില്ല. കയ്യിൽ പൈസ കരുതിയിട്ടുമില്ല. ആകെ പകച്ചു പോയി.

കാര്യം ഓഫീസറെ അറിയിച്ചു. അയാൾ വിട്ടുവീഴ്ചയ്ക്ക് തയ്യാറായില്ല. തന്റെ സാധനങ്ങൾ വിട്ടുതരാൻ അഭ്യർത്ഥിച്ചു, പകരം ഒരു ലേഡീസ് വാച്ച് തരാമെന്നും പറഞ്ഞു. അയാൾക്ക് കുലുക്കമില്ല. മിനോൾട്ട ക്യാമറ, ടേപ്പ് റെക്കോർഡർ, രണ്ട് വാച്ച്. കടം മേടിച്ചു വാങ്ങിയവ. വലിയ ദുഃഖം തോന്നി. അയാൾ സാധനങ്ങൾ ഉപേക്ഷിച്ച് പോകാൻ ആജ്ഞാപിച്ചു. പാസ്പോർട്ടിൽ എന്തൊക്കെയോ എഴുതി സ്റ്റാമ്പ് ചെയ്തു തന്നു. ആ വെപ്രാളത്തിൽ അവർ എഴുതിയത് എന്തെന്ന് നോക്കാതെ എമിഗ്രേഷൻ കൗണ്ടറിലേക്കു നീങ്ങി. അതുതന്നെയായിരുന്നു അവർക്ക് വേണ്ടിയിരുന്നത്. കാരണം അവർ പാസ്പോർട്ടിൽ എഴുതിയത് ഇങ്ങനെയായിരുന്നു. 'Reexported'.

ഞാൻ അതു കണ്ടത് വർഷങ്ങൾക്കു ശേഷമായിരുന്നു. യൂണിഫോമിട്ട പിടിച്ചുപറിക്കാർ! ഇമിഗ്രേഷൻ കഴിഞ്ഞ് ബോർഡിംഗ് ഗേറ്റിനടുത്ത് മറ്റു യാത്രക്കാർക്കൊപ്പം ഗേറ്റ് തുറക്കുന്നതും കാത്തിരുന്നു.

യു.എ.ഇയിൽ വലിയ മാറ്റങ്ങൾക്ക് തുടക്കം കുറിച്ച കാലം. കരയോടടുത്ത് കിടക്കുന്ന ഒരു ചെറു ദ്വീപിലെ കടലോര ഗ്രാമമായിരുന്ന അബുദാബി വളരെ ഉയർന്ന നിലവാരം പുലർത്തുന്ന ആധുനിക ആസൂത്രിത നഗരമായി ദ്വീപ് മുഴുവൻ വ്യാപിച്ചു. നല്ല റോഡുകൾ, മേൽപ്പാലങ്ങൾ, സ്കൂളുകൾ, ആശുപത്രികൾ, പാർക്കുകൾ, കളിസ്ഥലങ്ങൾ, എയർപോർട്ട്... എല്ലാം ലോകോത്തര നിലവാരത്തിൽ... മരുഭൂമിയെ മലർവാടിയാക്കുന്ന മഹായജ്ഞം.

മറ്റു രാജ്യങ്ങളിൽ നിന്നുള്ള നിർമ്മാണകരാറുകാർ, തൊഴിലാളികൾ, നിർമ്മാണ സാമഗ്രികൾ, ആഹാരം, വസ്ത്രം.... ഇറക്കുമതി വർദ്ധിച്ചു. ഇറക്കുമതി വർദ്ധനയോടൊപ്പം, വലിയ കപ്പലുകൾക്കടുക്കാൻ പാകത്തിൽ തുറമുഖനവീകരണം, ലക്ഷക്കണക്കിന് തൊഴിലാളികൾക്ക് പാർക്കാൻ ലേബർ ക്യാമ്പുകൾ, ജനസംഖ്യാവർദ്ധനവിനൊത്ത്

വളരുന്ന പലവിധ കച്ചവടസ്ഥാപനങ്ങൾ. ഹോട്ടലുകൾ, റെസ്റ്റോറന്റുകൾ രാജ്യം വളരുകയാണ്. ഷാർജയിൽ പുതിയ എയർപോർട്ട് ദൈദ് ഫ്യൂജെയ്റ റോഡിൽ നിർമ്മാണം പൂർത്തിയാകാറായി. ഷാർജയുടെ മുഖം മാറുകയാണ്. അവിടെയും ഒരു നവീന നഗരനിർമ്മിതിക്ക് തുടക്കമായി. അൽ ഖാൻ തൊട്ട് റോള വരെ പുതിയ കെട്ടിടനിർമ്മാണവും റോഡ് നവീകരണവും മേൽപ്പാലങ്ങളും പൂന്തോട്ടങ്ങളും ഗോൾഡ് സൂഖും മീൻ ചന്തയുമൊക്കെയായി വലിയ നിർമ്മാണ പ്രവർത്തനങ്ങൾ. അതിൽ റോഡും പാലങ്ങളും നിർമ്മിച്ചിരുന്നത് 'സാപ്പിയ മിഡ്ഡിൽ ഈസ്റ്റ്' എന്ന ഒരു കനേഡിയൻ കമ്പനി ആയിരുന്നു. ഈ കമ്പനിയുമായി എനിക്ക് വലിയ ബന്ധമുണ്ട്, അതിലേക്ക് വരുന്നതേയുള്ളൂ. അത് പിന്നീട് പറയാം.

വൻതോതിലുള്ള നിർമ്മാണ പ്രവർത്തനം തൊഴിലാളികളുടെ ആവശ്യത്തെയും വർദ്ധിപ്പിച്ചു. ഇന്ത്യക്കാരും പാക്കിസ്ഥാനികളുമായിരുന്നു അന്നത്തെ തൊഴിലാളികളിൽ 99 ശതമാനവും. ഒന്നോ രണ്ടോ മിസ്രികളുടെയോ സിറിയക്കാരുടെയോ അപൂർവം സാന്നിദ്ധ്യമല്ലാതെ. ഇന്ന് എവിടെ നോക്കിയാലും ഫിലിപ്പിനോകളാണ്. അവരുടെ വരവ് തുടങ്ങിയത് എൺപതുകളുടെ അവസാനത്തോടെയാണ്.

എന്തായാലും തൊഴിലാളികളുടെ ആവശ്യം വന്നതോടെ കേരളത്തിലെ ഗൾഫ് മേഖലയായ ചാവക്കാട്, വർക്കല, കാസർഗോഡ് എന്നിവിടങ്ങളിൽ നിന്നും വലിയ കുടിയേറ്റം തുടങ്ങി. വന്നവർക്കെല്ലാം ഒരു ചെറു ജോലി ഉറപ്പായും കിട്ടുമായിരുന്നു. വിദ്യാഭ്യാസം അധികമില്ലാത്ത, കിളക്കാൻ പോകുന്നവരും മീൻപിടുത്തക്കാരും കർഷകത്തൊഴിലാളികളും തെങ്ങുകയറ്റക്കാരും തുടങ്ങി സമൂഹത്തിലെ താഴെതട്ടിലുള്ളവരായിരുന്നു അവരിൽ അധികവും. ഒന്ന് രണ്ട് വർഷങ്ങൾക്കുശേഷം അവർ നാട്ടിൽ വന്ന് ഗൾഫുകാരനായി വിലസി. അവരുടെ ഗന്ധത്തിൽ വലിയ തറവാടുകളിലെ സ്ത്രീകൾ പോലും ആകൃഷ്ടരായി.

വിപ്ലവക്കൊടികൾ പാറിക്കാതെ ഒരു നിശ്ശബ്ദ സാമൂഹ്യ വിപ്ലവം കേരളത്തിൽ പിറവിയെടുക്കുകയാണ്. അങ്ങനെ കേരളചരിത്രത്തിൽ പ്രീ ഗൾഫ് കുടിയേറ്റ കാലവും പോസ്റ്റ് ഗൾഫ് കുടിയേറ്റക്കാലവുമുണ്ടായി. അതുവരെ പ്രമാണികളായി വിലസിയ സർക്കാർ ജീവനക്കാർ ഗൾഫുകാരന്റെ പ്രഭയേറ്റ് കരുവാളിച്ചു. ആ ചൂടിൽ നിന്നും മോചിതരാകാനായി അവർ കൂട്ടത്തോടെ ദീർഘകാല അവധിയെടുത്ത് കടൽ കടന്നു. അങ്ങനെ കുറേ അധ്യാപകരും എൻ.ജി.ഒകളും ഗൾഫുകാരായി മാറി.

നാട്ടിൽ ഗുണ്ടയും തെമ്മാടിയും റൗഡിയുമായവർ ചിലർ ഗൾഫിലെത്തി പാവം ബാർവാലയും (ചെറിയ കഫ്റ്റേരിയകളിലെ ഓർഡർ മറ്റു

ഷോപ്പുകളിലും മറ്റും കൊടുക്കുന്നയാൾ), നിർമ്മാണതൊഴിലാളിയും മറ്റുമൊക്കെയായി പരിണമിച്ച് അനുസരണയുള്ള നല്ല കുട്ടികളായി. അറബിയുടെയും വെള്ളക്കാരെന്റെയും ശാസനകൾ തിരുവായ്ക്ക് എതിർ വയില്ലാതെ സ്വീകരിച്ചു. അടുക്കും ചിട്ടയും നിയമങ്ങളും മര്യാദയു മില്ലാതെ വീട്ടിലും തൊഴിലിടങ്ങളിലും തെരുവുകളിലും കഴിഞ്ഞവർ അതെല്ലാമുള്ള മാന്യന്മാരായി മാറി! ചുരുക്കത്തിൽ ഇവിടം വലിയ ഒരു പാഠശാലയായിരുന്നു എല്ലാ മൂന്നാം ലോകപ്രജകൾക്കും.

എഴുപതുകളുടെ അവസാനത്തോടെ കേരളത്തിൽ നിന്നുമുള്ള ഗൾഫ് കുടിയേറ്റം വ്യാപകമായി. അങ്ങനെ മലപ്പുറത്തുകാർ തൃശ്ശൂർകാരെ മറി കടന്ന് ഒന്നാം സ്ഥാനത്തേക്കെത്തി. യു.എ.ഇ., ഖത്തർ, കുവൈറ്റ്, ബഹ്റൈൻ, ഒമാൻ, KSA. ഗൾഫ് കുടിയേറ്റ രാജ്യങ്ങൾ... യു.എ.ഇയിലും KSAയിലുമാണ് ഏറ്റവും കൂടുതൽ മലയാളികൾ.

അന്ന് നാലക്ക ശമ്പളമുള്ള സർക്കാർ ജീവനക്കാർ കേരളത്തിൽ വളരെ വിരളം. അപ്പോൾ ഒരു ഗൾഫ് തൊഴിലാളിക്ക് 750 മുതൽ 1500 ദിർഹം വരെ മാസവേതനം കിട്ടിയിരുന്നു. ആയിരം ദിർഹത്തിന് രണ്ടായി രമോ അതിൽ അധികമോ രൂപ നാട്ടിൽ കിട്ടുമായിരുന്നു. ഒരു കലാശാല അധ്യാപകനുപോലും ആയിരം രൂപയിൽ താഴെ മാത്രം വേതനമുള്ള കാലം. ആയിരം ദിർഹത്തിന് നാട്ടിൽ കിട്ടുന്ന രൂപ വർഷങ്ങൾ കഴിയും തോറും വർദ്ധിച്ചുകൊണ്ടേയിരുന്നു. മൂല്യശോഷണം തന്നെ ഹേതു. രണ്ടായിരം രണ്ടായിരത്തി അഞ്ഞൂറായി, മൂവായിരമായി, അയ്യായിരമായി, പതിനായിരമായി അങ്ങനെ അത് ഇന്ന് ഇരുപത്തിനായിരത്തിനടുത്തു വന്നു നിൽക്കുന്നു.

അന്നത്തെ നമ്മുടെ സാമൂഹ്യാവസ്ഥ അറിയാൻ അക്കാലത്തെ വിവാഹപരസ്യങ്ങൾ നോക്കിയാൽ മതി. നാലക്ക ശമ്പളമുള്ള... യുവാ വിന്... എന്ന് തുടങ്ങുന്ന പരസ്യങ്ങൾ. ഇന്ന് ഇന്ത്യയിലെ സർക്കാർ ജീവനക്കാരുടെ വേതനം നാലും അഞ്ചും അക്കങ്ങൾ കവിഞ്ഞു ആറിൽ വരെ എത്തി നിൽക്കുന്നു.

ബാഹ്യപ്രപഞ്ചവും ആന്തരിക പ്രപഞ്ചവും രണ്ടും മനുഷ്യാനുഭവ ങ്ങളാണ്. രണ്ടും ഒരു നാണയത്തിന്റെ ഇരുവശങ്ങൾ. മനുഷ്യനെപ്പോലെ ഒരു ജീവിയെ സൃഷ്ടിക്കാൻ പ്രപഞ്ചം കാലമേറെ എടുത്തുകാണും. അവൻ എന്താണിത്, ആരാണ് ഞാൻ എന്ന് ചോദിച്ച് അന്തിമ ഉത്തര ത്തിനായി തപിക്കുമ്പോഴേ ഉള്ളിൽ വിസ്ഫോടനങ്ങൾ നടക്കൂ. ഒടുവിൽ അവൻ ഉള്ളിൽ അറിയും താൻ തന്നെയാണ് പ്രപഞ്ചം, താൻ തന്നെ യാണ് കാലവും കാലാതീതവും. ഉള്ളിന്റെ അറിവ് വാക്കുകൾക്കതീത മാണ്. ഭൗതിക പ്രപഞ്ചം എത്രമാത്രം സത്യമാണോ അതുപോലെ

സത്യമാണതും. രണ്ടും പരസ്പരപൂരകം. കോഴിയോ മുട്ടയോ ആദ്യമുണ്ടായത് എന്ന് ചോദിച്ച് തർക്കിക്കേണ്ട. പൂർണതയിൽ തർക്കങ്ങളില്ല. അറിവും അനുഭവവുമേയുള്ളൂ.

ഭഗവദ്ഗീത വളരെയധികം സമാശ്വസിപ്പിച്ചു. വീണ്ടും വീണ്ടും ഗീത വായിച്ചു. മനസ്സും ശരീരവും ഗീതാമൃതഗംഗയിൽ ആറാടി. വീണ്ടും വീണ്ടും ഉൾപ്രപഞ്ചാനുഭവത്തിലേക്ക്...

തന്റെ യുക്തിബോധം പല വിധത്തിൽ ചിന്തിപ്പിക്കും. അതിന് കാരണം വായനയാണ്. ഭൗതികതയിൽ മാത്രമൂന്നിയ പുസ്തകങ്ങളാണ് അതു വരെ വായിച്ചിരുന്നത്. ആത്മീയതയും ആത്മീയാനുഭവങ്ങളും ഒരു തരം മാനസിക വിഭ്രാന്തിയാണ്. അതുവരെയുള്ള വായനയിൽ നിന്നുള്ള അറിവ് അങ്ങനെയായിരുന്നു.

പണ്ട് സ്കൂളിൽ പഠിക്കുമ്പോൾ ഇസ്ലാം വിശ്വാസികളായ സഹപാഠികളുമായി ദൈവമില്ല എന്നുപറഞ്ഞു തർക്കത്തിലായി. ഒരവിശ്വാസിയെ ചെകുത്താനെ കാണുമ്പോലെ കണ്ട് അവർ ബഹളമുണ്ടാക്കി. അവസാനം ജോർജ്ജ്മാഷ് വന്ന് കാര്യം തിരക്കി. ശാസ്ത്രം പഠിപ്പിക്കുന്ന അദ്ദേഹം എന്നോടൊപ്പമാകുമെന്ന് കരുതി. എന്നാൽ ദൈവമുണ്ടോ ഇല്ലയോ എന്ന ചോദ്യത്തിന് മാഷുടെ ഉത്തരം ഇങ്ങനെയായിരുന്നു "എനിക്കറിയില്ല."

1976 കഴിഞ്ഞു.

1977 മാർച്ച് 21ന് അടിയന്തിരാവസ്ഥ പിൻവലിച്ചു. തിരഞ്ഞെടുപ്പ് പ്രഖ്യാപിച്ചു.

തിരഞ്ഞെടുപ്പിൽ പുതുതായി ജന്മംകൊണ്ട ജനത പാർട്ടി അധികാരത്തിൽ വന്നു. മൊറാർജി ദേശായ് പ്രധാനമന്ത്രി ആയി. ആ തിരഞ്ഞെടുപ്പിൽ ഇന്ത്യ മുഴുവൻ അടിയന്തിരാവസ്ഥയ്ക്കെതിരെ വോട്ട് ചെയ്തപ്പോൾ കേരളം മാത്രം ആ ഒഴുക്കിന്നെതിരെ നിന്നു.

ആയിടെ ജഗേട്ടനെ പ്രൈവറ്റ് വാർഡിൽ അഡ്മിറ്റ് ചെയ്തു. അപകടത്തിൽ കാലൊടിഞ്ഞതാണ് കാരണം. ജഗേട്ടൻ ആരെന്ന് അന്നറിയില്ലായിരുന്നു. സ്നേഹമുള്ള നല്ലൊരു ചേട്ടൻ, എപ്പോഴും ചിരിച്ചുകൊണ്ട് സംസാരിക്കും. ഒരു ദിവസം മണി വാർഡിൽ പ്രത്യക്ഷപ്പെട്ടു. ജഗേട്ടനെ കാണാൻ വന്നതാണ്. മണിയുടെ വല്യമ്മയുടെ മകൾ പുഷ്പചേച്ചിയുടെ ഭർത്താവാണ് ജഗേട്ടൻ. അങ്ങനെ അവിടെനിന്നും ഒരു പുതുസൗഹൃദം തുടങ്ങുകയായി. അബുദാബിയിൽ UTS Carrier എന്ന കമ്പനിയിലാണ് ജഗേട്ടന് ജോലി. മണിക്കും അതേ കമ്പനിയിൽ ജോലി കിട്ടി. അക്കൗണ്ടന്റ് ആയി. ഇരുപതു വർഷത്തിലേറെ മണി അവിടെ ജോലി ചെയ്ത് പിരിഞ്ഞത് ഫിനാൻസ് കൺട്രോളർ ആയാണ്.

വായനയുടെ മറ്റൊരു ലോകത്തേക്ക് കടക്കുകയാണ്. ഇന്ത്യയെ കണ്ടെത്തൽ വായിച്ചിട്ടും ഇന്ത്യയെ മുഴുവൻ അറിഞ്ഞില്ല. ഉപനിഷത്തുകൾ, ഇതിഹാസങ്ങൾ... വായന ആ വഴിയിലേക്ക് തിരിഞ്ഞു. വിദ്വാൻ പ്രകാശത്തിന്റെ നാല്പതു ഭാഗമുള്ള മഹാഭാരതം മലയാള തർജ്ജമ ഓർഡർ ചെയ്തു.

ധ്യാനത്തിലേക്ക് ആകൃഷ്ടനാവുകയാണ്. ധ്യാനവും, യോഗയും... അന്നത്തെ ഇടതുപക്ഷം ഇത്തരം ജീവിതത്തെ എതിർക്കുന്നവരായിരുന്നു. രാഷ്ട്രീയമായി അന്നും ഇന്നും അത് തന്നെയാണ് എന്റെ പക്ഷം.

അന്ന് ഡയറി എഴുതുന്ന ശീലമുണ്ടായിരുന്നു. ചിന്തകളും അനുഭവങ്ങളും കുറിച്ചിടുക പതിവായിരുന്നു. വീണ്ടും പല തവണ ആ അനുഭവം ആവർത്തിച്ചു. താനും ലോകവും പ്രപഞ്ചവും കാലവുമില്ലാത്ത ഇന്ദ്രിയാതീതാവസ്ഥ. മനഃശാസ്ത്രം, പൂർണ്ണതയിൽ എത്തിയ ഒരു ശാസ്ത്രശാഖയല്ല. വെറും അക്കാദമി വായനകൊണ്ട് മനസ്സിനെ അറിയാനും സാധ്യമല്ല. അന്ന് ഞാൻ ധരിച്ചത് മറിച്ചായിരുന്നു. ഡോക്ടർമാർക്കെല്ലാം അറിയാം, അവരുടെ ഉപദേശമാണ് നേടേണ്ടത്. ഒരു നല്ല ഗുരുവിനെ തേടേണ്ടതിന് പകരം റാഷിദ് ഹോസ്പിറ്റലിലെ സ്റ്റാഫ് ക്ലിനിക്കിലെ ഡോക്ടറെ കണ്ടു. അവർ മലയാളി ആയിരുന്നു. പേര് ഓർമ്മയില്ല എന്റെ ദിവ്യാനുഭവവർണ്ണന അവർക്ക് മനസ്സിലായില്ല... ഞാൻ സ്വയം ചെന്ന് തല വെച്ച് കൊടുത്തതാണ്. അവർ ഒരു ഈജിപ്ഷ്യൻ സൈക്യാട്രിസ്റ്റിനു റെഫർ ചെയ്തു. ശരിയായ കമ്മ്യൂണിക്കേഷൻ പോലും സാധ്യമല്ലാത്ത രണ്ടുപേർ; ഡോക്ടറും യോഗിയും. അദ്ദേഹം ചില മരുന്നുകൾ എഴുതിത്തന്ന് പിന്നീട് വരാൻ പറഞ്ഞു. വൈദ്യൻ തന്ന മരുന്നല്ലേ എന്നോർത്ത് സേവയും തുടങ്ങി. ക്ഷീണം, ഉറക്കം... ജോലി ചെയ്യാൻ പറ്റാത്ത അവസ്ഥ. ഇതിൽ നിന്നും രക്ഷപ്പെടണം. നാട്ടിൽ പോയി വന്നിട്ട് ഒരു വർഷമാകാറായി. ലീവ് ആവശ്യത്തിനുണ്ട്. അങ്ങനെ ഒരു ഒക്ടോബർ മാസത്തിൽ വീണ്ടും നാട്ടിലേക്ക്. ഇത്തവണ കൊച്ചി വരെയാണ് വിമാനയാത്ര. ദുബായ് ബോംബെ കൊച്ചി റിട്ടേൺ. വരുന്ന വിവരം വീട്ടിൽ അറിയിച്ചു.

ഒരു ജപ്പാൻ നിർമ്മിത Eccolac സൂട്ട് കേസും അത് നിറയാൻ പാകത്തിൽ കുറേ സാധനങ്ങളും മേടിച്ചു. സാദാ ഗൾഫുകാർ നാട്ടിൽ പോകുമ്പോൾ ഒരുപാട് വാങ്ങിക്കൂട്ടും. നാട്ടുകാർക്കും വീട്ടുകാർക്കും ബന്ധുക്കൾക്കുമൊക്കെയായി. അങ്ങനെയൊന്നുമില്ല, അത്യാവശ്യം ചിലത്. കഴിഞ്ഞ പ്രാവശ്യം നഷ്ടമായ ക്യാമറയ്ക്ക് പകരം മറ്റൊരു മിനോൾട്ട ക്യാമറ മേടിച്ചു.

അൽ നാസർ സ്ക്വയറിൽ ഞങ്ങൾ താമസിക്കുന്ന കെട്ടിടത്തിന്റെ മുന്നിൽ ഒരു വലിയ പത്തുനില കെട്ടിടം ഉയർന്നു പ്രവർത്തനം ആരംഭിച്ചു. DNATA(Dubai Notional Air Travel Agency)യുടെ ഒരു ഓഫീസ്

അതിൽ പ്രവർത്തിച്ചിരുന്നു. നാട്ടുകാരനും അച്ഛന്റെ സുഹൃത്തും സഖാവുമായ ദാസേട്ടൻ അവിടെ ജോലി ചെയ്തിരുന്നു. എയർ ഇന്ത്യയുടെ ടിക്കറ്റ് DNATAയിൽ നിന്നുമെടുത്തു. ഇന്ത്യൻ എയർലൈൻസിന്റെ കൊച്ചിയിലോട്ടുള്ള കണക്ഷൻ ഫ്ളൈറ്റ് അടക്കം. ബോംബെയിൽ ഇറങ്ങി. കൊച്ചി വിമാനം അടുത്ത ദിവസമാണ്. എയർ ഇന്ത്യ താമസം ഏർപ്പാട് ചെയ്തിരുന്നു. എയർപോർട്ടിന് അടുത്തുള്ള പഞ്ചനക്ഷത്ര സെഞ്ചർ ഹോട്ടലിൽ. ഫ്ളൈറ്റിൽ ബഷീറിനെ കണ്ടു. കരി ബഷീർ എന്നറിയപ്പെടുന്ന ചാവക്കാട്ടുകാരൻ. ഞങ്ങൾ രണ്ട് മുറിയിലായി ആ രാത്രി അവിടെ തങ്ങി.

കൊച്ചിയിലേക്കു പറന്നത് പ്രൊപ്പല്ലർ യന്ത്രമുള്ള ഒരു ആവ്റോ വിമാനത്തിലായിരുന്നു. ജെറ്റ് വിമാനങ്ങൾ 38000, 40000, 42000 അടി ഉയരത്തിൽ പറക്കുമ്പോൾ ഈ ചെറുവിമാനങ്ങൾ 8000, 10000, 12000 അടി ഉയരത്തിൽ താഴ്ന്നു പറക്കുന്നവയായിരുന്നു. താഴെ മലകളും പുഴകളും പാടങ്ങളും ഗ്രാമങ്ങളും നഗരങ്ങളും കണ്ടു പറക്കാം. വിൻഡോ സീറ്റിലിരുന്നുകൊണ്ട് എല്ലാം നിരീക്ഷിക്കയായിരുന്നു. പച്ച പരവതാനി വിരിച്ച മഹാരാഷ്ട്ര, പശ്ചിമഘട്ടത്തിന് താഴെ സമതലങ്ങൾക്കുമേലെയാണ് വിമാനം ഉയർന്നും താഴ്ന്നും ഘട ഘട ശബ്ദം നൽകി ഒരു പരുക്കൻ വഴിയിലെ വലിയ ചക്രമുള്ള ആ പഴയകാല കാളവണ്ടിയിൽ എന്നപോലെ അപ്പോൾ പറന്നിരുന്നത്. എന്റെ നാട് എത്ര മനോഹരം?

എത്ര വൈവിധ്യങ്ങൾ, എത്രയെത്ര ഭാഷകൾ, എത്രയെത്ര സംസ്കാരങ്ങൾ, പുതിയതും പഴയതും പ്രാചീനവും. ലോകത്തിൽ മറ്റെവിടെയും ഇല്ലാത്ത പ്രാചീനതയും മദ്ധ്യകാലവും നവീനതയും എല്ലാം അവിടെ വസിക്കുന്ന മനസ്സുകൾക്കൊത്ത് കാലം വാഴുന്നിടം. നമ്മൾ ആധുനികരെന്ന് സ്വയം അഭിമാനിക്കുമ്പോൾ, ഇന്ത്യയിലെ മഹാനഗരങ്ങളിലും ചെറുനഗരങ്ങളിലും ഗ്രാമങ്ങളിലും ജീവിതം എത്ര വ്യത്യസ്തമാണ്. ഇന്ന് ലോകത്തിലെ വലിയ ഇക്കോണമി. നമ്മളെ അടക്കി ഭരിച്ച ബ്രിട്ടീഷ് ഭരണത്തെ പിന്നിലാക്കി നാം അഞ്ചാം സ്ഥാനത്തേക്കുയർന്നു. എന്നിട്ടും ഗ്രാമീണ മേഖലയിൽ മൂന്നു ഡോളറിൽ താഴെയാണ് ദിവസക്കൂലി. ഇതെന്തു ഇക്കോണമി? പത്തു ഡോളറിൽ കുറഞ്ഞ വേതനം ഇന്ത്യയിൽ ഒരിടത്തും പാടില്ല. ഞങ്ങൾ കേരളീയർ പത്തല്ല, പതിനഞ്ചു ഡോളർ ഓരോ സ്കിൽഡ് തൊഴിലാളിക്കും ഇന്ന് നൽകുന്നുണ്ട്. ഭാരതം മുഴുവൻ ഇതു തുടർന്നാൽ മതി. ജനങ്ങളുടെ കയ്യിൽ ധനം ആവശ്യത്തിന് കിട്ടുമ്പോൾ അവർ അതിൽ മിച്ചം വെക്കും. മക്കളെ പഠിപ്പിക്കും കൂടുതൽ വിപണിയിൽ ചെലവഴിക്കും. നല്ല ഭവനങ്ങൾ നിർമ്മിക്കും. അങ്ങനെയാണ് രാജ്യത്തിന്റെ സാമ്പത്തിക നില, ഉല്പാദനം എല്ലാം ഭദ്രമാകുക, ഉയരുക. അല്ലാതെ കുറേ ധനമോഹികളായ കോർപ്പറേറ്റുകൾക്കായി ഭരണചക്രം തിരിക്കുന്നതിലൂടെയല്ല. എല്ലാ കോർപ്പറേറ്റുകളും ജനവിരുദ്ധരായായ ലാഭക്കൊതിയന്മാർ മാത്രമാണ്. അവർക്ക്

ആമസോൺ കാടുകൾ നശിച്ചാൽ ഒരു ചലനവുമില്ല. അന്തരീക്ഷത്തിലെ കാർബൺ ഉയർന്ന് ഭയാനകമായി അന്തരീക്ഷോന്മാവ് ഉയർന്നാലും പ്രശ്നമില്ല. ധ്രുവങ്ങളിലെ ഹിമമുരുകി സമുദ്രജലവിതാനം ഉയർന്ന് സമതലങ്ങൾ, ദ്വീപുകൾ, അവിടം വസിക്കുന്ന മനുഷ്യർ എല്ലാം വെള്ള ത്തിൽ താഴ്ന്നാലും... നോ പ്രോബ്ലം ഗയ്സ്, 'Try to utilize the situation more and more to profit more, in this kind of situation.' That is their slogan. അവസാനം അവർ ഈ ഭൂമിയെ ഊറ്റിക്കുടിച്ച്, കോടാനുകോടി, മനുഷ്യരെയും സഹോദര ജീവികളെയും നശിപ്പിച്ച് അന്യഗോള കോള നൈസേഷൻ സാധ്യമാകും എന്ന് കരുതുന്നവരാണ്.

അങ്ങനെ ഞാൻ വീണ്ടും സ്വന്തം വീട്ടിൽ എത്തി. മാനസികാരോഗ്യം നഷ്ടമായവനായി എന്ന് മുദ്രകുത്തപ്പെട്ട്. നാട്ടുകാർ അറിഞ്ഞോ... അറി യില്ല. നുണ പറയാൻ വീട്ടിൽ ആരും മിടുക്കന്മാരല്ല. നുണ പറഞ്ഞു നേടാൻ ജീവിതത്തിൽ അന്നും ഇന്നും എനിക്കൊന്നുമില്ല. നുണ എനിക്ക് സഹ്യവുമല്ല അന്നും ഇന്നും. ജീവിതത്തിൽ സത്യത്തിന്നന്യമായി എന്തോ നേടാൻ ഉള്ളവർക്കല്ലേ നുണയന്മാരെക്കൊണ്ടതുള്ളൂ. ഈ ജീവിതം തന്നെ പ്രപഞ്ചം തന്ന മഹത്തായ അനുഭവമായി. ചെറുപ്രായം തൊട്ട് അനുഭവിക്കുന്നവൻ. ഇവിടെ എന്തു മറയ്ക്കാൻ? ഒന്നുമില്ല. നേടാനും നഷ്ടപ്പെടാനുമില്ല. തന്റെ സമ്മതം തേടാതെ പ്രപഞ്ചത്തിന്റെ മഹാസൃഷ്ടിയായ മഹാമസ്തിഷ്കം മനുഷ്യനേകിയ ഈ മഹാ പ്രകൃ തിയെ മഹാശ്ചര്യത്തോടെ കാണാൻ കെൽപ്പുള്ള മനുഷ്യനെ ഇത്രയും വില കുറച്ചവനാക്കി മാറ്റിയ സംസാരം, അതോ സംസ്കാരമോ? എന്താ യാലും പ്രപഞ്ചത്തിന്റെ മഹാ അത്ഭുതമായ മനുഷ്യമസ്തിഷ്കവുമായി ജനിക്കുന്ന ഓരോ ജീവനെയും മനുഷ്യർ, കളങ്കിതരും തമസ്സിലാണ്ടവരു മായ മനുഷ്യർ, മാമോദീസയും സുന്നത്തും ഉപനയനവും നൽകി പാർശ്വ വൽക്കരിക്കുന്നു. അവരുടെ സ്വാഭാവിക വളർച്ചയെ തടഞ്ഞു കൈകളിൽ വിലങ്ങും മുഖാവരണവും നൽകി ചെറിയ സെല്ലുകളിൽ അടച്ച് നിങ്ങളുടെ ഇരുൾ അവർക്കേകി അത് കാണാപ്പാഠമാക്കി അവരോടോതാൻ പറ യുന്നു. അങ്ങനെ നിങ്ങൾ കാർബൺ കോപ്പികളാക്കി ഓരോ തലമുറ കളെയും സൃഷ്ടിച്ചു മാറ്റങ്ങളുടെ, പരിണാമങ്ങളുടെ, നിത്യനവീനതയുടെ ഉടമയായ പ്രകൃതിക്കെതിരെ നിങ്ങളുടെ വരണ്ടു ദ്രവിച്ചു വറ്റി പുഴുവിനോ അണുവിനോ ജീവൻ പുലർത്താൻ സാധ്യമല്ലാത്ത മഹാതമസ്സിൽ കോടാനുകോടി മർത്യനെ തളച്ചിടുന്നു. അതാണ് ധർമ്മം, അതാണ് മതം, അതാണ് ശരി എന്ന് നിങ്ങൾ ഓതുന്നു. തമസ്സിലാണ്ട നിങ്ങൾ ജന്മം നൽ കിയ ഭരണാധികാരികൾ നിങ്ങളുടെ പാദസേവകരായി അവ ഏറ്റു പാടുന്നു. എന്തൊരു ദുരവസ്ഥ! ഈ അന്ധതയിൽ എന്തിനീ പാഴ്ജന്മം?

വീട്ടിലെത്തി, രണ്ടു മൂന്നാഴ്ച പുറത്തിറങ്ങിയില്ല. നാടല്ലേ, വാർത്ത കൾ കാട്ടുതീ പോലെ പടരും.

മൂന്നാഴ്ചകൊണ്ട് മനസ്സ് തണുത്തു. ഒരു തൊണ്ണൂറുകാരന്റെ മാനസികാവസ്ഥയിലെത്തിയ ഇരുപത്തിയൊന്നുകാരൻ. മാർക്സിസവും സോഷ്യലിസവും ആത്മീയതയും മാനുഷികതയും വേണ്ടുവോളമുണ്ടുള്ളിൽ. നിവർന്നു നിൽക്കാൻ മനസ്സിന്റെയും ശരീരത്തിന്റെയും ആരോഗ്യമാണ് വേണ്ടത്. സുഹൃത്തുക്കളുമായി പാലയൂരിലുള്ള ഒരു ജിമ്മിൽ ചേർന്നു

കാലത്തെഴുന്നേറ്റ് ഞങ്ങൾ പാലയൂർ വരെ നടക്കും. ഒന്നോ രണ്ടോ മണിക്കൂർ അവിടെ ചെലവഴിക്കും. തിരിച്ചു വരുമ്പോൾ ചാവക്കാട്ടെ കനോലിക്കനാലിൽ നീന്തിക്കുളിക്കും.

എന്നിൽ പ്രണയമുണ്ടായിരുന്നു. എന്നാൽ എന്നെ ആരും പ്രണയിച്ചില്ല. പലരും കാമിച്ചിട്ടുണ്ട്.

ആദ്യം തോന്നിയ പ്രണയം ഒന്നാം ക്ലാസ്സിൽ പഠിക്കുമ്പോഴാണ്. വെളുത്ത് ചെമ്പൻ മുടിയും നീലക്കണ്ണുകളുമുള്ള ഒരു കുട്ടി ഒപ്പം പഠിച്ചിരുന്നു. എന്നേക്കാൾ വയസ്സിന് മൂത്തതാണവൾ. സ്കൂളിൽ ചേർക്കാൻ വൈകിയതാണ് കാരണം. അവൾ അധികം സംസാരിക്കയില്ല. ആ വൈകല്യം ഉള്ളതുമൂലമാണ് സ്കൂൾ പ്രവേശനം വൈകിയത്. ഉള്ളിൽ ഒരു സ്നേഹവും പ്രേമവും അടുപ്പവും ആ കുട്ടിയോടു തോന്നിയിരുന്നു. എന്നാൽ തിരിച്ച് ഒന്നുമില്ലായിരുന്നു അവൾക്ക്.

അതാണ് ജീവിതത്തിൽ ആദ്യം തോന്നിയ പ്രേമം.

ഹൈസ്ക്കൂളിൽ പഠിക്കുമ്പോൾ രണ്ട് കുട്ടികൾ എന്നും ഒരുമിച്ച് വടക്കുനിന്നും നടക്കാവിലൂടെ (ഇന്നത്തെ ടിപ്പു സുൽത്താൻ റോഡ്) നടന്നു വരുമായിരുന്നു. രണ്ടും നല്ല സുന്ദരികൾ, അരയ്ക്കൊപ്പം ഇടതൂർന്ന മുടിയുള്ള ഒരു കറുത്ത സുന്ദരിയും ഒരു വെളുത്ത സുന്ദരിയും. കറുത്തതിനോടാണ് ഇഷ്ടം തോന്നിയത്. അക്കാലത്ത് എല്ലാ കുട്ടികൾക്കും ഒരു ഇഷ്ടതോഴനോ തോഴിയോ ഉണ്ടായിരുന്നു. അതിൽ ചിലത് കലശലായ പ്രണയത്തിലേക്ക് വീഴും, ഭൂരിഭാഗവും സ്കൂൾ ഫൈനലിലെത്തി പിരിയുന്നതോടൊപ്പം ഓർമ്മകൾ മാത്രമാകും.

കറുത്ത സുന്ദരിയെ മനസ്സിൽ കൊണ്ട് നടക്കുമ്പോഴാണ് ഒരസുഖം പിടിപെട്ടത്. 'ടൈഫോയ്ഡ്', മൂന്നാഴ്ചയോളം സ്കൂളിൽ പോയില്ല. അസുഖം ഭേദമായെങ്കിലും ശരീരം വല്ലാതെ ശോഷിച്ചു. മെലിഞ്ഞ ശരീരവുമായി സ്കൂളിൽ വീണ്ടുമെത്തി. അപ്പോഴേക്കും കറുത്ത സുന്ദരിയെ മറ്റൊരാൾ തട്ടിയെടുത്തു. തെക്കുനിന്നും വന്നിരുന്ന എന്റെ ഒരു സുഹൃത്ത്. പല അവധി ദിവസങ്ങളിലും ഞങ്ങൾ വടക്കോട്ട് സൈക്കിളിൽ പോകും. ബ്ലോക്ക് ഓഫീസ്, മുത്തശ്ശി കാറ്റാടി മരം, കേന്ദ്ര സർക്കാർ സ്ഥാപനമായ ഫിഷറീസ് ഓഫീസ്, വിശ്വനാഥക്ഷേത്രം, അതുകഴിഞ്ഞു നടക്കാവ് മുതൽ കനോലിക്കനാൽ വരെ നീണ്ടുകിടക്കുന്ന മണൽ പരപ്പ്,

അതിനറ്റത്ത് കനാലിൻ ഓരത്ത് ഇടിഞ്ഞു പൊളിഞ്ഞ ബ്രിട്ടീഷ് കാലത്തെ ഡിസ്റ്റിലറി, കോട്ടപ്പുറം, തിരുവത്ര സ്കൂൾ കഴിഞ്ഞ് കിഴക്കോട്ട് തിരിഞ്ഞു കുറച്ച് നടന്നാൽ കാഞ്ഞിരത്തിനാലും പേരാലിനാലും ചുറ്റപ്പെട്ട ഒരു പ്രാചീന ശിവക്ഷേത്രം. അതിന്നടുത്തായിരുന്നു സുന്ദരിമാരുടെ വീട്. രണ്ടുപേരും ഒരു വീട്ടിൽ നിന്നുള്ളവരാണ്. ക്ഷേത്രത്തിന്നപ്പുറം വിശാലമായ നെൽവയൽ. വയലിന്നപ്പുറം കനോലി കനാൽ തീരത്തെ തെങ്ങിൻ നിരകൾ. പാടവരമ്പിലൂടെ നടന്ന് തെങ്ങിൻ തോപ്പിൽ ഞങ്ങൾ ഉലാത്തും. അപ്പോൾ ആടിനെ മേക്കാനെന്ന വ്യാജേന അവൾ പുറത്തുവരും. സംസാരമൊന്നുമില്ല, ദൂരെ നിന്ന് പരസ്പരം കാണാം. അവൾ ആരെക്കാണാനാണ് പുറത്ത് വന്നത്? എന്നെയോ സുഹൃത്തിനെയോ അതോ രണ്ട് പേരെയുമോ? ഞങ്ങൾ കുറച്ച് സമയം അവിടെ ചിലവഴിച്ച്, ആംഗ്യഭാഷയിലൂടെ ബൈ പറഞ്ഞു പിരിയും.

വീടിന് തെക്കുവശം എനിക്ക് സമപ്രായക്കാരായ രണ്ട് സുഹൃത്തുക്കൾ ഉണ്ട്. ഒരാൾ എന്നോടൊപ്പവും രണ്ടാമൻ ഒരു ക്ലാസ് താഴെയുമാണ് പഠിച്ചിരുന്നത്. ഹൈസ്കൂൾ കാലം അവസാനിച്ചു. ഒരു പൂരം നാൾ സന്ധ്യയിൽ ഞങ്ങൾ മൂവരും തൃശ്ശൂർ പൂരത്തിന് പുറപ്പെട്ടു. ഗുരുവായൂരിൽനിന്നും തൃശ്ശൂർക്കുള്ള ബസ്സുകളിലെല്ലാം വൻ തിരക്ക്. മാത്രമല്ല സ്വരാജ് റൗണ്ടിൽനിന്നും ഏറെ ദൂരെയുള്ള അയ്യന്തോൾ വരെയേ ബസ്സുകൾ പോകുന്നുള്ളൂ. പിന്നെ അവിടെ നിന്നും പൂരപ്പറമ്പിലേക്ക് നടക്കണം. ഞങ്ങൾ പ്ലാൻ മാറ്റി, കുറച്ച് മദ്യപിക്കാം എന്ന് തീരുമാനിച്ചു. മൂന്നു പേരുടെയും കയ്യിലെ പൈസയെല്ലാം കൂടി ഇരുപത് രൂപയോളം വരും. പടിഞ്ഞാറെ നടയിൽ അന്ന് കോഫീഹൗസ് ഉണ്ട്. അതാണ് ഗുരുവായൂരിലെ ഏക ബാർ. ഞങ്ങൾ ഒരു പൈന്റ് ബ്രാണ്ടി പതിനാറു രൂപയ്ക്ക് പാർസൽ ആയി മേടിച്ച് ചാവക്കാട് കടപ്പുറത്തേക്കു നടന്നു. ആദ്യ മദ്യസേവയാണ്. ആർക്കും എങ്ങനെ കുടിക്കും എന്ന് അറിയില്ല. കടപ്പുറത്തെത്തി കുപ്പി തുറന്ന് ഒരു ചെറുകവിൾ മൂവരും ഇറക്കി. കനൽകട്ട ഇറങ്ങും പോലെ...

എന്തായാലും ഇതിങ്ങനെയല്ല കഴിക്കേണ്ടത് എന്ന് അപ്പോൾ മനസ്സിലായി. ഗ്ലാസ് വേണം, വീര്യം കുറക്കാൻ വെള്ളം വേണം. തിരിച്ചു നടന്നു. ദാസേട്ടന്റെ ചായപ്പീടികയുടെ പുറകുവശം ഓടാമ്പലിട്ട് അടയ്ക്കുമെങ്കിലും പൂട്ടാറില്ല. കടയുടെ തൊട്ടു പിറകെ എരുമത്തൊഴുത്താണ്. രണ്ടിനും ഇടയിലുള്ള ചെറുവിടവിലൂടെ കൂരാക്കൂരിരുട്ടിൽ ചാണക വാടയേറ്റ് തപ്പിത്തടഞ്ഞു ഒരു വിധം പീടികയുടെ പുറം വാതിൽ ഓടാമ്പൽ ശബ്ദമുണ്ടാക്കാതെ പതിയെ വലിച്ചു തുറന്നു. ഗ്ലാസ് കിട്ടി എന്നാൽ വെള്ളമില്ല. മൂന്ന് ഗ്ലാസ്സുമായി വീണ്ടും കടപ്പുറത്തേക്ക്. കടപ്പുറത്തെ ലക്ഷം വീട് കോളനിയിലെ ഒരു കുടിലിന്റെ അടുക്കള ഭാഗത്ത് മൺകുടത്തിൽ വെച്ചിരുന്ന കുടിവെള്ളം കുടത്തോടെ എടുത്ത് തൈത്തെങ്ങുകളാൽ സമൃദ്ധമായ കടലോരത്തേക്കു നടന്നു. മങ്ങിയ നക്ഷത്ര

ശോഭയിൽ ഞങ്ങൾ മധു പകർന്നു. കുടത്തിലെ ജലത്താൽ വീര്യം കുറച്ച് കുടിച്ചു. ഒട്ടും ഇഷ്ടപ്പെടാത്ത ദ്രാവകം. മൂന്നു പേരും മൂന്നാവർത്തി സേവിച്ചു. തലയ്ക്ക് കനം വെച്ചിരുന്നെങ്കിലും മൺകുടവും ഗ്ലാസുകളും യഥാസ്ഥാനത്ത് തിരിച്ചു വെച്ച് ഓരോ സിഗരറ്റും പുകച്ച് ഞങ്ങൾ വീടുകളിലേക്ക് നടന്നു.

പട്ടണത്തിൽ ട്യൂട്ടോറിയായിൽ പോയിരുന്നത് ഇതിൽ ഒരാളുമൊപ്പമായിരുന്നു. ഞങ്ങൾ ഒരുമിച്ച് പോകയും തിരിച്ചു വരികയും ചെയ്തു. ചില ദിവസങ്ങളിൽ മത്തിക്കായലിലെ വീതി കൂടിയ ഭാഗങ്ങളിൽ പോയി കുളിക്കും. അങ്ങനെ കുളിച്ചു കൊണ്ടിരിക്കുമ്പോൾ സുഹൃത്ത് ഒരു വെടി പൊട്ടിച്ചു. അവൻ പറഞ്ഞു "ഞാൻ ഇന്നലെ ഒരു പെൺകുട്ടിയുമായി ശാരീരിക ബന്ധത്തിൽ ഏർപ്പെട്ടു." ആ വ്യക്തി ആരാണെന്നും വ്യക്തമാക്കി. അവന്റെ അയൽവാസിയാണ്, സ്കൂൾ വിദ്യാർത്ഥിനിയാണ്, തലമുറകളായി പരോപകാരികൾ. എന്റെ തലയിൽ ലഡ്ഡു പൊട്ടി, തനിക്കും ഈ അവസരം ഉപയോഗിക്കണം. അതിന്നായ ഒത്താശകൾ ചെയ്തു തന്നത് രണ്ടാമൻ ചങ്ങാതിയാണ്. അവൻ അവളുമായി സംസാരിച്ചു എല്ലാം ശരിയാക്കി. എന്നോട് വീട്ടിലേക്ക് ചെല്ലാൻ അവളുടെ ക്ഷണം. ആരുമില്ലാത്ത സമയം നോക്കി ചെന്നു, ഒരു കാമുകനെന്ന നാട്യത്തോടെ കണ്ടു. ആ കൂടിക്കാഴ്ച്ച തുടർന്നു. ഒന്നാം ചങ്ങാതിയും രണ്ടാം ചങ്ങാതിയും അവിടം സന്ദർശിക്കുന്ന കാര്യം അറിഞ്ഞും കൊണ്ട് അറിയാത്തവനെ പോലെ ഞാൻ നടിച്ചു

ഗൾഫിൽനിന്ന് അവധിയിൽ വരുന്ന ഒന്നാമന്റെ ഏട്ടനും മറ്റു പലർക്കും വിരുന്നൊരുക്കുന്ന വിവരവും അറിയില്ലെന്ന് നടിച്ചു. അപ്പം തിന്നാൽ പോരെ, എന്തിന് കുഴിയെണ്ണണം? ആൺ ചൂടറിയാതെ ഒരു രാത്രി പോലും ഉറങ്ങാൻ പാടുപെടുന്ന ചില പെൺജന്മങ്ങൾ! എല്ലാവരുടെയും പ്രകൃതിദത്തചോദന ഒന്നു തന്നെയല്ലേ! ചിലർ അതിനെ സമൂഹത്തെ ഭയന്ന് അടിച്ചമർത്തുന്നു, ചിലർ പാപബോധത്താലും. മനുഷ്യരുടെ മുഖം രൂപപ്പെടുത്തുന്നത് അവരുടെ ചുറ്റുപാടും സാഹചര്യങ്ങളുമാണ്. പാവം മനുഷ്യർ. ആരെയും വെറുക്കാതിരിക്കുക, ആരെയും കുറ്റപ്പെടുത്താതിരിക്കുക, മനുഷ്യന്റെ സദാചാര ബോധം സ്ഥലകാലാധിഷ്ഠിതമാണ്. 'പാപം ചെയ്യാത്തവർ കല്ലെറിയട്ടെ.'

തിരിച്ചെത്തി ദിവസങ്ങൾക്കു ശേഷം കോവിലനെ സന്ദർശിച്ചു. അദ്ദേഹം എന്നും ഉച്ചഭക്ഷണം നൽകിയേ തിരിച്ചയയ്ക്കൂ. ശാരദടീച്ചർ വാഴയില വിരിച്ച് ഊണ് വിളമ്പും. ഭക്ഷണശേഷം മധുരം, ചക്ക വരട്ടിയത്. അടുത്താഴ്ച കോവിലൻ എന്നെ കോഴിക്കോട്ടേക്കു കൊണ്ടുപോയി. ഡോക്ടർ ഒ.എൻ. വാസുദേവന്റെ അടുത്തേക്ക്. കൂടെ ചൊവ്വല്ലൂർ കൃഷ്ണൻകുട്ടിയുമുണ്ടായിരുന്നു. കോവിലൻ എന്നെ കൃഷ്ണൻകുട്ടി ചേട്ടന് പരിചയപ്പെടുത്തി. എന്റെ അച്ഛനെ അദ്ദേഹത്തിന് അറിയാമായിരുന്നു. എന്നാൽ അച്ഛൻ മരിച്ചവിവരം അറിയുകയില്ലായിരുന്നു. അങ്ങനെ

മൂവരും ഡോക്ടറുടെ മുന്നിൽ. കോവിലൻ എന്നെ ഇൻട്രോഡ്യൂസ് ചെയ്തു. സുമുഖനും ശാന്തനുമായ ഡോക്ടർ. ഗൾഫിലെ അനുഭവങ്ങൾ പറഞ്ഞു, എന്റെ ഡയറി വായിച്ചു കേൾപ്പിച്ചു. ഡോക്ടർ പറഞ്ഞു "Nothing, these are quiet normal, ഭൗതിക അതിപ്രസരവും ഒരു കാരണമാകാം, എന്തായാലും കുറച്ച് മൈൽഡ് മെഡിക്കേഷൻ ആവശ്യമാണ്."

ഒരു മാസം മരുന്നുകൾ കഴിച്ചു. ഗൾഫിലെ മരുന്നുകൾ പോലെ ഉറക്കം തൂങ്ങുന്നവയായിരുന്നില്ല. ഉന്മേഷദായകം, സന്തോഷദായകം!

യോഗ ഒരു ജീവിതചര്യയാണ്.

നിരന്തരചിന്തയും മനനവും സ്വാഭാവികമായി മനുഷ്യനെ യോഗയിലേക്ക് നയിക്കും. ഇരുപതാം നൂറ്റാണ്ടിന്റെ ദർശനമായ അസ്തിത്വവാദം നിരാശരും ദുഃഖിതരുമാക്കിയ ഒരു പറ്റം പാശ്ചാത്യയുവാക്കൾ മയക്കുമരുന്നുകളിലൂടെ ഉള്ളറിയാൻ ശ്രമിച്ചിരുന്ന കാലം. രണ്ടാം ലോകമഹായുദ്ധാനന്തരം ജനിച്ച തലമുറ, യുദ്ധം നിരർത്ഥകമാക്കിയ ജീവിതം അനുഭവിച്ച അച്ഛനമ്മമാരുടെ മക്കൾ. അവരിൽ പലരും എല്ലാം ഉപേക്ഷിച്ച് യോഗയിലേക്കാകൃഷ്ടരായി ശാന്തി നേടി ഇന്ത്യയിലേക്കു വന്നു. ചിലർ ധ്യാനമാർഗ്ഗവും ഭക്തിമാർഗ്ഗവും സ്വീകരിച്ചു. പുതുഗുരു ശിഷ്യ പരമ്പരകൾ! എന്നും പ്രകൃതിയെ നിരീക്ഷിച്ച് അതിൽനിന്നും പാഠം ഉൾക്കൊള്ളാൻ ശ്രമിച്ചിരുന്നു. കോമ്പല്ലുകളോ കൂർത്ത നഖങ്ങളോ ഇല്ലാത്ത മനുഷ്യൻ എങ്ങനെയാണ് ഒരു മൃഗത്തെ കീഴ്പ്പെടുത്തുക? ഒരു മൃഗത്തെ കീഴ്പ്പെടുത്താനുള്ള ഒരവയവും മനുഷ്യശരീരത്തിൽ ഇല്ല! ഒമ്പത് മീറ്റർ നീളമുള്ള അവന്റെ ദഹനേന്ദ്രിയം മാംസഭുക്കുകളുടേതുമല്ല. അങ്ങനെ ചിന്തിച്ചാണ് ഞാൻ സസ്യാഹാരപ്രിയനായത്. കഴിയുന്നത്ര മൃഗഹത്യ ഒഴിവാക്കലും ആ ചിന്തയുടെ ഭാഗമാണ്.

കമ്മ്യൂണിസ്റ്റുകാരനായ എന്റെ അച്ഛൻ യോഗ ചെയ്യുമായിരുന്നു. ശീർഷാസനമായിരുന്നു അദ്ദേഹത്തിന്റെ ഇഷ്ട പോസ്റ്റർ.

പ്രാണായാമവും ധ്യാനവും 1975 മുതൽ ഞാൻ സ്വയം ശീലിച്ചിരുന്നു. അതൊന്നും അമ്മയ്ക്കറിയില്ലല്ലോ! മകനെന്തോ കാര്യമായി സംഭവിച്ചു എന്നുതന്നെയാകും അവരും കരുതിയിരിക്കുക. ധ്യാനം അവർക്ക് അന്യമാണ്. എന്നാൽ അന്ധവിശ്വാസങ്ങൾക്കോ ഒരു പഞ്ഞവുമില്ല. കാനാടി ചാത്തനും അവരുടെ സേവയും അന്യമല്ലതാനും. കുറച്ചു ധ്യാനിക്കാം എന്നു കരുതി പദ്മാസനത്തിൽ നട്ടെല്ല് നിവർത്തി ചിൻമുദ്രയിൽ കരങ്ങൾ പിടിച്ചിരിക്കുന്ന എന്നെക്കണ്ട് അവർ ഭയന്നു. "ഇതൊന്നും ഇവിടെ വേണ്ട മോനേ", അവർ പറഞ്ഞു.

മാസങ്ങൾ നീങ്ങി... മക്കൾ ഗൾഫിൽ പണിയെടുക്കുന്ന മത്സ്യത്തൊഴിലാളി അപ്പുവേട്ടൻ സഹതാപത്തോടെ ചോദിക്കുന്നു "ഒന്നുമായില്ല അല്ലേ?"

“ഞാൻ വി.കെ. ബാലന്റെ മകനാണ്, സമയമാകുമ്പോൾ ആകും.” എന്നുത്തരവും കൊടുത്തു.

ഒരിക്കൽ കടപ്പുറത്തിരിക്കുമ്പോൾ വീട്ടിൽ കിളക്കാനും വിറകുവെട്ടാനുമെല്ലാം വരുന്ന, കാലിൽ ആണിരോഗമുള്ളതിനാൽ ശ്രദ്ധയോടെ പതുക്കെ ഓരോ അടിയും വെയ്ക്കുന്ന ശങ്കരേട്ടൻ ധിക്കാരത്തോടെ ചോദിക്കയാണ്, “ഹും, എന്തിനാ ഇങ്ങോട്ട് വന്നത്?”

ജിമ്മിൽ പോക്ക് തുടർന്നു. ഒരു ദിവസം ജിം വിട്ടു വരുമ്പോൾ ഒരപരിചിതനെ കണ്ടുമുട്ടി. “എന്തിനാ നിങ്ങൾ ജിമ്മിൽ പോകുന്നത്, ഗുരുവായൂരിൽ ഒരു യോഗ ക്ലാസ്സ് തുടങ്ങിയിട്ടുണ്ട്, നിങ്ങൾ അതിൽ ചേരൂ.” ‘രോഗി ഇച്ഛിച്ചതും പാൽ, വൈദ്യൻ കല്പിച്ചതും പാൽ.’ അടുത്ത ദിവസം ഞാൻ യോഗ ക്ലാസ്സിൽ ചേർന്നു. കൂട്ടുകാർ വന്നില്ല.

ഗുരു കേച്ചേരിയിലുള്ള യോഗാചാര്യ നാരായണൻ വൈദ്യർ ആയിരുന്നു. ആകെ മൂന്നു പേരാണ് യോഗ പഠിക്കാൻ വന്നത്. അതിൽ രണ്ടു പേർ രണ്ടാഴ്ചയ്ക്കുള്ളിൽ കൊഴിഞ്ഞു പോയി. ഗുരു കാലത്തെഴുന്നേറ്റ് കേച്ചേരിയിൽനിന്നും ബസ്സിൽ വരണം. റൂമിന്റെ വാടക, എങ്ങനെ എല്ലാം ഒരാളെ വെച്ചുകൊണ്ട് നടക്കും? ഞാൻ കാലത്തെഴുന്നേറ്റ് കുളിച്ച് സൈക്കിളിൽ ഗുരുവായൂർക്കു പായും. ഒരു മാസമേ ആ ക്ലാസ്സ് നിലനിന്നുള്ളൂ. അതിനിടയിൽ എല്ലാ യോഗാസനവും ശരീരത്തിനു വഴങ്ങി. സസ്യാഹാരിയായി, പുകവലിയും വല്ലപ്പോഴുമുള്ള മദ്യപാനവും നിർത്തി. മനസ്സും ശരീരവും ക്ലീൻ, ധ്യാനവും യോഗയും നിത്യചര്യയാക്കി. ശരീരത്തിനും മനസ്സിനും ശാന്തി... തീരെ ഭാരം തോന്നാത്ത ലളിത ശരീരം.

അങ്ങനെ ആ വർഷം കഴിഞ്ഞു. ഏട്ടൻ വീണ്ടും ജോലിയിൽ പ്രവേശിച്ചു. 1978ൽ അദ്ദേഹം വിവാഹിതനുമായി. ആ കാലത്ത് ചില യാത്രകൾ, എല്ലാം അടുത്ത പ്രദേശങ്ങൾ, വയനാട്, ഇടുക്കി, മധുര, പളനി, പാലക്കാട്. ഏകാന്ത യാത്രകൾ.

1978 അവസാനത്തോടെ ചേച്ചിക്ക് ഏജീസ് ഓഫീസിൽ തിരുവനന്തപുരത്ത് ജോലി കിട്ടി. കുറച്ചു കാലം ഞങ്ങൾ തിരുവനന്തപുരത്ത് താമസിച്ചു. ഏട്ടൻ, ഏട്ടത്തി, ചേച്ചി, ഞാൻ. തിരുവല്ലം പരശുരാമക്ഷേത്രത്തിന്നടുത്ത് ഒരു വാടക വീട്ടിൽ. സെക്രട്ടറിയേറ്റിനു പുറകിൽ, ബേക്കറി ജംഗ്ഷനിലെ ഒരു സ്വകാര്യ സ്ഥാപനത്തിൽ എന്നെ ഒരു ചെറു കോഴ്സിന് ചേർത്തി. റിസപ്ഷനിസ്റ്റ് കം ടെലിഫോൺ ഓപ്പറേറ്റർ. കാലത്ത് ചേട്ടനും ചേച്ചിയും ജോലിക്കു പോകുന്നതോടൊപ്പം ഞാനും ഇറങ്ങും. ഒന്നോ രണ്ടോ മണിക്കൂറേ പഠിത്തമുള്ളൂ. അന്ന് ഗൾഫ് രാജ്യങ്ങളിൽ ഉപയോഗിക്കാത്ത ഒരു പ്രാകൃത ടെലഫോണിങ്ങ് ആണ് അവിടെ പഠിപ്പിച്ചിരുന്നത്. ക്ലാസ്സ് കഴിഞ്ഞ് തിരുവനന്തപുരം ചുറ്റിക്കറങ്ങും. പിന്നെ വീട്ടിലേക്ക്. ഉച്ചയൂൺ കഴിച്ച് വീണ്ടും കറക്കം. തിരുവല്ലം മുഴുവൻ

ചുറ്റിക്കറങ്ങും. മനോഹരമായ പ്രകൃതി. ഇടതൂർന്ന തെങ്ങിൻതോപ്പുകൾ, വയലുകൾ, തോടുകൾ... മനോഹരമായ കടൽത്തീരം. ചെറുകുന്നുകൾ, താഴ്വരകൾ.. സുന്ദരിയായ തിരുവനന്തപുരവും സമീപ പ്രദേശങ്ങളും.

ഒന്നര വർഷത്തോളം നാട്ടിൽ തങ്ങി. ഇതിനിടയിൽ ചേച്ചിയുടെ വിവാഹവും കഴിഞ്ഞു.

ഈ സമയം ഗൾഫ് കുടിയേറ്റത്തിന്റെ മുഖം മാറുകയാണ്. തൊഴിലാളികളും പത്താംതരം തോറ്റവരും ലക്ഷ്യമായി കണ്ട ഗൾഫ് ബിരുദവും ബിരുദാനന്തര ബിരുദമുള്ളവർക്കും സ്വീകാര്യമായിത്തുടങ്ങി. അവരും ഒരു വിസയ്ക്കായി തപസ്സനുഷ്ഠിക്കാൻ തുടങ്ങി. ഇന്റർനെറ്റും ഓൺലൈൻ അപേക്ഷയും ഇന്റർനാഷണലായി ഒരു ആശയവിനിമയവും നിലവിലില്ലാത്ത കാലം. ഒരു പ്രവാസിയുടെ സഹായമില്ലാതെ വിസ ലഭിക്കാൻ വളരെ പ്രയാസം. ഈ മണ്ണിനെ സ്നേഹിച്ചവരും ഈ മണ്ണിൽ തന്നെ ജീവിതം എന്നുറപ്പിച്ചവരും എല്ലാം, അയഞ്ഞു, പതുക്കെ അവരും ഒരു വിസയ്ക്കായി കാത്തിരുന്നു. നാട്ടിലെ നല്ലൊരു ഭാഗം അഭ്യസ്തവിദ്യരും കടൽ കടന്നു. സർക്കാർ സർവീസിലുള്ളവർ നീണ്ട അവധി എടുത്തും കടന്നു കടൽ. നാട്ടിലെ ഇരുപതിനും നാല്പത്തഞ്ചിനും ഇടയിലുള്ള എല്ലാവരും ഗൾഫിലേക്ക് കുതിക്കുന്ന കാലം, 1977–80.

1979 ആദ്യപകുതിയിൽ ഉണ്ണി എനിക്ക് ഒരു വിസിറ്റിംഗ് വിസ തരപ്പെടുത്തി.

ഞാൻ ദുബായ് വിടുന്നതിനു മുന്നെ ഉണ്ണിയുടെ ചേട്ടൻ വത്സനും അവിടെ എത്തിയിരുന്നു. അവർ രണ്ടുപേരും ഗൾഫ് കോബ്ള എന്ന വലിയ കൺസ്ട്രക്ഷൻ കമ്പനിയിൽ ജോലിയിൽ പ്രവേശിച്ചു. Costain cobla, Gulf cobla എന്നെല്ലാം ആ കമ്പനി അറിയപ്പെട്ടിരുന്നു. ലോകത്തിലെ ഏറ്റവും വലിയ മനുഷ്യനിർമ്മിതമായ sea port, ജബൽ അലി തുറമുഖത്തിന്റെ നിർമ്മാണച്ചുമതല ആ കമ്പനിക്കായിരുന്നു. ഉണ്ണിയും വത്സനും ജോലി ചെയ്തിരുന്നത് ആ മഹായത്നം ഏറ്റെടുത്ത കമ്പനിയുടെ ജബൽ അലി sight ഓഫിസിൽ ആയിരുന്നു. വത്സൻ ആദ്യമായി ലീവിൽ വന്നത് എനിക്ക് വിസയുമായാണ്. വീട്ടിൽ വന്ന് അതു കൈമാറുകയും ചെയ്തു. ആ ലീവിൽ അദ്ദേഹം വിവാഹിതനുമായി. തിരുവനന്തപുരം എയർപോർട്ടിൽനിന്ന് 1977 മുതൽ ഗൾഫിലേക്ക് എയർ ഇന്ത്യയുടെ സർവീസുകൾ തുടങ്ങിയിരുന്നു. 1991ൽ തിരുവനന്തപുരം എയർപോർട്ട് രാജ്യത്തെ അഞ്ചാമത്തെ അന്താരാഷ്ട്ര വിമാനത്താവളമായി ഉയർത്തി അന്നത്തെ പ്രധാനമന്ത്രി ശ്രീ വി.പി. സിംഗ്.

1979ലെ എന്റെ രണ്ടാം ഗൾഫ് പ്രയാണം ആ എയർപോട്ടിലൂടെയായിരുന്നു. നേരെ ദുബായിലേക്ക്. നവമിഥുനങ്ങളായ സഹോദരിയും ഭർത്താവും അന്ന് പേരൂർക്കടയിൽ ഒരു വാടക വീട്ടിലായിരുന്നു താമസം.

യാത്രയ്ക്ക് ഒരു ദിവസം മുന്നെ എത്തിയ ആ വീട്ടിൽനിന്നുമാണ് എയർ പോർട്ടിലേക്ക് തിരിച്ചത്.

ഒന്നര വർഷങ്ങൾക്കുശേഷം വീണ്ടും യു.എ.ഇയിൽ. ദുബായുടെ വൃത്തി, അച്ചടക്കം, ശാന്തത, ചിരിക്കുന്ന മുഖമുള്ള ജീവനക്കാർ എല്ലാം എയർപോർട്ടിൽ ഇറങ്ങിയ നിമിഷം മുതൽ മനസ്സിൽ പതിഞ്ഞു.

പുറത്തിറങ്ങി. ശബ്ദരഹിതമായി ഒഴുകുന്ന വണ്ടികൾ, വരവേൽക്കാനായി ശാന്തിയുടെയും സമാധാനത്തിന്റെയും കുളിർക്കാറ്റ്. ടാക്സി വിളിച്ച് അൽ നാസർ സ്ക്വയറിലെ വിംബി റെസ്റ്റോറന്റിലേക്ക്. അവിടെയാണ് രാജു ജോലി ചെയ്യുന്നത്. ഭാഗ്യത്തിന് രാജു അപ്പോൾ ഡ്യൂട്ടിയിൽ ഉണ്ടായിരുന്നു. എനിക്ക് ഒരു നല്ല യൂറോപ്യൻ ഡിന്നർ സൽക്കരിച്ചു രാജു. ഡ്യൂട്ടി കഴിയുന്നതുവരെ അവിടെ വിശ്രമിക്കാൻ ഇടവും തന്നു അദ്ദേഹം. വലിയ വരുമാനം മാത്രമുള്ളവർ അതിഥികളായി വരുന്നിടം. അമേരിക്ക, യൂറോപ്പ്, അറേബ്യ എന്നിവടങ്ങളിൽനിന്നുള്ള സുന്ദരിമാരും സുന്ദരന്മാരും... സുന്ദരികൾ പലരും തന്റെ മാംസള ഭാഗങ്ങൾ പരമാവധി പ്രദർശിപ്പിച്ചും കൊണ്ടിരിക്കുന്നു. ഒന്നര വർഷത്തെ കേരളക്കാഴ്ചകളിൽ ഇരുണ്ട കണ്ണുകൾക്ക് നവശോഭയേകും കാഴ്ചകൾ.

രാജുവിന്റെ ഡ്യൂട്ടി കഴിഞ്ഞു. ടാക്സിയിൽ നൈഫ് റോഡിനടുത്തുള്ള അവന്റെ അപ്പാർട്ട്മെന്റിലേക്ക്. മൂന്ന് ബെഡ്റൂമുകളുള്ള ഒരു വലിയ ഫ്ളാറ്റ്. മൂന്നാം നിലയിൽ. ഓരോ മുറിയിലും മൂന്നും നാലും പേർ വസിക്കുന്നു. എല്ലാം ഇരുപതിനും മുപ്പതിനുമിടയ്ക്കുള്ള ചെറുപ്പക്കാർ. അക്കൂട്ടത്തിൽ മാമനുമുണ്ടായിരുന്നു. 77ൽ പിരിഞ്ഞതിനുശേഷം മൂപ്പർക്ക് എന്നോട് വലിയ താത്പര്യമില്ല. അവിടെയുള്ളവർ എല്ലാം തൃശ്ശൂർ ജില്ലക്കാരായിരുന്നു. അധികവും പറപ്പൂർ, പാങ്ങ്, പാവറട്ടി, ചാവക്കാട് മേഖലയിൽ നിന്നുള്ളവർ.

1979

കുറച്ചു ദിവസം അവിടെ കഴിഞ്ഞു. കുറേ നല്ല വ്യക്തികളുമായി പരിചയപ്പെട്ടു. ഒരു ദിവസം ഉണ്ണി ജെബലലിയിൽ നിന്നും വിളിച്ചു പറഞ്ഞു അങ്ങോട്ട് ചെല്ലാൻ. അന്ന് യു.എ.ഇയിൽ പബ്ലിക് ട്രാൻസ്പോർട്ടിങ് നിലവിൽ വന്നിട്ടില്ല. ടാക്സി മാത്രമേ യാത്രയ്ക്കായുള്ളൂ. ഒരു ടാക്സിയിൽ ജബൽ അലിയിലേക്ക്. ജുമേയ്‌ര ബീച്ച് റോഡിലൂടെയാണ് യാത്ര. പഴയ ജുമേയ്‌ര കഴിഞ്ഞാൽ റോഡ് വിജനമാണ്. കാര്യമായി ഭവനങ്ങളോ കെട്ടിടങ്ങളോ വഴിയരികിൽ ഇല്ല. ദൂരെ, ഇരുപത്തഞ്ചോ മുപ്പതോ കിലോമീറ്റർ അകലെ കടലോരത്ത് ഒരു കെട്ടിടം ഉയർന്നു നിൽക്കുന്നതു കാണാം. ജുമേയ്‌ര ബീച്ച് ഹോട്ടൽ. തൊണ്ണൂറുകളുടെ അവസാനത്തോടെ ഈ കെട്ടിടം നിയന്ത്രിത കരിമരുന്നുപ്രയോഗത്തിലൂടെ നിമിഷനേരം കൊണ്ട് നിലംപരിശാക്കി. പകരം അതിവിശാലമായ പുതിയ

ജുമേയ്‌ര ഹോട്ടൽ പിന്നിൽ പണിതുയർത്തിയിരുന്നു. അതിനടുത്തായി കടലിൽ കൃത്രിമദ്വീപിൽ പണിതുയർത്തിയ ദുബായിയുടെ ഐക്കൺ ആയി മാറിയ സെവൻ സ്റ്റാർ ഹോട്ടൽ 'ബുർജ് അൽ അറബ്.'

ആ പഴയ ജുമേര ഹോട്ടലും കടന്ന് ടാക്സി മുന്നോട്ട് നീങ്ങി. വിജനമായ കടൽത്തീരത്തിലൂടെ നീളുന്ന പാത. ഇന്ന് ദേവായുടെ (DEWA, Dubai Eletcrictiy and Water Authortiy) പ്ലാന്റ് ഉയർന്നു നിൽക്കുന്നിടം വരെയേ ആ റോഡുള്ളൂ. അവിടെ വെച്ച് ആ റോഡ് അബുദാബി റോഡുമായി ചേരുകയാണ്. അവിടെനിന്നും കുറച്ച് ദൂരമേ ജബൽ അലി വില്ലേജിലേക്കുള്ളൂ. ജബൽ എന്നാൽ മല. ജബൽ അലി അർത്ഥം അലിയുടെ മല. മലയൊന്നുമല്ലത്, മരുഭൂമിയിലെ ഒരു വലിയ മണൽക്കുന്ന്, കുന്നിന്റെ വശങ്ങളിൽ കുറേ വില്ലകൾ, വില്ലകൾക്ക് നടുവിൽ സ്വിമ്മിംഗ് പൂൾ, ബാർ, ടെന്നീസ് കോർട്ട് തുടങ്ങി എല്ലാ വിനോദ സൗകര്യങ്ങളോടും കൂടിയ ക്ലബ്ബ്. പിന്നെ ആ കുന്നിന്റെ നെറുകയിൽ അർദ്ധവൃത്താകൃതിയിൽ ആകാശത്തേക്കു വായ് പിളർന്നു നിൽക്കുന്ന ഒരു ഭീമാകാരൻ ആന്റിന. ദുബായിയുടെ ബാഹ്യലോക സംവാദകവാടം. ഡ്രൈവർ വണ്ടി നിർത്തിയത് ജബൽ അലി വില്ലേജിലാണ്. ഉണ്ണി എവിടെ നിന്നാണ് വിളിച്ചത് എന്നറിയില്ലായിരുന്നു. ഞാൻ എത്തേണ്ടത് അവിടെനിന്നും പത്തു കിലോമീറ്റർ ദൂരത്തിലുള്ള ജബൽ അലി പോർട്ട് നിർമ്മാണ മേഖലയിലുള്ള ഗൾഫ് കോബ്ലായുടെ ലേബർ ക്യാമ്പിലേക്കായിരുന്നു. മറ്റൊരു ടാക്സി വിളിക്കേണ്ടിവന്നു ലക്ഷ്യമെത്താൻ. പ്ലാസ്റ്റർ ചെയ്യാതെ ഹോളോ ബ്ലോക്കിനാൽ നിർമ്മിച്ച കോൺക്രീറ്റ് മേൽക്കൂരയോടുകൂടിയ ഒറ്റ നില കെട്ടിടങ്ങൾ. രണ്ട് മുറികൾക്ക് ഒരു ടോയ്‌ലറ്റ്. മുറികളിൽ ഫാനും എ.സിയുമുണ്ട്. അത്തരം ഇരുപത് മുറികളോടു കൂടിയ പത്തിരുപത് കെട്ടിടങ്ങൾ. അതിലൊരു മുറിയിലാണ് ഉണ്ണിയുടെ വാസം. വത്സൻ മറ്റൊരു മുറിയിൽ. അദ്ദേഹത്തിന് ജോലി സൈറ്റ് ഓഫീസിൽ ആയിരുന്നു. അവരുടെ ശ്രമഫലമായി എനിക്കും അവിടെ ജോലി കിട്ടി. ശമ്പളമൊന്നും നോക്കിയില്ല. റെസിഡൻസ് പെർമിറ്റ് കിട്ടണം, അതിന് ഒരു സ്പോൺസറും ജോലിയും ആവശ്യമാണ്. അത്രയേ അപ്പോൾ ഓർത്തുള്ളൂ. ഗ്രേറ്റ് ലേക്സ് ആൻഡ് ഡ്രെഡ്ജിങ്ങ് എന്നു പേരുള്ള അമേരിക്കൻ കമ്പനി ഗൾഫ്കോബ്ലയുടെ സബ് കോൺട്രാക്ട് ആയാണ് ജബൽ അലി തുറമുഖ നിർമ്മാണത്തിൽ പങ്കാളിത്തം വഹിച്ചിരുന്നത്. ആ കമ്പനിയിലാണ് ജോലി. മറൈൻ സർവെയറുടെ ചെയിൻമാൻ ആയി. മറൈൻ സർവേയിൽ ചെയിൻ ഉപയോഗിക്കുന്നില്ല, എങ്കിലും സർവെയറുടെ അസിസ്റ്റന്റ് ആയതുകൊണ്ടാണ് അങ്ങനെ ഒരു ടൈറ്റിൽ.

കാലത്തെഴുന്നേറ്റ് ദിനചര്യകൾക്കുശേഷം കമ്പനിയുടെ വണ്ടിയിൽ ഭാഗികമായി പൂർത്തിയായ കപ്പൽ ചാനലിൻ തീരത്തുള്ള താൽക്കാലിക കെട്ടിടത്തിൽ പ്രവർത്തിക്കുന്ന സൈറ്റ് ഓഫീസിലേക്ക്. പോർട്ടകാബിൻ (portable cabin) കൂട്ടിയോജിപ്പിച്ചാണ് ഓഫീസ് നിർമ്മിതി.

ഏഴുമണിക്ക് മുന്നെ ഹാജർ പഞ്ച് ചെയ്ത് ജോലിയിൽ പ്രവേശിക്കുന്നു. സർവേയർ ലോബോ എന്നുപേരായ ഒരു ഇറ്റാലിയൻ അമേരിക്കനായിരുന്നു. Ecco sounder (കടലിന്റെ ആഴം അളക്കാൻ ഉപയോഗിക്കുന്ന യന്ത്രം)

താങ്ങിപിടിച്ചും കൊണ്ട് ഓഫീസിൽ നിന്നുമിറങ്ങി കപ്പൽ ചാനലിൽ കരയിൽ അടുപ്പിച്ച ചെറുബോട്ടുകൾ ലക്ഷ്യമായിറങ്ങും ലോബോ.

കപ്പൽ ചാനൽ കടലിലേക്കും നീളുന്നതാണ്. ഇരുപത് മീറ്റർ ആഴമാണീ കപ്പൽ ചാനലിനു വേണ്ടത്. കടൽത്തട്ടിലെ മണ്ണെടുത്ത് അത്രയും ആഴം ഉറപ്പു വരുത്തണം. കപ്പൽ ചാനൽ പോകുന്ന കടൽഭാഗം അളന്ന് ഡ്രഡ്ജിങ്ങ് പൂർണ്ണതയിൽ എത്തിക്കാൻ സഹായിക്കലാണ് സർവ്വേക്കാരുടെ ജോലി. കരയിൽ കപ്പൽ ചാനലിന് സമാന്തരമായി ലേസർ ബീമുകൾ ഉയരത്തിലുള്ള ടവറുകളിൽ ഘടിപ്പിച്ചിരിക്കുന്നു. ചാനലിന്റെ വീതി കടലിൽ നിന്നറിയാനായാണത്. കപ്പൽ ചാനലിന്ന് കുറുകെ ഓടുന്ന ബോട്ടിൽനിന്ന് ബൈനോക്കുലറിലൂടെ ഒരാൾ ആദ്യ ലേസർ ടവർ നിരീക്ഷിക്കുന്നു. ലേസർ ബീം കണ്ണിൽ പെട്ടാൽ ഫിക്സ് സിഗ്നൽ കൊടുക്കുന്നു നിരീക്ഷകൻ. ഇ.സി.ജി. രേഖപ്പെടുത്തുന്ന പോലെ Ecco sounder കടലിന്റെ ആഴം രേഖപ്പെടുത്തിക്കൊണ്ടിരിക്കയാണ്. നിരീക്ഷകന്റെ സിഗ്നൽ കിട്ടുന്നതോടെ സർവേയർ പ്രിന്റ് ചെയ്തുകൊണ്ടിരിക്കുന്ന ഗ്രാഫ് പേപ്പറിൽ ഒരു മാർക്ക് ഒരു സ്വിച്ചിന്റെ സഹായത്താൽ രേഖപ്പെടുത്തുന്നു. അവസാനത്തെ ലേസർ ബീം കണ്ണിൽ പതിയുമ്പോഴും ഇതാവർത്തിക്കുന്നു. ഇങ്ങനെ കപ്പൽ ചാനലിന്റെ നീളം മുഴുവൻ പല ആവർത്തി അളക്കുന്നു. അവസാനം കണക്കുകൂട്ടി എത്ര മണ്ണെടുക്കണം, എത്ര ജോലി പൂർത്തിയായി എന്നെല്ലാം നിർണ്ണയിക്കുന്നു.

ഓഫീസിൽ മലയാളികളായി വത്സൻ, സയ്ദ്, ജനാർദ്ദനൻ, അംബി എന്നിവരാണ് ഉണ്ടായിരുന്നത്. പാലക്കാട്ടുകാരനായ സുന്ദരനും ആറടി പൊക്കവുമുണ്ടായിരുന്ന സഹൃദയനായ ജനാർദ്ദനൻ ഒരു ലീവിന് നാട്ടിൽ പോയി തിരിച്ചു വന്നില്ല. അകാലത്തിൽ ആ ജീവൻ പൊലിഞ്ഞു. തിരുവനന്തപുരം പേട്ട സ്വദേശിയായ അംബി ചേട്ടൻ നാലു പതീറ്റാണ്ടുകൾക്കുശേഷം എന്റെ അടുത്ത ബന്ധുവുമായി മാറി. ലോബോയെ കൂടാതെ ചെറുപ്പക്കാരായ രണ്ട് അമേരിക്കൻ സർവേയർമാർ കൂടിയുണ്ടായിരുന്നു. ഞാൻ കൂടുതലും ലോബോയോടൊപ്പമാണ് ജോലി പങ്കിട്ടിരുന്നത്. സർവ്വേ വിഭാഗത്തിൽ വേറെ രണ്ടു മലയാളികളുണ്ട്. പ്രസാദ്, രണ്ടാമന്റെ പേർ ഓർമ്മയില്ല.

ഗ്രേറ്റ് ലേക്സിന്റെ ഒരു പഴയ മണ്ണുമാന്തിയും ബാർജും ഡോക്ക് ചെയ്ത നിലയിൽ എപ്പോഴും കരയോടുചേർന്ന് കിടപ്പുണ്ടായിരിക്കും. മണ്ണുമാന്തിയിലാണ് സ്റ്റാഫ് മെസ്സ് പ്രവർത്തിക്കുന്നത്. പാൻട്രിയിൽ ചായ, കോഫീ, ഫ്രൂട്ട്ജ്യൂസ്, പഴങ്ങൾ, കേക്ക് കഷ്ണങ്ങൾ എല്ലാം സദാ

തയ്യാർ. ആർക്കും എപ്പോൾ വേണമെങ്കിലും അവ എടുത്തു കഴിക്കാം, കുടിക്കാം. അധിക സമയം അവിടെ ചിലവഴിക്കരുതെന്ന് മാത്രം. ഫ്രീ ലഞ്ച് സ്റ്റാഫ് മെസ്സിൽ നിന്ന്. ഇതിനെയൊക്കെയാണോ അമേരിക്കൻ സ്റ്റാൻഡേർഡ് എന്ന് പറയുന്നത്!

അങ്ങനെ ദിവസങ്ങൾ നീങ്ങി. ജോലി കഴിഞ്ഞു വന്നാൽ വ്യായാമം. ഒരു മണിക്കൂർ യോഗ. മറ്റുള്ളവർ വോളിബോൾ, അല്ലെങ്കിൽ ബാസ്കറ്റ് ബോൾ കളിയിലേർപ്പെടും. കമ്പനി ജോലിക്കാരുടെ വിനോദത്തിനായി നിർമ്മിച്ചതാണ് രണ്ടു കളി സ്ഥലങ്ങളും.

അവിടെ വെച്ചാണ് ആദ്യമായി ഒരു ഫിലിപ്പിനോവിനെ കാണുന്നത്. ഡോക്ക് ചെയ്ത ബാർജിലാണ് അയാൾക്കു ജോലി. ബാർജിന്റെ ക്ലീനിങ്ങും അറ്റകുറ്റപ്പണികളുമായി അദ്ദേഹം സമയം കളയും. ചില പ്പോൾ ബാർജിൽ നിന്നുകൊണ്ട് ചൂണ്ടയിടും. ഒരു ദിവസം അയാളുടെ ചൂണ്ടയിൽ ഒരു ചെറുമീൻ കൊളുത്തി. മീനിനെ ചൂണ്ടയിൽനിന്നും വേർ പ്പെടുത്തി ശുദ്ധജലത്തിൽ കഴുകി അതിനെ ജീവനോടെ മുറിച്ചു അയാൾ. നീളത്തിൽ മുള്ളുകളില്ലാതെ മുറിച്ചെടുത്ത മീൻ മാംസത്തിൽ ചെറുനാരങ്ങ പിഴിഞ്ഞൊഴിച്ച് പച്ചയോടെ സേവിക്കാൻ തുടങ്ങി. അത് കണ്ടിരിക്കുന്ന എനിക്ക് ഒരു കഷ്ണം നീട്ടി പങ്കിടാൻ ക്ഷണിച്ചു. തല യാട്ടി നിരസിച്ചശേഷം ചോദിച്ചു

"Where are you from?"

"Philippines"

ജബൽ അലി കാട്ടുകഴുതകളും മുയലുകളും പാമ്പുകളും കുഞ്ഞെ ലികളും വസിച്ചിരുന്ന മരുപ്രദേശം മാത്രമായിരുന്നു അന്ന്. ജബൽ അലി വില്ലേജ് അല്ലാതെ മനുഷ്യനിർമ്മിതമായ ഒന്നും അവിടെ ഇല്ലായിരുന്നു. മരുഭൂമിയെ ഭേദിച്ച് പോകുന്ന ദുബായ് അബുദാബി പാത അപ്പോൾ ജബൽ അലി തുറമുഖ വാർഫുകളുടെ തീരം പറ്റിയാണ് പോയിരുന്നത്. ഇന്നത്തെ ജബൽ അലി ഹോട്ടലിലേക്കു പോകുന്ന റോഡിനരികിലൂടെ നീങ്ങിയിരുന്ന ആ പാത അബുദാബി ദുബായ് അതിർത്തിയിൽ ചെന്നെ ത്തുന്നതായിരുന്നു. ജബൽ അലി പോർട്ടിന്റെ നിർമ്മാണം പൂർത്തിയാകു ന്നതോടെയാണ് അബുദാബി അതിർത്തിയിൽനിന്നും പുതിയ വ്യതിയാന ത്തോടെ പോർട്ടിൽ നിന്നകന്ന പുതിയ റോഡുണ്ടാക്കിയത്. അബുദാബി റോഡിലെ (അബുദാബി വശത്തേക്കു സഞ്ചരിക്കുമ്പോൾ) ജബൽ അലി പോർട്ട് കഴിഞ്ഞ് ആദ്യം കാണുന്ന ഇന്ധന പമ്പിന് പിറകുവശം ആ പഴയ റോഡിന്റെ ഭാഗങ്ങൾ ഇപ്പോഴുമുണ്ട്.

പ്രധാന ജോലികളിൽ നിന്നൊഴിയുന്ന വേളകളിൽ ഞങ്ങൾ മറ്റൊരു ജോലിയിൽ ഏർപ്പെടും. കട്ടിയുള്ള തെർമോകോൾ ക്യൂബുകളുടെ നടുക്ക് ദ്വാരമിട്ട് നൈലോൺ കയർ ദ്വാരത്തിലൂടെയും പിന്നെ ചുറ്റും കെട്ടി നീളമുള്ള കയറിൻ അറ്റത്ത് പ്രത്യേക ആകൃതിയിലുള്ള ഇരുമ്പ്

ഭാരം കെട്ടിവെയ്ക്കുന്നു. താൽക്കാലിക ബോയ്കൾ. കടലിൽ സർവ്വേ ചെയ്ത ഭാഗങ്ങൾ അടയാളപ്പെടുത്താനാണ് ഈ താൽക്കാലിക ബോയ്കൾ. ഓരോ ദിവസവും ഇത്തരം കുറേ ബോയ്കൾ ബോട്ടിൽ കയറ്റിക്കൊണ്ടാണ് കടലിൽ പോകുന്നത്. ചിലപ്പോൾ പഴയവ വലിച്ചു കയറ്റേണ്ടി വരും. അവയെ മറ്റൊരു സ്ഥാനത്ത് സ്ഥാപിക്കേണ്ടിയും വരും. ഇതുകൂടാതെ വളരെ വലിയ ലോഹനിർമ്മിതമായ ബോയ്കൾ കടലിൽ സ്ഥാപിച്ചിട്ടുണ്ട്. യാനങ്ങൾക്ക് വഴികാട്ടിയായും ജാഗ്രത നൽകലുമൊക്കെയാണ് അവയുടെ ഉദ്ദേശ്യം. ചുകപ്പോ പച്ചയോ മഞ്ഞയോ ബ്ലിങ്കിങ്ങ് ലൈറ്റുകൾ ആവശ്യാനുസരണം അതിൽ സ്ഥാപിച്ചിരിക്കും. അവയുടെ സ്ഥാനവും ചിലപ്പോൾ മാറ്റേണ്ടി വരും. ഫ്ളോട്ടിങ് ക്രെയിൻ ഉപയോഗിച്ചാണ് ആ വലിയ ബോയ്കൾ പൊക്കുക. ക്രെയിനിന്റെ ഹുക് കൊളുത്താനായി ബോയുടെ മുകളിൽ കയറേണ്ടിവരും. ആടുന്ന ഭാരമുള്ള ഹുക് ദേഹത്ത് തലയിൽ തട്ടാതെ ശ്രദ്ധയോടെ ചെയ്യേണ്ട ജോലി. ബോയ് ഓളങ്ങൾക്കൊത്ത് ആടിക്കൊണ്ടിരിക്കും, സേഫ്റ്റി ബെൽറ്റ് എല്ലാം ഉണ്ടെങ്കിലും സാഹസമായ പല കടൽ ജോലികളിലും ഏർപ്പെട്ട കാലം!

ഒരിക്കൽ ചെറുപ്പക്കാരനായ സർവെയറുമായി കടലിൽ ഉള്ളിലോട്ടു പോയി. അവിടെനിന്നും ചില താൽക്കാലിക ചെറു ബോയ്കൾ എടുക്കണം. ഞാൻ ബോട്ടിന്റെ മുൻഭാഗത്തെ പരന്ന ഭാഗത്തുനിന്ന് ബോയ് വലിച്ചു പൊക്കുകയായിരുന്നു. പെട്ടെന്ന് ഒരു വലിയ ഓളം വന്ന് ബോട്ട് വല്ലാതെ ഉലഞ്ഞു. ആ ആഘാതത്തിൽ എന്റെ ബാലൻസ് തെറ്റി കടലിൽ വീണു. കൂടെയുള്ള പയ്യൻ ആകെ പേടിച്ച് വിരണ്ടു. നീന്തൽ അറിയുന്ന ഞാൻ താഴ്ന്നുപോയെങ്കിലും പൊന്തിവന്നു. ബോട്ടിലേക്ക് കയറാൻ അയാൾ കൈ തന്നു സഹായിച്ചു.

'Are you okay?'

'Perfectly okay'

എങ്കിലും എന്നോട് വിശ്രമിച്ചു കൊള്ളാൻ പറഞ്ഞു. അയാൾ കടലിൽ അടിത്തട്ടിൽനിന്നും തന്റെ ഭീമാകാര യന്ത്രകൈയ്യാൽ മണ്ണ് മാന്തി എടുത്ത് സമീപത്തുള്ള ബാർജിൽ നിറയ്ക്കുന്ന വലിയ ഡ്രെഡ്ജറിന്നടുത്തേക്ക് ബോട്ട് പായിച്ചു. ഡ്രെഡ്ജറിലേക്ക് കയറാൻ എന്നെ സഹായിച്ചു. ജ്യൂസും ആപ്പിളും നൽകി സൽക്കരിച്ചു പറഞ്ഞു 'Relax for a while, I will take you back when the dtuy is over."

ഡ്രെഡ്ജർ (മണ്ണുമാന്തി കപ്പൽ) രണ്ട് തരമുണ്ട്. സമുദ്രത്തിന്നടിത്തട്ടിലേക്ക് യന്ത്ര കൈകൾ താഴ്ത്തി മണ്ണ് മാന്തി എടുത്ത് അടുത്തുള്ള ബാർജിൽ തട്ടുന്നവൾ. ഇവൾ മുത്തശ്ശിയാണ്. പഴയ ടെക്നോളജി ഉപയോഗിച്ച് ചലിക്കുന്നവൾ. ഇവൾ മാന്തിയെടുക്കുന്ന മണ്ണ് തട്ടാൻ അടുത്ത്

പ്രത്യേകം നിർമ്മിച്ച ബാർജ് വേണം. ഈ ബാർജിന്റെ മദ്ധ്യഭാഗം പിളർത്താവുന്നതാണ്. മണ്ണ് നിറയുന്നതിനൊത്ത് അതിന്റെ ഉയരവും താഴും. അവസാനം ഒന്നോ രണ്ടോ അടിമാത്രം വെള്ളത്തിനു മുകളിൽ കാണും വിധം താഴുമത്. അത്രയുമായാൽ അതിനെ റ്റഗ് ബോട്ട് കെട്ടി വലിച്ച് ദൂരെ നിശ്ചിത സ്ഥലത്തെത്തിക്കുന്നു. മദ്ധ്യഭാഗം ഹൈഡ്രോളിക് ശക്തിയാൽ പിളർത്തുന്ന ബാർജിലെ മണ്ണെല്ലാം അവിടെ കടലിന്നടിയിലേക്ക് തന്നെ താഴുന്നു. ഇത് താരതമ്യേന പഴയ രീതിയാണ്.

പുതിയവ കോരിയെടുക്കുന്നതിനു പകരം വലിച്ചൂറ്റുന്നവയാണ്. വജ്രപ്പല്ലുകളുള്ള അതിന്റെ തുമ്പികൈയറ്റം ശക്തിയായി കറക്കുന്നു. പാറ പോലും പിളരും അതിന്റെ ശക്തിയിൽ. അതോടൊപ്പം ഇളകിയ കല്ലും മണ്ണും പാറയുമെല്ലാം വെള്ളത്തോടൊപ്പം ശക്തമായ പമ്പ് ഉപയോഗിച്ച് വലിച്ചെടുക്കുന്നു. ഇവയെ ഫ്ളോട്ടിംഗ് പൈപ്പുകൾ ഉപയോഗിച്ച് ഇഷ്ടാനുസരം നിയന്ത്രിക്കാം. കടലിൽ ഒരു പുതു ദ്വീപോ, കടലോരം വർദ്ധിപ്പിക്കയോ ചെയ്യാം. ചില ഭാഗങ്ങളിൽ ഇവനും തോൽക്കും. അത്രയും കഠിനമായ പാറയാകും ആ ഭാഗങ്ങളിൽ. അവനെ പൊടിക്കാൻ ഡൈനാമിറ്റ് പ്രയോഗിക്കണം. പരിശീലനം ലഭിച്ച മുങ്ങൽ വിദഗ്ദ്ധർ കടലിൻ അടിത്തട്ടിലേക്കു താഴ്ന്ന് പാറയിൽ ദ്വാരങ്ങൾ ഉണ്ടാക്കി അതിൽ ഡൈനാമിറ്റ് സ്ഥാപിക്കുന്നു. അങ്ങനെയേ എനിക്കു പറയാൻ പറ്റൂ. അതിനായി ഉപയോഗിക്കുന്ന ടെക്നോളജി എനിക്കന്യമാണ്. റിമോട്ട് കൺട്രോൾ ഉപയോഗിച്ച് പാറ തകർക്കുന്നു. പിന്നീടവയെ കോരിയെടുക്കുകയോ വലിച്ചെടുക്കുകയോ ചെയ്യുന്നു.

ആറു മാസമേ അവിടെ ജോലി ചെയ്തുള്ളൂ.

മണിയും ജഗേട്ടനും കുടുംബവും അന്ന് അബുദാബിയിൽ ടൂറിസ്റ്റ് ക്ലബ്ബ് ഏരിയയിൽ ഒരു ഫ്ളാറ്റിൽ താമസിക്കുന്നു. മണിയുടെ മറ്റൊരു സഹോദരി ഇന്ദിരചേച്ചി അൽ ഐൻ ഹോസ്പിറ്റലിൽ ജോലി ചെയ്യുന്നു. ജഗേട്ടൻ ഇന്ദിര ചേച്ചിയുടെ സഹായത്താൽ എനിക്ക് ഒരു ജോലി ആ ഹോസ്പിറ്റലിൽ ശരിപ്പെടുത്താനുള്ള ശ്രമത്തിലായിരുന്നു. ജഗേട്ടൻ പറഞ്ഞതനുസരിച്ച് ഹോസ്പിറ്റൽ മേട്രന് സി വി അയച്ചു കൊടുത്തു. റാഷിദ് ഹോസ്പിറ്റലിലെ തൊഴിൽ പരിചയവും അവിടെ നിന്ന് കിട്ടിയ സർട്ടിഫിക്കറ്റുകളുടെ ബലത്തിലും കാത്തിരുന്നു. ഇന്റർവ്യൂ കാൾ വന്നു.

അന്ന് അൽ ഐനിലേക്ക് ദുബായിൽനിന്നും നേരിട്ടു റോഡില്ല. അബുദാബിയിൽ എത്തി അവിടെനിന്നും മറ്റൊരു ടാക്സിയിൽ യാത്ര ചെയ്തു വേണം അൽ ഐനിൽ എത്താൻ. എല്ലാം കൂടി മുന്നൂറ്റിഅമ്പതോളം കിലോമീറ്റർ യാത്ര. ഇന്റർവ്യൂ എടുത്തത് ഒരു ബ്രിട്ടീഷുകാരി മേട്രൺ ആയിരുന്നു. സൗമ്യയും ശാന്തയുമായവർ. ഇന്റർവ്യൂ വിജയകരമായിരുന്നു. ജോലി കിട്ടും എന്നുറപ്പുമായി. മിനിസ്ട്രി ഓഫ് ഹെൽത്തിന്റെ ഭാഗമായ ആശുപത്രി. ഉയർന്ന ശമ്പളം എല്ലാവർക്കും നൽകുന്ന

സ്ഥാപനം. ജീവിതത്തിൽ ഒരു നല്ല മാറ്റം പ്രതീക്ഷിച്ച നിമിഷങ്ങൾ. ആഴ്ചകൾക്കുശേഷം അപ്പോയ്ന്റ്മെന്റ് ലെറ്ററും വന്നു. ആ ധൈര്യത്തിൽ ജബൽ അലിയിലെ ജോലി രാജി വെച്ചു.

അൽ ഐൻ ഹോസ്പിറ്റലിൽ ജോയിൻ ചെയ്യാനായി അവിടെ എത്തിയപ്പോൾ മറ്റൊരു ദുർവ്വിധിയാണ് കാത്തിരുന്നത്. എന്നെ സെലക്ട് ചെയ്ത ബ്രിട്ടീഷ് മേട്രൺ അവിടെനിന്നും വിരമിച്ചിരിക്കുന്നു. പകരക്കാരൻ തൃശ്ശൂർ ജില്ലക്കാരനായ ഒരു മൊയ്തീൻ കുഞ്ഞ് ആയിരുന്നു. അദ്ദേഹം എന്നെ ഓഫീസിൽ വിളിപ്പിച്ചു. എന്റെ ഫയൽ എടുത്ത് എല്ലാ പേജുകളും സസൂക്ഷ്മം പരിശോധിച്ചു. എനിക്ക് റാഷിദ് ഹോസ്പിറ്റലിൽ നിന്ന് തന്ന എക്സ്പീരിയൻസ് സർട്ടിഫിക്കറ്റിൽ അവസാന വരിയായി ഇങ്ങനെ കുറിച്ചിരുന്നു.

“He has been terminated from the service due to medical reason.”

മൊയ്തീൻ കുഞ്ഞുസാഹേബിന്റെ കണ്ണിൽ കുരുക്കീ ആ വരികൾ. അദ്ദേഹം ചോദിച്ചു, “എന്തായിരുന്നു നിങ്ങളുടെ അസുഖം?”

എന്തുത്തരം നൽകാനാണ്?

ആ കൂടിക്കാഴ്ച അവിടെ അവസാനിച്ചു. ജോലി നിഷേധിക്കപ്പെട്ടു.

തിരിച്ച് ദുബായിലോട്ട്. പിടിച്ചതിനെ വിട്ട് പറക്കുന്നതിനെ പിടിക്കാൻ പോയപോലെയായി. പിടിച്ചതുമില്ല പറക്കുന്നതുമില്ല.

ഗ്രേറ്റ് ലേക്സ് ഡ്രെഡ്ജിങ്ങ് ആൻഡ് ഡോക്ക് കമ്പനിയുടെ ജബൽ അലി കോൺട്രാക്ട് കഴിയാറായിരുന്നു. അതിനാൽ ആ ജോലി എങ്ങനെയായാലും തുടരുമായിരുന്നില്ല. എന്നാൽ വിസ ഗൾഫ് കോമ്പ്ലയുടേതായിരുന്നതിനാൽ ഒരുപക്ഷേ അവർ അങ്ങോട്ട് എടുക്കുമായിരുന്നു. ഉണ്ണി കോമ്പ്ലയിൽ തുടർന്നു. എന്നാൽ വത്സന് ജോലി നഷ്ടപ്പെട്ടു. ജോലി നഷ്ടപ്പെട്ട ഞാൻ ദെയ്റയിലെ യൂസഫ് അൽ ബക്കർ റോഡ് ഫിഷ് റൗണ്ട് എബൗട്ടിൽ ചേരുന്നതിന്നടുത്ത് മോഹൻദാസും ബാലേട്ടനുമെല്ലാം താമസിച്ചിരുന്ന ഫ്ളാറ്റിലേക്ക് ചേക്കേറി.

അക്കാലം അങ്ങനെയായിരുന്നു. പരിചയമുള്ളവർ പരസ്പരം സഹായിക്കും. ഇല്ലായ്മയിൽ സഹായിച്ച എല്ലാ സുഹൃത്തുക്കൾക്കും നന്ദി.

മോഹൻദാസ് കുറച്ച് കാലമേ ദുബായിൽ ഉണ്ടായിരുന്നുള്ളൂ. പല നല്ല അവസരങ്ങളും അദ്ദേഹത്തിന് നഷ്ടപ്പെട്ടു. അബുദാബിയിലെ പത്രമാപ്പീസിൽ ഇന്റർവ്യൂവിന് പോയപ്പോൾ ആ രാജ്യത്ത് നിലവിലില്ലാത്ത രാഷ്ട്രീയ പ്രത്യയശാസ്ത്രത്തിന്നൂന്നൽ നൽകി സംസാരിച്ചതിനാൽ നിരസിക്കപ്പെടുകയായിരുന്നു. ഒടുവിൽ ദുബായ് ഡിഫൻസ് ഫോഴ്സിൽ ഒരു ചെറു ജോലി കിട്ടി. ഇരുപത്തൊന്നു മാസം ആ ജോലിയിൽ തുടർന്ന് ബാധ്യതകൾ തീർത്ത് തിരിച്ചുപോവുകയായിരുന്നു അദ്ദേഹം. ഏകദേശം ഒരു മാസത്തോളം അങ്ങനെ അവിടെയും ഇവിടെയുമൊക്കെയായി

കഴിഞ്ഞു. ഒരാഴ്ച മണിയുടെ അതിഥിയായി അബുദാബിയിൽ കഴിഞ്ഞു. ഖലിദിയയിൽ ഒരു വില്ലയിലായിരുന്നു താമസം. കൂടെ മൊയ്തു, മോഹനൻ, അരവിന്ദൻ എന്ന നൂർ മുഹമ്മദ് തുടങ്ങിയവരുണ്ടായിരുന്നു. ആ പോക്കിൽ അബുദാബിയിൽ പച്ച പിടിച്ചില്ല. ഷാർജയിൽ പോയി വിശ്വൻ മാഷെ കണ്ടു. ഷാർജ സിനിമയുടെ അടുത്ത് അബുദാബിയിലെ ഒരു കമ്പനിയിലേക്ക് റിക്രൂട്ട്മെന്റ് നടക്കുന്നുണ്ടെന്ന് അവിടെനിന്നും അറിഞ്ഞു. ഓടി അവിടെയെത്തി. ഡൽഹിക്കാരൻ ഒരു സൂദ് ആണ് റിക്രൂട്ട് ചെയ്യുന്നത്. റിക്രൂട്ട്മെന്റ് എന്നൊന്നും അതിനെ പറയാൻ പറ്റില്ല. മേസൺ, കാർപെന്റർ, സ്റ്റീൽഫിക്സർ, മെക്കാനിക്, സ്റ്റോർ കീപ്പർ, സൈറ്റ് ക്ലാർക്ക് തുടങ്ങി ഒരു നിർമ്മാണ കമ്പനിയിലേക്കു വേണ്ട എല്ലാ തൊഴിലാളികളെയും വേണം. ഏതു തൊഴിലാണ് വേണ്ടത് എന്നറിയിച്ച് പാസ്പോർട്ട് കോപ്പിയും സി വിയും കൂടെ 1500 ദിർഹവും കൊടുക്കുക. വിസയും ജോലിയും റെഡി.

1500 ദിർഹം വേണമല്ലോ. കയ്യിൽ ധനമൊന്നുമില്ല. എങ്ങനെയാണ് അതൊപ്പിച്ചത് എന്നറിയില്ല. സൂദിന് എല്ലാം കൈമാറി. ഗ്രൂപ്പ് വിസയിൽ പഴയ വിസ ക്യാൻസൽ ചെയ്ത് അബുദാബിയിൽനിന്നും ബഹ്റൈൻ വരെ പറന്ന്, ദോഹ വഴി അബുദാബിയിൽ തിരിച്ചിറങ്ങി. ഇന്ന് വി.ഐ.പികൾക്ക് മാത്രമായുള്ള അബുദാബിയിലെ പഴയ എയർപോർട്ടിൽ.

ബഹ്റൈൻ എയർപോർട്ടിൽ കുറച്ച് മണിക്കൂറുകൾ ചെലവഴിച്ചിരുന്നു അന്ന്. എയർപോർട്ടിലെ പൊലീസുകാരികൾ, മറ്റു വനിതാ ജീവനക്കാർ എല്ലാം അന്നത്തെ എമറാത്തികളെ അപേക്ഷിച്ചു പരിഷ്ക്കാരികൾ എന്ന് തോന്നിപ്പിച്ചു.

അബുദാബി എയർപോർട്ടിൽ കമ്പനിയുടെ പി.ആർ.ഒ. കാത്തുനിന്നിരുന്നു. പാസ്പോർട്ടും എൻട്രി പെർമിറ്റും ഞങ്ങളിൽനിന്നും വാങ്ങി ആ ഹൈദ്രാബാദി പി.ആർ.ഒ തിരിച്ചു പോയി. ഞങ്ങൾക്കായി മറ്റൊരു പിക്ക് അപ്പ് തയ്യാറാക്കി വെച്ചിരുന്നു പി.ആർ.ഒ മഞ്ഞ നിറമുള്ള ഒരു ത്രീ ട്ടന്നർ ഹിനോ പിക്ക് അപ്പ്. സ്റ്റോർ കീപ്പറായി വന്ന എന്നെ മുൻസീറ്റിൽ ഇരുത്തി ഡ്രൈവർ ഒലിവർ ഫെർണാണ്ടസ്. ബാക്കിയുള്ളവരെ പിന്നിലും. അന്ന് പിക്ക് അപ്പിന് പിന്നിൽ ആളെ കയറ്റികൊണ്ടുപോകൽ സാധാരണയായിരുന്നു. രണ്ടായിരത്തിന്റെ ആദ്യദശകത്തിലാണ് തുറന്ന വാഹനങ്ങളിൽ തൊഴിലാളികളെ കൊണ്ടുപോകുന്നത് നിരോധിച്ചതും അവർക്കായി ബസുകൾ ഏർപ്പെടുത്തിയതും.

ഒലിവർ തിരുവനന്തപുരത്തുകാരനാണ്. കറുത്ത് മിതമായ ഉയരവും നല്ല ആരോഗ്യവുമുള്ള ശരീരം. നാല്പതിന് മേലെ പ്രായം. ചിരിക്കുന്ന മുഖമുള്ള ഊർജ്ജസ്വലൻ. വണ്ടി അബുദാബി നഗരം പിന്നിലാക്കി അൽ ഐൻ റോഡിലൂടെ പാഞ്ഞു. മഫ്റഖിൽ എത്തി ദുബായ് റോഡിലോട്ട് തിരിഞ്ഞു. അടുത്ത റൗണ്ട്അബൗട്ടിൽ അത് വലത്തോട്ടു തിരിഞ്ഞ്

സ്വെയ്ഹാൻ റോഡിലൂടെ പാഞ്ഞു. ചുറ്റും വിജനമായ മണൽപരപ്പ്. ഒലിവർ പരിചയപ്പെട്ടു.

പത്തെഴുപതു കിലോമീറ്റർ താണ്ടി പിക്ക് അപ്പ് റോഡിൽനിന്നും ഇടത്തോട്ട് കച്ച റോഡിലേക്ക് തിരിഞ്ഞു. സബ്ക (ഒരുതരം കളിമണ്ണ്) കൊണ്ടുറപ്പിച്ച ഉയർച്ചയും താഴ്ചയുമുള്ള മരുപ്പാത. ചുറ്റും വിജനമായ മണൽപരപ്പ്. വണ്ടി കുറച്ച് ദൂരം ഓടി വലത്തോട്ട് തിരിഞ്ഞു. ദൂരെ ഫൈബർ ഗ്ലാസിൽ നിർമ്മിച്ച വാട്ടർ ടാങ്ക് താൽക്കാലിക മര സ്റ്റാൻഡിൽ ഉയർന്നു നിൽക്കുന്നു. പ്ലൈവുഡ് കൊണ്ടുണ്ടാക്കിയ ചില നിർമ്മിതികൾ അടുത്തെല്ലാം ചിതറി കിടക്കുന്നു. വണ്ടി അവയ്ക്കടുത്തെത്തി. രണ്ടു മൂന്ന് പോർട്ട ക്യാബിനുകൾ അവയ്ക്കിടയിൽ റെയിൽവേ ഗേറ്റു പോലെ ഒരറ്റം ഭാരം കെട്ടിവെച്ച മുകളിലോട്ട് പൊന്തി തുറക്കുന്ന ഗേറ്റ്. വണ്ടി അടുത്തെത്തിയപ്പോൾ വാച്ച്മാൻ ഗേറ്റിന്റെ കയർ അയച്ചു. അത് മേലോട്ട് പൊങ്ങി തുറന്നു. ഒലിവർ ചാടിയിറങ്ങി ഒരു പോർട്ടാകാബിനിലുള്ളിലേക്കോടി.

1980

ദുബായിയുടെ തെക്ക് കിഴക്കായും അബുദാബിയുടെ കിഴക്കായും ഒമാൻ അതിർത്തിയിലുള്ള ഒരു മരുപ്പച്ചയാണ് അൽ ഐൻ. രണ്ട് നഗരങ്ങളിൽനിന്നും ഏറെക്കുറെ തുല്യദൂരം. അബുദാബിയിൽനിന്ന് 170 കിലോമീറ്റർ, ദുബായിൽ നിന്ന് 150ഉം. അൽ ഐന്റെ കിഴക്കുഭാഗം ഒമാൻ മലനിരകളാണ്. അതിനപ്പുറം ഒമാനും. അൽ ഐനിൽ സിറ്റിക്കുള്ളിലോട്ടു കയറി ഒമാന്റെ ഭാഗമായ അൽ ബുറൈമിയുമുണ്ട്. ദുബായിൽ നിന്നുവരുന്ന വാഹനങ്ങൾ ബുറൈമിയിൽ കൂടെ വേണം അൽ ഐനിൽ എത്താൻ. ഒമാൻ മലനിരകളുടെ താഴ്വാരമായതിനാൽ അൽ ഐനിലെ മണ്ണ് ഉറച്ചതാണ്, ഫലപുഷ്ടവുമാണ്. ഈന്തപ്പനകൾ നല്ല ആരോഗ്യത്തോടെ ഇവിടെ വളരുന്നു. ഭൂഗർഭജലമുപയോഗിച്ചുള്ള പച്ചക്കറി കൃഷി ഇവിടെ കാലങ്ങളായി നിലനിൽക്കുന്നു.

ഇതുപോലെ ഫലപുഷ്ടമാണ് റാസ് അൽ ഖൈമയും. യു.എ.ഇയുടെ വടക്കേ അറ്റത്തുള്ള റാസ് അൽ ഖൈമ ഈ ഒമാൻ മലനിരകളുടെ മറ്റൊരു താഴ്വാരമാണ്.

പ്രകൃതിദത്തമായ പച്ചപ്പുകളാൽ സമ്പന്നമാണ് അൽ ഐൻ നഗരം. കൂടാതെ വെച്ചു പിടിപ്പിച്ച തോട്ടങ്ങളും പൂന്തോട്ടങ്ങളും. ഇന്ന് ഈ മരുപ്പച്ചയിൽ വ്യാവസായികമായി കൃഷി ചെയ്യുന്ന അനേകം ഫാർമുകൾ ഉണ്ട്. സ്ട്രൗബെറി, തക്കാളി, കോവക്ക, കുക്കുമ്പർ, ചീര, മല്ലി, തുടങ്ങി പലയിനം വിളകൾ.

ആമസോൺ വനങ്ങളിൽ ഇന്നും വസ്ത്രം എന്തെന്നറിയാത്ത മനുഷ്യരുണ്ട്. അവർ കാടിന്റെ മക്കളായി പ്രകൃതിയുടെ മക്കളായി വന

വിഭവങ്ങളും അരുവിയിലെ ജലവും കുടിച്ച് മനുഷ്യരായി തന്നെ കഴിയുന്നു. അവർ ഭൂമിക്കോ പ്രകൃതിക്കോ ഇതെല്ലാം കൂടിയ പരിസ്ഥിതിക്കോ ഒരു ആഘാതവും നൽകാതെ പരിഷ്കൃതരെന്നു പറയുന്നവർക്കുള്ള നാണമോ മാനമോ അഹന്തയോ വെറുപ്പോ വിദ്വേഷമോ ആർത്തിയോ ചതിയോ വഞ്ചനയോ വെട്ടിപ്പിടിക്കലോ ഒന്നുമില്ലാതെ ജീവന്റെ മഹാധർമ്മം നിറവേറ്റുന്നു. ജീവിക്കുന്നു, മരിക്കുന്നു മനുഷ്യരായി. പരിഷ്കൃതൻ ജീവിക്കാൻ മറന്ന് എന്തിന്റെയൊക്കെയോ പിൻപേ പായുന്നു, ശാന്തിയും സമാധാനവും അവനൊട്ടില്ലതാനും.

മനുഷ്യന്റെ ഉള്ളിലാണ് എല്ലാ സന്തോഷവും ശാന്തിയും കലയും നൃത്തവും സംഗീതവും ഭാഷയും. ഒന്നും മറ്റൊന്നിനു മുകളിലോ താഴെയോ അല്ല. നിരന്തരമായ കാലപ്രവാഹത്തിൽ, വെട്ടലും തിരുത്തലും മാറ്റങ്ങളും അഭ്യാസങ്ങളും അവയെ ശാസ്ത്രീയമാക്കുന്നു.

കൈയൂക്കുള്ളവൻ കാര്യക്കാരൻ എന്ന നിലയിൽ ചെറു ഗോത്രങ്ങളിൽനിന്നും വളർന്ന്, ചെറു രാജ്യ സൃഷ്ടിയും, പിന്നെ സാമ്രാജ്യവും സൃഷ്ടിച്ച മനുഷ്യർ ഓരോ കാലത്തും അവന്റെ മറ്റു സഹജീവികളിൽ നിന്നും സഹോദരങ്ങളിൽ നിന്നും പരിസ്ഥിതിയിൽ നിന്നും അകന്നകന്ന് പോകുകയായിരുന്നു. അവൻ പൂച്ച തന്റെ മൂത്രം തളിച്ച് അതിന്റെ അധീശമേഖല രേഖപ്പെടുത്തുംപോലെ ഓരോ വരകൾ ഭൂമിക്കുമേൽ വരച്ച് എന്റേത്, നിന്റേത് എന്ന് രേഖപ്പെടുത്തി. അതിർത്തി ലംഘിക്കുന്നവരെ ശത്രുവാക്കി, യുദ്ധമുണ്ടാക്കി, ചോരപ്പുഴയൊഴുക്കി. എന്നിട്ടും ഞാനാണ് ഉത്തമൻ എന്നവൻ അഹന്തയാൽ ഘോഷിച്ചു. എല്ലാ അഹന്തയ്ക്കും ഒരവസാനമുണ്ട്. ഈ മഹാതമസ്സ്, അഹന്തത ചിലപ്പോൾ എല്ലാ ജീവനെയും ഈ ഭൂമിയിൽ വാസയോഗ്യമല്ലാതാക്കും വരെ നിലനിൽക്കുമായിരിക്കും.

Prosopic cineria എന്ന ശാസ്ത്രനാമത്താൽ അറിയപ്പെടുന്ന Ever green മരമാണ് യു.എ.ഇയുടെ ദേശീയ വൃക്ഷം. ഈ മരം വസിക്കുന്നിടത്തെല്ലാം ഭൂമിക്കടിയിൽ ശുദ്ധജലവുമുണ്ടാകുമെത്രേ! താഴോട്ട് വളരുന്ന ചില്ലകൾ ഒട്ടകങ്ങൾ വന്ന് അവയുടെ തലയെത്തും ഉയരംവരെ ഭക്ഷിക്കും. അത്തരം മരങ്ങളുടെ താഴേക്കു നീണ്ട ചില്ലകൾ വെട്ടി സമമാക്കിയപോലെ തോന്നിപ്പിക്കും. മരുഭൂമിയിലെ യാത്രകളിൽ ഈ മരങ്ങൾ വളരുന്ന ഇടങ്ങൾ പലയിടത്തും കാണാം. അൽ ഐനിൽ അവയുടെ സാന്ദ്രതയും ഏറെയായാണ്.

ഒലിവറിന്റെ വണ്ടി വന്നു നിന്ന സ്ഥലം സ്വെയ്ഹാൻ എന്ന പേരിൽ അറിയപ്പെടുന്നു. അൽ ഐനിന്റെയും അബുദാബിയുടെയും ഇടയിലുള്ള ഒരു മരുപ്രദേശം. കണ്ണെത്താദൂരം മണൽക്കാടുകൾ. അതിൽ ചില ഹോളിവുഡ് സിനിമകളിലെ ഒറ്റപ്പെട്ട ചെറു ജനവാസ മേഖല പോലെ സ്വെയ്ഹാനിലെ നിർമ്മാണകേന്ദ്രങ്ങൾ. അബുദാബി പട്ടാളത്തിന്

വേണ്ടി പണിയുന്ന റെജിമെന്റുകൾ. ഒന്നോ രണ്ടോ കിലോമീറ്റർ ഇടവിട്ട് പണിയുന്ന വ്യത്യസ്ത റെജിമെന്റുകൾ. പട്ടാളക്കാർക്ക് പാർപ്പിടം, സ്വിമ്മിംഗ് പൂൾ, ക്ലബ്ബ്, മെസ്സ്, ട്രെനിങ്ങിനായുള്ള obstacle course, ആയുധപ്പുരകൾ, റോഡുകൾ, മതിലുകൾ തുടങ്ങി വലിയ നിർമ്മാണ പ്രവർത്തനങ്ങൾ. ഓരോ സൈറ്റും ഒന്നിലധികം ചതുരശ്ര കിലോമീറ്റർ വലുപ്പമുള്ളവ. സാപ്പിയ മിഡ്സിൽ ഈസ്റ്റ് കൺസ്ട്രക്ഷൻ കമ്പനിയിലേക്കാണ് ഞാൻ വന്നിരിക്കുന്നത്. ഷാർജയിലെ പാലങ്ങളും മേൽപ്പാലങ്ങളും റോഡുകളും നിർമ്മിച്ച കനേഡിയൻ കമ്പനി.

നിർമ്മാണ പ്രവർത്തനങ്ങളുടെ ആദ്യ ഭാഗമായി കുന്നും കുഴിയും കയറ്റവും ഇറക്കവുമായി കിടക്കുന്ന മരുഭൂമി നികത്തുകയാണ്. അതിന്നായി യന്ത്രങ്ങളുടെ ഒരു സന്നാഹം, വലിയ കാറ്റർപില്ലർ ഷവലുകൾ, ജി.എം.സി ടിപ്പറുകൾ, ബുൾഡോസറുകൾ, ഗ്രേഡറുകൾ... ഇവയുടെ എല്ലാം സർവീസിനായി താൽക്കാലികമായി പ്ലൈവുഡും പട്ടികയും തകരഷീറ്റും കൊണ്ടുണ്ടാക്കിയ ഒരു വർക്ക് ഷോപ്പ്. അതുകൂടാതെ അവിടെ പല താൽക്കാലിക നിർമ്മിതികളുമുണ്ടായിരുന്നു. 'C' ആകൃതിയിൽ ഇട്ട മൂന്ന് പോർട്ടകാബിനുകൾ. നടുവിലുള്ളത് സൈറ്റ് ഓഫീസ്. മറ്റൊന്ന് അബുദാബി ഡിഫെൻസ് ഫോഴ്സിലെ ഓഫീസറും, കൺസൾട്ടന്റുമായ ഈജിപ്ത്യൻ എൻജിനീയരുടെ ഓഫീസിനും താമസത്തിനും. മൂന്നാമത്തേത് സീനിയർ സ്റ്റാഫിന്റെ താമസത്തിന്.

ഓഫീസിനു പിറകിൽ സ്റ്റാഫ് എക്കമഡേഷൻ. തലങ്ങും വിലങ്ങുമായുള്ള മൂന്നുനാല് താൽക്കാലിക ബ്ലോക്കുകൾ. എല്ലാം, പ്ലൈവുഡ്, പട്ടിക, തകരഷീറ്റുകളാൽ നിർമ്മിതം. ചുമരുകളായി പ്ലൈവുഡ്, തൂണുകളും മേൽക്കൂരയും മരപ്പട്ടികയും തകര ഷീറ്റും കൊണ്ട്. നിലം കുറച്ചുയർത്തി സിമന്റിട്ട് മിനുക്കിയത്. ഈ വാസസ്ഥലത്തിന് മറു വശത്തായി ടോയ്ലെറ്റ്സ്. അതിന് പുറകിൽ താൽക്കാലിക സെപ്റ്റിക് ടാങ്കും വാട്ടർ ടാങ്കും. ഇനിയുള്ളത് സ്റ്റോർ, പിന്നെ സ്റ്റാഫ് മെസ്സ്.

വർക്ക് ഷോപ്പിനു പിറകിൽ ഒരു മണൽക്കുന്ന് കയറി ഇറങ്ങിയാൽ ലേബർ ക്യാമ്പ്. അഞ്ഞൂറിലധികം ആൾക്കാർക്ക് വസിക്കാവുന്ന താൽക്കാലിക ഷെഡുകൾ, പരിമിതമായ ടോയ്ലറ്റ് സൗകര്യങ്ങൾ, വാട്ടർ ടാങ്ക്, അത്രയും അവിടെയുമുണ്ട്. ലേബർ ക്യാമ്പിന് ഒരു വശത്തായി വലിയ ഒരു ബാച്ചിങ്ങ് പ്ലാന്റ്, വലിയ രണ്ട് സിമന്റ് സൈലോസ്, ഒരു ജനറേറ്റർ, പല വലുപ്പത്തിലുള്ള കരിങ്കൽച്ചില്ലുകളുടെ കൂമ്പാരം, പിന്നെ പാർക്ക് ചെയ്തിരിക്കുന്ന കുറേ കോൺക്രീറ്റ് മിക്സർ ട്രക്കുകൾ. ഇനിയുള്ളത് ലേബർ മെസ്സും ക്യാന്റീനുമാണ്. അത് രണ്ടും കൂടെ ഒരു ഷെഡിൽ വർക്ക് ഷോപ്പിനു പുറകിലുള്ള മണൽക്കുന്നിന്മേലാണ്. ഇതാണ് മൂന്ന് വർഷത്തോളം ജീവിച്ച ആ മരുഭൂമിയുടെ ചെറു ചിത്രം.

മൂന്ന് തരം ജോലികൾ അവിടെ ചെയ്തു. സ്റ്റോർ കീപ്പർ, കാന്റീൻ ഇൻചാർജ്, സൈറ്റ് ക്ലാർക്ക്.

ആദ്യത്തേത് കാന്റീനിൽ. കാന്റീൻ ഒരു ഗ്രോസറിപോലെയാണ്. അത്യാവശ്യം മനുഷ്യജീവികൾക്കാവശ്യമായ സാധനങ്ങൾ ലഭ്യമാണവിടെ. ഉപഭോക്താക്കളെല്ലാം കമ്പനിയിൽ പണിയെടുക്കുന്ന തൊഴിലാളികൾ. അവരിൽ അധികവും പഞ്ചാബ്, ഹരിയാന ഭാഗത്തുനിന്നുമുള്ളവർ. ബാക്കിയുള്ളവർ ഇന്ത്യയുടെ മറ്റുഭാഗത്തുനിന്നുള്ളവരും പാക്കിസ്ഥാനികളും.

ഉച്ചഭക്ഷണത്തിനു സമയമായാൽ തിക്കും തിരക്കുമാണവിടെ. ചപ്പാത്തിയും ദാലും ചപ്പാത്തിയും സബ്ജിയും ഇതാണ് പ്രധാന വിഭവം. ഇവ മാറി മാറി ഓരോ ദിവസവും വിളമ്പും. ചില ദിവസങ്ങളിൽ കോഴിക്കറിയാകും. കോഴിക്കറിക്കായി തിക്കും തിരക്കും ബഹളവും. പഞ്ചാബിയിലും ഹിന്ദിയിലുമുള്ള തെറിവിളികൾ. മനുഷ്യർ ആഹാരത്തിനായി കടിപിടികൂടുംപോലെ...

ജോലികഴിഞ്ഞാൽ നാല് പ്ലൈവുഡ് ചുമരുകളാൽ ചുറ്റപ്പെട്ട മുറിയിലേക്ക്. ഒരു ചെറുപായ വിരിച്ച് യോഗ ചെയ്യും. കൂടെ താമസിച്ചിരുന്നത് ജസ്ബീർ സിങ്ങും സത്നാം സിങ്ങും. രണ്ടും സിക്കുകാർ. ചപ്പാത്തിയും ഘീയിൽ പാകംചെയ്ത ദാലും അവരുടെ ഇഷ്ടഭോജനമാണ്. എനിക്കും അത് ഇഷ്ടപ്പെട്ടു. മൂങ് ദാൽ, ചെന ദാൽ, തൂർ ദാൽ... കാലത്തെഴുന്നേറ്റ് അര മണിക്കൂർ നീണ്ട ധ്യാനം. വളരെ ലഘുവായ സസ്യാഹാരം, വൈകീട്ട് യോഗാസനങ്ങൾ. ഒഴിവുദിവസങ്ങളിൽ മരുഭൂമിയിലൂടെയുള്ള ഏകാന്ത പദയാത്ര. നീട്ടി വളർത്തിയ മുടിയും താടിയും... ഒരു പരിവ്രാജകന്റെ ശാന്തവും സൗമ്യവുമായ മുഖം... സർദാർജികൾ സ്വാമിജി എന്നെന്നെ വിളിക്കാൻ തുടങ്ങി.

ഖാലിസ്ഥാൻ പ്രക്ഷോഭം ശക്തിപ്പെട്ടുവരുന്ന കാലം. സിക്ക് യുവാക്കളുടെ കയ്യിൽ വാളും പരിചയുമേന്തി അശ്വാരൂഢരായ സിക്ക് ഗുരുക്കന്മാരുടെ വർണ്ണചിത്രങ്ങൾ മുഖപടമായി വരുന്ന പഞ്ചാബി മാസികകളും ആഴ്ചപ്പതിപ്പുകളും.

ഗുരുചരൻ സിംഗ് എന്ന ഫോർമാൻ സർദാർജിയോട് ചോദിച്ചു: "എന്തെങ്കിലും സംഭവിക്കുമോ?"

"ഇല്ല. ഇതെല്ലാം ചില രാഷ്ട്രീയതന്ത്രങ്ങളും സമ്മർദ്ദങ്ങളും മാത്രം."

എന്നാൽ കാര്യങ്ങൾ അങ്ങനെയല്ല നീങ്ങിയത്.

ഒലിവർ ദിവസവും കാലത്ത് തന്റെ പിക്കപ്പ് ട്രക്കുമായി ഓഫീസിനു മുന്നിൽ തയ്യാറായി വരും. അന്നാ ഓഫീസിൽ ഒരു ടെലിഫോൺ പോലുമില്ല. ഒരു വയർലെസ്സ് റേഡിയോ ആണ് ആകെയുള്ള കമ്മ്യൂണിക്കേഷൻ ഉപകരണം. അതിനും നേരിട്ട് അബുദാബിയിലെ കോർണീഷിലുള്ള ഹെഡ് ഓഫീസുമായി ബന്ധപ്പെടാൻ സാധ്യമല്ല. താരിഫ് റോഡിലെ സാപ്പിയയുടെ മറ്റൊരു സൈറ്റുമായി ബന്ധപ്പെട്ട് വേണം ഹെഡ് ഓഫീസിലേക്കുള്ള സന്ദേശമെത്തിക്കാൻ.

ഹെഡ് ഓഫീസിലേക്കുള്ള എല്ലാ ഡോക്യുമെന്റ്സും സന്ദേശങ്ങളും ഒരു വലിയ എൻവലപ്പിലാക്കി നായിക് ഒലിവറെ ഏല്പിക്കും. കൂടാതെ മെസ്സിലേക്കുവേണ്ട ആഹാരസാധനങ്ങൾ, ക്യാന്റീനിലേക്കു വേണ്ട സാധനങ്ങൾ... ലിസ്റ്റ് ചെയ്ത എല്ലാം ഒലിവർ തിരിച്ചു വരുമ്പോൾ കൊണ്ടുവരും. കൂടെ ഹെഡ് ഓഫീസിൽ നിന്നുള്ള സന്ദേശങ്ങൾ, സൈറ്റിലെ തൊഴിലാളികൾക്ക് അവരുടെ അടുത്തവർ അയച്ച കത്തുകൾ.. അങ്ങനെ പലതും. ഒലിവറാണ് എല്ലാവരുടെയും പുറം ലോകവുമായി ബന്ധപ്പെടാനുള്ള പാലം.

സൈറ്റിലേക്ക് ആവശ്യമുള്ള ജലം മുഴുവൻ അബുദാബിയിലെ ഡിസലൈനേഷൻ പ്ലാന്റിൽ നിന്നും കൊണ്ടുവരണം. പത്തുമുപ്പത് ടാങ്കർ വെള്ളം ഓരോ ദിവസവും വേണം. ഒരു വലിയ നിർമ്മാണമേഖലയിലേക്കാവശ്യമായ തബൂക്, സിമന്റ്, കമ്പി, കരിങ്കൽചീളുകൾ, പ്ലൈ വുഡ്, പട്ടികകൾ, ടൈൽസ്, ഡീസൽ തുടങ്ങി സർവ്വതും വഹിച്ച് നിരന്തരമായി വരുന്ന ട്രക്കുകൾ, ട്രയലറുകൾ, ടാങ്കറുകൾ...

മരുഭൂമിയാണ്. ആറ് മാസം ചൂടും ആറ് മാസം തണുപ്പും. ഇടയ്ക്ക് ആഞ്ഞടിക്കുന്ന പൊടിക്കാറ്റിലും അന്തരീക്ഷത്തിലെ കൂടിയ ജല സാന്ദ്രതയിലും വലയുന്ന തൊഴിലാളികൾ. കാറ്റടിച്ചാൽ കണ്ണിലും മൂക്കിലും ചെവിയിലും പൊടി കയറും. അത് തടയാനായി മൂക്കും ചെവിയും അടയുന്ന വിധം നീളമുള്ള ഒരു തുണികൊണ്ട് തല മൂടിക്കെട്ടുകയാണവർ ചെയ്യുക. കണ്ണടയുള്ളവർ അതും ധരിക്കും. കൂടിയ ഹ്യൂമിഡിറ്റിയെ തടയാൻ ഒരു മാർഗ്ഗവുമില്ല. ആകെ വീർത്തൊലിച്ച് ശരീരത്തിൽ നിന്നും നഷ്ടപ്പെടുന്ന ജലത്തിന് പകരമായി കൂടുതൽ ജലം കുടിക്കുകയല്ലാതെ. ശരീരത്തിൽ വെള്ളം കൂടുതൽ നഷ്ടമായാൽ ഡിഹൈഡ്രേഷൻ മൂലം ഗുരുതരമായ ആരോഗ്യ പ്രശ്നങ്ങൾ സംഭവിക്കാം. ചിലപ്പോൾ കുഴഞ്ഞു വീണ് മരണം തന്നെ സംഭവിക്കാം.

ഓരോ രാജ്യത്തിനും പ്രത്യേക വസ്ത്രം ഉണ്ടാകുന്നതിൽ ആ നാടിന്റെ കാലാവസ്ഥയ്ക്ക് നല്ല സ്ഥാനമുണ്ട്. അറബികൾ ദേഹം മുഴുവൻ മറയ്ക്കുന്ന ഒറ്റക്കുപ്പായവും ശിരോവസ്ത്രവും അതിനുമേലേ കയർ കെട്ടും ധരിക്കുന്നത് അവിടത്തെ ചൂടിനേയും മണൽക്കാറ്റിനെയും നേരിടാനായാണ്. മണൽക്കാറ്റടിക്കുമ്പോൾ ഞാന്നുകിടക്കുന്ന ശിരോവസ്ത്രം കൊണ്ടു വായയും മൂക്കും ചെവിയും വേണമെങ്കിൽ കണ്ണും മറക്കാം. തലയിലെ വട്ടക്കയർ കാറ്റടിച്ച് ശിരോവസ്ത്രം പറന്നു പോകാതിരിക്കാനായാണ്. ഒറ്റക്കുപ്പായം കാറ്റിൽ പറന്നടിക്കുന്ന ഒട്ടുന്ന മണൽ ശരീരത്തിൽ പറ്റിപിടിക്കാതിരിക്കാനും ഒലിച്ചിറങ്ങുന്ന വിയർപ്പ് ശരീരത്തിൽ തങ്ങാതെ നേരെ താഴോട്ടിറങ്ങാനും തുട ഇടുക്കുകൾ നനഞ്ഞ് ബാക്ടീരിയകൾ പെരുകാതിരിക്കാനുമാണ്. ഇതുതന്നെയാണ് അവിടത്തെ സ്ത്രീകളുടെ വസ്ത്രങ്ങളുടെയും പിന്നിലെ രഹസ്യം. പാശ്ചാത്യർ സോക്സും ഷൂവും

പാന്റ്സും ഷർട്ടും ടൈയും ജാക്കറ്റും കോട്ടും തൊപ്പിയുമൊക്കെ ധരിക്കുന്നത് അവിടത്തെ കൊടുംതണുപ്പിനെ നേരിടാനാണ്.

മാസങ്ങൾ കുറേ കഴിഞ്ഞു. പോർട്ടകാബിൻ ഓഫീസിന് മുന്നിൽ കുറച്ച് ദൂരെയായി താബൂക് ചുമരുകളും മൂന്ന് മുറികളുമുള്ള, 'L' ആകൃതിയിൽ ഒരു താൽക്കാലിക കെട്ടിടം പണിത് ഓഫീസ് അങ്ങോട്ട് മാറ്റി. 'L'ന്റെ ചെറുഭാഗം പ്രോജക്റ്റ് മാനേജരുടെ ഓഫീസ്. വലിയ ഭാഗത്ത് രണ്ടു മുറികൾ അതിൽ സൈറ്റ് ഓഫീസുകൾ. പ്രോജക്റ്റ് മാനേജരുടെ ഓഫീസിന് എതിർവശത്തേക്ക് കൺസൾട്ടന്റിന്റ പോർട്ടാകാബിൻ ക്രെയിനിൽ പൊക്കി മാറ്റി. മല്ലയ്യ എന്ന് പേരുള്ള ആന്ധ്രാക്കാരനായിരുന്നു ക്രെയിൻ ഓപ്പറേറ്റർ. മലയാളികൾക്ക് പരിചിതമല്ലാത്ത പേരുകളുള്ള ഒരുപാട് ആൾക്കാർ അവിടെയുണ്ടായിരുന്നു.

സൈറ്റിന് ഒരു കിലോമീറ്റർ ദൂരെയായി ഒരു ചെറുകൂടാരം പൊങ്ങി. അതിനടുത്തായി ഒട്ടകങ്ങൾക്ക് ചാടിയിറങ്ങാൻ പറ്റാത്തവിധം വൃത്താകാരത്തിൽ ഫെൻസ് ചെയ്തത ഒരിടം. ഒരു പറ്റം ഒട്ടകങ്ങളും അവയെ മേയ്ക്കാനായി മുടിയും താടിയും നീട്ടിവളർത്തിയ ഒരു വൃദ്ധനും മരുഭൂമിയിൽ അലയുന്നത് കാണാം. അവരുടെ രാത്രി താവളമാണത്. ഒരു ദിവസം സന്ധ്യയിൽ ഒട്ടകങ്ങൾ മുളഞ്ഞ നേരം ഞാൻ ആ വഴി നടന്നു. ഒറ്റനോട്ടത്തിൽ അറബിയെന്നു തോന്നുംവിധം ആകാരവും വസ്ത്രവും ധരിച്ച വൃദ്ധൻ എന്നെ വിഷ് ചെയ്തു, 'അസ്സലാമു അലൈക്കും'. 'അലൈക്കും മുസ്സലാം' തിരിച്ചു പറഞ്ഞ് സംസാരം തുടർന്നു. അയാൾ പാകിസ്താനിയാണ്. ഞാൻ അമുസ്ലിം ആണെന്ന് മനസ്സിലാക്കിയ ഉടൻ അയാൾ എന്നോട് ഇസ്ലാമാകാൻ ഉപദേശിച്ചു.

ഒരു നവരാത്രി ദസറക്കാലം. വടക്കേ ഇന്ത്യക്കാരായ തൊഴിലാളികൾ സന്ധ്യയ്ക്കുശേഷം മരുഭൂമിയിൽ ഒത്തുകൂടി. നൃത്തവും പാട്ടും വാദ്യവും കോൽക്കളിയും. അവർ കഷ്ടതകളിലും ആഘോഷം കൈവിടുന്നില്ല. ശരീരത്തിനും മനസ്സിനും പുതുജീവനും ഉണർവും നൽകി അവർ ആഘോഷങ്ങൾ അർത്ഥപൂരിതമാക്കുന്നു. ഗുരുനാനാക്ക് ജയന്തിനാൾ സിക്കുകാരെല്ലാം അവരുടെ പ്രാദേശിക വേഷവും പകിടിയും ധരിച്ച് വാദ്യമേളങ്ങളോടെ ഭജൻ ആലപിച്ച് മരുഭൂമിയെ കോൾമയിർ കൊള്ളിച്ചു. ഹരേ കൃഷ്ണക്കാർ ഭജൻ ആലപിച്ച് തെരുവിൽ ആനന്ദിക്കുന്നതു പോലെ...

അന്നാളുകളിൽ എന്റെ വായനകൾ മറ്റൊരു തലത്തിലായിരുന്നു. വ്യാസൻ, പതഞ്ജലി, അരബിന്ദോഘോഷ്, വിവേകാനന്ദൻ, രാമകൃഷ്ണപരമഹംസർ, നിത്യചൈതന്യയതി, പ്രഭുപാദർ...

മാസങ്ങൾ നീങ്ങി. വെങ്കട്ട് എന്ന് പേരായ ഇലക്ട്രിക്കൽ എഞ്ചിനീയർ അറിയിച്ചു, 'Your Jayan is no more'

മറ്റൊരിക്കൽ മാത്യു എന്ന ഇലക്ട്രീഷ്യൻ അബുദാബിയിൽ പോയി വന്നു പറഞ്ഞു, “ഓ, ഇന്നലെ ഒരു സിനിമ കണ്ടു, എല്ലാം പുതുമുഖങ്ങൾ, നല്ല പാട്ടുകൾ, സൂപ്പർ...”

‘മഞ്ഞണികൊമ്പിൽ ഒരു കിങ്ങിണി തുമ്പിൽ’ എന്ന് തുടങ്ങുന്ന ആ ചിത്രത്തിലെ ഗാനം സർദാർജിമാരുടെ ചുണ്ടിൽ നിന്ന് പോലും വന്നിരുന്നു. അങ്ങനെ ഉള്ളതുകൊണ്ടോണം പോലെ ഇന്ത്യൻ ഉപഭൂഖണ്ഡത്തിൽ നിന്നുമുള്ള ഒരു കൂട്ടം മനുഷ്യർ അവിടെ സന്തോഷത്തോടെ കഴിയുകയായിരുന്നു.

ഞാൻ ചില വ്യാഴാഴ്ചകളിൽ ജോലി കഴിഞ്ഞ് അബുദാബിയിലേക്ക് പോകും. മരുഭൂമിയിലേക്ക് അപൂർവം വരുന്ന വല്ല ടാക്സിയും കിട്ടിയാൽ ഭാഗ്യമായി. അല്ലെങ്കിൽ വാട്ടർ ടാങ്കറിലോ, ട്രക്കിലോ അതോടിക്കുന്ന ഡ്രൈവറുടെ ഔദാര്യത്തിൽ കയറിപ്പറ്റി ഷയറിങ്ങ് ടാക്സി കിട്ടുന്നിടം വരെ സഞ്ചരിക്കണം.

മണിയുടെ അടുത്തേക്കാണ് പോവുക. അദ്ദേഹം അന്ന് ടൂറിസ്റ്റ് ക്ലബ്ബ് ഏരിയയിൽ ജഗേട്ടനോടാപ്പമാണ് താമസിച്ചിരുന്നത്. ഞങ്ങൾ അവിടെയുള്ള ഒരു വലിയ ദീർഘചതുരാകൃതിയിലുള്ള മൈതാനത്തിന് ചുറ്റും കുറേ നടക്കും. പിന്നെ ദേഹശുദ്ധി വരുത്തി ഇന്ത്യൻ സോഷ്യൽ സെന്ററിലേക്ക്. ടെന്നീസ് കോർട്ട്, ബാറ്റ്മെന്റൻ കോർട്ട്, ലൈബ്രറി, ബില്ലിയാർഡ്സ്, ബാർ എല്ലാമുണ്ടവിടെ. മെമ്പേഴ്സിന് മാത്രമേ പ്രവേശനമുള്ളൂ. മെമ്പറുടെ ഗസ്റ്റ് ആയും ഒന്നോ രണ്ട് പേർക്ക് പ്രവേശിക്കാം. ഇവിടെ നിന്നും തുടങ്ങിയ കുറേ നല്ല സൗഹൃദങ്ങളുണ്ട്. സുരേഷ് നെല്ലിക്കോട്, ഗോപി പുല്ലാര, ജലാൽ, ഹാദി, അസ്ലം... ചില പേരുകൾ മാത്രം. ഒന്നു രണ്ട് ബിയറും ഒരുപാട് ചർച്ചകളും...

ദുബായിയിൽ പോകുമ്പോൾ തങ്ങിയിരുന്നത് ബാലേട്ടന്റെ ഫ്ളാറ്റിൽ ആയിരുന്നു. അവർ അന്ന് ബർദുബായിയിൽ അംബാസ്സഡർ ഹോട്ടലിനു പിറകുവശത്തായിരുന്നു. മോഹൻദാസും അവിടെ താമസിച്ചിരുന്നു. അവിടെ വെച്ചാണ് വിജയനെയും കണ്ണൻകുട്ടിയെയും വാമനൻ നമ്പൂതിരിയേയും കാണുന്നതും പരിചയപ്പെടുന്നതും. മാമനും ഹരിയും വിവാഹിതരായി കുടുംബവുമായി സത്വയിൽ പുതുതായുണ്ടാക്കിയ ഷെയ്ഖ് കോളനിയിലെ ഫ്ളാറ്റുകളിലാണ് താമസം. താഴ്ന്ന വരുമാനക്കാർക്ക് കുടുംബസമേതം ജീവിക്കാൻ കുറഞ്ഞ വാടകയിൽ ദുബായ് ഭരണാധികാരി ഷെയ്ഖ് റാഷിദ് നിർമ്മിച്ചതാണ് ആ വലിയ കോളനി. വർഷത്തിൽ 6000 ദിർഹം മാത്രമേ ആ 2Bhk ഫ്ളാറ്റുകൾക്കുണ്ടായിരുന്നുള്ളൂ. ഇന്ന് ഒരു മാസത്തെ വാടക 6000 ദിർഹമിന് മേലെയാണ് ദുബായിൽ സമാന ഫ്ളാറ്റുകൾക്ക്.

അങ്ങനെയിരിക്കേ ഒരു മിസ്രി (ഈജിപ്ഷ്യൻ) ചാർജ് ഹാൻഡ് ആയി സ്വെയ്ഹാനിൽ നിയമിതനായി. ‘പോസ്റ്റാ ഫീ, പോസ്റ്റാ ഫീ’

(കത്തുണ്ടോ, കത്തുണ്ടോ) എന്ന് ചോദിച്ചും കൊണ്ട് ദിവസവും അയാൾ ഓഫീസിൽ വരും. ഒരു പാവം ചിരിക്കുന്ന മുഖം. ഒരു ദിവസം സൈറ്റിലെ പഞ്ചാബി ജോലിക്കാരുമായി അങ്ങോട്ടും ഇങ്ങോട്ടും എന്തോ പറഞ്ഞ് വഴക്കായി. മിസ്രിക്ക് ഇംഗ്ലീഷും ഹിന്ദിയും അറിയില്ല. അറബിക് മാത്രമേ അറിയൂ. പഞ്ചാബികൾക്ക് പഞ്ചാബിയും ഹിന്ദിയുമേ അറിയൂ. അപ്പോൾ എന്തു പറഞ്ഞാണ് അവർ വഴക്കടിച്ചുകാണുക!?

എന്തായാലും മിസ്രി പഞ്ചാബികളെ കയറി അടിച്ചു. ആകെ പ്രശ്നമായി. പഞ്ചാബികൾ പരാതി പറയാനായി സിറിയക്കാരനായ പ്രൊജക്റ്റ് മാനേജരുടെ അടുത്തേക്കു വന്നു. പരാതി പറയുന്നതിനിടയിൽ പ്രതിയായ മിസ്രി കയറി വന്ന് ഇൻഡ്യക്കാർക്കറിയാത്ത അറബിയിൽ എന്തൊക്കെയോ മാനേജരോട് പറഞ്ഞു. എന്തോ പ്രശ്നം നടക്കുന്നു എന്നറിഞ്ഞ് കൺസൾട്ടന്റായ ഡിഫെൻസ് എൻജിനീയറും അകത്തു കയറി. വാതിലടച്ച് അവർ മൂന്ന് പേരും കൂട്ടമായി പരാതിക്കാരെ തല്ലി ചതച്ചു.

പ്രശ്നം ഗുരുതരം... തൊഴിലാളികൾ പണിമുടക്കി ഓഫീസിന് മുന്നിൽ കൂട്ടമായി വന്നിരുന്നു. ഒരു ദിവസം കഴിഞ്ഞു. മാനേജർ വരുന്നതും പോകുന്നതും കാറിൽ. അവർ സൈറ്റിൽ താമസിക്കാറില്ല. മാനേജർ വരുന്നതിന് മുന്നേതന്നെ തന്നെ സമരം ആരംഭിച്ചു. മലയാളികൾ വിദ്യാഭ്യാസമില്ലാത്തവരും അറിവില്ലാത്തവരുമെന്ന് കരുതി പുച്ഛിക്കുന്ന ആ തൊഴിലാളികളുടെ ഐക്യം നോക്കൂ. എന്നാൽ ആ സമരത്തിൽ കരിങ്കാലികളായത് ചില മലയാളി തൊഴിലാളികളായിരുന്നു.

ഞാൻ റേഡിയോവിലൂടെ താരിഫ് സൈറ്റിൽ വിളിച്ച് വിവരം പറഞ്ഞു. അവർ അവിടെ നിന്ന് ഹെഡ് ഓഫീസിലും അറിയിച്ചുകാണും. ഉച്ചതിരിഞ്ഞ് ഓണർ ജോസഫ് സാപ്പിയയും നീല കൃഷ്ണമണിയോടു കൂടിയ വിടർന്ന മനോഹരമായ കണ്ണുകളുള്ള നാല്പതിൽ എത്തിയ ഭാര്യയോടും തന്റെ ഏറ്റവും വിശ്വസ്തനായ മുപ്പത് കവിയാത്ത പാകിസ്താനി ജനറൽ മാനേജർ ഖുറേഷിയോടും കൂടി അവിടെയെത്തി. തൊഴിലാളികൾ രോക്ഷം പ്രകടിപ്പിച്ചു. ഉർദു അറിയാവുന്ന ഖുറേഷി കാര്യം ചോദിച്ചറിഞ്ഞു. അവസാനം കാര്യം ഒത്തുതീർപ്പിലായി. സിറിയക്കാരൻ മാനേജരും മിസ്രി ചാർജ് ഹാൻഡും കമ്പനിക്ക് പുറത്ത്. അതോടൊപ്പം പരാതിക്കാരും. കമ്പനി ഇടപെട്ട് മിസ്രി ഡിഫെൻസ് കൺസൾട്ടന്റിനെ ഒഴിവാക്കി. പകരം വന്നത് സഹൃദയനായ മലയാളി ഡിഫെൻസ് എഞ്ചിനീയർ, ശ്രീ ജബ്ബാർ.

മഴ, മരുഭൂമിയിൽ കനത്ത മഴ. കനത്ത കാർമേഘങ്ങൾ ഒന്നിന് പിറകെ ഒന്നായി വരുന്നു. മഴ കോരിച്ചൊരിയുന്നു. ഒരാഴ്ചയോളം തുടർന്നു മരുഭൂമിയിലെ ഈ അപൂർവ്വ പ്രതിഭാസം, മരുഭൂമിയിൽ ചെറു തടാകങ്ങൾ രൂപം പൂണ്ടു. മാസങ്ങളോളം അവ നിലനിന്നു. പിന്നെ സൂര്യരശ്മികൾ അവയെ പതുക്കെ ഊറ്റിക്കുടിച്ചു.

മൊറാജി ദേശായിയുടെ ഭരണം അവസാനിച്ചു. ഇന്ത്യ വീണ്ടും ഇന്ദിരായുഗത്തിൽ.

ഉണ്ണിയുടെയും വത്സന്റെയും ജീവിതത്തിൽ ചില മാറ്റങ്ങൾ സംഭവിച്ചു. ഗ്രേറ്റ് ലേക്സ് ഡ്രഡ്ജ് ആൻഡ് ഡോക്ക് കമ്പനിയുടെ ജബൽ അലി പ്രൊജക്റ്റ് അവസാനിച്ചു. കുറെ പേർക്ക് ജോലി നഷ്ടപ്പെട്ടു. അമേരിക്കക്കാർ ബാർജ്ജും ഡ്രെഡ്ജറും കെട്ടിവലിച്ച് സ്വന്തം നാട്ടിലേക്കു യാത്രയായി. വത്സന് അക്കാരണത്താൽ നാട്ടിൽ പോകേണ്ടി വന്നു, കുറച്ചു കാലം മുംബൈയിൽ വന്നു നിന്നു അദ്ദേഹം. പിന്നെ ഉണ്ണി ഒരു വിസിറ്റിംഗ് വിസ അദ്ദേഹത്തിന് അയച്ചുകൊടുത്തു. ദിവസങ്ങൾക്കുള്ളിൽ വത്സന് അബുദാബിയിൽ ഒരു ബ്രിട്ടീഷ് കമ്പനിയിൽ ജോലിയുമായി. ചേട്ടന് ജോലികിട്ടിയ ധൈര്യത്തിൽ ഉണ്ണി കോബ്ലായിൽ നിന്നു വിട്ടു നാട്ടിൽ പോയി വിവാഹിതനായി. എന്റെ ഇളയ സഹോദരിയായിരുന്നു വധു.

മധുവിധു കഴിഞ്ഞാൽ ഏട്ടൻ വിസ അയച്ചുകൊടുക്കും എന്ന പ്രതീക്ഷയിലായിരുന്നു ഉണ്ണി. നമ്മൾ സങ്കല്പിക്കുംപോലെയല്ലല്ലോ കാര്യങ്ങൾ നീങ്ങുക! പുതിയ കമ്പനി വിസ വാഗ്ദാനം നൽകി വത്സനോട് നാട്ടിൽ പോയി വരാൻ ആവശ്യപ്പെട്ടു. അദ്ദേഹം അങ്ങനെ ചെയ്തു. എന്നാൽ മാസങ്ങൾ കഴിഞ്ഞും ആ കമ്പനി വിസ അയച്ചു കൊടുത്തില്ല. അങ്ങനെ ചേട്ടനും അനുജനും നാട്ടിൽ കുരുങ്ങി. ചേട്ടൻ സ്ഥിരപ്പെട്ടാൽ അനുജന് വിസ അയച്ചുകൊടുക്കും എന്ന ധാരണയിലായിരുന്നു ഉണ്ണി നാട്ടിലേക്കു തിരിച്ചത്. രണ്ടും നടന്നില്ല. ഗൾഫ് ജീവിതത്തിലെ ചില അവിചാരിത ട്വിസ്റ്റുകൾ.

അക്കാലത്തു ഞാൻ ന്യൂസ് വീക്ക് വരിക്കാരനായിരുന്നു, ന്യൂസ് വീക്കിൽ പതിവായി ബൊളീവിയൻ സർക്കാരിന്റെ ഒരു പരസ്യം വന്നിരുന്നു. ഇരുപതിനായിരം അമേരിക്കൻ ഡോളർ ചിലവാക്കിയാൽ അമ്പത് ഏക്കർ ബൊളീവിയൻ വനഭൂമി സ്വന്തമാക്കാം. വനഭൂമി വെട്ടിത്തെളിച്ച് കൃഷിയിറക്കേണ്ടത് വാങ്ങിക്കുന്നവർ. അതോടെ അവർക്ക് ബൊളീവിയയിൽ സ്ഥിരതാമസമാക്കാം. ഞാൻ സർദാർജി സുഹൃത്തുക്കൾക്ക് ആ പരസ്യം കാണിച്ചു. അവർ അതിൽ അതീവ തല്പരരായി. മുന്നുനാലു പേർകൂടി ധനം സംഭരിച്ച് ബൊളീവിയൻ ഭൂമിയിൽ നിക്ഷേപിച്ചു, പതുക്കെ അവർ അങ്ങോട്ട് കുടിയേറി.

നിത്യചൈതന്യയതിയുമായി കത്തുകൾ എഴുതിയിരുന്ന കാലം. അദ്ദേഹം ഊട്ടിയിലെ ഫേൺഹിൽ ഗുരുകുലത്തിലേക്കു ക്ഷണിക്കുന്നു. പിന്നെയും കുറെ വർഷങ്ങൾ കഴിഞ്ഞാണ് ഗുരുകുലം സന്ദർശിച്ചത്. അന്ന് ഗുരു അവിടെയില്ലായിരുന്നു. കൊൽക്കൊത്ത സന്ദർശനത്തിലായിരുന്നു ഗുരു. രണ്ടു ദിവസം അവിടെ വസിച്ച് തിരിച്ചുപോന്നു,

പഞ്ചാബിൽ ഖാലിസ്ഥാൻ വാദവും ഭിന്ദ്രൻവാലയും കൂടുതൽ ശക്തി പ്രാപിച്ചു.

വാരാന്ത്യങ്ങൾ അബുദാബിയിലോ ദുബായിയിലോ സുഹൃത്തുക്കളോടൊപ്പം ചിലവഴിക്കാറാണ് പതിവ്. ദുബായിൽ അന്ന് വേണുവേട്ടൻ കരാമയിൽ താമസിച്ചിരുന്നു. ഇടതുപക്ഷക്കാരനും നല്ലവായനക്കാരനും സംസാരപ്രിയനുമായിരുന്നു വേണുവേട്ടൻ. ആകാശത്തിനു ചുവട്ടിലുള്ള എന്തിനെക്കുറിച്ചും സംസാരിക്കും ഞങ്ങൾ. വേണുവേട്ടന്റെ പത്നി ലീലേടത്തിയും ആ ഫ്ളാറ്റിൽ ഉണ്ടായിരുന്നു. വേണുവേട്ടൻ ദുബായിയിലെ ഒരു കമ്പനിയിൽ അക്കൗണ്ട് മനേജരായിരുന്നു. വിലകൂടിയ മദ്യം നുകർന്നും മറ്റുള്ളവർക്ക് പകർന്നും സസ്യാഹാരം സ്വയം വെച്ച് സൽക്കരിച്ചും നേരം വെളുക്കുവോളം തന്നെക്കാൾ പ്രായം കുറഞ്ഞവരുമായി സംവാദത്തിൽ ഏർപ്പെട്ടുകൊണ്ടിരിക്കും വേണുവേട്ടൻ. കണ്ണൻകുട്ടി, വിജയരാഘവൻ, മോഹൻദാസ്, രവി പുന്നക്കൽ, വേണു എടക്കഴിയൂർ, സുരേഷ് നെല്ലിക്കോട്, മണി... അങ്ങനെ പോകുന്നു ഇന്ന് വൃദ്ധന്മാരായ ആ യുവനിര. വേണുവേട്ടനും ലീലേടത്തിയും മണിയും പഞ്ചഭൂതങ്ങളിൽ ലയിച്ചുപോയി.

അങ്ങനെയിരിക്കെ അക്കൗണ്ടൻസി പഠിക്കാൻ ഒരാഗ്രഹം. ഒരമേരിക്കൻ അക്കൗണ്ടിംഗ് അക്കാഡമിയിൽ കറസ്പോണ്ടൻസ് കോഴ്സിന് ചേർന്നു. വലിയ തുക ആദ്യ ഗഡുവായി അയച്ചുകൊടുത്തു. കുറച്ചു ദിവസങ്ങൾക്കുള്ളിൽ ആറുമാസത്തേക്കുള്ള പഠനസാമഗ്രികൾ അവർ അയച്ചുതന്നു. കുറെ ഹോംവർക്ക് ചെയ്യാനുണ്ട്. കുറച്ചു മാസങ്ങൾ അതുമായി നീങ്ങി. അടുത്ത ഗഡു ഫീസ് അടക്കാൻ പറ്റാത്ത അവസ്ഥ. അങ്ങനെ ആ പഠിത്തം അവിടെ അവസാനിച്ചു.

ഒരു ദിവസം എഞ്ചിനീയർ ജബ്ബാർ പറഞ്ഞു, “ഒരു സിനിമ വന്നിട്ടുണ്ട്, ‘യവനിക’. പറ്റുമെങ്കിൽ കാണൂ.” കൊടിയേറ്റം ഗോപി, തിലകൻ, മമ്മൂട്ടി, ജലജ, വേണു നാഗവള്ളി എന്നിവർ അഭിനയിച്ച ആ കെ.ജി. ജോർജ് ചിത്രം അബുദാബിയിൽ പോയി കണ്ടു. അക്കാലത്തെ മറ്റൊരു വ്യത്യസ്ത ചിത്രമായിരുന്നു ‘തകര’.

മൂന്നു വർഷമാണ് സെയ്ഹാൻ മരുഭൂമിയിൽ ജീവിച്ചത്. അപ്പോഴേക്കും അവിടെ ഒരു ആധുനിക മിലിട്ടറി റെജിമെൻറ് ഉയർന്നുവന്നിരുന്നു. ആ സൈറ്റിന്റെ നിർമ്മാണം പൂർത്തിയാകാറായി. ആയിരത്തിതൊള്ളായിരത്തി എൺപത്തിരണ്ടു ഡിസംബറിൽ ഒരു മാസം ലീവിന് നാട്ടിൽ പോയി. അപ്പോൾ ഏട്ടൻ കോവളത്തുള്ള വിജയേട്ടന്റെ ലോഡ്ജ് മാനേജ് ചെയ്യുകയായിരുന്നു. ഐടിഡിസിയിൽ നിന്നും വീണ്ടും അദ്ദേഹം ഗുഡ്ബൈ പറഞ്ഞിരുന്നു.

ജനുവരിയിൽ ഞങ്ങളുടെ സ്കൂൾ കത്തിനശിച്ചു. ഏട്ടൻ ആ സ്കൂളിന്റെ കെയർ ടേക്കർ മാനേജർ ആയിരുന്നു. അച്ഛൻ മരിക്കുമ്പോൾ മറ്റുള്ളവരെല്ലാം മൈനർ ആയതിനാൽ കോടതി ഏട്ടനെ കെയർ ടേക്കർ മാനേജർ ആയി നിയമിക്കുകയായിരുന്നു.

പുതിയ സ്കൂൾ കെട്ടിടം നിർമ്മിക്കാനായുള്ള സാമ്പത്തികാവസ്ഥ അന്ന് വീട്ടിൽ ഇല്ലായിരുന്നു. സ്കൂൾ മാനേജ്മന്റ് വേണമെങ്കിൽ വിൽക്കാം, ഞാൻ അമ്മയോട് പറഞ്ഞു. എന്നാൽ ആ ഭൂമി ഒരിക്കലും ആർക്കും കൊടുക്കരുത്.

ലീവ് കഴിഞ്ഞു ഞാൻ യാത്രയായി. തിരുവനന്തപുരം, ശുജീന്ദ്രം, കന്യാകുമാരി, രാമേശ്വരം, മധുര, കാഞ്ചിപുരം, മഹാബലിപുരം, ചെന്നൈ വഴിയായിരുന്നു യാത്ര. തമിഴ്നാടിന്റെ ഉജ്ജ്വല സംസ്കാരം കവിതയായി കല്ലിൽ കൊത്തിയ മഹാക്ഷേത്രങ്ങൾ പലതും സന്ദർശിച്ചും കൊണ്ടുള്ള ഒരു ചെറുതീർത്ഥയാത്ര. രാമേശ്വരത്തുനിന്നുള്ള ട്രെയിൻ യാത്രയിൽ ഒരു ബംഗാളി കുടുംബം എന്നോടൊപ്പമുണ്ടായിരുന്നു. അച്ഛനും അമ്മയും ഒരു മോളും. ആ കുടുംബം എത്ര മനോഹരമായാണ് ഭജനും രവീന്ദ്രസംഗീതംവും ആലപിച്ചിരുന്നത്! ആ യാത്ര അവസാനിക്കുംവരെ അവർ മത്സരിച്ച് പാടുകയായിരുന്നു. ചെന്നൈ വരെ അലഞ്ഞുതിരിയുന്ന ഒരു സഞ്ചാരി. പിന്നെ ട്രെയിനിൽ മുംബൈയിലേക്ക്.

ചെന്നൈയിൽ (അന്നത്തെ മദ്രാസ്) നിന്ന് ബോംബൈ വരെ സ്ലീപ്പർ റിസർവേഷൻ ഉണ്ടായിരുന്നു. ഒരു ജുബ്ബയും പൈജാമയുമായിരുന്നു വേഷം. ജുബ്ബയുടെ സൈഡ് പോക്കറ്റിലാണ് ടിക്കറ്റും പൈസയും വെച്ചിരുന്നത്. വാറങ്കൽ സ്റ്റേഷനിൽ ഇറങ്ങി എന്തെങ്കിലും കഴിക്കാനായി പ്ലാറ്റുഫോമിൽ ഇറങ്ങി. നല്ല തിരക്കുണ്ടായിരുന്നു ആ ഇഡലി വ്യാപാരിയുടെ ചുറ്റും. പോക്കറ്റിൽ കയ്യിട്ടു പൈസ തപ്പിയപ്പോൾ അതിൽ ഒന്നുമില്ല. പൈസയും ടിക്കറ്റും നഷ്ടപ്പെട്ടിരിക്കുന്നു. ബോഗിയിൽ തിരിച്ചുവന്ന് ടിക്കറ്റ് എക്സാമിനറോടു കാര്യം പറഞ്ഞു. അയാൾ അപ്പോൾ മറ്റൊരു ന്യായമാണ് പറയുന്നത്. ടിക്കറ്റ് ഇല്ലാതെ തനിക്ക് യാത്ര ചെയ്യാൻ പറ്റില്ല. എന്റെ പേര് റിസർവേഷൻ ചാർട്ടിൽ ഉണ്ട്. എന്റെ കയ്യിൽ ഐ.ഡിയുണ്ട്. അതൊന്നും അവർക്കു പ്രശ്നമല്ല. അയാൾ വളരെ ക്രൂരമായി എന്നെ ട്രീറ്റ് ചെയ്തു, അത് വരെ ടിക്കറ്റ് ഇല്ലാതെ യാത്ര ചെയ്തു എന്ന കുറ്റത്തിന്. മറ്റൊന്ന് മുംബൈയിലേക്ക് യാത്രതുടരാൻ പിന്നെയും ടിക്കറ്റ് എടുക്കണമെന്നാവശ്യപ്പെട്ട്. ഞാൻ കുറച്ചു പൈസ മാറ്റിവച്ചിരുന്നു. അത് മുഴുവൻ അയാളുടെ ശിക്ഷയ്ക്കായി. ബാക്കി കുറച്ചു ചില്ലറയുണ്ട്. ബോംബയിൽ എത്തി. ബൈകുലയിൽ ഒരു റൂം എടുത്തു. അടുത്ത ദിവസമാണ് ഫ്ളൈറ്റ്. എയർപോർട്ടിൽ ചിലവുകൾ ഉണ്ടാകും. അത് വരെ യാത്ര ചെയ്യണം, ഹോട്ടലിൽ പണം കൊടുക്കണം, എന്ത് ചെയ്യും?

അവിടെ താമസിക്കുന്ന മറ്റൊരു മലയാളിയെ പരിചയപ്പെട്ടു. കോട്ടയത്തോ ഇടുക്കിയിലോ മറ്റോ ആണ് അദ്ദേഹത്തിന്റെ വീട്. ഞാൻ എന്റെ അവസ്ഥ വിവരിച്ചു. കുറച്ചു പൈസ തന്നു സഹായിച്ചാൽ അത് ദുബായിയിൽ എത്തിയാൽ തിരിച്ചയയ്ക്കാം എന്ന ഉറപ്പും കൊടുത്തു. അദ്ദേഹം പറഞ്ഞു, “എന്തായാലും നിങ്ങളുടെ യാത്ര മുടങ്ങില്ല.”

ഒരാശ്വാസമായി.

അപ്പോൾ എന്റെ സുഹൃത്തും നാട്ടുകാരനുമായ രാംദാസ് കുർളയിൽ വൈരക്കൽ പോളിഷിംഗ് നടത്തുന്ന കാര്യം ഓർത്തു. ഒരിക്കൽ ഞാൻ അവിടെ പോയിട്ടുണ്ട്. ആ ഓർമ്മയിൽ അങ്ങോട്ട് തിരിച്ചു. രാംദാസ് അവിടെ ഉണ്ടോ എന്ന ഒരു ഉറപ്പുമില്ല. എന്റെ ഓർമ്മ തെറ്റിയില്ല. റെയിൽവേ സ്റ്റേഷനിൽ നിന്നും അധികം ദൂരമില്ലാതെ സ്ഥിതി ചെയ്യുന്ന ആ ചെറുഫാക്ടറി ഞാൻ കണ്ടെത്തി. ഭാഗ്യം, രാംദാസ് അവിടെയുണ്ട്. കാര്യങ്ങൾ പറഞ്ഞു. അപ്പോൾ തന്നെ അദ്ദേഹം ഒരു ടാക്സിയിൽ എന്നോടൊപ്പം ആ ഹോട്ടലിലേക്ക് തിരിച്ചു. ഹോട്ടലിൽ പരിചയപ്പെട്ട നന്മയുള്ള സുഹൃത്തിനോട് യാത്ര പറഞ്ഞു, അവിടെ നൽകാനുള്ള ധനം രാംദാസ് കൊടുത്തു. പിന്നെ ഞങ്ങൾ അദ്ദേഹത്തിന്റെ വീട്ടിലേക്കു പോയി. വൈകുന്നേരം രാംദാസിന്റെ ബിയർ സൽക്കാരം. അടുത്ത ദിവസം എയർപോർട്ട് വരെ രാംദാസ് ടാക്സിയിൽ എന്നെ അനുഗമിച്ച് യാത്രയാക്കി.

1983

സ്വെയ്ഹാനിൽ തിരിച്ചെത്തി. അവിടത്തെ നിർമ്മാണ പ്രവർത്തനങ്ങൾ അവസാന ഘട്ടത്തിലാണ്. തൊഴിലാളികളുടെ ആവശ്യം കുറഞ്ഞു വരികയാണ്. പലർക്കും സ്ഥലം മാറ്റം. സാപ്പിയയുടെ മറ്റു നിർമ്മാണ കേന്ദ്രങ്ങളിലേക്ക്. അന്ന് സാപ്പിയയുടെ അഞ്ചിലധികം നിർമ്മാണ പ്രവർത്തനങ്ങൾ അബുദാബി എമിറേറ്റിന്റെ വിവിധ ഭാഗങ്ങളിൽ പ്രവർത്തിച്ചിരുന്നു. സ്വെയ്ഹാനിലെ തൊഴിലാളികളിൽ മുക്കാൽ ഭാഗവും മറ്റു സൈറ്റുകളിൽ നിയമിതരായി.

അബുദാബി ദ്വീപിൽ നിന്നും മാറി പുതിയ വിമാനത്താവളനിർമ്മാണം നടന്നുകൊണ്ടിരിക്കയാണ്. അതിലേക്കായുള്ള പുതിയ ആറുവരിപ്പാതയും. ആ പാത ചെന്നവസാനിക്കുന്നത് പുതിയ വിമാനത്താവളവും പിന്നിട്ട് ദുബായ് റോഡിൽ. അങ്ങനെ ദുബായ് അബുദാബി റോഡിന്റെ നീളം ഗണ്യമായി കുറഞ്ഞു. ആ റോഡ് തുറക്കുന്നതുവരെ ദുബായിയിൽ നിന്നും വരുന്ന വാഹനങ്ങൾ മഫ്രക് ജംഗ്ഷൻ വരെ സഞ്ചരിച്ച് അബുദാബി അൽ ഐൻ റോഡിൽക്കയറി വേണമായിരുന്നു അബുദാബിയിൽ എത്താൻ. കാലങ്ങൾക്കുശേഷം പിന്നെയും പുതുപാതകൾ വന്നു. ദൂരം വീണ്ടും കുറഞ്ഞു.

സാപ്പിയ അക്കാലത്ത് എന്തോ ക്രമക്കേടുകൾ വരുത്തി ഉള്ള ധനവുമായി യു.എ.ഇ. വിട്ടു. അത്തരം ചെയ്തികളുടെ പൂർവ്വകാല ചരിത്രം സാപ്പിയയ്ക്കുണ്ട്. മോൻട്രിയൽ ഒളിമ്പിക്സ് നിർമ്മാണപ്രവർത്തനങ്ങളിൽ തിരിമറി നടത്തി കോൺട്രാക്ട് പൂർണ്ണമാക്കാതെ നാടുവിട്ടാണ് സാപ്പിയ യു.എ.ഇയിൽ കമ്പനി തുടങ്ങിയത് എന്നാണ് കേൾവി. ഇവിടെയും അതാവർത്തിക്കയായിരുന്നു. സാപ്പിയ നാടുവിട്ടു... ഒരുപാടു നിർമ്മാണപ്രവർത്തങ്ങൾ പൂർണ്ണമാക്കാതെ. പലതും സർക്കാർ പദ്ധതികൾ.

ആകെ പ്രശ്നം. സർക്കാരും സാപ്പിയയുടെ ബാങ്കും ചർച്ച ചെയ്ത് ഒരു തീരുമാനത്തിലെത്തി. ശേഷിക്കുന്ന എല്ലാ നിർമ്മാണവും പൂർത്തിയാക്കാൻ അവർ ബോവിസ് ഇന്റർനാഷണൽ എന്ന ബ്രിട്ടീഷ് കമ്പനിയെ ഏൽപ്പിച്ചു. സാപ്പിയയുടെ ഓഫീസ് കോർണീഷിലുള്ള നീല ഗ്ലാസ്സുകൾ പതിച്ച ബി.സി.സി.ഐ. ബാങ്കിന്റെ മനോഹരമായ ഒരു കെട്ടിടത്തിലായിരുന്നു. അതിനടുത്തുള്ള മണിമന്ദിരത്തിൽ ആയിരുന്നു സാപ്പിയയുടെ താമസവും. സാപ്പിയ ഓടിപ്പോവുകയും ബി.സി.സി.ഐ. ബാങ്ക് തകർക്കുകയും തകരുകയുമായിരുന്നു. ആഗ ഹസ്സൻ അബെദി എന്ന പാക് പൗരൻ ആയിരത്തി തൊള്ളായിരത്തി എഴുപത്തിരണ്ടിൽ തുടങ്ങിയ ആ ബാങ്ക് ചെറുകാലംകൊണ്ട് ലോകത്തിലെ ഏഴാമത്തെ വലിയ സ്വകാര്യ ബാങ്ക് ആയി ഉയർന്നു. അധോലോക ഇടപാടുകളാണ് ബാങ്കിന്റെ മറവിൽ നടന്നിരുന്നത്. ആയിരത്തി തൊള്ളായിരത്തി തൊണ്ണൂറ്റി ഒന്നിൽ ബാങ്ക് റെയ്ഡ് ചെയ്യപ്പെടുകയും പല രാജ്യങ്ങളിലായി പടർന്നിരുന്ന അതിന്റെ ശാഖകൾ കൊത്തി ആ വൻമരം മുറിച്ചുകളയുകയായിരുന്നു അധികാരികൾ.

ബോവിസ് നിർമ്മാണങ്ങൾ ഏറ്റെടുത്തതിനുശേഷം കമ്പനിയുടെ ഓഫീസ് അബുദാബി സൂഖിന്നടുത്തുള്ള ഒരു കെട്ടിടത്തിലേക്ക് മാറ്റി.

സ്വെയ്ഹാനിൽ നിന്ന് എന്നെയും മാറ്റി. അബുദാബി ഹംദാൻ സ്ട്രീറ്റിൽ ഉയരുന്ന ബിൻ ഹാം ബഹുനില കെട്ടിടം പടുത്തുയർത്തുന്ന തൊഴിൽ കൂട്ടത്തോടൊപ്പം ഞാനും ഒരാളായി, സൈറ്റ് ഓഫീസ് ക്ലർക്ക്. ചാപ്മാൻ എന്ന് പേരുള്ള ചെറുപ്പക്കാരനായ ബ്രിട്ടീഷ് എഞ്ചിനീയർ ആയിരുന്നു അവിടത്തെ പ്രൊജക്റ്റ് മാനേജർ. മെലിഞ്ഞ് എപ്പോഴും ചിരിക്കുന്ന നീളമുള്ള ചാപ്മാൻ. ബ്രിട്ടീഷുകാരായ രണ്ടുമൂന്നുപേർ കൂടാതെ കുറെ സർദാർജി ഫോർമേന്മാർ, സ്റ്റോർ കീപ്പർ തുടങ്ങി ഒരു സൈറ്റിനാവശ്യമായ മറ്റു ജോലിക്കാർ വേറെയും. തൊഴിലാളികളെല്ലാം മുപ്പത് കിലോമീറ്റർ ദൂരെയുള്ള മുസഫയിലെ ലേബർ ക്യാമ്പിലാണ് താമസം. അവർ പോകുന്നതും വരുന്നതും കമ്പനി വാടകയ്ക്കെടുത്ത ബസ്സുകളിൽ. ബ്രിട്ടീഷ് കമ്പനിയായതുകൊണ്ടാകാം തൊഴിലാളികൾക്ക് ബസ് ഗതാഗതം അനുവദിച്ചത്. ചില കമ്പനികൾ അക്കാലത്തു ജനസഞ്ചാരത്തിനായി ചെറിയ മാറ്റങ്ങൾ വരുത്തിയ ട്രയലറുകളിൽ തൊഴിലാളികളെ കയറ്റിക്കൊണ്ടുപോകുമായിരുന്നു.

ബ്രിട്ടീഷുകാർ സമയ ബന്ധിതമായി നിർമ്മാണം പൂർത്തീകരിക്കാൻ ഉത്സാഹിച്ച് പ്രവർത്തിക്കയായിരുന്നു. ആഴ്ചയിൽ പല മീറ്റിംഗുകൾ, ചർച്ചകൾ, പ്രോഗ്രസ്സ് ഗ്രാഫുകൾ മാറ്റി വരക്കൽ അങ്ങനെ... അങ്ങനെ... തകൃതിയായി നിർമ്മാണം പുരോഗമിച്ചു. ഓഫീസിൽ എനിക്ക് ഒരു അസിസ്റ്റന്റ് ഉണ്ടായിരുന്നു. മാവേലിക്കരക്കാരൻ വെളുത്തു തടിച്ച ഒത്ത ഉയരമുള്ള പ്രകാശ്, ടൈംകീപ്പർ. എന്നെ വലിയ കാര്യമായിരുന്നു

പ്രകാശിന്. 'ഈ പ്രായത്തിൽ ഇങ്ങനെ ഒരാളെ ഞാൻ കണ്ടിട്ടില്ല.' എന്റെ അന്നത്തെ ജീവിതരീതിയും ചിന്തയും ഭാവവും കണ്ടു തോന്നിയ താകാം. സ്വെയ്ഹാനിലെ ജീവിതചര്യ നഗരത്തിലും തുടരുകയായിരുന്നു. പ്രഭാതത്തിൽ പത്മാസനത്തിലിരുന്നുള്ള ധ്യാനം, ജോലികഴിഞ്ഞു വെന്ന് ഒരുമണിക്കൂർ യോഗ, സസ്യാഹാരി. നീട്ടി വളർത്തിയ താടിയും മുടിയും.

വാരാന്ത്യത്തിൽ മണിയുടെ ഫ്ളാറ്റിൽ. സുഹൃത്തുക്കളുടെ മുന്നിൽ ഞാൻ ആ പഴയ ആൾ തന്നെയാണ്. ഐ.എസ്.സിയിൽ വ്യാഴാഴ്ച വൈകുന്നേരങ്ങളിൽ എല്ലാ സുഹൃത്തുക്കളും ഒത്തുചേരും. ഞങ്ങളുടെ ടേബിളിനു ചുറ്റുമുള്ള കസേരയുടെ എണ്ണം എപ്പോഴും അധികമായിരിക്കും. താമസം നിർമ്മാണത്തിലിരിക്കുന്ന കെട്ടിടത്തിന്റെ പകുതി പണി തീർന്ന മൂന്നാം നിലയിലെ ഒരു മുറിയിൽ. അവിടെനിന്നും കാണുന്ന പുറംകാഴ്ച അടുത്തുള്ള പത്തുനില കെട്ടിടത്തിന്റെ ഒരുവശവും ആ ഭാഗത്തുള്ള ബാൽക്കണികളും ജാലകങ്ങളും. പിന്നെ കെട്ടിടങ്ങളുടെ ഇരുവശവുമുള്ള റോഡുകളുടെ ചെറു കാഴ്ചയും. ഹംദാൻ റോഡ് ഒരുവശം. അത് ആറുവരി പാതയാണ്. ആറുവരിപ്പാതയ്ക്കിരുവശവും സർവീസ് റോഡുകൾ. പിന്നെ വലിയ കെട്ടിടങ്ങളുടെ നിര. ഓരോ കെട്ടിടവുവും പതിനഞ്ചുമുതൽ ഇരുപത്തിയഞ്ച് വരെ നിലകളുള്ളത്. ഇരുവശത്തേക്കും മൂന്ന് ലാനുകളുള്ള റോഡിനെ വിഭജിച്ച് അഞ്ച് മീറ്റർ വീതിയിൽ എന്നും പരിപാലിക്കുന്ന പൂന്തോട്ടം. സർവീസ് റോഡിനും പ്രധാന പാതയ്ക്കും ഇടയിലും പൂക്കൾ, പുൽത്തകിടികൾ, വെട്ടി ചെറുതാക്കി ഭംഗിയാക്കിയ ബുഷ്. പിന്നെ അസംഖ്യം അതിശോഭയിൽ ജ്വലിക്കുന്ന തെരുവുവിളക്കുകൾ. എത്ര ഭംഗിയായാണ് ഭരണാധികാരികൾ അബുദാബിയെ ഒരുക്കിയിരിക്കുന്നത്.

ഇരുട്ടായാൽ എതിർവശത്തെ കെട്ടിടത്തിലെ ഒരു ഫ്ളാറ്റിന്റെ ജാലകത്തിരശ്ശീലകൾ പതുക്കെ നീങ്ങും. ഒരു അറബ് വംശയായ പെൺകുട്ടി അവിടെ വസിക്കുന്നു. അവളുടെ മാതാപിതാക്കളും സഹോദരരും കൂടെ കാണുമായിരിക്കും. എന്നാൽ ആ മുറി അവളുടേതുമാത്രമാണെന്നു തോന്നുന്നു. അവൾ സിസ്റ്റത്തിൽ നിന്നും വരുന്ന അറബ് സംഗീതത്തിനൊത്ത് പതുക്കെ ചുവടുകൾ വെയ്ക്കും. പിന്നെ അത് മുറുകി ദ്രുതഗതിയിലുള്ള ചുവടുകളായി മാറും. അവസാനം വട്ടം കറങ്ങി തന്റെ കിടക്കയിലേക്കൊരു വീഴ്ച... ഇങ്ങനെ വ്യത്യസ്തമായ ശീലുകളിൽ വ്യത്യസ്തമായ ചുവടുകളിൽ അവൾ മണിക്കൂറുകളോളം നൃത്തം ചവിട്ടും. നിർമ്മാണത്തിലിരിക്കുന്ന അടുത്ത കെട്ടിടത്തിൽ നിന്ന് പുരുഷന്മാർ തന്നെ നോക്കുന്നുണ്ട് എന്നറിഞ്ഞും കൊണ്ടുതന്നെ. ആരായിരുന്നു ആ പശ്ചിമേഷ്യൻ മധുരപ്പതിനേഴുകാരി? ഈജിപ്ഷ്യൻ? സിറിയൻ? ഇറാഖി? പലസ്തീൻ? ജോർദാനി? അതോ ലെബനോണിയോ?

ജീവിതം നിരർത്ഥകമായ നിരന്തരം ആവർത്തിക്കുന്ന ഒരു നാടകമാണ് എന്ന ബോധം ഇപ്പോഴും ഉള്ളിലുണ്ട്. മരിച്ചവരുടെ മുന്നിൽ ജീവിച്ചിരിക്കുന്നവരുടെ സംഖ്യ എത്ര തുച്ഛം... മറ്റു ജീവികൾ അനുഷ്ഠിക്കുന്ന ജീവിതധർമ്മങ്ങൾ തന്നെയല്ലേ മനുഷ്യനും ആവർത്തിക്കുന്നത്? അവൻ പരിഷ്കൃതനെന്ന് അഹങ്കരിക്കുമ്പോഴും അവന്റെ ലക്ഷ്യം അതൊക്കെ തന്നെ. വായു, ജലം, ആഹാരം, ഇണചേരൽ, പാർപ്പിടം, പുതുജീവന് ജന്മമേകി പരമ്പരയെ നിലനിർത്തൽ... പിന്നെ മനുഷ്യൻ വ്യത്യസ്തനാകുന്നത് പ്രകൃതി അവനേകിയ വലിയ മസ്തിഷ്കവും അതിൻഫലമായ ബോധവുമാണ്. സ്വതന്ത്രമായ കൈകൾ അവനെ വ്യത്യസ്തനാക്കി. ചിന്തകൾ, അറിവുകൾ, സംസ്കാരം... അവസാനം അവൻ സ്വയം സൃഷ്ടിച്ച ലോകത്തിലെ തടവുകാരനായി. ഈ തടവിൽ നിന്നുള്ള സ്വാതന്ത്ര്യവാഞ്ഛ പലരെയും റിബൽ ആക്കുന്നു. അവർ മൂല്യങ്ങളെ ചോദ്യം ചെയ്യുന്നു, വ്യവസ്ഥിതിയെ ചോദ്യം ചെയ്യുന്നു, ദുഷിച്ചു നാറിയ ആചാരങ്ങളെ ചോദ്യം ചെയ്യുന്നു. എന്തിന്? അത്തരം ചോദ്യം ചെയ്യൽ പലപ്പോഴും ഒരു പുതുമാനവികതയെ സൃഷ്ടിക്കുന്നു. ചിലർ വിപ്ലവകാരികളായി സാമൂഹ്യമാറ്റത്തിനും മനുഷ്യനന്മയ്ക്കുമായി ജീവിതം അർപ്പിക്കുന്നു. ചിലർ സത്യാന്വേഷികളായി ഏകാന്ത ജീവിതം നയിക്കുന്നു. നിസ്വാർത്ഥരായ തന്റെ ജീവിതം മനുഷ്യർക്കായി, മറ്റുജീവികൾക്കായി, ഭൂമിയിലെ സസ്യജാലങ്ങൾക്കായി, അവയെ നിലനിർത്തുന്ന ജലത്തിനും വായുവിനുമായി, സർവോപരി ഈ വസുന്ധരയ്ക്കായി സമർപ്പിച്ച് അവയുടെ നന്മയ്ക്കും നിലനില്പിനുമായി ജീവിതം ഉഴിഞ്ഞുവെക്കുമ്പോഴല്ലേ ഒരു മനുഷ്യൻ വ്യത്യസ്തനാകൂ? അല്ലെങ്കിൽ അവൻ മറ്റു ജീവികളെക്കാളും താഴെയാണ്. കാരണം മറ്റു ജീവികൾ പ്രകൃതിയുടെ ഭാഗമാണ്. അവർ ആ അമ്മയുടെ മക്കളായി അമ്മയെ അനുസരിച്ച് മാത്രം ജീവിക്കുന്നു, എന്നാൽ മനുഷ്യൻ സ്വാർത്ഥനാണ്, അവൻ മതങ്ങളെ സൃഷ്ടിച്ചു. അമ്മയെ അറിയാതെ അവന്റെ ഭാവനക്കൊത്ത് ദൈവത്തെ സൃഷ്ടിച്ചു. ആ ദൈവം അവനുവേണ്ടി ഒരുക്കിയതാണീ ഭൂമി എന്ന് കൽപ്പിച്ചു. നിനക്കു വേണ്ടിയാണ് ഇതിലുള്ളതെല്ലാം എന്നും കല്പിച്ചു. അങ്ങനെ അവൻ എന്തിനെയും കൊല്ലുകയും നശിപ്പിക്കയും ചെയ്ത് തന്റെ സ്വാർത്ഥതാത്പര്യങ്ങൾ നിറവേറ്റുന്നു. അവൻ ഭൂമിയെ തുരന്ന് പ്രകൃതിയും സൂര്യനും കൂടി യുഗങ്ങളിലൂടെ സ്വരുക്കൂട്ടിയ ഇന്ധനങ്ങൾ വലിയതോതിൽ എടുത്ത് കത്തിച്ച് അതിൽ നിന്നും വരുന്ന വിഷപ്പുകകളാൽ അന്തരീക്ഷം മലിനമാക്കുന്നു. അങ്ങനെ എന്തെല്ലാം... അവൻ സ്വയം നശിക്കയും മറ്റു ജീവികൾക്കും സ്വന്തമായ ഭൂമിയെ നശിപ്പിക്കയും ചെയ്യുന്നു.

ഇത്തരം ചിന്തകളാണ് എന്നെ നോവിച്ചിരുന്നത്. ജീവിതത്തിനു മറ്റെന്തെങ്കിലും ലക്ഷ്യമുണ്ടോ എന്നന്വേഷിപ്പിക്കാൻ പ്രേരണയായത്. എന്റെ ദുഃഖങ്ങളൊന്നും വ്യക്തിപരമായിരുന്നില്ല. ഒരു വ്യക്തി എന്ന നിലയിൽ

ജീവിതം എനിക്കു വേണ്ടതെല്ലാം എല്ലാ കാലത്തും നൽകിയിട്ടുണ്ട്. അതിൽ ഞാൻ സംതൃപ്തനുമാണ്.

സ്വയം കുറെ ചോദ്യങ്ങൾ ചോദിച്ചു. ഉത്തരവും കണ്ടെത്തി. അത് പുതിയതല്ല . പൂർവ്വികർ ഏറെ ചിന്തിച്ചും തപസ്സ് ചെയ്തും നേടിയതു തന്നെ. അത്തരം ആഴമേറിയ ഉള്ളിന്റെ അനുഭവങ്ങൾ അക്ഷരങ്ങളിലൂടെ പങ്കുവെക്കാനാകില്ല. അത് സ്വയം അറിയാൻ, അനുഭവിക്കാൻ മാത്രമുള്ള താണ്. ആ അറിവിനെ സാധൂകരിക്കാനായാണ് ഞാൻ കിഴക്കിന്റെ ചിന്ത കളും ദർശനങ്ങളും ഇതിഹാസങ്ങളും ആത്മകഥകളും ഒരുപാടു വായി ച്ചത്. നല്ലൊരു വ്യക്തിയായി ജീവിക്കാനായാണ് യോഗ അഭ്യസിച്ചത്. എന്നാൽ എന്തൊക്കെയായാലും സഹജീവികളെ അനുസരിക്കുകയും അവരുടെ ഇഷ്ടങ്ങൾ മാനിക്കുകയും എന്റെ ഒരു ശീലമാണ്. എന്റേ തായ കടുംപിടുത്തം എനിക്കെവിടെയുമില്ല. അത് നല്ലതോ ചീത്തയോ എന്നെനിക്കറിയില്ല. നേട്ടങ്ങളും കോട്ടങ്ങളും അതുകൊണ്ടുണ്ടായിട്ടുണ്ട്.

അറുപതുകളിലെ വൃദ്ധരിൽ പലർക്കും കുടുമയുണ്ടായിരുന്നു. വൃദ്ധ കൾ മാറുമറച്ചിരുന്നത് ചെറുമുണ്ടുകൾകൊണ്ടാണ്. ചിലർക്കതുപോലു മില്ലായിരുന്നു. നഗ്നമാറിടം മറ്റുള്ളവർ കാണുന്നതിൽ അവർ ഒരു കുറവും കണ്ടിരുന്നില്ല. അതിൽ അവർ നാണിക്കയും ചെയ്തിരുന്നില്ല. അമ്മമാർ മുണ്ടും ബ്ലൗസുമാണ് വീട്ടിൽ ധരിച്ചിരുന്നത്. പുറത്തുപോകുമ്പോൾ സാരിയും ബ്ലൗസും. പാവാടയും പുക്കിൾ മറയുന്ന നീണ്ട ബ്ലൗസും (ജംബർ പാവാടയും ദാവണിയുമായിരുന്നു സ്കൂൾ കുട്ടികളുടെയും യുവതികളുടെയും വേഷം. എല്ലാം അതിമനോഹരമായ വേഷങ്ങൾ. മുണ്ടും ബ്ലൗസും ഫാഷൻ പരേഡുകളിൽ ലോകത്തെവിടെ കാണി ച്ചാലും ഇന്നും കയ്യടി ഉറപ്പാണ്. അത്രയ്ക്കും മനോഹരവും എന്നും ഫാഷനോടൊപ്പം നില്ക്കാൻ യോഗ്യതയും അതിനുണ്ട്. എഴുപതുകളിൽ അമ്മമാർ വീട്ടിൽ സാരിയുടുക്കാൻ തുടങ്ങി. അന്ന് ലുങ്കിയും ഷർട്ടും യുവതികൾ വീട്ടിൽ ധരിച്ചിരുന്നു. യുവാക്കൾ മുടി നീട്ടിവളർത്തുകയും ആട്ടിൻചെവിപോലെ നീണ്ട കോളർ ഉള്ള കുടുസ്സായ ഷർട്ടുകൾ ധരി ക്കുകയും ബെൽബോട്ടം പാന്റ്സും ഉയരം കൂടി പരന്ന ഷൂസും വീതി കൂടിയ ബെൽറ്റും ധരിച്ചിരുന്നു. എൺപതുകളിൽ നിശാവസ്ത്രമായ നൈറ്റി സ്ത്രീകളുടെ വീട്ടിലെ ഇഷ്ട വസ്ത്രമായി.

അറുപതുകളിൽ മുസ്ലിം വനിതകൾ കാച്ചിയും (പ്രത്യേകതരം കര കളോടുകൂടിയ മുണ്ട് കുപ്പായവും തട്ടവും, കാതിൽ ചിറ്റുമണിഞ്ഞ് വിടർ ത്തിയ കുട മുഖം മറയുവോളം താഴ്ത്തിപ്പിടിച്ച് കൂട്ടമായി നടന്നുപോകുന്ന കാഴ്ച ഇപ്പോഴും മനസ്സിലുണ്ട്. ക്രിസ്ത്യാനിപ്പെണ്ണുങ്ങൾ മുണ്ടിന്റെ ഒരറ്റം മനോഹരമായ ഞൊറികളോടെ മടക്കി ഒരു വാൽ പോലെ നിതംബ ത്തിന് അലങ്കാരമായി തൂക്കി ചട്ടയും കാതിൽ മേക്കാമോതിരവും അണിഞ്ഞു നടന്നിരുന്നു.

എല്ലാ മതസ്ഥർക്കും അവരവരുടേതായ അതിമനോഹരങ്ങളായ കേരളീയ വസ്ത്രങ്ങളുണ്ടായിരുന്നു. എവിടെപ്പോയി അതെല്ലാം? മാറ്റങ്ങൾ, അതേ മാറ്റങ്ങളെ ഉൾക്കൊള്ളാം. എൺപത്തഞ്ചിൽ ഞാൻ കുറച്ച് സൽവാർ കമ്മീസുകൾ ദുബായിൽ നിന്നും കൊണ്ടുവന്നപ്പോൾ അത് ധരിക്കാൻ ആരും തയ്യാറായില്ല. ഇന്നത് കേരള വനിതകളുടെ ദേശീയ വസ്ത്രമായിരിക്കുന്നു. കാൽനൂറ്റാണ്ടായില്ലേ ഇതുമായി നടക്കുന്നു? ഒരു മാറ്റം വേണ്ടേ? ജീൻസും ടോപ്പും ആഗോളവ്യാപകമായി എല്ലാവരുടെയും ഇഷ്ടവസ്ത്രമാണ്. കേരള യുവത്വത്തിന് ഇന്റർകോണ്ടിനെന്റൽ മുഖം നൽകാൻ പര്യാപ്തവുമാണത്. എല്ലാം മാറുന്നു... മാറ്റമാണ്, ചലനമാണ് ജീവിതം. നിശ്ചലം ജഡമാണ്.

എൺപതുകളുടെ ആദ്യപകുതിയിൽ ദുബായിയിലെ പാശ്ചാത്യർ സ്വന്തം വീടുകളിലേക്ക് നേരിട്ട് ടെലിഫോൺ ഡയൽ ചെയ്യുന്നത് ഞാൻ നോക്കിനിന്നിട്ടുണ്ട്, അന്ന് കേരളത്തിൽ ടെലിഫോൺ വ്യാപകമായിട്ടില്ല. പണക്കാരുടെ വീട്ടിലും ചില കച്ചവടസ്ഥാപനങ്ങളിലുമാണ് ടെലിഫോൺ ഉണ്ടായിരുന്നത്. വലിയ ആഡംബരമായി മാത്രം കണ്ടിരുന്ന വസ്തു. അതിൽ ഐ.എസ്.ഡി. സൗകര്യമോ എസ്.ടി.ഡി സൗകര്യമോ ഉണ്ടായിരുന്നില്ലതാനും.

യു.എ.ഇയിൽ അന്ന് ഫാക്സ്, ഇ-മെയിൽ തുടങ്ങിയവ ഒന്നുമില്ല. യുഎ.ഇയിൽ മാത്രമല്ല ലോകത്തെവിടെയുമില്ല. ഡിജിറ്റൽ ടെലിഫോണില്ല, ദീർഘദൂര അതിവേഗ കമ്മ്യൂണിക്കേഷനായി ടെലക്സ് മാത്രമാണ് അന്നുണ്ടായിരുന്നത്. കമ്പ്യൂട്ടർ ഉണ്ടെങ്കിലും അത് ഒരസാധരണ വസ്തുപോലെ പ്രത്യേക മുറിയിൽ സൂക്ഷിച്ച് അതിനു നിയോഗിക്കപ്പെട്ട ആൾക്കുമാത്രം ദർശനം നൽകിയിരുന്ന അപൂർവ വസ്തു. ചെറിയ ശേഷി മാത്രമുള്ള അതിൽ വലിയ ഫയലുകൾ സൂക്ഷിച്ചുവെക്കാൻ സാധ്യമല്ല. എന്നും ഡിസ്ക്കറ്റിൽ ബാക്കപ്പ് ചെയ്ത് അന്നന്നത്തെ ഫയലുകൾ മാറ്റിവെക്കണമായിരുന്നു. വീഡിയോ പ്ലേയർ ആദ്യമായി കണ്ടത് എൺപതുകളുടെ തുടക്കത്തിലാണ്. പിന്നെ അതിന്റെ ഒരു കാലമായിരുന്നു. വിഡിയോ സിനിമകൾ, അവ ദിവസവാടകക്കായി കൊടുക്കുന്ന കടകൾ, അതിനെ ചുറ്റിപ്പറ്റിയുള്ള കഥകൾ... നാടകങ്ങൾ...

ഗൾഫ് അതിവേഗം മാറിക്കൊണ്ടിരിക്കുകയാണ്. പുതിയ റോഡുകൾ, കെട്ടിടങ്ങൾ, പട്ടണങ്ങൾ, കളിസ്ഥലങ്ങൾ, പൂന്തോട്ടങ്ങൾ, പാർക്കുകൾ, തുറമുഖങ്ങൾ, എയർപോർട്ടുകൾ... അങ്ങനെ... അങ്ങനെ പലതും.

തൊഴിലാളികളുടേയും വിദഗ്ധരുടേയും ആവശ്യം വർദ്ധിച്ചു. തൊഴിലാളികളെ കൂട്ടമായി റിക്രൂട്ട് ചെയ്യുന്ന ഏജൻസികൾ ഇന്ത്യൻ ഉപദ്വീപിലെ വൻനഗരങ്ങളിൽ പ്രവർത്തനമാരംഭിച്ചു. ആയിരക്കണക്കിന് തൊഴിലാളികളെ ആവശ്യമുള്ള കമ്പനികൾക്ക് ഗ്രൂപ്പ് വിസ

അനുവദിക്കുന്ന സമ്പ്രദായവും നിലവിൽ വന്നു. അങ്ങനെ റിക്രൂട്ടിങ്ങ് ഏജൻസികളുടെ സുവർണ്ണകാലവും പിറന്നു. വെറുതെ കിട്ടുന്ന വിസയ്ക്ക് ഓരോ ഉദ്യോഗാർത്ഥിയുടെ പക്കൽനിന്നും ഭീമമായ തുകയാണ് ഏജൻസികൾ വസൂലാക്കിയിരുന്നത്. ഉള്ളതെല്ലാം വിറ്റും പണയം വെച്ചും അവർ പൊന്നുവിളയുന്ന മണ്ണിൽ കാലുകുത്താൻ വെമ്പൽ കൊണ്ടു. വിദേശത്ത് അവരെ വരവേൽക്കുക തികച്ചും അന്യമായ ജീവിതമാണ്. ആ മണ്ണിൽ കാൽകുത്തുമ്പോൾ തന്നെ കമ്പനിവക്താവ് അവരിൽ നിന്നും പാസ്പോർട്ട് കൈപ്പറ്റും. പിന്നെ അത് തിരിച്ചു ലഭിക്കുക ലീവിൽ പോകുമ്പോഴോ നാടുകടത്തുമ്പോഴോ മാത്രം.

തുച്ഛമായ വേതനത്തിന് പത്തും പന്ത്രണ്ടും മണിക്കൂർ ജോലി. പ്രശ്നങ്ങൾ ഉണ്ടായാൽ വേതനത്തിൽ നിന്നും പണം ഈടാക്കും. വലിയ തെറ്റുകൾക്ക് നാടുകടത്തൽ. ഒരാൾ അടിമയാകാൻ ഇത്രയും മതി. പണയം വെച്ച ഭൂമിയുള്ളവർ... ഭാര്യയുടെ കെട്ടുതാലി വിറ്റവർ... എങ്ങനെയെങ്കിലും താൻ ചിലവഴിച്ച ധനമെങ്കിലും തിരിച്ചുകിട്ടേണ്ടേ? ഒന്നുരണ്ടു വർഷം അതിനു മാത്രമായി വേണം. ആ സമയംകൊണ്ട് അവർ ചൂടും തണുപ്പും കടുത്ത ഈർപ്പത്താൽ നിശ്ചലമായ ഉയർന്ന ഊഷമവുള്ള വായുവിൽ പുഴുകി ദേഹത്തിലെ ജലാംശം അതിവേഗം വിയർത്തില്ലാതാകുന്നതും സ്ഥിരാനുഭവമായി ഏറ്റുവാങ്ങുകയും അതിജീവിക്കാൻ തുടങ്ങുകയും ചെയ്യും. മനുഷ്യന് സഞ്ചാരയോഗ്യമല്ലാത്ത വാഹനങ്ങളിൽ കൂട്ടത്തോടെ തിക്കിത്തിരക്കി അവർ ലേബർ ക്യാമ്പിലേക്കും സൈറ്റിലേക്കും യാത്ര ചെയ്യുന്നു. ഉണക്കറൊട്ടിയും ദാലും പ്രധാന ആഹാരമാക്കി ജീവൻ നിലനിർത്തുന്നു.

ജനസംഖ്യ ഉയരുകയാണ്... നഗരം വളരുകയാണ്...

കത്തുകളുടെ കാലം.. ഒരുപാട് കത്തുകൾ. തൂലിക സുഹൃത്തുക്കൾ. പലരാജ്യങ്ങളിലായി പടർന്ന തൂലികാസൗഹൃദം. അതിൽ ജോന്ന വിഷ്ണിക്കാ എന്ന് പേരായ പോളിഷ് കുട്ടിയുടെ കലാശാലയിലെ പ്രധാന വിഷയം ഇന്തോളജിയായിരുന്നു. അവർക്ക് സംസ്കൃതം പഠിക്കാൻ ആഗ്രഹം. ഭാരത പിഷാരടിയുടെ 'കാമധേനുവിന്റെ' ഇംഗ്ലീഷ് പതിപ്പ് വാങ്ങി അവർക്കയച്ചുകൊടുത്തു.

ഒരു പരിവ്രാജകൻ പല ഗുരുക്കളെയും സന്ദർശിക്കുകയും അവരോടൊത്തു വസിക്കുകയും സംവാദത്തിലേർപ്പെടുകയും പല അറിവുകൾ നേടുകയും എന്നാൽ ആരുടേയും മതം സ്വീകരിക്കാതെ, തന്റെ വഴിയിലൂടെ സഞ്ചാരം തുടരുകയും ചെയ്യുന്ന രീതിയാണ് എന്റെയും. പലതും അറിയാൻ ശ്രമിച്ചു. പലരുമായി എഴുത്തുകുത്തുകൾ, പെരുത്ത വായനയും. ഓഷോയെ കുറെ വായിച്ചു, പ്രഭുപാദരെ വായിച്ചു. ഇസ്കോണുമായി കത്തിടപാടുകൾ നടത്തി. എല്ലാ മതത്തിലും കുറെ ശരിയും അതിലേറെ തെറ്റുകളുമുണ്ട്. വിശ്വാസി കണ്ണടച്ച് അവന്റെ

ഗ്രന്ഥത്തിലുള്ളതെല്ലാം വിശ്വസിക്കുന്നു. അങ്ങനെ ഒരന്ധവിശ്വാസി ആകാൻ എനിക്കാകില്ല. യുക്തിയിലൂന്നി എന്നും ചലിക്കുന്നു.

പഞ്ചാബ് കലുഷമായിരിക്കുന്നു. ബിന്ദ്രൻവാലയും സംഘവും സുവർണക്ഷേത്രം കീഴടക്കി വാഴുന്നു. ഖാലിസ്ഥാൻ വാദം പഞ്ചാബിനെ ഇളക്കി മറിക്കുന്നു.

നാട്ടിൽ പോയപ്പോൾ ഏട്ടന്റെ ഒരു സുഹൃത്ത് പ്രവീണിനെ പരിചയപ്പെട്ടിരുന്നു. ചിത്രകാരനാണയാൾ. കെ.എ. രമേശിന്റേയും സുഹൃത്തായിരുന്നു പ്രവീൺ. ഡെനിം ഷർട്ടും ജീൻസുമായിരുന്നു പ്രവീൺ ധരിച്ചിരുന്നത്. നീട്ടിയ മുടിയും താടിയും. ആൾക്കൂട്ടത്തിൽ എടുത്തുകാണിക്കും വിധം പ്രത്യേകതകൾ ഉള്ള രൂപവും ഭാവവും.

"പ്രവീണിന് ഒരു സഹോദരിയുണ്ട്, ആർമിയിലാണ്." ഏട്ടൻ പറഞ്ഞു. "ഇഷ്ടപ്പെടും. പോയി കാണൂ."

വിവാഹത്തെക്കുറിച്ച് അന്ന് കാര്യമായി ചിന്തിച്ചിരുന്നില്ല. വേണ്ട എന്ന ചിന്തയ്ക്കായിരുന്നു അപ്പോൾ മുൻതൂക്കം.

അബുദാബി ജീവിതം അങ്ങനെ വീണ്ടും മുന്നോട്ടുപോയി. നല്ല കൂട്ടുകാരുമൊത്തുള്ള വാരാന്ത്യത്തിലെ ഒത്തുകൂടൽ പതിവായി. മണിയുടെ ഫ്ളാറ്റിൽ ആണ് ഒത്തുചേർന്നിരുന്നത്. അബുദാബി കോർണിഷിൽ നടക്കാൻ പോകുമായിരുന്നു. മണി, വിജയൻ, വേണു എടക്കഴിയൂർ, സുരേഷ് നെല്ലിക്കോട് എല്ലാം ആ കൂട്ടത്തിൽ കാണുമായിരുന്നു. നാഴികകളോളം നീണ്ട പുൽത്തകിടിയും പൂന്തോട്ടങ്ങളും മരങ്ങളും കോർണിഷിനെ മനോഹരിയാക്കി. കടൽഭിത്തിക്കൊപ്പം ഉയർത്തിയ ഫെൻസിൽ ഇടവിട്ട് മാലപോലെ അലങ്കരിച്ച വിളക്കുകൾ. കടലിൻ എതിർവശം റോഡിന്റെ ഒരു കരയിൽ ഉയർന്നു നിൽക്കുന്ന അംബരചുംബികളായ മണിമന്ദിരങ്ങൾ. പൂന്തോട്ടത്തിന്റെ രണ്ടു കരയിലും മദ്ധ്യത്തിലുമായി ഇഷ്ടിക വിരിച്ച നാഴികകളോളം നീണ്ട നടപ്പാതകൾ. എങ്ങും നട്ടുപിടിപ്പിച്ച മരങ്ങളും ഉദ്യാനങ്ങളുമുള്ള അബുദാബി മരുഭൂമിയിലെ മലർവാടിയായി രൂപംമാറി.

ബിൻ ഹാം കെട്ടിടം പൂർത്തിയായി. കുറെ തൊഴിലാളികളെ പിരിച്ചുവിട്ടു. ചാപ്മാൻ പിരിച്ചുവിടേണ്ടവരുടെയും ജോലിയിൽ തുടരേണ്ടവരുടെയും പ്രത്യേക ചാർട്ടുകൾ ഉണ്ടാക്കി ഹെഡ് ഓഫീസിലേക്കയച്ചു. പിരിച്ചുവിടേണ്ടവരുടെ ലിസ്റ്റിൽ താനില്ല. പണി പൂർത്തിയാക്കിയെങ്കിലും ഒരു കൊല്ലക്കാലം അറ്റകുറ്റപ്പണികൾ പ്രധാന കോൺട്രാക്ട് എടുത്തവർ തന്നെ ചെയ്തിരിക്കണം. എന്നെ അങ്ങനെയുള്ള ഒരു സൈറ്റിലേക്ക് മാറ്റി.

കോർണിഷിൽ എയർപോർട്ട് റോഡിന്റെ തുടക്കത്തിൽ പുതുതായി ഉയർന്ന ചേംബർ ഓഫ് കോമേഴ്സ് ആൻഡ് ഇൻഡസ്ട്രിയുടെ ആസ്ഥാനമന്ദിരത്തിലേക്ക്. അന്നത്തെ ഒരു വലിയ നിർമ്മിതിയായിരുന്നു

അത്. സൈറ്റിന്റെ തെക്കേ അറ്റത്ത് സ്ഥാപിച്ച ഒരു പോർട്ട ക്യാബിനാണ് ഓഫീസ്. അതിനടുത്തു തന്നെ മറ്റൊന്നുണ്ട്. അത് എന്റെയും മോഹൻ സിംഗിന്റെയും താമസത്തിന്. മോഹൻ സിഗ് സിവിൽ ഫോർമാൻ ആണ്, തൊഴിലാളികൾ വസിക്കുന്നത് മുസഫയിലെ ലേബർ ക്യാമ്പിൽ.

അലൻ ഓട്സ് എന്ന് പേരായ ഒരു ബ്രിട്ടീഷുകാരനാണ് പ്രൊജക്റ്റ് മാനേജർ. ആൾ മദ്ധ്യവയസ്കനായ ഒരു മാന്യൻ. നല്ല രീതിയിൽ എപ്പോഴും പെരുമാറുന്നയാൾ. നിർമ്മൽ എന്നു പേരായ ഒരു പഞ്ചാബി ചെറുപ്പക്കാരൻ ഓഫീസ് ബോയ് നല്ല ചായയുണ്ടാക്കാൻ മിടുക്കനായിരുന്നു. അലൻ ഓട്സ് നിർമ്മലിന്റെ ചായയുടെ ആരാധകനായി. ചായയുണ്ടാക്കി സായിപ്പിനെ സൽക്കരിക്കുന്നതിൽ സായൂജ്യമടഞ്ഞ് നിർമ്മലും!!

സൈറ്റിന്റെ പ്ലൈവുഡ് ഫെൻസിലെ ഒരു കിളിവാതിലിലൂടെ കടന്നു വേണം ഓഫീസിലെത്താൻ. കിളിവാതിൽ തുറക്കുന്നത് ഒരു ചെറു റോഡിലേക്കാണ്. ആ റോഡിൽ നിന്ന് നോക്കിയാൽ ഓഫീസ് കാണുകയില്ല. ഫെൻസ് അതിനെ മറക്കുന്നു. റോഡിനപ്പുറം കോർണീഷിനെ അഭിമുഖീകരിച്ച് നിൽക്കുന്ന ഒരു പത്തുനിലകെട്ടിടം. ആ കെട്ടിടത്തിൽ ഒരു എംബസി പ്രവർത്തിച്ചിരുന്നതിനാൽ എപ്പോഴും അവിടെ പൊലീസു കാർ കാണും. പരിസരത്തുള്ള ഗാർഡനിൽ ഒരു സ്ത്രീയും രണ്ടു വയസ്സു തോന്നിക്കുന്ന ഒരാൺകുഞ്ഞും പതിവ് സന്ദർശകരായിരുന്നു. ആവശ്യത്തിലധികമുള്ള മാംസളമായ തന്റെ സ്ത്രൈണതയിൽ ആകൃഷ്ടരാകുന്ന പുരുഷനയനങ്ങളെ ഉള്ളിൽ ഊർന്ന ചെറുലാസ്യത്തോടെ അവൾ സ്വാഗതമോതി. ഇടം കണ്ണിട്ടൊന്നു നോക്കി അവരെ കൂടുതൽ തന്നിലേക്കടുപ്പിക്കാനും അവൾ ശ്രമിച്ചു. സ്ത്രീയുടെ ഓരോ ചലനത്തിന്റെയും ഉള്ളറിഞ്ഞു പ്രവർത്തിക്കുന്ന പുരുഷനെ തേടുകയാണവൾ.

1985

വീണ്ടും ഒരു തിരിച്ചുപോക്കിന് ഒരുങ്ങുകയാണ്.

മണി അവധിക്ക് നാട്ടിൽ പോകുന്നുണ്ട്. അന്ന് അവർ ഹംദാൻ റോഡിനു പുറകിൽ ഒരു ചെറുകെട്ടിടത്തിലെ ഫ്ളാറ്റിലായിരുന്നു താമസം; മണി, സുരേഷ് നെല്ലിക്കോട്, പപ്പേട്ടൻ, പിന്നെ പപ്പേട്ടന്റെ രണ്ട് ബന്ധുക്കളും. മണി അവധിക്ക് പോകുന്നതിനാൽ രണ്ടുപേരും ഒരുമിച്ച് പോകാൻ തീരുമാനിച്ചു. ഇനിയൊരു തിരിച്ചു വരവ് ആഗ്രഹിച്ചിരുന്നില്ല. നിരർത്ഥകമായ ആവർത്തനം തുടരാനും അപ്പോൾ തോന്നിയിരുന്നില്ല. വിവാഹം, മക്കൾ, വീട്... വേണ്ട ഒന്നും വേണ്ട... സഞ്ചരിക്കുക, ഇന്ത്യയുടെ ഗ്രാമങ്ങളിലൂടെ, പല ഭാഷയും ആചാരങ്ങളും അനുഷ്ഠാനങ്ങളുമുള്ള കോടിക്കണക്കിന് ജനങ്ങൾ... വ്യത്യസ്തമായ പ്രകൃതി, സമതലങ്ങൾ, മരുപ്രദേശങ്ങൾ, വനങ്ങൾ, നദികൾ, പർവ്വതങ്ങൾ...

നടന്നുനടന്ന് ഇന്ത്യയെ കാണുക അറിയുക... അങ്ങനെയൊക്കെ ചിന്തിച്ച കാലം. ചിന്തകളും സ്വപ്നങ്ങളും അധികം നിറവേറ്റപ്പെടുന്നവയല്ല എന്നറിഞ്ഞും നാം സ്വപ്നം കണ്ടുകൊണ്ടേയിരിക്കും. നിറവേറ്റാൻ പറ്റാത്തവ സ്വപ്നങ്ങളായി തന്നെ അവശേഷിക്കും.

സുരേഷ് നെല്ലിക്കോട് ബോംബയിലുള്ള തന്റെ സുഹൃത്ത് പ്രവീൺ ഷായുടെ സഹായത്താൽ ജുഹുവിൽ രണ്ട് ഹോട്ടൽ മുറികൾ ബുക്ക് ചെയ്തു. മണിക്കും എനിക്കുമായി.

സാപ്പിയയിൽ വലിയ ശമ്പളമൊന്നും ഉണ്ടായിരുന്നില്ല. അതുകൊണ്ടു തന്നെ ആറു വർഷത്തിന് ശേഷം പിരിഞ്ഞുപോകുമ്പോൾ കിട്ടാനുള്ള ബാക്കി ശമ്പളവും ഗ്രാറ്റിവിറ്റിയായി ഒരു ചെറുതുകയുമാണ് ലഭിച്ചത്. നാട്ടിൽ പോകാൻ ഒരുങ്ങുകയാണെന്നറിഞ്ഞ മണിയുടെ സുഹൃത്ത് രാംദാസ് അത്യാവശ്യം കൊണ്ടുപോകേണ്ട ചില സാധനങ്ങളുടെ ലിസ്റ്റ് പറഞ്ഞു. ഇന്നത്തെപ്പോലെ നാട്ടിൽ ആധുനിക ഉത്പന്നങ്ങൾ അധികം ലഭ്യമല്ലാത്ത കാലം. ഉണ്ടെങ്കിൽ തന്നെ ലോകവിപണിയിലുള്ള ഉൽപ്പന്നങ്ങളുടെ നിലവാരം പുലർത്താത്തവ. എന്നാൽ എനിക്ക് അതിലൊന്നും അധിക താത്പര്യമില്ലായിരുന്നു. രാമദാസ് നിർബന്ധിച്ചു. അങ്ങനെ ഒരു സെമി ഓട്ടോമാറ്റിക് 7 കെജി നാഷണൽ വാഷിംഗ് മെഷീൻ, സോണി വർണ്ണ ടെലിവിഷൻ, ഹിറ്റാച്ചി വീഡിയോ റെക്കോർഡർ, നാഷണൽ മ്യൂസിക് സിസ്റ്റം തുടങ്ങി പലതും മേടിച്ചു. മണിയും മേടിച്ചു അതുപോലൊരു വാഷിംഗ് മെഷീൻ.

എൺപതുകളിൽ വന്ന ചില മാറ്റങ്ങളിൽ പ്രധാനപ്പെട്ടതായിരുന്നു ടി.വി.യും വീഡിയോയും. 1985 ജനുവരിയിൽ തിരുവനന്തപുരത് കേരളത്തിലെ ആദ്യ ടി.വി. സ്റ്റേഷൻ പ്രവർത്തനമാരംഭിച്ചു. അപ്പോഴേക്കും ലോകത്ത് വർണ്ണ ടെലിവിഷൻ പ്രചാരത്തിൽ വന്നുകഴിഞ്ഞിരുന്നു. അതിനാൽ തിരുവനന്തപുരത്തെ ടി.വി. സ്റ്റേഷൻ പ്രസരണവും വർണ്ണങ്ങളോടെയാണ് തുടങ്ങിയത്. എഴുപതുകളുടെ അവസാനം വരെ മലയാളത്തിൽ അപൂർവം വർണ്ണ ചലച്ചിത്രങ്ങളേ ഇറങ്ങിയിരുന്നുള്ളൂ. അതും 35 എം.എം. ഫിലിമിൽ. എൺപതുകളോടെ ചലച്ചിത്രങ്ങൾ വർണ്ണമയമായി. പതുക്കെ അവ വൈഡ് സ്ക്രീനിലേക്ക് വഴിമാറുകയും ചെയ്തു. അടൂരും പത്മരാജനും ഭരതനും ജോൺ എബ്രഹാമും കെ.പി. കുമാരനും കെ.ആർ. മോഹനനുമെല്ലാം മലയാള ചലച്ചിത്രാസ്വാദനത്തെ മറ്റൊരു തലത്തിലേക്കുയർത്തി.

1985ൽ ദുബായിൽ ഒരു ചെറുസംഭവം നടന്നു. എമിരേറ്റ്സ് എയർ ലൈൻസ് രൂപീകരണമായിരുന്നു അത്. രണ്ട് പഴയ ബോയിങ് 727 200 വിമാനങ്ങളിൽ തുടങ്ങിയ ഒരു ചെറുസംരഭം. ആദ്യ പറക്കൽ ദുബായിൽ നിന്നും കറാച്ചിയിലേക്ക്, ആ വർഷം ഒക്ടോബറിൽ. പിന്നെ പിടിച്ചാൽ കിട്ടാത്ത വളർച്ചയായിരുന്നു അതിന്ന്. ഒരു ദശാബ്ദത്തിനുള്ളിൽ തന്നെ

എമിറേറ്റ്സ് ലോകത്തിലെ എണ്ണപ്പെട്ട എയർലൈൻസ് ആയി ഉയർന്നു. കാൽ നൂറ്റാണ്ടുകൊണ്ട് അത് ലോകത്തിലെ ഒന്നാം നമ്പർ ആയി ഉയരുകയും ചെയ്തു.

മറ്റൊന്ന് ആ വർഷം തുറന്ന ജബൽ അലി ഫ്രീ സോൺ ആയിരുന്നു. ജബൽ അലി പോർട്ട് മനുഷ്യനിർമ്മിതമായ ലോകത്തിലെ ഏറ്റവും വലിയ തുറമുഖമാണ്. അതിനു ചുറ്റുമായി കെട്ടിയ മതിലിനുള്ളിൽ നൂറ് ചതുരശ്ര കിലോമീറ്റർ വലുപ്പത്തിൽ തുടങ്ങിയ ദുബായുടെ ഫ്രീ ട്രേഡ് സോൺ, JAFZA. വർഷങ്ങൾക്ക് ശേഷം അത്രയും സ്ഥലം അതിനോട് കൂട്ടിച്ചേർത്ത് വിപുലീകരിച്ച ലോകത്തിലെ ഏറ്റവും വലിയ ഫ്രീ ട്രേഡ് സോൺ. ഇന്നവിടെ 7000 ത്തിൽ അധികം കമ്പനികൾ പ്രവർത്തിക്കുന്നു; ലോകത്തിന്റെ വിവിധ ഭാഗങ്ങളിൽനിന്നുവന്നവരും സ്വദേശികളുമായ ലക്ഷക്കണക്കിന് മനുഷ്യർക്ക് തൊഴിൽ നൽകി സ്വദേശികളുടെയും വിദേശികളുടേതുമായി.

നാട്ടിൽ പോകുന്ന എനിക്ക് വേണു എടക്കഴിയൂർ കുറെ നല്ല വീഡിയോ കാസറ്റുകൾ സമ്മാനമായി നൽകി. പഥേർ പാഞ്ചാലി, ദി ഗ്രേറ്റ് ഡിക്ടറ്റർ, ടോം ആൻഡ് ജെറിയും ഡൊണാൾഡ് ഡക്ക് എല്ലാമുള്ള വാൽഡിസ്നിയുടെ കാർട്ടൂൺ അടങ്ങിയ മറ്റൊന്നും. മേടിച്ച സാധനങ്ങളെല്ലാം നാട്ടിലേക്കെത്തിക്കാനായി ഒരു ഷിപ്പിംഗ് ഏജൻസിയെ ഏൽപ്പിച്ചു. മണിയുടെ വാഷിംഗ് മെഷീൻ ലഗ്ഗേജ് ആയി ഒപ്പം കൊണ്ടുപോകാനും.

അങ്ങനെ ഞങ്ങൾ ബോംബെയിലേക്ക് യാത്ര തിരിച്ചു. ഞങ്ങൾ പറന്നുയർന്ന അബുദാബിയിലെ പുതുതായി നിർമ്മിച്ച ആ അത്യാധുനിക എയർപോർട്ട് പ്രവർത്തനം തുടങ്ങയിട്ട് അപ്പോഴേക്കും മൂന്നു വർഷത്തോളമായിരുന്നു. പ്രവീൺ ഷാ ബോംബെ എയർപോർട്ടിൽ കാത്തുനിന്നിരുന്നു.

മൂന്ന് രാത്രി ജുഹുവിൽ കടൽ തീരത്തുള്ള ആ ഹോട്ടലിൽ താമസിച്ച് ബോംബെ നഗരം ആസ്വദിച്ചു. മൂന്നാംനാൾ കൊച്ചിയിലേക്ക് പറന്നു. നെടുമ്പാശ്ശേരി സ്വപ്നത്തിൽ പോലും ഇല്ലാത്ത കാലം. കൊച്ചി നേവൽ ബേസിലുള്ള എയർപോർട്ട് സിവിൽ ലാന്റിങ്ങിനും ഉപയോഗിച്ചിരുന്ന കാലം. മഴപെയ്തു കുളിർത്ത ഭൂമി. വെള്ളം കെട്ടിക്കിടക്കുന്ന റൺവേയിൽ ആ ചെറു വിമാനത്തിന്റെ ചക്രങ്ങൾ തൊട്ടു. ജലം നാലുപാടും ചീറ്റിത്തെറിച്ചു. കായലും പച്ചപ്പും മഴയും മനസ്സിന് കുളിരേകി.

എയർപോർട്ടിന് വെളിയിലെത്തിയപ്പോൾ ആൾക്കൂട്ടത്തിനിടയിൽ ഉണ്ണി കുന്നത്തിനെ കണ്ടു. അദ്ദേഹം സോമേട്ടനെ യാത്രയാക്കാൻ വന്നതാണ്. ഞങ്ങൾ വന്നിറങ്ങിയ വിമാനത്തിൽ സോമേട്ടൻ ബോംബെയ്ക്കും പിന്നെ അബുദാബിയിലേക്കും പറക്കും. ഉണ്ണി സ്വതസിദ്ധമായ സ്നേഹവായ്പോടെ വിളിച്ചു... “മണീ, അജീ...”

ഉണ്ണിയുടെ പ്രശസ്തമായ ആ അംബാസഡർ കാറിൽ ഞങ്ങൾ നാട്ടിലോട്ട് തിരിച്ചു. ഐലൻഡ് മുതൽ കലൂർ വരെ വലിയ ട്രാഫിക് ആയിരുന്നു. മണിക്കൂറുകൾ എടുത്തു അത്രയും ദൂരം പിന്നിടാൻ.

പ്രവാസത്തിന്റെ അർദ്ധവിരാമം. ഒരു വ്യാഴവട്ടക്കാലം...

കാർ ഹൈവേയിലൂടെ തൃശ്ശൂർ ലക്ഷ്യമായി ഓടി. എങ്ങും പച്ചപ്പ്, മഴ തുടച്ചുമിനുക്കിയ ഇലകൾ, തെങ്ങോലകൾ, നെൽപ്പാടങ്ങൾ... ഗൾഫുകാരാൽ നാട് ഒരുപാടു മാറിയിരിക്കുന്നു. റോഡരുകിൽ വലിയ മനോഹരമായ ഭവനങ്ങൾ. റോഡിൽ വാഹനങ്ങളുടെ തിരക്ക്... ഒരു ഗൾഫുകാരനെ ഭർത്താവാക്കാൻ പെൺകുട്ടികൾ കൊതിച്ചിരുന്ന കാലം. അവൻ അവളെ സൗഭാഗ്യങ്ങളാൽ പൊതിയുമായിരുന്നു. അവളുടെ സ്വപ്നങ്ങൾ എല്ലാം പൂവണിയുമായിരുന്നു. ഒരുമിച്ചുള്ള ജീവിതം വല്ലപ്പോഴുമേയുള്ളൂവെങ്കിലും യുവതികൾ ഗൾഫ് ഭർത്താവിനെത്തന്നെ മോഹിച്ചു. പിന്നെപതുക്കെ അതുണ്ടാക്കിയ സാമൂഹ്യപ്രശ്നങ്ങൾ തലപൊക്കിത്തുടങ്ങി. ദീർഘകാലം ഭർതൃസാമീപ്യമില്ലാത്ത ജീവിതം യുവതികളെ പല രീതിയിൽ ബാധിച്ചു. അങ്ങനെയും ഒരു കാലം... ചുരുക്കം ചിലർ വിവാഹാനന്തരം ഭർത്താവിനോടൊപ്പം ഗൾഫിലേക്ക് ചേക്കേറി. അങ്ങനെ അവിടെ ഒരു പുതു ജീവിതം തളിർത്തു. മലയാളി കുടുംബങ്ങൾ, സമൂഹം ഗൾഫിന്റെ അവിഭാജ്യഭാഗമായി.

ഇനി എനിക്ക് ഒരു ഇടവേളയാണ്. നാല് വർഷം നാട്ടിൽ കഴിഞ്ഞു. 1989ൽ ആണ് അടുത്ത യാത്ര. 28 വർഷമായിരുന്നൂ ആ പ്രവാസത്തിന്റെ ദൈർഘ്യം. അവിടേക്ക് ഇപ്പോൾ ഞാൻ കടക്കുന്നില്ല. വലിയ വലിയ മാറ്റങ്ങൾ ഗൾഫിലും ലോകത്തും നടന്ന കാലം.

കാലാവസ്ഥ, പരിസ്ഥിതി, പ്രകൃതി. മനുഷ്യ ജീവിതത്തെ, സംസ്കാരത്തെ വാർത്തെടുക്കുന്ന ശില്പി. മരുഭൂമിയിലെ വസ്ത്രധാരണവും ആഹാരവുമല്ല; മഴയാൽ, നിത്യഹരിതവനങ്ങളാൽ, നദികളാൽ, കായലുകളാൽ, വയലുകളാൽ സമ്പന്നമായ കേരളത്തിലേത്.

അമിതമായ ചൂട്, പൊടിക്കാറ്റ്, അപൂർവമായ ജലസ്രോതസ്സുകൾ മരുഭൂമി. പരിമിതമായ ആഹാരലഭ്യത. അവിടെയുള്ള മനുഷ്യർക്ക് ലഭ്യമായ ആഹാരമെല്ലാം ദൈവത്തിന്റെ വരദാനമാണ്. അതിനാൽ അവർ പറയും ഭൂമിയിലെ എല്ലാം മനുഷ്യർക്കായി ദൈവം പടച്ചതാണ്. എന്നാൽ സസ്യശ്യാമകോമളമായ ഭൂമിയിൽ ആയിരക്കണക്കിന് മറ്റു ജീവജാലങ്ങളോടൊപ്പം വസിക്കുന്ന മനുഷ്യർക്ക് അങ്ങനെ പറയാൻ പറ്റുമോ? ഇല്ല. അങ്ങനെ പറയുന്നത് അവിടെ ദൈവ നിന്ദയായി വരും. അത്തരം ഭൂമികയിൽ മനുഷ്യൻ ഹിംസ ജീവിതചര്യയാക്കുമ്പോൾ അവിടെ അഹിംസയുടെ പ്രവാചകൻ പിറക്കും. അഹിംസയാണ് പരമധർമ്മം എന്നോതുന്ന ഗുരുവിന്റെ അനുയായികൾ മൃഗഹത്യ ഒഴിവാക്കി സസ്യാഹാരികളായി മാറും.

പരമ്പരകളെ നിലനിർത്താൻ പ്രകൃതി ജീവന് നൽകിയ പവിത്രമായ വികാരമാണ് രതി. സ്നേഹവും അർപ്പണവുമാണ് അതിന്റെ അടിത്തറ. പല ജീവികളിലും അമ്മയാണ് സന്തതികളെ പോറ്റുന്നത്. ചിലപ്പോൾ അവളുടെ ഇണ കാവലാളായി കൂടെ കാണും. എങ്കിലും അമ്മയിൽ കേന്ദ്രീ കൃത്യമാണ് സന്തതീപരിപാലനം. ആദിമനുഷ്യർ വേട്ടയാടിയും കായ്കനികൾ ശേഖരിച്ചും ജീവൻ നിലനിർത്തിയ കാലത്ത് പുരുഷൻ ഭക്ഷണശേഖരണവും സ്ത്രീ സന്തതീപരിപാലനവും ഏറ്റെടുത്തു കാണും. ക്രമേണ കുടുംബം, ഗോത്രം, ഗ്രാമം, ഭാഷ എല്ലാം രൂപപ്പെട്ടു വന്നു. കുടുംബം എന്ന സ്ഥാപനത്തിൽ ഒരച്ഛനും അമ്മയും മക്കളു മൊക്കെ ഉണ്ടല്ലോ. അച്ഛനിൽ കേന്ദ്രീകൃതമായിരുന്നു കുടുംബം. അന്യന്റെ സന്തതികളെ പോറ്റാൻ ഇഷ്ടപ്പെടാത്ത അച്ഛന്മാർ രതിയെ പാപമാക്കി. തന്നോടൊപ്പമല്ലാതെ ദേഹം പങ്കിട്ടാൽ അവൾ പാപിയായി, ഭ്രഷ്ടായി.

ഇന്ന് പരിഷ്കൃതലോകത്തിൽ ഒറ്റയായ അമ്മമാരുണ്ട്. അവിടെ ആരും ആ അമ്മയുടെ മക്കളെ 'ഹറാം പിറപ്പുകൾ' എന്നു പറയാറില്ല. സംസ്കാരവും കാഴ്ചപ്പാടുകളുമാണ് എല്ലാം. കാലോചിതമായി മാറേ ണ്ടവ മാറുകതന്നെവേണം ഇന്ത്യയിൽ പല മേഖലകളിലും പലതാണ് മൂല്യങ്ങൾ. വടക്കുകിഴക്കൻ സംസ്ഥാനങ്ങളിലെ ചില ഭാഗങ്ങളിൽ അവി വാഹിതകളായ അമ്മമാരെ സമൂഹം അംഗീകരിക്കുന്നു, കേരളത്തിൽ സംബന്ധവും മരുമക്കത്തായവും മാന്യതയുടെ അടയാളമായിരുന്നു. ഗംഗാസമതലത്തിൽ നിന്നും വരുന്ന കുളിർകാറ്റിനോടൊപ്പം ചീഞ്ഞു നാറുന്ന ശവഗന്ധവുമുണ്ട്. അത് ഭാരതത്തിന്റെ മുഴുവൻ ഗന്ധമല്ല. നിളയും കാവേരിയും ബ്രഹ്മപുത്രയും മറ്റനേകം തെളിനീരുറവകളും ഭാരതത്തിൽ ഒഴുകുന്നുണ്ട്.

1985 പകുതി മുതൽ 1989 പകുതി വരെ നാട്ടിലായിരുന്നു.

മണിയെ യാത്രയാക്കാൻ കൊച്ചി വിമാനത്താവളത്തിലേക്ക് പോയി രുന്നു. പലതും സംസാരിച്ചു. മനസ്സിലുള്ളതെല്ലാം പൂർണ്ണമായി പങ്കു വെക്കാൻ ആകില്ലല്ലോ. മണിയെ യാത്രയാക്കി നേരെ ഊട്ടിയിലേക്കാണ് പോയത്. ഫേൺഹിൽ നാരായണ ഗുരുകുലത്തിലേക്ക്. ഗുരു നിത്യ ചൈതന്യയതിയെ കാണുകയായിരുന്നു ലക്ഷ്യം.

ഒരു കൊല്ലം എങ്ങനെയൊക്കെയോ കഴിഞ്ഞു. അമ്മ അപ്പോഴും സ്കൂളിൽ പോകുന്നുണ്ടായിരുന്നു. പ്രമേഹം ബാധിച്ച അവരുടെ ശരീരം ക്ഷീണിച്ചിരുന്നു. ചാവക്കാട്ട് ഒരു ഡോക്ടർ ഗീതയായിരുന്നു അമ്മയെ ചികിത്സിച്ചിരുന്നത്. മെനോപോസ് കഴിഞ്ഞ സ്ത്രീകൾക്കുണ്ടാകുന്ന രക്തസ്രാവം ഗൗരവത്തോടെ എടുക്കേണ്ടതായിരുന്നു. എന്നാൽ ആ ഡോക്ടർ അത് സാരമാക്കിയില്ല. ചിലർക്കെല്ലാം അങ്ങനെ ഉണ്ടാകും എന്നുപറഞ്ഞു വേണ്ട ചികിത്സ സമയത്തിന് അവർ നൽകിയില്ല. രക്ത

സ്രാവം കൂടി. അതിനോടൊപ്പം പഴുപ്പും വരാൻ തുടങ്ങി. അമ്മ ഇതൊന്നും ആരോടും പറഞ്ഞില്ല. ആ സമയത്താണ് തൃശ്ശൂരിലെ ഒരു പ്രകൃതിചികിത്സയ്ക്കായി അവർ പോയത്. കാര്യമായ മാറ്റമൊന്നും അതിൽ നിന്നും ലഭിച്ചില്ല. എന്നാൽ അവിടെയുണ്ടായിരുന്ന ഒരു സുന്ദരി ആയുർവേദ ഡോക്ടറെ അമ്മയ്ക്കിഷ്ടമായി. അവർ എന്നോട് ചോദിച്ചു, "എങ്ങനെയുണ്ട് ആ കുട്ടി?" മകനെ വിവാഹിതനാക്കാനുള്ള അമ്മയുടെ ആഗ്രഹം...

രോഗം മൂർച്ഛിച്ചു. ബയോപ്സി എടുത്തു. ലാബ് റിസൾട്ട് വന്നു. 'കാർസിനോമ സെർവിക്സ്.' അർബുദം, രണ്ടാംഘട്ടം. ചികിത്സ തേടി തിരുവനന്തപുരത്തേക്ക്. ആദ്യം റേഡിയോ തെറാപ്പി. അത് വേണ്ട ഫലം തന്നില്ല. പിന്നെ ശസ്ത്രക്രിയ. ആദ്യമായി കൈക്കൂലി കൊടുക്കേണ്ടി വന്നത് ആ കാലത്താണ്. ശാസ്ത്രക്രിയയ്ക്കുമുന്നേ അത് ചെയ്യുന്ന ലേഡി സർജന്റെ വീട്ടിൽ ചെന്നു കണ്ടു കൊടുക്കേണ്ട ചില നടപടികളുണ്ടത്രേ. ഇഷ്ടമില്ലെങ്കിലും ഞാൻ അത് ചെയ്യാൻ നിർബന്ധിതനായി. എന്നാൽ ഞാൻ ഒരു കത്ത് ആ സർക്കാർ ഡോക്ടർക്കയച്ചു. അഴിമതിയെ ചോദ്യം ചെയ്തുകൊണ്ട്. ഒരാഴ്ച കഴിഞ്ഞു റൗണ്ടിന് വന്ന ഡോക്ടർ അമ്മയുടെ ശയ്യയ്ക്കടുത്തു നിൽക്കുന്ന എന്നെ കണ്ടു.

അമ്മയോട് അവർ ചോദിച്ചു, "ഇതാരാണ്?"

"മകൻ."

അവർ വല്ലാതെ ഒന്ന് ചുഴിഞ്ഞു നോക്കി.

കൈക്കൂലിയുടെ കാര്യം പറഞ്ഞപ്പോളാണ് മറ്റൊരു കഥ ഓർമ്മവരുന്നത്. വീട്ടിൽ ടി.വിയും വി.സി.ആറും വാഷിംഗ് മെഷീൻ ഒക്കെയായി. ഉള്ള പൈസ ചിലവാക്കി വീട് പുതുക്കിപണിയുകയും ചെയ്തു. ഓട് മേഞ്ഞ വീട് സീലിംഗ് ചെയ്തു. അന്ന് ജിപ്സം ഉപയോഗിച്ച സീലിംഗ് അപൂർവ്വമായിരുന്നു. ആസ്ബസ്റ്റോസ് ആണ് അതിനായുപയോഗിച്ചത്. വാട്ടർ ടാങ്ക് ഉണ്ടാക്കി, പൈപ്പും ബേസിനും ടാപ്പുകളും സ്ഥാപിച്ചു. ജലസേചനം സുഗമമാക്കി. നടുമുറിയിലെ സ്റ്റോർ ഏരിയ എടുത്തുകളഞ്ഞു അത് വിശാലമാക്കി.

അന്ന് ഞങ്ങൾ ഒത്തുകൂടുന്ന ഇടമായിരുന്നു ചാവക്കാട് പൊലീസ് സ്റ്റേഷന് മുന്നിലുള്ള ഷോപ്പിംഗ് സെന്ററിൽ രണ്ടാം നിലയിലുള്ള ട്രാവൽ ഏജൻസി. മോഹൻദാസ്, വേണു, കോയ, മജീദിക്ക തുടങ്ങി സ്ഥലത്തെ പ്രമുഖരെല്ലാംകൂടി രാഷ്ട്രീയവും സമകാലികവിഷയങ്ങളും ചർച്ച ചെയ്യുന്നിടം. വൈകുന്നേരങ്ങളിൽ അവരുടെ കമ്പനിയിൽ ഞാനും കൂടി. പഥേർ പാഞ്ചാലിയും ഗ്രേറ്റ് ഡിക്റ്റേറ്ററും കാണാൻ വേണുവും കൂട്ടുകാരും വീട്ടിൽ വരുമായിരുന്നു.

അമ്മ മാസത്തിൽ ഒരിക്കലെങ്കിലും പുറങ്ങിൽ പോയി അച്ഛാച്ചനെയും അമ്മാമ്മയെയും സഹോദരങ്ങളെയും കാണും. ഗൾഫിന്റെ

പ്രസരം ആ ഗ്രാമത്തെയും ബാധിച്ചിരുന്നു. പണത്തിന്റെ ദൗർലഭ്യം ഇല്ലാതായി. അച്ഛാച്ചന് പെൻഷനുമുണ്ട്. അന്ന് ആ വൃദ്ധദമ്പതികൾ ഇറങ്ങുന്ന സിനിമകളെല്ലാം കാണുമായിരുന്നു. മോഹൻലാൽ, പ്രിയദർശൻ, സത്യൻ അന്തിക്കാട്, ശ്രീനിവാസൻ തുടങ്ങിയവരുടെ ആദ്യകാല ഹാസ്യ ചിത്രങ്ങൾ. അവർ എല്ലാം ആസ്വദിച്ചു കണ്ടു. നല്ല പ്രായത്തിൽ ഗൗരവത്തോടെ സാമൂഹ്യകാര്യങ്ങളിൽ മാത്രം മുഴുകിയവർ വലിയ സിനിമാസ്വാദകരായി മാറി. അച്ഛാച്ചന് നാടകവും സംഗീതവുമൊക്കെ പണ്ടും ഉണ്ടായിരുന്നു. രവിമാമൻ ദുബായിൽ നിന്നും അയച്ചുകൊടുക്കുന്ന ധനത്തിന്റെ നല്ലൊരു ഭാഗം അച്ഛാച്ചൻ ദാനമായി കൊടുത്തു. പറമ്പിൽ നിന്ന് കിട്ടുന്ന നാളികേരത്തിന്റെ വരുമാനവും അദ്ദേഹത്തിനുണ്ടായിരുന്നു. സോപ്പ് കമ്പനി നടത്തുന്ന ചന്ദ്രമാമന്റെ സഹായം വേറെയും.

അങ്ങനെ അമ്മ ഒരു ദിവസം പുറങ്ങിലേക്കു ബസ് കയറി. നല്ല തിരക്കായിരുന്നു ബസ്സിൽ. ചാവക്കാട് ആശുപത്രി റോഡ് എത്തുന്നതിനു മുന്നേ കണ്ടക്ടർ ടിക്കറ്റ് തരാൻ അമ്മയെ സമീപിച്ചു. അപ്പോഴാണ് അമ്മ തന്റെ ഹാൻഡ് ബാഗ് നഷ്ടപ്പെട്ടു എന്നറിയുന്നത്. കണ്ടക്ടറോ, കിളിയോ, ഡ്രൈവറോ സംഭവം കാര്യമായെടുത്തില്ല. അവർ അമ്മയെ ആശുപത്രി റോഡിലെ സ്റ്റോപ്പിൽ ഇറക്കിവിട്ടു. അഭിമാനത്തിന് ക്ഷതമേല്പിച്ച സംഭവം. അമ്മ തിരിച്ചു വന്നു. ഞാൻ വേണുവിന്റെ ഓഫീസിൽ ഉണ്ടായിരുന്നു.

ആ ബസ്സിൽ അമ്മയെ അറിയുന്ന ചാവക്കാട് പോസ്റ്റ് ഓഫീസിലെ ഒരു ജീവനക്കാരൻ ഇതിനെല്ലാം സാക്ഷിയായിരുന്നു. വണ്ടിയിലെ തിരക്ക് കുറഞ്ഞപ്പോൾ ബാഗ് സീറ്റിനടിയിൽ നിന്നും ഒരു യാത്രക്കാരാണ് ലഭിച്ചു. യാത്രക്കാരൻ അത് കിളിയെ ഏല്പിച്ചു. അവർ അത് ബാഗ് നഷ്ടപ്പെട്ടു എന്ന് പറഞ്ഞ യാത്രികയെ കണ്ടു പിടിച്ച തിരികെ ഏല്പിക്കേണ്ടതായിരുന്നു. അല്ലെങ്കിൽ ചാവക്കാട് പൊലീസ് സ്റ്റേഷനിൽ. രണ്ടും സംഭവിച്ചില്ല. ഈ വിവരം പോസ്റ്റ് ഓഫീസിൽ പരന്നു. അടുത്ത ദിവസം പോസ്റ്റുമാൻ വന്നു വിവരം പറഞ്ഞു. ഞാൻ സൈക്കിൾ എടുത്തു ഞാവനേംകാട്ടുള്ള പോസ്റ്റ് ഓഫീസ് ജീവനക്കാരന്റെ വീട് ലക്ഷ്യമാക്കി ചവിട്ടി. അദ്ദേഹം അത് ബാലകൃഷ്ണ മോട്ടോഴ്സിന്റെ ഓഫീസിൽ ഏൽപ്പിക്കാൻ കിളിയോട് പറഞ്ഞിരുന്നു. അതൊന്നും നടന്നില്ല, കഷ്ടപ്പാടുകളായിരിക്കാം കാരണക്കാരൻ. കിളി എല്ലാം കൈക്കലാക്കി. പൈസ എടുത്തു മകൾക്ക് ഒരു സ്വർണമാലയും സമ്മാനമായി വാങ്ങി.

അടുത്ത ദിവസം സംഭവമെല്ലാം വിവരിച്ച ചാവക്കാട് പൊലീസിൽ പരാതി നൽകി. ഒരു ദിവസം കൊണ്ട് കിളി അകത്തായി. കിളിയുടെ കിളി മർദ്ദനമേറ്റു പോകാറുമായി. പൊലീസ് സ്റ്റേഷനിൽ ടെലിഫോണിൽ വിളിച്ച് അയാളെ കൂടുതൽ മർദ്ദിക്കേണ്ടെന്ന് ഇൻസ്പെക്ടറോട് പറഞ്ഞു. അയാൾ ഒന്ന് മൂളി വൈകീട്ട് അമ്മയോടൊപ്പം അങ്ങോട്ട്

ചെല്ലാൻ പറഞ്ഞു. ഞങ്ങൾ ചെല്ലുമ്പോൾ സ്റ്റേഷനിൽ പ്രതിയുടെ ബന്ധുക്കൾ കൂടി നിന്നിരുന്നു. നഷ്ടപ്പെട്ട മൂവ്വായിരത്തിലധികം രൂപ ഒരു ക്കൂട്ടി അവർ പൊലീസിൽ ഏല്പിച്ചിരുന്നു. ബാഗും മറ്റുരേഖകളും അമ്മ തിരിച്ചറിഞ്ഞു. നഷ്ടപ്പെട്ട തുക തിരിച്ചു തരികയാണെങ്കിൽ കേസ് എടു ക്കേണ്ടെന്നും അറിയിച്ചു. അങ്ങനെ കിളിയെ വെറുതെ വിട്ടു. ശരീരത്തിൽ ഏറ്റ അടിയും ഇടിയും മിച്ചം.

അവിടം കൊണ്ട് കഥ കഴിഞ്ഞില്ല. പ്രതിയെ വിട്ടയച്ചതിനുശേഷം പൊലീസുകാർ എന്നെ സ്റ്റേഷനിലേക്ക് വിളിപ്പിച്ചു. ഞാൻ ആകാംക്ഷ യോടെ അങ്ങോട്ട് ചെന്നു. വാതിൽക്കൽ തോക്കും പിടിച്ച്, മീശയും പിരിച്ച് പാറാവിരിക്കുന്ന ഒരു കോൺസ്റ്റബിൾ. എന്നെ കണ്ടപ്പോൾ നീ എന്തിനിവിടെ വന്നു എന്ന ഭാവത്തിൽ തോക്കെടുത്തു നിലത്തൊന്നു കുത്തി അയാൾ. ഞാൻ ഗൗനിക്കാതെ ഉള്ളിൽ കയറി. ഇൻസ്പെക്ടർ മേശയ്ക്കു പുറകിൽ ഇരിക്കുന്നുണ്ട്. അദ്ദേഹം പറഞ്ഞു, “നിങ്ങളുടെ നഷ്ടം വന്ന പണവും ദ്രവ്യവും തിരിച്ചുകിട്ടി. എന്നാൽ ഞങ്ങളുടെ യാത്ര യ്ക്കും അന്വേഷണങ്ങൾക്കുമായി കുറെ ധനം ചിലവായിട്ടുണ്ട്, അത് തിരിച്ചു നൽകണം.” മറ്റൊന്നുമല്ല കൈക്കൂലി വേറൊരു രൂപത്തിൽ ചോദിക്കയാണ്.

ഞാൻ അധികം ആലോചിച്ചില്ല, ചോദിച്ച തുക കൊടുത്തു. വലിയ തൊന്നുമല്ല , തിരിച്ചുതന്ന തുകയുടെ പത്ത് ശതമാനം. വിവരം വേണു വിന്റെ ഓഫീസിൽ അറിഞ്ഞു. വലിയ മനുഷ്യാവകാശ പ്രവർത്തകനായ അയാൾ എന്നെ പരിഹസിച്ചു കൊച്ചാക്കി.

1987–1990

പ്രവാസി നാട്ടിൽ ജീവിതം തുടരാം എന്നാശിച്ച് തന്റെ ഭാണ്ഡക്കെട്ടു കളും താങ്ങി വീട്ടിലെത്തുന്നു. അറേബ്യയിലെ പണം കായ്ക്കുന്ന മരത്തിനുടമയുടെ ദുരിതവും ത്യാഗവും ആരും അറിയുന്നില്ല. ജീവിത ത്തിലെ എല്ലാ സുഖങ്ങളും ത്യജിച്ചാണ് സാധാരണക്കാരായ പ്രവാസി കൾ അവിടെ വർഷങ്ങളോളം കഴിയുന്നത്. തന്നെ ആശ്രയിച്ച് കഴിയുന്ന കുറെ ജീവനുവേണ്ടി അവർ എല്ലാ ദുരിതവും സഹിക്കുന്നു. നാടും നാട്ടിലെ ഇഷ്ടപ്പെട്ടവരോടപ്പമുള്ള ജീവിതവും അവരുടെ വലിയ സ്വപ്ന മാണ്; എത്രയും വേഗം പ്രവാസലോകത്തുനിന്നുള്ള മോചനവും. അങ്ങനെ തിരിച്ചെത്തുന്ന പ്രവാസികളിൽ അധികവും രണ്ടോ മൂന്നോ വർഷങ്ങൾക്കുള്ളിൽ വീണ്ടും പ്രവാസം തിരഞ്ഞെടുക്കുകയാണ് പതിവ്. ‘പടപേടിച്ചു പന്തളത്തെത്തിയപ്പോൾ പന്തംകൊളുത്തിപ്പട’ അധികം കാലം വേണ്ട, നാട്ടിലെ ജീവിതം ദുസ്സഹമാകാൻ.

അങ്ങനെ ഞാനും നാലുവർഷത്തെ മാതൃദേശവാസത്തിനുശേഷം എന്റെ മൂന്നാംപ്രവാസം തുടങ്ങി.

ഇതിനിടയിൽ അച്ഛനായി. എന്റെ മോൾ കുഞ്ഞി എന്ന ഓമന പ്പേരുള്ള വിഷ്ണുപ്രിയ എൺപത്തിഏഴ് ഓഗസ്റ്റിൽ ജനിച്ചു. അമ്മ അതീവരോഗാവസ്ഥയിൽ ആയിരുന്നെങ്കിലും മോളെ ആശുപത്രിയിൽ വന്നു കണ്ടു. പേരിടാൻ അച്ചാച്ചനും അമ്മാമയും വന്നിരുന്നു. അച്ചാച്ച നാണ് മോൾക്ക് പേരിട്ടത്. അമ്മ അടുത്ത വർഷം ജൂണിൽ അവസാന യാത്രയായി. അക്കാലത്ത് ചെറുബേക്കറി ഏട്ടനോടൊപ്പം തുടങ്ങിയെ ങ്കിലും പല കാരണത്താൽ അത് തുടർന്നില്ല. പല നല്ല സുഹൃത്തുക്കളു ടെയും സാമ്പത്തികസഹായം ഈ സംരഭത്തിന്നായി ലഭിച്ചിരുന്നു.

അങ്ങനെയിരിക്കെയാണ് അയൽവാസിയും സുഹൃത്തുമായ സുഗു ണൻ നാട്ടിൽ വന്നത്. എന്റെ അപ്പോഴത്തെ അവസ്ഥയിൽ ഒരു സഹായഹസ്തം നീട്ടി സുഗുണൻ. അദ്ദേഹം തിരിച്ചു പോയി ഒരു മാസ ത്തിനുള്ളിൽ വിസ റെഡി. കച്ചവടമില്ലാതിരുന്ന ചാവക്കാട്ടെ പുതിയ പാലത്തിനു താഴെ മണത്തല ഭാഗത്തായിരുന്ന കട (ഇന്ന് ആ ഭാഗം വളരെ തിരക്കുള്ള കച്ചവടകേന്ദ്രമാണ്) വിറ്റു ബാങ്കിലെ കടം വീട്ടി. വിസ യ്ക്കായുള്ള ധനം എങ്ങനെയൊക്കെയോ ഒരുക്കൂട്ടി.

സുമ രണ്ടാമതും അമ്മയാകാൻ ഒരുങ്ങി. മൂന്ന് മാസം പ്രായമായ ഒരു കുഞ്ഞുപൈതൽ അവളുടെ ഉദരത്തിൽ വളർന്നുണ്ടായിരുന്നൂ അപ്പോൾ!

വീണ്ടും ഒരു യാത്ര. 1989 നവംബറിൽ ദുബൈയിൽ ലാൻഡ് ചെയ്തു.

ഏറെ കാലത്തിനുശേഷം ദുബായ് മണ്ണിൽ കാൽകുത്തുകയാണ്. ഞാൻ പോകുമ്പോൾ നിർമ്മാണത്തിലായിരുന്ന ടെർമിനൽ എക്സ്റ്റൻ ഷൻ പൂർത്തിയായിരിക്കുന്നു. ആ ഭാഗത്തായിരുന്നു എമിഗ്രേഷൻ കൗണ്ടറുകൾ. നല്ല വൃത്തിയും വെടിപ്പും തിളക്കവും എങ്ങും. റോഡിൽ വാഹനങ്ങൾ ചീറിപ്പായുന്നുണ്ടെങ്കിലും അതിനെ പൊതിയുന്ന ഒരു ശാന്തത അവിടെ തളംകെട്ടിയിരുന്നു. ഇവിടെ വന്നിറങ്ങുമ്പോഴെല്ലാം അതനുഭവിച്ചിരുന്ന ശാന്തി! ദുബായ് എയർപോർട്ടിൽ സുഗുണൻ കാത്തു നിന്നിരുന്നു. ചെറിയ പെട്ടിയുമേന്തി സുഗുവിന്റെ സ്വന്തം ടാക്സിയിൽ ഷാർജയിലേക്കു തിരിച്ചു. റോഡുകൾ മാറിയിരിക്കുന്നു. ഒരുപാടു പുതിയ കെട്ടിടങ്ങൾ ഉയർന്നിരിക്കുന്നു അവയ്ക്കിരുവശവും.

മാറ്റങ്ങൾ ഇവിടെ മാത്രമല്ല വ്യവസ്ഥിതിക്കും സമ്പത്തിനുമൊത്ത് നാടും ഒരുപാടു മാറിയിരുന്നു. തോടുകളും ഇടവഴികളും റോഡുകളായി. ടെലഫോൺ ഒരു അവശ്യവസ്തുവായി വീടുകളിൽ ചേക്കേറാൻ തുടങ്ങി. വൈദ്യുതി എത്താത്ത ഗ്രാമങ്ങൾ കേരളത്തിൽ ദുർലഭമായി. സ്ത്രീകൾ സാരി ഉപേക്ഷിച്ച് വീടുകളിൽ മാക്സി ധരിക്കാൻ തുടങ്ങി.

കേരളത്തിലെ മലമ്പാതകൾക്കിരുവശവുമുണ്ടായിരുന്ന നിബിഡ വനങ്ങൾ അപ്രത്യക്ഷമായി, പകരം അവിടെ വീടുകളും തോട്ടങ്ങളു മുണ്ടായി.

ഇന്ദിരാവധത്തിനു ശേഷം രാജീവ്ഗാന്ധി പ്രധാനമന്ത്രിയായി. അടുത്ത തിരഞ്ഞെടുപ്പിൽ കോൺഗ്രസ് അധികാരത്തിൽ വരികയും രാജീവ് വീണ്ടും പ്രധാനമന്ത്രിയുമായി. ശ്രീലങ്കയിൽ തമിഴ് ഈഴം പ്രക്ഷോഭം കൊടുമ്പിരിയിലെത്തി രക്തപങ്കിലമായി തുടർന്നു. ശ്രീലങ്കൻ പ്രസിഡന്റ് ജയവർധനയും രാജീവും ഉടമ്പടിക്കായി കൊളംബോവിൽ സന്ധിച്ചു. ഗാർഡ് ഓഫ് ഹോണർ വേളയിൽ രാജീവ് ശ്രീലങ്കൻ നാവിക നാൽ ആക്രമിക്കപ്പെട്ടു. എങ്കിലും 'IPKF' എന്ന പേരിൽ ഇന്ത്യൻ സമാധാനസേന ലങ്കയിൽ/ജാഫ്നയിൽ പ്രവേശിച്ചു. പിന്നെ യുദ്ധം തമിഴ് പുലികളും ഇന്ത്യൻസേനയും തമ്മിലായി. ചരിത്രം വിചിത്രം! കൊള്ളയും കൊള്ളിവെപ്പും പൊലിയും മർത്യ ജന്മങ്ങളും... പീഡനശാലകൾ, വേവും ജീവൻ തുടിക്കും ദേഹങ്ങൾ, അലയും അഭയാർത്ഥികൾ...

വണ്ടി വന്നുനിന്നത് ഷാർജ റോളയിലുള്ള പഴയ ഒരു ബഹുനില കെട്ടിടത്തിന് മുന്നിലായിരുന്നു. ഷാർജയിലെ ആദ്യകാല ബഹുനിലകെട്ടിടങ്ങളിൽ ഒന്ന്. വെള്ളക്കാർ താമസിച്ചിരുന്ന വലിയ ഫ്ളാറ്റുകളുള്ള അതിൽ അപ്പോൾ മലയാളികളായിരുന്നു താമസക്കാരിൽ അധികവും. സുഗു ആറാം നിലയിലുള്ള ഒരു ഫ്ളാറ്റിൽ എനിക്കായി കട്ടിലിടാനുള്ള ഒരിടം തരപ്പെടുത്തിയിരുന്നു അവിടെ.

ലക്നൗവിൽ നിന്ന് തിരിച്ചെത്തി നാലുമാസങ്ങൾക്കുള്ളിൽ അനുജനും വിവാഹിതനായി. അന്ന് അവൻ SBTയിൽ തിരുവനന്തപുരത്ത് ജോലി ചെയ്യുകയായിരുന്നു.

സുമ ആ വർഷം (1987) ആഗസ്റ്റിൽ പ്രസവിക്കാനായി നാട്ടിൽ വന്നു. ആ മാസത്തിൽ തന്നെയായിരുന്നു മോളുടെ ജനനവും. ഗുരുവായൂരിലെ ലക്ഷ്മി ക്ലിനിക്കിൽ. പേരിടലിനു ശേഷം സുമ ലക്നൗവിലേക്ക് യാത്രയായി. കൂടെ കുഞ്ഞുമോൾ, സുമയുടെ അമ്മ, മണിക്കുട്ടി പിന്നെ ഞാനും. അമ്മയും മണിക്കുട്ടിയും കുറച്ചുനാൾ അവിടെ ഉണ്ടായിരുന്നു. സുമയെ സൈക്കിൾറിക്ഷയിൽ ആശുപത്രിയിൽ എത്തിക്കുന്ന ജമാൽ കുഞ്ഞിയെ നോക്കാൻ ഒരു ആയയെ തരപ്പെടുത്തി. അമ്മയും മണിക്കുട്ടിയും പോയതിനുശേഷവും ഞാൻ കുറച്ചു ദിവസം അവിടെ കഴിഞ്ഞു.

മണിക്കുട്ടി സുമയുടെ മൂത്ത ചേച്ചിയുടെ മകളാണ്. ചേച്ചിയും ഭർത്താവും ആന്തമാനിലായിരുന്നു. ഭർത്താവിന് പോർട്ട് ബ്ലെയറിൽ കച്ചവടമായിരുന്നു. വാച്ച്, ക്ലോക്ക് തുടങ്ങിയവയുടെ കച്ചവടവും സർവിസിങ്ങും. ഇരുപത്തിയഞ്ച് വയസ്സിനുള്ളിൽ ചേച്ചി മൂന്നു മക്കളുടെ അമ്മയായി. ചേച്ചി വലിയ സുന്ദരിയായിരുന്നു എന്ന് സുമ എപ്പോഴും പറയാറുണ്ട്. രണ്ടു ആൺതരികൾക്കുശേഷം ജനിച്ച പുത്രിയാണ് മണിക്കുട്ടി. സുമയുടെ അച്ഛനും അറുപതുകളിലും എഴുപതുകളിലും പോർട്ട്

ബ്ലെയറിൽ തന്നെയായിരുന്നു. നിനച്ചിരിക്കാതെ ഒരു വലിയ ദുരന്തം ആ കുടുംബത്തെ വേട്ടയാടി. 1975ൽ സ്റ്റൗ പൊട്ടിത്തെറിച്ച് ഇരുപത്തി അഞ്ചു വയസ്സു മാത്രമുണ്ടായിരുന്ന ചേച്ചി വെന്തു മരിച്ചു. മൃതദേഹം പോർട്ട് ബ്ലെയർ പൊതു ശ്മശാനത്തിൽ സംസ്കരിച്ചു. ഏഴും അഞ്ചും മൂന്നും വയസ്സുള്ള കുഞ്ഞുങ്ങളുമായി ഭർത്താവ് തിരിച്ചുവന്നു. കുഞ്ഞുങ്ങളെ പോറ്റേണ്ട ചുമതല സുമയുടെ അമ്മയ്ക്കായി. അങ്ങനെ ആ കുഞ്ഞുങ്ങൾ അമ്മമ്മയെ അമ്മ എന്ന് വിളിക്കാനും തുടങ്ങി. സുമ അന്ന് ഒൻപതാം ക്ലാസ്സിലായിരുന്നു. ഭാര്യ പോയ ദുഃഖത്തിൽ ഏട്ടൻ സമനില തെറ്റിയവനെപ്പോലെയായി. അയാൾ മദ്യലഹരിയിൽ എല്ലാം മറക്കാൻ ശ്രമിച്ചു. മദ്യം ആദ്യം അയാളുടെ കാഴ്ച എടുത്തു, പിന്നെ ജീവനും. ഭാര്യ മരിച്ച് ഒരു വർഷം തികയുംമുമ്പേ അയാളും ചോര ഛർദ്ദിച്ചു മരിച്ചു.

സുമ ഒരു കൊല്ലം കഷ്ടിയേ പിന്നെ ലക്നൗവിൽ ഉണ്ടായിരുന്നുള്ളൂ. ആ കാലയളവിൽ ഓരോ മാസം ഇടവിട്ട് ഞാൻ അങ്ങോട്ട് യാത്ര ചെയ്യുമായിരുന്നു. കുറച്ചു ദിവസം അവിടെ താമസിച്ച് മടങ്ങും. അങ്ങനെയിരിക്കെ ആയ വരാതായി. സൈക്കിൾ റിക്ഷാക്കാരൻ മറ്റൊരു ആയയെ തരപ്പെടുത്തി. നല്ല ഭക്ഷണം പാകം ചെയ്തു സൽക്കരിക്കുന്നതിൽ മിടുക്കിയായിരുന്നു ആ സ്ത്രീ. കറിയെല്ലാം പാകം ചെയ്തു ഭക്ഷണം കഴിക്കാനായി അവർ വിളിക്കും. ചപ്പാത്തിക്ക് മാവു കുഴച്ചുവെച്ചതിനു ശേഷമാണ് ആ ക്ഷണം. ഡൈനിങ്ങ് ടേബിളിൽ ഇരുന്നാൽ അവർ ചപ്പാത്തി പരത്തി തവയിലേക്കിടും. ഒന്നു രണ്ടു പ്രാവശ്യം തിരിച്ചും മറിച്ചു മിട്ടു ചട്ടകം കൊണ്ടമർത്തി പൊള്ളപ്പിച്ചെടുത്ത ചപ്പാത്തി അവർ നേരെ ഡൈനിങ്ങ് ടേബിളിൽ നിരത്തിയ പ്ലേറ്റിലേക്കിടും. ചുടുചപ്പാത്തിയും കറിയും തീറ്റുക അവരുടെ രീതിയാണ്.

ഞാൻ കൂടുതൽ അവിടെ തങ്ങുന്നത് അത്ര ശരിയല്ല. അമ്മയുടെ ആരോഗ്യാവസ്ഥ അങ്ങനെയായിരുന്നു. അമ്മയെ നോക്കിയിരുന്നത് പുറങ്ങിൽ നിന്നും വന്ന കല്ലുചേട്ടത്തി ആയിരുന്നു. അമ്മയുടെ മാമന്റെ മകളാണ് കല്ലു ചേട്ടത്തി. അവർക്ക് അമ്മയെക്കാളും പ്രായമുണ്ട്. രക്തസമ്മർദ്ദം അധികവുമായിരുന്നു. അത് നിയന്ത്രിക്കാൻ അവർ എന്നും മരുന്ന് കഴിച്ചിരുന്നു. എങ്കിലും കല്ലുചേട്ടത്തി അമ്മയെ നല്ലവണ്ണം ശുശ്രൂഷിച്ചു.

ഞാൻ അധികസമയം അമ്മയെ വിട്ടുനിൽക്കുന്നതിൽ അമ്മയ്ക്ക് പരിഭവമായിരുന്നു. അസുഖം മൂർച്ഛിച്ചതിനാൽ അമ്മ വളണ്ടയർ റിട്ടയർമെന്റിന് അപേക്ഷിച്ചു. എളുപ്പം അത് സാധിച്ചു. പെൻഷൻ കമ്മ്യൂട്ട് ചെയ്തു. അങ്ങനെ പി.എഫും കമ്മ്യൂട്ട് ചെയ്ത പെൻഷനുമായി ഒരു തുക സർക്കാരിൽ നിന്നും കിട്ടേണ്ടതുണ്ട്. തിരുവനന്തപുരത്തു പോയി പല സർക്കാർ ഓഫീസുകളും അതിനായി കയറിയിറങ്ങി. ഒടുവിൽ ജില്ലാ കലക്ടറെ കണ്ടു സംസാരിച്ചതിനുശേഷമാണ് അത് ശരിയായത്. കളക്ടർ ഞങ്ങൾ (ഞാനും അരുണയും) കൊണ്ടുപോയ അമ്മയുടെ

ഫയൽ നോക്കി ബന്ധപ്പെട്ട ഞങ്ങൾ ആദ്യം പോയി കണ്ട ഓഫീസറെ വിളിക്കുകയായിരുന്നു. ഇന്ന് തന്നെ എല്ലാം ശരിയാക്കണമെന്നു അദ്ദേഹം ഉത്തരവിടുകയും ചെയ്തു. 'താടിയുള്ള അപ്പനെ പേടിയുണ്ട്', അങ്ങനെ മറ്റു ചിലവുകളൊന്നുമില്ലാതെ അമ്മയ്ക്ക് കിട്ടേണ്ട ആനുകൂല്യങ്ങൾ ചാവക്കാട് ട്രഷറിയിലേക്കു ട്രാൻസ്ഫർ ചെയ്യപ്പെട്ടു.

ബേക്കറി ഉൽപ്പന്നങ്ങൾ വിതരണം ചെയ്യുന്നതിനായി ഒരു മോട്ടോർ വണ്ടി കിട്ടിയിരുന്നെങ്കിൽ കച്ചവടം സുഗമമാക്കാമായിരുന്നൂ എന്ന ചിന്ത മനസ്സിൽ ചേക്കേറിയ ദിവസങ്ങൾ. അപ്പോഴാണ് സുമയുടെ വീട്ടുകാരുമായി അടുപ്പമുള്ള ചെറുതുരുത്തിക്കാരൻ ശേഖരേട്ടൻ ചാവക്കാട് പ്രത്യക്ഷപ്പെടുന്നത്. അദ്ദേഹം വീട്ടിൽ വന്നു. ഗൾഫിൽ നിന്നും വന്നയാളല്ലേ എന്ന് കരുതിയാകണം അദ്ദേഹം ഷൊർണുരിലെ ക്രൈസ്തവ മഠത്തിലെ വില്പനയ്ക്കായുള്ള വണ്ടിയെക്കുറിച്ച് പറഞ്ഞത്. "ചെറിയ ധനമേ വേണ്ടൂ. ഒന്നു പോയി നോക്കിക്കൂടെ?"

സമ്മതിച്ചു. ഡ്രൈവിംഗ് അറിയുമെങ്കിലും നാട്ടിലെ വണ്ടികളെക്കുറിച്ച് അന്ന് ഒരു ധാരണയുമുണ്ടായിരുന്നില്ല. പെട്രോളിന്റെയും ഡീസലിന്റെയും വിലയിലുള്ള വ്യത്യാസം പോലുമറിയില്ല. അന്ന് മൈലേജ് കുറഞ്ഞ പെട്രോൾ വണ്ടികൾ ആരും ഉപയോഗിച്ചിരുന്നില്ല. അവ കൈയൊഴികയായിരുന്നു അത്തരം വണ്ടികൾ സ്വന്തമായുള്ളവർ. ഷൊർണൂരിലെ സി.എസ്.ഐ. പള്ളിയിലെ ആംബുലൻസ് ആയി ഉപയോഗിച്ചിരുന്ന ഒരു സ്റ്റാൻഡേർഡ് 20 വാൻ ആണ് വില്പന ചരക്ക്. പെട്രോൾ എൻജിൻ, വളരെ കുറഞ്ഞ മൈലേജ്. ലാഭകരമായി റോഡിൽ ഇറക്കാൻ പറ്റാത്തതിനാൽ ഗാരേജിൽ കുറെ കാലമായി വിശ്രമിക്കുകയാണ് പുള്ളി. ഷൊർണൂരിലെത്തിയപ്പോൾ ശേഖരേട്ടന്റെ കൂടെ രണ്ടു മൂന്നുപേർ കൂടി ചേർന്നു. കണ്ടാൽ ലോക്കൽ ഗുണ്ടകളെപ്പോലെയുള്ളവർ. വാഹനങ്ങളെക്കുറിച്ച് വലിയ വിവരമില്ലാത്തവരാണ് ഞങ്ങൾ എന്ന് ബോധ്യമായ അവർ വലിയ വർത്തമാനങ്ങൾ പറയാൻ തുടങ്ങി. വില നിശ്ചയിച്ചു. 7000 രൂപ. വിനയത്തോടെയും ബഹുമാനത്തോടെയും അവർ പള്ളിയിലെ അച്ചന്മാരെ തൊഴുതു നിന്നു. അങ്ങനെ ആ വിരുതന്മാർ 3000 രൂപയ്ക്ക് അടിച്ചെടുത്ത ആർക്കും വേണ്ടാത്ത ആ വാഹനം 7000 രൂപയ്ക്കു നമ്മുടെ തലയിൽ വെച്ചു. വാഹനം ഓടാൻ പ്രാപ്തമായിരുന്നു. വെള്ള നിറത്തിലുള്ള വാനിൽ ചുകപ്പിൽ ആംബുലൻസ് എന്നും സി.ഐ.എസ്. എന്നും വലിയ അക്ഷരങ്ങളിൽ നാലു ചുറ്റും എഴുതിയിരുന്നു. റെഡ് ക്രോസുകൾ വേറെയും. വിരുതന്മാർക്ക് കുശാലായി. ശേഖരച്ചേട്ടൻ വണ്ടിയെടുത്ത് അടുത്ത പമ്പിൽ നിന്നും ആവശ്യത്തിന് പെട്രോൾ നിറച്ചു. ഞങ്ങൾ മുൻസീറ്റിൽ തന്നെ കയറി. അങ്ങനെ ആ ആംബുലൻസ് ചാവക്കാട്ടേക്ക് തിരിച്ചു. വണ്ടിക്ക് ബ്രേക്ക് കുറവായിരുന്നു. നാട് അടുക്കും തോറും ആളുകൾ വണ്ടിയെ ശ്രദ്ധിക്കാൻ തുടങ്ങി.

ആംബുലൻസ് ആണ് വരുന്നത്. അവർ അതിൽ ഒരു മൃതദേഹം പ്രതീക്ഷിച്ചുകാണും. മത്തിക്കായാൽ കടന്നു. അപ്പോഴേക്കും ജനം വണ്ടിയെ പിന്തുടർന്ന് ഓടാൻ തുടങ്ങി. അമ്മ വല്ലാത്ത അവസ്ഥയിലാണ്. മുൻസീറ്റിൽ അവരുടെ രണ്ടു ആൺമക്കൾ. അവർ അത് തീർച്ചയാക്കിക്കാണും. വണ്ടി വീടിന്റെ പടി കടന്നതും ഒരു വലിയ ആൾക്കൂട്ടം വാഹനത്തെ പൊതിഞ്ഞതും ഒരുമിച്ചായി. ഒരുവിധം ജനങ്ങളെ പറഞ്ഞു മനസ്സിലാക്കി പിരിച്ചുവിട്ടു. കുറെ ദിവസം ആ വണ്ടി അവിടെ കിടന്നു. പിന്നെ ബേക്കറി തൊഴിലാളികളും നാട്ടിലെ കുട്ടികളും ചേർന്ന് അതിൽ എഴുതിയ എല്ലാ ഇംഗ്ലീഷ് അക്ഷരങ്ങളും മായ്ച്ചുകളഞ്ഞു. അപ്പോഴും ഒരു നിഴൽപോലെ ആ അക്ഷരങ്ങൾ അതിന്മേൽ കാണാമായിരുന്നു.

ലക്നൗ യാത്രകൾ തുടർന്നു. അന്ന് ചാവക്കാട് മിനി ഗൾഫ് എന്ന പേരിലാണ് അറിയപ്പെട്ടിരുന്നത്. ഇന്ത്യയിലെ മാർക്കറ്റുകളിൽ സ്വദേശി ഉല്പന്നങ്ങൾ മാത്രം വിറ്റിരുന്ന കാലം. 1992 വരെ അങ്ങനെയായിരുന്നു. നരസിംഹറാവു പ്രധാനമന്ത്രിയായിരിക്കുമ്പോഴാണ് ഇന്ത്യയിൽ ആഗോളവൽക്കരണം വരുന്നത്. അക്കാലത്ത് ചാവക്കാട് വിദേശ ഉല്പന്നങ്ങൾ സുലഭമായിരുന്നു. തമിഴ്നാട്ടിലെ വ്യാപാരികൾ ചാവക്കാടുനിന്നും മേടിക്കുന്ന വിദേശവസ്തുക്കൾ വലിയ വിലയ്ക്ക് അവിടത്തെ പണക്കാർക്ക് വിറ്റ് ലാഭമുണ്ടാക്കി. അതെനിക്കൊരു പ്രചോദനമായി. ഓരോ ലക്നൗ യാത്രയോടൊപ്പവും ഒരു വി.സി.ആർ. ലഗേജിൽ കരുതും. പതിനായിരത്തിന് മേടിക്കുന്നത് പന്ത്രണ്ടായിരത്തിന് വിൽക്കും. പന്ത്രണ്ടായിരത്തിന്റേതാണെങ്കിൽ പതിനയ്യായിരത്തിനും. പട്ടാള ഓഫീസർമാർ തന്നെയായിരുന്നു ഉപഭോക്താക്കളിൽ അധികവും. ഇടനിലക്കാരിയായി സുമയുടെ സഹായവുമുണ്ടായിരുന്നു. യാത്രാച്ചിലവ് അങ്ങനെ മുട്ടിപ്പോയി.

അടുത്ത യാത്രയ്ക്കുമുന്നേ ഫൈനൽ സെറ്റിൽമെന്റ് ആയി അമ്മയ്ക്ക് കിട്ടിയ ധനത്തിൽ നിന്ന് കുറച്ച് (പതിനായിരം രൂപയാണെന്ന് തോന്നുന്നു) അമ്മ എനിക്ക് തന്നു. അതിൽ ഒരു ഭാഗം ചിലവഴിച്ച് സുമയ്ക്ക് ജോലിക്ക് പോയി വരാനായി ഒരു മോപ്പഡ് വാങ്ങിക്കൊടുത്തു; ലക്നൗവിലെ ഒരു ഹീറോ ഹോണ്ട വ്യാപാരിയിൽ നിന്ന്. ബൈക്കിനോടൊപ്പം അതോടിക്കാനുള്ള ലൈസൻസും അവർ തന്നെ തരപ്പെടുത്തും. അവർ ആവശ്യപ്പെടുന്ന ഡോക്യുമെന്റ്സും പണവും കൊടുത്താൽ ദിവസങ്ങൾക്കുള്ളിൽ ലൈസൻസ് റെഡി. ഡ്രൈവിംഗ് പഠിക്കേണ്ട, ടെസ്റ്റ് കൊടുക്കേണ്ട, ആർ.ടി.എയ്ക്ക് ആളെ കാണുകയും വേണ്ട. അതാണ് ഇന്ത്യ. (ഇങ്ങനെയൊക്കെ എഴുതിയാൽ ഇക്കാലത്ത് രാജദ്രോഹിയാക്കുമോ എന്തോ?) അങ്ങനെ സുമയുടെ മോപ്പഡ് ഡ്രൈവിംഗ് ഇൻസ്ട്രക്ടറായി ഞാൻ നിയമിതനായി. കാര്യമായി പഠിക്കാനൊന്നുമില്ല, സൈക്കിളിംഗ് അറിയുന്നവർക്ക് സുഗമമായി ഓടിക്കാവുന്നതാണ്

മോപ്പഡ്. ഡ്രൈവിംഗ് നിയമങ്ങൾ അറിഞ്ഞിരിക്കണമെന്നു മാത്രം. ഗീർ ഇല്ല, ക്ലച്ച് ഇല്ല, ബ്രേക്കും ആക്സിലേറ്ററും ഉപയോഗിക്കാൻ പഠിക്കുക, ബാലൻസ് ചെയ്ത് ഇഷ്ടാനുസരം മുന്നോട്ട് നീങ്ങാൻ സ്കിൽ ഉണ്ടാക്കി യെടുക്കുക, ഇതൊക്കെയാണ് പഠിക്കേണ്ടത്. ഞാൻ വണ്ടി സ്റ്റാർട്ട് ചെയ്ത് സുമയെ മുന്നിൽ ഇരുത്തി കാര്യങ്ങളെല്ലാം പറഞ്ഞുകൊടുത്ത് പിന്നിൽ ഇരുന്ന് ഹാൻഡ്ലിന് ഒരു സപ്പോർട്ട് കൊടുത്ത് ആക്സിലേറ്റർ കൊടുത്ത് മുന്നോട്ടു പോകാൻ സുമയോട് പറഞ്ഞു. ശകടം മുന്നോട്ട് നീങ്ങി. ഇരുവശവും മുത്തൻമാവുകളും വയസ്സൻ ആര്യവേപ്പുകളും ഉയർന്നുനിൽക്കുന്ന ചെറിയ റോഡിന്റെ ഒരുവശം ഒരു ചെറുമൺകൂന യുണ്ടായിരുന്നു. വണ്ടി നീങ്ങുന്നത് മൺകൂനയ്ക്ക് നേരെ. ബ്രേക്ക് ചെയ്യൂ, നേരെപ്പോകൂ എന്നെല്ലാം ഞാൻ വിളിച്ചുപറയുന്നുണ്ടെങ്കിലും ക്ഷണ നേരംകൊണ്ട് വണ്ടി മൺകൂനയിൽ കയറി മറഞ്ഞു. ഒന്നും പറ്റിയില്ല രണ്ടാൾക്കും. അങ്ങനെയാണ് മോപ്പഡ് പഠനം തുടങ്ങിയതെങ്കിലും കുറച്ചുസമയംകൊണ്ട് അവൾ വലിയ കുഴപ്പമില്ലാതെ ഓടിക്കാൻ തുടങ്ങി. അത് ആ സൈക്കിൾ റിക്ഷാക്കാരനേറ്റ ഒരടിയുമായി.

മോളെ പരിചരിക്കാനായി ലഭിച്ച ഷൊർണൂർക്കാരിയായ ഒരു യുവതി യുമായായിരുന്നു അടുത്ത യാത്ര. വണ്ടി വടക്കേ ഇന്ത്യയിൽ പ്രവേശി ച്ചാൽ റിസർവ്ഡ് കോച്ചിലും ലോക്കൽ യാത്രക്കാർ കയറിക്കൂടും. കേരള ത്തിലായിരുന്നു ഇങ്ങനെ എങ്കിൽ ടി.ടി.ഇ. കർശനമായി ഇടപെടുകയും അതിക്രമിച്ചു കയറിയ യാത്രക്കാർക്ക് പിഴയിടുകയും അവരെ അവിടെ നിന്നു മാറ്റുകയും പതിവാണ്. എന്നാൽ വണ്ടി ഉത്തരേന്ത്യയിൽ എത്തി യാൽ ഒരു നിയമങ്ങളുമില്ല. ഉന്നാവ് സ്റ്റേഷനിൽ നിന്നും ഗ്രാമീണരായ കുറേ പേർ വണ്ടിയിൽ കയറിക്കൂടി. അവർ മൂന്നു പേർക്ക് മാത്രമുള്ള സീറ്റിൽ തിക്കിത്തിരുകി ഇരിപ്പായി. മൂന്നിന് പകരം അഞ്ചും ആറുമായി മാറി ഇരിപ്പിടങ്ങൾ. എതിർവശത്തിരുന്നിരുന്ന കുട്ടി എന്റെ അടുത്ത് ജനലിന്നടുത്തായി ഇരുന്നു. മറ്റുയാത്രക്കാരിൽനിന്നും അകന്നിരിക്കാ നായിരുന്നു ആ തിരഞ്ഞെടുപ്പ്. എന്നാൽ കുട്ടിയെ തീക്ഷ്ണനോട്ടങ്ങ ളോടെ ജീവനോടെ തിന്നുകയായിരുന്നു എതിർവശത്തുള്ള ഉന്നാവുകാർ.

1988 മദ്ധ്യത്തോടെ സുമയ്ക്ക് കൊച്ചി നേവൽ ബേസിലേക്ക് സ്ഥലം മാറ്റമായി. ചോദിച്ചു വാങ്ങിയ സ്ഥലംമാറ്റം. അമ്മ അതീവഗുരുതരാവസ്ഥ യിലായതിനാൽ വീടിനടുത്തേക്ക് കംപാഷനേറ്റ് ഗ്രൗണ്ടിൽ ചോദിച്ചു വാങ്ങിയ നിയമനം. ഒരു വാർഷിക ലീവിനോടൊപ്പമായിരുന്നു ആ ദയാ പൂർണമായ സ്ഥലംമാറ്റം. അവധിക്ക് ശേഷം റിപ്പോർട്ട് ചെയ്യേണ്ടത് നേ വൽ ബേസിൽ. എന്നാൽ ആ അവധി തീരും മുന്നേ അമ്മ യാത്രയായി. 1988 ജൂണിൽ അൻപത്തിമൂന്നാം വയസ്സിൽ.

കൊച്ചിയിൽ ഐ.എൻ.എസ്. സഞ്ജീവനിയിൽ നിയമനം. വിവാഹി തരായ ഉദ്യോഗസ്ഥകളെ ഹോസ്റ്റലിൽ താമസിപ്പിക്കില്ല. അവർക്ക് ഫാമിലി ക്വാർട്ടേഴ്സ് കിട്ടും വരെ പുറത്ത് വാടകവീട്ടിൽ താമസിക്കേണ്ടി

വരും. അതിനാൽ ഞാൻ വാടക വീട് അന്വേഷിച്ചുള്ള പുറപ്പാടായി. കൊച്ചി കപ്പൽനിർമ്മാണശാലയ്ക്ക് എതിർവശം രവിപുരത്തിനു തെക്കു ഭാഗത്തായി റെയിവേ ഗേറ്റിനു സമീപം ഒരു വീട് കണ്ടെത്തി. ഒരു റിട്ടയേർഡ് സ്കൂൾ അദ്ധ്യാപികയാണ് ലാൻഡ് ലോർഡ്. അത്ര നല്ല പരിസരമല്ലതിരുന്നതിനാൽ വേറെയും നോക്കാമെന്നു കരുതി. കടവന്ത്രയിൽ ഒരുപാട് വില്ലകളുള്ള പനമ്പിള്ളി നഗറിൽ ഒരു വീട് വാടകയ്ക്ക് കൊടുക്കാനുണ്ടെന്നു കേട്ട് അതിനടുത്തുതന്നെയുള്ള ഉടമസ്ഥനെ വീട്ടിൽ ചെന്നു കണ്ടു. ഒരു മർക്കടൻ.

"ആർക്കു വേണ്ടിയാണ് വീട്?"

"എന്റെ ഭാര്യയ്ക്കും കുഞ്ഞിനും. ഞാൻ ഇടയ്ക്ക് വന്നുപോകും."

"ഭാര്യയ്ക്കെവിടെയാണ് തൊഴിൽ?"

"നേവൽ ബേസിൽ."

"നേവൽ ബേസിൽ?"

"അതെ, അവിടെ നഴ്സിംഗ് ഓഫീസറാണ്."

"നഴ്സുമാർക്കൊന്നും ഇവിടെ വീട് തരില്ല, ഇത് മാന്യന്മാർ വസിക്കുന്നിടമാണ്."

ഞാൻ പടിയിറങ്ങി. അപ്പോഴും അയാൾ പരിഹാസത്തോടെ പിറുപിറുത്തിരുന്നു, "വന്നിരിക്കുന്നു വീടന്വേഷിച്ച്..."

പരിഷ്കൃതരാജ്യങ്ങളിൽ ഡോക്ടർമാർക്ക് തുല്യം മാന്യമായ നോബിൾ തൊഴിലാണ് നഴ്സിംഗ്. ഡോക്ടറെപ്പോലെ തന്നെ വർഷങ്ങളോളം പഠിച്ചാലേ ഒരാൾക്ക് ക്വാളിഫൈഡ് നഴ്സ് ആകാൻ സാധ്യമാകൂ. നേവൽ ബേസിൽ സൈനിക റാങ്കുകളുള്ള ഒരാളെ ഇത്രയും മോശമായിക്കാണുക, അതും ജീവകാരുണ്യപരമായ മഹത്തായ ഒരു തൊഴിലിന് ഉടമയെ! ഇതാണ് നമ്മുടെ മഹത്തായ സംസ്കാരം!!! കഷ്ടം.

അവസാനം കടവന്ത്രയിൽ നേവൽബേസിൽ നിന്നും കുറച്ചു ദൂരെയായി പുതുതായി നിർമ്മിച്ച ഒരുവീട് കണ്ടെത്തി. എല്ലാ സൗകര്യങ്ങളുമുള്ള രണ്ട് നിലകളുള്ള ഒരാധുനിക ഭവനം. താഴത്തെ നിലയിൽ വീട്ടുടമ. രണ്ടാം നിലയാണ് വാടകയ്ക്ക് കൊടുക്കുന്നത്. വീട് ഇഷ്ടമായി അഡ്വാൻസ് ആയി അഞ്ഞൂറ് രൂപ കൊടുക്കുകയും ചെയ്തു. ദിവസങ്ങൾക്കു ശേഷം സുമ വീടു കാണാൻ വന്നു. വീട് നേവൽബേസിൽ നിന്നും കുറെ ദൂരെയാണ് എന്ന കാരണത്താൽ അവൾ അത് വേണ്ടെന്നു വെച്ചു. കൊടുത്ത അഡ്വാൻസ് അങ്ങനെ നഷ്ടമായി. പെട്ടെന്ന് വീട് കിട്ടിയേ മതിയാകൂ. അതിനാൽ ആദ്യം കണ്ട രവിപുരത്തിനടുത്ത ടീച്ചറുടെ വീടുതന്നെ എടുത്തു. ഓടുമേഞ്ഞ മൂന്ന് മുറികളാണ് ഹാളും അടുക്കളയുമുള്ള പഴയതെങ്കിലും നല്ലൊരു വീടായിരുന്നു അത്. ഉയരം കുറഞ്ഞ മതിൽകെട്ടും അതിനൊത്ത ഇരുമ്പു ഗേറ്റും പിന്നെ ഒരുപാട്

വാഴകളാലും തെച്ചി, ചെമ്പരത്തി, തുളസി ചെടികളാലും സമ്പന്നമായ ചെറുഭവനം. ടീച്ചർ മറ്റൊരുവീട്ടിൽ കിഴക്കേ മതിലിന്നപ്പുറം. പ്രായമായെങ്കിലും ചുറുചുറുക്കുള്ള ഭർത്താവുമൊത്ത്

പുതുതായുണ്ടാക്കിയ വീട്ടിൽ വസിക്കുന്നു. ടീച്ചർ അമേരിക്കയിലൊക്കെ പോയിട്ടുണ്ട്. അവരുടെ രണ്ടുമക്കളും അവിടെയാണ്. ടീച്ചർ മാംസം കഴിക്കുമെങ്കിലും പൂണൂൽധാരിയായ അവരുടെ ഭർത്താവു ശുദ്ധ സസ്യാഹാരിയാണ്. വെളുത്ത് നീണ്ടു മെലിഞ്ഞ മിതഭാഷിയായ അദ്ദേഹം എപ്പോഴും എന്തെങ്കിലുമൊക്കെ ചെയ്തുകൊണ്ടിരിക്കും. ചെടികൾക്ക് നനയ്ക്കുക, ബുഷ് വെട്ടി ഭംഗിയാക്കുക, മതിൽ കഴുകി വൃത്തിയാക്കുക തുടങ്ങി പലതും. കൊച്ചിയിലായതുകൊണ്ട് സുമയുടെ അമ്മയും ചേച്ചിയും മാറി മാറി അവിടെ വന്നു നിൽക്കും. സുമ മോപ്പഡ് ഡ്രൈവ് ചെയ്ത് പഴയ വെണ്ടുരുത്തി പാലവും താണ്ടി നേവൽബേസിലേക്കും തിരിച്ചും ദിവസവും യാത്ര ചെയ്യുമായിരുന്നു.

ചാവക്കാട്ടെ ബേക്കറിയിൽ വലിയ കച്ചവടമൊന്നുമില്ലായിരുന്നെങ്കിലും ദിവസവും തുറക്കും. എല്ലാ വാരാന്ത്യവും വൈപ്പിനിലേക്ക് KSRTC യിൽ യാത്ര. രണ്ടു മണിക്കൂർകൊണ്ട് കൊടുങ്ങല്ലൂർ പറവൂർ വഴി പോകുന്ന ബസ് വൈപ്പിനിൽ എത്തും. അവിടെനിന്നും ജങ്കറിൽ എറണാകുളത്തേക്ക്. മറൈൻ ഡ്രൈവിൽ നിന്ന് മറ്റൊരു ബസിൽ ഷിപ്‌യാർഡ് സ്റ്റോപ്പിലേക്ക്. അവിടെനിന്നും കുറച്ച് നടത്തം, റെയിൽവേ ഗേറ്റ് കടന്നു ഇടത്തോട്ട് നടന്ന് അടുത്ത തിരിവിൽ വലത്തോട്ട് കുറച്ചുപോയാൽ വീടായി. എല്ലാ ശനിയാഴ്ചകളിലും പ്രത്യേക സമയത്ത് വരുന്ന എന്നെ അവിടത്തെ സാമൂഹ്യവിരുദ്ധർ നോട്ടം വെച്ചു കാണും. ഒരു ദിവസം രാത്രിയിൽ കിടപ്പുമുറിയുടെ ജനലിനു മേലെയുള്ള വെന്റിലേറ്റർ തുറന്ന് ആരോ എത്തിനോക്കുന്നു. സുമ പറഞ്ഞു, “ആരോ ഉണ്ടവിടെ.”

അതുകേട്ടതും ആരെടാ എന്നുച്ചത്തിൽ ഞാൻ അലറി. പിന്നെ ഒന്നിലധികം പേർ ഓടുന്ന കാലൊച്ച, ആരൊക്കെയോ എവിടെയൊക്കെയോ തട്ടി വീഴുന്നു, പിടഞ്ഞെഴുന്നേറ്റ് വീണ്ടും ഓടുന്നു. എന്തായാലും ഒളിച്ചു നോട്ടക്കാർക്ക് ശിക്ഷ പ്രകൃതി തന്നെ നൽകി. പിറ്റേന്ന് പൊലീസ് സ്റ്റേഷനലിൽ ചെന്ന് പറഞ്ഞെങ്കിലും ഒരു നടപടിയും അവരുടെ ഭാഗത്തുനിന്നും ഉണ്ടായില്ല. കുറച്ചു കാലമേ അവിടെ കഴിയേണ്ടിവന്നുള്ളൂ. അപ്പോഴേക്കും സുമയ്ക്ക് ഫാമിലി ക്വാർട്ടേഴ്സ് നൽകപ്പെട്ടു. തേവര കോളേജിന് എതിർവശം കായലിനു അടുത്തായി ഒരു ഫുള്ളി ഫർണിഷ്ഡ് 2 ബെഡ് റൂം അപ്പാർട്ട്മെന്റ്. 1989 നവംബർ വരെ കൊച്ചി യാത്രകൾ തുടർന്നു. അപ്പോഴേക്കും സുമ രണ്ടാമതും അമ്മയാകാൻ ഒരുങ്ങി, ഞാൻ വീണ്ടും ദുബായിലേക്ക് യാത്രയാകുകയുമായി.

അങ്ങനെ രണ്ടര വ്യാഴവട്ടക്കാലം നീണ്ട ദൈർഘ്യമേറിയ പ്രവാസം ആരംഭിക്കുകയായി.

ഷാർജ 1989–1990

സുഗു റോള പാർക്കിനടുത്ത് അൽ സഹ്റ റോഡിലുള്ള ആ കെട്ടിടത്തിന്നടുത്ത് വണ്ടി നിർത്തി. ഒരു പഴയ എട്ടുനില കെട്ടിടം. അൽ റോള ഫാർമസി അപ്പോഴും ഇപ്പോഴും ആ കെട്ടിടത്തിലുണ്ട്. ഇന്ത്യൻ അസോസിയേഷൻ അന്ന് ആ കെട്ടിടത്തിനു പുറകിൽ പഴയ നാലുകെട്ടോടുകൂടിയ ഒരു അറബി വില്ലയിലായിരുന്നു പ്രവർത്തിച്ചിരുന്നത്. പെട്ടിയുമെടുത്ത് സുഗുവിനെ അനുഗമിച്ചു. ഞങ്ങൾ ലിഫ്റ്റിൽ കയറി ആറാം നിലയിലേക്കു പൊങ്ങി. സുഗു കിഴക്ക് തെക്ക് മൂലയിലുള്ള ആ ഫ്ളാറ്റ് ലക്ഷ്യമാക്കി നടന്നു. ബെല്ലടിച്ചു. വാതിൽ തുറക്കപ്പെട്ടു. എന്നെ അപ്പോൾ അവിടെയുണ്ടായിരുന്നവർക്ക് പരിചയപ്പെടുത്തി എനിക്കായി നീക്കിവെച്ച കട്ടിലിലേക്കാനയിച്ചു അദ്ദേഹം. സാധാരണക്കാരയ കുറെ മലയാളികളായിരുന്നു അതിലെ അന്തേവാസികൾ. അധികവും ചാവക്കാട് ഭാഗത്തുനിന്നുള്ളവർ. ഡ്രൈവർ, സെയിൽസ്മാൻ, ഹെൽപ്പർ തുടങ്ങിയ ജോലികളിൽ ഏർപ്പെട്ടിരുന്നവർ. ഭിന്നശേഷിക്കാരനായ പ്രഭാകരേട്ടൻ ഷാർജ ഇൻഡസ്ട്രിയൽ ഏരിയയിലെ ഒരു ലബനീസ് ഫുഡ് സ്റ്റഫ് മൊത്തവ്യാപാരിയുടെ അക്കൗണ്ടന്റ് ആയിരുന്നു.

അമേരിക്കൻ ലൈഫ് ഇൻഷുറൻസ് കമ്പനിയിലാണ് ആദ്യത്തെ ജോലി. ഇൻഷുറൻസ് ഏജന്റ് പണി. ആദ്യ ദിവസങ്ങളിൽ ക്ലാസ്സുകളായിരുന്നു. എങ്ങനെ ഒരു ക്ലയന്റിനെ കുടുക്കണം എന്ന പാഠങ്ങൾ കോട്ടും സൂട്ടുമിട്ട അമേരിക്കക്കാരൻ വിവരിച്ചു. ഒരു ഏജന്റിന്റെ സംസാരം, വസ്ത്രധാരണം, ആറ്റിറ്റ്യൂഡ് എല്ലാം എങ്ങനെയിരിക്കണമെന്നും ഏതെല്ലാം സ്ഥലങ്ങളാണ് ക്ലയന്റിനെ സന്ധിക്കാൻ പറ്റിയവ തുടങ്ങി പലതും അവർ വിവരിച്ചു. ഒരു മാസം കറങ്ങിനടന്നെങ്കിലും ഒരാളെപ്പോലും ചേർക്കാൻ എനിക്കായില്ല. അങ്ങനെ ആ ഏജന്റ് പണി എനിക്കു പറ്റിയതല്ല എന്ന് സ്വയം തിരിച്ചറിഞ്ഞു പിന്മാറി.

പ്രഭാകരേട്ടൻ ഷാർജ ഇൻഡസ്ട്രിയൽ ഏരിയയിലുള്ള ഒരു അലൂമിനിയം ഫോയിൽ കമ്പനിയെക്കുറിച്ച് പലപ്പോഴായി പറഞ്ഞിരുന്നു. അവിടെ എല്ലാം നോക്കിനടത്താൻ ഒരാളെ വേണം. അങ്ങനെ ഞാൻ ഡാഡോ ഫോർ അലൂമിനിയം ഫോയിൽ എന്ന കമ്പനിയിലേക്ക് ചെന്നു. മുഹമ്മദ് ഇസ്മായിൽ ഡാഡോ അതാണദ്ദേഹത്തിന്റെ പേർ. ഡാഡോ കുടുംബപ്പേരാണ്. ജോർദാനി ചെറുപ്പക്കാരൻ. മുപ്പത് മുപ്പത്തഞ്ചു വയസ്സു പ്രായം. സുമുഖനല്ലെങ്കിലും വെളുത്ത നിറം, ബ്രൗൺ മുടി. ഷവർലെയുടെ ചുകന്ന സ്പോർട്സ് കാർ ഇഷ്ടവാഹനം. തന്നേക്കാൾ പ്രായം കൂടിയ ഭാര്യ ജോർദാൻ എയർലൈൻസിന്റെ ആദ്യ വനിതാ പൈലറ്റ് ആയിരുന്നു. അവർക്കിരുവർക്കുമായി മൂന്ന് വയസ്സിനോടടുത്ത ഒരു പുത്രൻ.

എട്ടുവർഷത്തിലധികം നീണ്ട ഇറാൻ-ഇറാക്ക് യുദ്ധത്തിനുശേഷം ഗൾഫ് മേഖല സമാധാനം രുചിച്ചു തുടങ്ങുന്ന കാലം. ഡാഡോവിന്റെ

കുടുംബത്തിന് ജോർദാനിലെ അമാനിൽ ഒരു ടിഷ്യൂ പേപ്പർ കമ്പനിയുണ്ട്. അത് നടത്തുന്നതിൽ ഡാഡോ പിതാവിന്റെ സഹായിയായിരുന്നു. കൂടുതൽ ധനം ആർജ്ജിക്കാനായാണ് ഇമാറാത്തിൽ എത്തിയത്.

ഡാഡോ അലൂമിനിയം കമ്പനി വാടക കെട്ടിടത്തിലാണ് പ്രവർത്തിച്ചിരുന്നത്. രണ്ടു ഭാഗമായായിരുന്നു അതിന്റെ പ്രവർത്തനം. തുർക്കി, ഇന്ത്യ, ബ്രസീൽ തുടങ്ങിയ രാജ്യങ്ങളിൽ നിന്ന് ഇറക്കുമതി ചെയ്യുന്ന കിലോമീറ്ററുകളോളം നീളമുള്ള വലിയ അലൂമിനിയം ഫോയിൽ റോളുകളെ ചെറിയ പല അളവിൽ ചുറ്റി പാക്ക് ചെയ്യുന്ന ഒരിടവും അങ്ങനെ ചുറ്റാനുള്ള കോർ നിർമ്മിക്കുന്ന മറ്റൊരിടവും. എന്റെ ജോലി ഇതെല്ലാം നോക്കി നടത്തുക എന്നതാണ്.

സോവിയറ്റ് യൂണിയന്റെ പതനം ദുബായിക്ക് ഉണർവ്വേകുകയായിരുന്നു. സ്വതന്ത്രരായ പുതുരാജ്യങ്ങളിൽ നിന്നുമുള്ള വലിയ മനുഷ്യ പ്രവാഹം ദുബായ് എക്കണോമിക്ക് ഉത്തേജകമായി. ജോലിക്കായല്ല, കച്ചവടത്തിനായിരുന്നു അവരിൽ അധികം പേരും ദുബായിലെത്തിയത്. തങ്ങൾ അതുവരെ കാണാത്ത, അനുഭവിക്കാത്ത മുതലാളിത്ത രാജ്യങ്ങളിൽ നിന്നുള്ള പളപളപ്പുള്ള ഉല്പന്നങ്ങൾ വലിയതോതിൽ വാങ്ങി അവർ സ്വന്തം നാട്ടിലേക്കയയ്ക്കാൻ തുടങ്ങി.

ഡാഡോ അലൂമിനിയം ഫോയിൽ കമ്പനി പച്ചപിടിച്ച് വരുന്നതേയുള്ളൂ. കാറ്ററിംഗ് കമ്പനികൾ, ഹോട്ടലുകൾ, സൂപ്പർമാക്കറ്റുകൾ, മറ്റു മൊത്തവ്യാപാരികൾ തുടങ്ങിയവരായിരുന്നു ഡാഡോയുടെ കസ്റ്റമേഴ്സ്. ഇറക്കുമതിചെയ്യുന്ന വലിയ ഫോയിൽ റോളുകൾ അടങ്ങിയ കണ്ടയ്നറുകൾ മാസത്തിൽ ഒന്നോ രണ്ടോ എത്തും. ചിലപ്പോൾ ട്രക്കിലായിരിക്കും അതിന്റെ വരവ്. ട്രക്ക് വരുന്നതെല്ലാം തുർക്കിയിൽ നിന്നാണ്. ആയിരക്കണക്കിന് മൈലുകൾ താണ്ടി സിറിയ, ജോർദാൻ, സൗദി അറേബ്യ വഴി വരുന്ന ട്രക്കുകൾ. അത്തരം ട്രക്കുകളിൽ ഡീസൽ ടാങ്ക് പോലെ വലിയൊരു പെട്ടി ഘടിപ്പിച്ചിട്ടുണ്ടാകും. അത് ഒരു ചെറു അടുക്കളയാണ്. മണിക്കൂറുകളോളം വിജനമായ മരുഭൂമിയിലൂടെയുള്ള യാത്രയിലെ ആഹാരം ഒരുക്കാനായുള്ള എല്ലാം അതിൽ കാണും. ചെറിയ ഒരു ഗ്യാസ് സ്റ്റൗ, ചെറിയ ഒരു ഗ്യാസ് സിലിണ്ടർ, അത്യാവശ്യം പാത്രങ്ങൾ, ജല സംഭരണി, പിന്നെ വെച്ചു കഴിക്കാനായുള്ള ആഹാരശേഖരവും. തുർക്കിയിൽ നിന്നും വരുന്ന കരുത്തരായ ഡ്രൈവർമാരെ കണ്ടാൽ അറിയാം അവർ വലിയ അധ്വാനശീലരാണെന്ന്. തഴമ്പിച്ച ബലിഷ്ഠമായ കൈകൾ, വിരിഞ്ഞ മാറിടം, എന്തിനെയും നേരിടാൻ കെൽപ്പുള്ള തന്റേടമുള്ള മുഖഭാവവും ശരീരചലനങ്ങളും. ജീൻസും ഷർട്ടും ജാക്കറ്റും സ്പോർട്സ് ഷൂസും ധരിച്ച ആധുനികർ. എന്നാൽ ആംഗലേയം ഒരു വാക്ക് പോലും അവർക്കറിയില്ല.

ആയിടെ ജാൻ മുഹമ്മദ് എന്ന് പേരായ ഒരു പാകിസ്താനി തൊഴിലാളി അവിടെ ജോയിൻ ചെയ്തു. അലൂമിനിയം ഫോയിൽ പ്രത്യേക

അളവിൽ കോറിൽ കറക്കുന്ന യന്ത്രം ചലിപ്പിക്കലാണ് പ്രധാന ജോലി. ജാൻ മുഹമ്മദ് പഞ്ചാബ് പ്രവിശ്യയിൽ നിന്നാണ് വരുന്നത്. വിനയവും സൗമ്യതയുമുള്ള ഒരു നല്ല മനുഷ്യനായിരുന്നു ജാൻ മുഹമ്മദ്.

ജാൻ മൊഹമ്മദിനെ കൂടാതെ കുറച്ചുപേർ കൂടി അവിടെ പണിയെടുത്തിരുന്നു. കാസർഗോഡ്കാരായ രണ്ട് ചെറുപ്പക്കാർ, പുതുതായി ഷാർജയിൽ എത്തിയ ഒരു തമിഴ്നാട്ടുകാരൻ. കാസർഗോഡുകാർക്ക് വിസയും പാസ്പോർട്ടും ഒന്നും കാണുകയില്ല. വിസിറ്റിംഗ് വിസയിൽ വരുന്ന ആൾ തിരിച്ചുപോകില്ല, പകരം പോകുന്നത് വർഷങ്ങളോളം വിസയും പാസ്പോർട്ടും ഒന്നുമില്ലാതെ ഇവിടെ കഴിഞ്ഞിരുന്ന മറ്റൊരാൾ. പാസ്പോർട്ടിലെ ഫോട്ടോ മാറ്റിവെക്കുന്നതിൽ മിടുക്കനായിരുന്നു അന്ന് കാസർഗോഡുകാർ. പുതുതായി വന്നയാൾ തിരിച്ചു പോയ ആളുടെ പിൻഗാമിയായി തുടരും. കാസർഗോഡ് എംബസി എന്ന അപരനാമത്തിൽ അറിയപ്പെടുന്ന ഒരു അധോലോകം തന്നെ യു.എ.യിൽ പ്രവർത്തിച്ചിരുന്നു.

തമിഴ്നാട്ടുകാരൻ അലി ഒരു പാവം, എന്തു പണിയും സന്തോഷത്തോടെ എടുക്കും. നല്ല അടക്കും ചിട്ടയുമായിരുന്നു അലിക്ക്. ഡാഡോ ഒരു സുഹൃത്തിനെപ്പോലെ എന്നോട് പെരുമാറി. കച്ചവടമല്ലാതെ പലതും അദ്ദേഹം പങ്കു വെക്കുകയും ചെയ്തു. വലിയ ധനവാനാകാനുള്ള മോഹം അദ്ദേഹത്തിനുണ്ടായിക്കരുന്നു. എന്നാൽ അതെല്ലാം തകിടം മറിച്ചുകൊണ്ട് ആ വർഷം(1990) ആഗസ്റ്റിൽ സദ്ദാം ഹുസൈൻ കുവൈറ്റ് ആക്രമിച്ച് സ്വന്തമാക്കി. ഡാഡോയെ ഈ സംഭവം വല്ലാതെ ഉലച്ചു. സദ്ദാമിന്റെ പട യു.എ.ഇയിലും എത്തും എന്നയാൾ ഭയന്നു. അധികം വൈകാതെ ഡാഡോ കുടുംബസമേതം ജോർദ്ദാനിലേക്ക് തിരിച്ചു. കമ്പനി തൽക്കാലം എന്നോട് നോക്കി നടത്താൻ പറഞ്ഞു. ആ സമയത്ത് ഡാഡോയുടെ ചെറുപ്പക്കാരിയായ അകന്ന ബന്ധു ഇടയ്ക്കെല്ലാം കമ്പനി സന്ദർശിക്കുമായിരുന്നു. അതീവ സുന്ദരിയും മദാലസയുമായിരുന്നു അവൾ. ജോർദ്ദാനി വനിതകൾ പർദ്ദയോ മറ്റു ഇസ്ലാമികവസ്ത്രങ്ങളോ ധരിക്കാറില്ല. അവർ എപ്പോഴും യൂറോപ്പിലെ മാറിവരുന്ന പരിഷ്കൃതവസ്ത്രങ്ങൾ തെരെഞ്ഞെടുത്തു ധരിച്ചു.

ഡാഡോ പോകുന്നതിനു മുന്നെ അമേരിക്കയിലെ അരിസോണയിലെ ഒരു റീ സൈക്കിൾഡ് ക്ലോത്തിങ്ങ് കമ്പനിയിൽ നിന്ന് ഒരു കെട്ട് വസ്ത്രങ്ങൾ വരുത്തിയിരുന്നു. പാശ്ചാത്യലോകത്ത് അങ്ങനെയും ഒരു കച്ചവടമുണ്ട്. ഉപയോഗിച്ച നല്ല ബ്രാൻഡഡ് വസ്ത്രങ്ങൾ ശേഖരിച്ച് കഴുകി ഇസ്തിരിയിട്ട് വലിയ കെട്ടുകളാക്കി ലോകകമ്പോളങ്ങളിലേക്ക് അയയ്ക്കുന്നു. അത്തരം വസ്ത്രങ്ങൾ മാത്രം വിൽക്കുന്ന കടയുടമകൾ അവ ഇറക്കുമതി ചെയ്തു അവരുടെ ഷോ റൂമുകളിൽ പ്രദർശിപ്പിക്കുന്നു,

വിൽക്കുന്നു. ദുബായിലും അത്തരം കടകളുണ്ട്. ശാന്തസമുദ്രത്തിലെ ദ്വീപ് സമൂഹങ്ങൾക്കുടമകളായ ഒരു രാജ്യത്തിലെ പ്രജകളാണ് ഇവിടെ അത്തരം വസ്ത്രങ്ങൾ കൂടുതൽ ഉപയോഗിക്കുന്നത്. വിലകൂടിയ ബ്രാൻഡുകൾ ചെറിയ വിലയ്ക്ക് വാങ്ങി ധരിക്കാനുള്ള ഒരു സൂത്രപ്പണി. ഡാഡോ വരുത്തിയ വസ്ത്രങ്ങൾ അദ്ദേഹം തന്നെ സ്വന്തം കാറിൽ കൊണ്ടുപോയി വിതരണം ചെയ്തു. അതിൽ നിന്നും ഒരു ഷർട്ട് എനിക്ക് തരികയും ചെയ്തു.

ഡാഡോയുടെ അഭാവത്തിൽ അമേരിക്കയിലെ ആ കമ്പനിയിൽ നിന്നും ചില സന്ദേശങ്ങൾ വന്നു. പതുക്കെ കമ്പനിയുടെ ഉടമസ്ഥയുമായി സൗഹൃദത്തിലുമായി. അറബ് മേഖല സുരക്ഷിതമല്ലെന്നും എത്രയും വേഗം അവിടെനിന്ന് രക്ഷപ്പെടാനും അവർ ഉപദേശിച്ചു. അവർ എന്നെ അമേരിക്കയിലേക്ക് ക്ഷണിച്ചു. സന്ദർശനവിസ എടുക്കാനായി അവർ ഒരു ഇൻവിറ്റേഷൻ ലെറ്റർ അമേരിക്കൻ എംബസ്സിയിൽ സമർപ്പിക്കാനായി അയച്ചു തരികയും ചെയ്തു. ഞാൻ അതുമായി ദുബായ് ട്രേഡ് സെന്റർ ടവറിൽ അതീവ സുരക്ഷാവലയത്തിൽ പ്രവർത്തിക്കുന്ന അമേരിക്കൻ കോൺസുലേറ്റ് സന്ദർശിച്ചെങ്കിലും അവർ ആവശ്യപ്പെട്ട ബാങ്ക് സ്റ്റേറ്റ്മെന്റ് കൊടുക്കാൻ നിർവ്വാഹമില്ലായിരുന്നതിനാൽ ആ മോഹം ഉപേക്ഷിക്കുകയായിരുന്നു.

ഗൾഫ് വാർ തുടങ്ങി. അമേരിക്ക ഇറാഖിനെ ആക്രമിച്ചു. ഇറാൻ ഇറാക്ക് യുദ്ധത്തിൽ ഇറാഖിനോടൊപ്പമായിരുന്ന എല്ലാ ഗൾഫ് രാജ്യങ്ങളും സദ്ദാമിന്റെ ശത്രുക്കളായി.

ഒരു മാസത്തിനുശേഷം ഡാഡോയുടെ സന്ദേശം വന്നു. കമ്പനിയിലെ സ്റ്റോക്കും മെഷിനറികളും എല്ലാം അഴിച്ച് പാക്ക് ചെയ്ത് ജോർദ്ദാനിലേക്കയയ്ക്കാൻ. അങ്ങനെ ആ അനുഭവം അവിടെ അവസാനിച്ചു. വീണ്ടും തൊഴിൽരഹിതനുമായി.

ഇതിനിടയിൽ ഞാൻ വീണ്ടും അച്ഛനായി. സുമ 1990 ഏപ്രിൽ മാസം ഒമ്പതിന് മകന് ജന്മമേകി. പ്രസവാനന്തരം സുമ INSസഞ്ജീവനിയിൽ ജോയിൻ ചെയ്തു. കുറച്ചു ദിവസങ്ങൾക്കുള്ളിൽ അവൾക്ക് ട്രാൻസ്ഫർ ഓർഡറായി. ലാൻഡ്സ് ഡൗൺ എന്ന ഹിമാലയൻ പട്ടണത്തിലേക്ക്. ദേവദാരു മരങ്ങൾ സമൃദ്ധമായി വളരുന്ന സുന്ദരമായ ഹിമാലയൻ മലനിരകളിലെ മിഡ് റേഞ്ചിലുള്ള നഗരം. എന്നാൽ അവിടേക്ക് മകനെ കൊണ്ടുപോകാൻ സാധ്യമല്ലായിരുന്നു. മകനെ പിരിഞ്ഞിരിക്കാനുള്ള മനഃപ്രയാസത്തിൽ അവൾ ആ ട്രാൻസ്ഫർ നിരസിച്ചു. പട്ടാളമല്ലേ അങ്ങനെ ഓർഡർ നിരസിക്കാനാവുമോ? അതിനാൽ അവൾ പത്തു കൊല്ലത്തെ മിലിറ്ററി സർവീസ് വേണ്ടെന്നുവെച്ചു. ഗൾഫിലുള്ള ഭർത്താവ് പെട്ടെന്ന് തന്നെ അങ്ങോട്ട് കൊണ്ടുപോകുമെന്ന പ്രതീക്ഷയിൽ ആയിരുന്നു ആ രാജി.

1990 ഡാഡോയ്ക്കുശേഷം

യുദ്ധം കൊടുമ്പിരികൊള്ളുകയാണ്. അമേരിക്ക അവരുടെ എല്ലാ ഹൈടെക് ആയുധങ്ങളും ഇറാക്കിൽ പരീക്ഷിച്ച് രസിക്കുകയാണ്. ഒരു കരിമരുന്നാഘോഷം ആസ്വദിക്കുന്നതുപോലെ ജനം അവ ദൂരദർശനിൽ കണ്ടു രസിച്ചു. ജോലിയില്ലാത്ത ദിനങ്ങൾ. ഒരു റംസാൻ കാലം. പകൽ റസ്റ്റോറന്റുകൾ തുറക്കില്ല. ഗ്രോസറിയിൽനിന്നും വാങ്ങിയ പഴവും ക്രോയ്സന്റും കഴിച്ച് വിശപ്പടക്കി.

ഷാർജ പോസ്റ്റ് ഓഫീസിനടുത്ത് ആയുർവേദ മസ്സാജ് സെന്റർ നടത്തിയിരുന്നത് വർക്കലക്കാരനായ വാരിജാക്ഷൻ ആയിരുന്നു. ഒരു വലിയ കെട്ടിടത്തിന്റെ മെസനെൻ ഫ്ളോർ മുഴുവൻ അതിന്നായുപ യോഗിച്ചിരുന്നു. കുറെ സ്ഥലം അതിൽ ഒഴിഞ്ഞുകിടക്കുന്നു. വാരിജാക്ഷ നുമായി പരിചയപ്പെട്ടു. ഒഴിഞ്ഞുകിടക്കുന്ന സ്ഥലത്ത് ഒരു യോഗ സെന്റർ തുടങ്ങാൻ അയാൾ ആഗ്രഹിച്ചിരുന്നു. ഞാൻ അന്ന് പതിവായി യോഗ ശീലിച്ചിരുന്നു. അങ്ങനെ ഞാൻ അവിടെ യോഗ മാസ്റ്റർ ആയി ചേർന്നു. ആകെ രണ്ടുപേരാണ് പഠിക്കാൻ വന്നത്. ഒന്ന് അവിടത്തെ ഉഴിച്ചിൽകാര നായ മലപ്പുറത്തുകാരൻ ഇബ്രാഹിം. രണ്ടാമൻ റോളയിൽ ഒരു ചെറുകട യിൽ ബാറ്ററിയും ബാറ്ററി ജലവും വില്പന തുടങ്ങി പണക്കാരനായി ദുബായിൽ വലിയ കമ്പനി തുടങ്ങിയ കൽക്കത്തക്കാരൻ മുക്കർജി. ഇബ്രാഹിം അധികകാലം തുടർന്നില്ല. പിന്നെ മൂക്കർജി മാത്രമായി. ഒരാളെ മാത്രം വെച്ചുകൊണ്ട് കാര്യങ്ങൾ മുന്നോട്ട് നീങ്ങാൻ പ്രയാസ മായതിനാൽ ആ യോഗ ക്ലാസ് അധികം നീണ്ടുനിന്നില്ല.

മൂക്കർജി അജ്മാൻ ബോർഡറിലുള്ള തന്റെ വസതിയിലേക്ക് ക്ഷണിച്ചു. യോഗ പഠനം തുടരുകയായിരുന്നു അദ്ദേഹത്തിന്റെ ലക്ഷ്യം. എനിക്ക് യാത്ര ചെയ്യാനായി മൂക്കർജി ഒരു സൈക്കിൾ സമ്മാനിച്ചു. അങ്ങനെ കാറുകൾ ചീറിപ്പായുന്ന റോഡിലൂടെയും ഫൂട്പാത്തിലൂ ടേയും സൈക്കിളിൽ സായന്തനങ്ങളിൽ മുക്കർജിയെ തേടി ആ വലിയ വീട്ടിൽ ചെല്ലുക പതിവായി. മുക്കർജി ചെറിയ തോതിൽ തുടങ്ങി വലിയ കച്ചവടക്കാരനായുയർന്നതാണ്. ദുബായിൽ ഒരു കെമിക്കൽ കമ്പനി യുണ്ട്. അതിന്റെ വേർഹൗസും യാർഡും ഷാർജയിലാണ്. യോഗ പഠിപ്പി ക്കൽകൊണ്ട് ജീവിതം മുന്നോട്ട് നീങ്ങുക പ്രയാസമായതിനാൽ മറ്റു മാർഗങ്ങൾ തേടിയേ പറ്റൂ.

ഡാഡോവിൽ നിന്നും നേടിയ അലൂമിനിയം ഫോയിൽ കച്ചവട ത്തിന്റെ അറിവുകൾ മുക്കർജിയുമായി പങ്കുവെച്ച് ബിസിനസ് പാർട്ണർ ആയി മുന്നോട്ട് പോകാം എന്ന ചിന്ത തലയിൽ ഉദിച്ചു. കാര്യം പറഞ്ഞ പ്പോൾ ഒരു പ്രൊജക്റ്റ് റിപ്പോർട്ട് എഴുതി സമർപ്പിക്കൂ എന്ന് മൂക്കർജി. അങ്ങനെ ദുബായിൽ ഫിഷ് റൗണ്ട് എബൗട്ടിനു സമീപമുള്ള അദ്ദേഹ ത്തിന്റെ ഓഫീസിലേക്ക് ക്ഷണം. ഒരു മേശയും കസേരയും തന്നു.

അവിടെയിരുന്ന് പ്രൊജക്റ്റ് റിപ്പോർട്ട് തയ്യാറാക്കണം. ദിവസങ്ങൾക്കുള്ളിൽ എല്ലാ വിവരവുമടങ്ങുന്ന പ്രൊജക്റ്റ് റിപ്പോർട്ട് തയ്യാറാക്കിക്കൊടുത്തു. സോണി എന്ന മുക്കർജിയുടെ എം.ഡി. ലാഭകരമാകില്ല കച്ചവടം എന്ന് പറഞ്ഞു അത് തള്ളി. എന്നാൽ ഡാഡോയുടെ കമ്പനിയിൽ നിന്നും വലിയ തോതിൽ ഫോയിൽ മേടിച്ചു വിതരണം ചെയ്തിരുന്ന ഇബ്രാഹിം എന്ന് പേരായ മിസ്രി ആ കാലത്ത് ഫാൽക്കൺ എന്ന പേരിൽ തുടങ്ങിയ ഫോയിൽ കമ്പനി വളരെ അഭിവൃദ്ധി പ്രാപിക്കയും ഗൾഫ് മേഖലയിലെ വലിയ ഫോയിൽ വിതരണക്കാരായി ഉയരുകയും ചെയ്തു. അങ്ങനെ മുക്കർജിയുമായ ബന്ധം അവസാനിച്ചു.

എൺപതുകളിൽ എമറാത്തിൽ കംപ്യൂട്ടറുകൾ പ്രചാരം തുടങ്ങിയിരുന്നു. എൺപതിന്റെ ആദ്യപകുതിയിൽ സാപ്പിയയുടെ ഓഫീസിൽ കമ്പ്യൂട്ടർ റൂം ഉണ്ടായിരുന്നു. കമ്പ്യൂട്ടറുകൾ പിച്ചവെക്കുന്ന കാലം. ഇന്നത്തെപ്പോലെ ഓരോ ടേബിളിലും ഒരു സ്ക്രീൻ എന്ന ഏർപ്പാടല്ല, പകരം അതിന്നായി ഒരു മുറി. അതിൽ പ്രവർത്തിക്കാൻ കമ്പ്യൂട്ടർ വൈദഗ്ധ്യമുള്ള ഒരാളെ പ്രത്യേകം നിയമിക്കുന്നു. ആ മുറിയിലേക്കുള്ള പ്രവേശനം ആ വിദഗ്ധനുമാത്രമായി പരിമിതപ്പെടുത്തുന്നു. കമ്പ്യൂട്ടർ റൂം ഒരു ബാലികേറാമലപോലെ. എൺപതുകളുടെ രണ്ടാംപകുതിയിൽ ഈ അവസ്ഥ മാറി, അവ ഓഫീസുകളിലെ കൂടുതൽ മേശകൾക്കുമേൽ പ്രത്യക്ഷപ്പെടാൻ തുടങ്ങി. പൊന്താപ്പംപോലുള്ള ട്യൂബ് മോണിറ്ററുകൾ ഇന്നില്ല, അവ ഫ്ളാറ്റ് സ്ക്രീനുകൾക്ക് വഴിമാറി.

വത്സൻ അച്ഛന്റെ കസിന്റെ മകളുടെ മകനാണ്. ഹരിയുടെ ചേച്ചിയുടെ മകൻ. വത്സൻ ഷാർജയിലെ പ്രശസ്തമായ ഷേബ ഹോട്ടലിലായിരുന്നു. എൺപതുകളിൽ ഷാർജയിൽ വലിയ ഒരു പള്ളി സൗദി സഹായത്തോടെ നിർമ്മിച്ചു. സൗദി മസ്ജിദ് എന്നറിയപ്പെടുന്ന ആ പള്ളിയുടെ യഥാർത്ഥ നാമം കിംഗ് ഫൈസൽ മോസ്ക് എന്നാണ്. സൗദിയുമായുള്ള അടുത്ത ബന്ധം ഷാർജയെ മദ്യമുക്ത നഗരമാക്കി. അങ്ങനെ ഹോട്ടലുകളിലെ ബാറുകളെല്ലാം അടച്ചുപൂട്ടി. ഷേബ ഹോട്ടലിലെ ബാർ ജീവനക്കാരനായ വത്സൻ പിന്നീട് ആ കമ്പനിയുടെ മറ്റൊരു സ്ഥാപനമായ ഗോൾഡൻ ലോഫ് ബേക്കറിയുടെ സെയിൽസ്മാനാകുകയായിരുന്നു.

ഷേബ ഹോട്ടലിന്റെ ഉടമസ്ഥൻ ഒരു യെമനിയാണ്. ഒരിക്കൽ യെമനിലെ മന്ത്രിയായിരുന്ന അദ്ദേഹം രാഷ്ട്രീയ അഭയം തേടി അറുപതുകളിൽ എമറാത്തിൽ എത്തപ്പെട്ടതാണെന്നു പറയപ്പെടുന്നു. അദ്ദേഹവുമായി അടുത്തിടപഴകുന്നുണ്ട്.

വത്സനെ ഇടയ്ക്കെല്ലാം കാണാറുണ്ടായിരുന്നു. കമ്പനി വത്സന് താമസിക്കാനായി എല്ലാ സൗകര്യങ്ങളുമുള്ള ഒരു മുറി അനുവദിച്ചിരുന്നു. അറുപത്തിഏഴിൽ തുടങ്ങിയ ഗൾഫ് ജീവിതമാണ്. അച്ഛനും മകനും ഒരു ലോഞ്ചിലാണ് ഇവിടെ ഇറങ്ങിയത്. ചെത്തുകാരനായിരുന്ന അച്ഛൻ

കുറച്ചുകാലം മാത്രം ഷാർജയിൽ തങ്ങി മറ്റൊരു ലോഞ്ചിൽ നാട്ടിലേക്ക് മടങ്ങുകയായിരുന്നു. പത്തിരുപത്തിരണ്ടു വർഷമായി വത്സൻ ഒരേ കമ്പനിയിൽ ജോലി എടുക്കുകയാണ്. വിശ്വസ്തനായവൻ. ആ അടുത്ത കാലം വരെ വത്സന്റെ കുടുംബവും ഷാർജയിൽ ഉണ്ടായിരുന്നു. ഭാര്യയുടെ അസുഖം കുടുംബത്തെ നാട്ടിൽ വിടാൻ നിർബന്ധിക്കയായിരുന്നു.

ഷാർജയിൽ പല ചെറു ജോലികളും എടുത്തു നോക്കി. ഒന്നും തനിക്കാകുന്നതല്ല എന്നറിഞ്ഞു വിടുകയായിരുന്നു. അങ്ങനെയിരിക്കെയാണ് വത്സൻ അദ്ദേഹത്തിന്റെ എം.ഡിയെ കാണാൻ പറഞ്ഞത്. നല്ല ഒരു സിവി പ്രിന്റ് ചെയ്തു എം.ഡിയെ കാണുന്നതിന് മുന്നോടിയായി. കൂടിക്കാഴ്ചയ്ക്കു ശേഷം ഒരാഴ്ച ട്രെയിനിങ്ങ്. ജോസഫ് എന്ന് പേരായ ഗോവക്കാരനായിരുന്നു ഗോൾഡൻ ലോഫ് ബേക്കറിയുടെ സ്റ്റോർ കീപ്പറും പർച്ചേസറും. ഗോൾഡൻ ലോഫ് ബേക്കറി അത്യാധുനികമായ യു.എ.യിലെ ആദ്യ ഓട്ടോമാറ്റിക് ബേക്കറികളിലൊന്നാണ്. അവരുടെ അബുദാബി ബ്രാഞ്ചിന്റെ പേര് ഗോൾഡൻ സ്പൈക് ആൻഡ് വീറ്റ് കോ എന്നായിരുന്നു. എന്നെ തിരഞ്ഞെടുത്തത് അവിടെയ്ക്കായിരുന്നു. ജോസഫ് ചെയ്യുന്ന ജോലിയെല്ലാം എടുക്കേണ്ടി വരും. അതിനാലാണ് ജോസഫിന്റെ ട്രെയിനിങ്ങ്. ട്രെയിനിങ്ങ് അവസാനിച്ചു. അടുത്ത ദിവസം കമ്പനിയുടെ അഡ്മിനിസ്ട്രേറ്റീവ് ഓഫീസറായ ഫെർണാണ്ടസിന്റെ മെഴ്സിഡസ് കാറിൽ അബുദാബിയിലേക്ക്.

കാർ ആറുവരിപ്പാതയിലൂടെ ചീറിപ്പാഞ്ഞു. ദുബായ് വേൾഡ് ട്രേഡ് സെന്ററിന് ശേഷം റോഡരുകിൽ കുറെ അംബരചുംബികൾ ഉയർന്നിരിക്കുന്നു. ടൊയോട്ട ബിൽഡിങ്ങിനുശേഷം ഇടതുവശം പരന്നുകിടക്കുന്ന ദുബായ് ഡിഫൻസ് ഹെഡ് ക്വാർട്ടേഴ്സ്. അത് കഴിഞ്ഞാൽ ജബൽ അലി എത്തുംവരെ കാര്യമായി ഒന്നുമില്ല. ചെറുജനവാസകേന്ദ്രമായ അൽ ക്യുസ്, ഒയാസിസ് റെസിഡൻസ് തുടങ്ങി ചില ഒറ്റപ്പെട്ട കേന്ദ്രങ്ങളല്ലാതെ.

വണ്ടി ജബൽ അലി പിന്നിട്ട് അബുദാബി ബോർഡറും കടന്ന് പാഞ്ഞു. ബോർഡർ കടന്നാൽ റോഡിനു ഒരു ചെറു നിറമാറ്റം. കറുപ്പായിരുന്നത് ഒന്ന് മങ്ങി ബ്രൗണും ഗ്രേയും ഇടകലർന്നപോലെ. തെരുവ് വിളക്കുകളുടെ ആകൃതിയും മാറും. അബുദാബി ഭാഗത്ത് നാലഞ്ച് മീറ്റർ വീതിയിൽ ഇരുഭാഗത്തേക്കുമുള്ള ഗതാഗതത്തെ പകുത്തുന്നിടത്തും റോഡിന്റെ ഇരുവശങ്ങളിലും മരങ്ങൾ നട്ടിരിക്കിരുന്നു. റോഡിലൂടെ സഞ്ചരിക്കുന്നവർക്ക് ഒരു കാനനയാത്രപോലെ. എന്നാൽ ആ കൃത്യമവനത്തിന്നപ്പുറം കണ്ണെത്താത്ത വിജനമായ മരുഭൂമിയാണ്. റോഡിനിരുവശവും മതിൽ കെട്ടി ഒട്ടകങ്ങളെ തടഞ്ഞിരുന്നു. റോഡ് മുറിച്ചു കടക്കുന്ന ഒട്ടകക്കൂട്ടങ്ങൾ വലിയ അപകടങ്ങൾ വരുത്തിയിട്ടുണ്ട് മുൻകാലങ്ങളിൽ. ഇടിയുടെ ആഘാതത്തിൽ നീണ്ട കാലുകളുള്ള ഒട്ടകങ്ങൾ

വണ്ടിയുടെ വിൻഡ്സ്ക്രീനിലേക്കാണ് മറഞ്ഞു വീഴുക. വണ്ടിയുടെ വേഗതയും ഒട്ടകത്തിന്റെ ഭാരവും കൂടി വരുത്തുന്ന അതിശക്തമായ ഇമ്പാക്ട് വൻദുരന്തകാരണമായി മാറും. വണ്ടി അബുദാബി നഗരത്തിന്റെ വ്യവസായ മേഖലയായ മുസ്സഫയിലേക്ക് കടന്ന്. ഒന്ന് രണ്ടു വളവും തിരിവും താണ്ടി അത് ഗോൾഡൻ സ്പൈക് ആൻഡ് വീറ്റ് കമ്പനിയുടെ മുന്നിൽ വന്നു നിന്നു.

1990 ആഗസ്റ്റിൽ തുടങ്ങി രണ്ടുമാസത്തോളോം നീണ്ട അന്നുവരെ ലോകം കാണാത്ത ചരിത്രസംഭവമായിരുന്നു കുവൈറ്റിൽ നിന്നുമുള്ള ഇന്ത്യക്കാരെ എയർലിഫ്റ്റ് ചെയ്ത് മാതൃഭൂമിയിൽ എത്തിച്ചത്. അന്ന് പ്രധാനമന്ത്രി വി.പി. സിംഗ് ആയിരുന്നു. ഒരു ലക്ഷത്തി എഴുപതിനായിരം ഇന്ത്യക്കാരെയാണ് രണ്ടുമാസത്തിനുള്ളിൽ എയർ ഇന്ത്യയാതൊരു പ്രതിഫലവും കൂടാതെ നാട്ടിൽ എത്തിച്ചത്. (ഇന്ന് ആ മഹത്തായ പൊതുമേഖലാ സ്ഥാപനത്തെ വിൽക്കാൻ വെച്ചിരിക്കുകയാണ് നിലവിലുള്ള കേന്ദ്ര സർക്കാർ.) അക്കൂട്ടത്തിൽ പിന്നീട് അടുത്ത സുഹൃത്തായി മാറിയ രാധാകൃഷ്ണൻനായരും കുടുംബവുമുണ്ടായിരുന്നു. ആഴ്ചകളോളം മാത്രം പ്രായമുള്ള പിഞ്ചുകുഞ്ഞുമായായിരുന്നു അവരുടെ പ്രയാണം. ഡൽഹിയിൽ വന്നിറങ്ങിയ അവരുടെ ചിത്രം അന്ന് പത്രങ്ങൾ മുൻപേജിൽ പ്രിന്റ് ചെയ്തിരുന്നു.

ആ ദിനങ്ങളിൽ ദുബായ് റോഡുകളിൽ അതുവരെ കാണാതിരുന്ന അറബിയിൽ മാത്രം പ്രിന്റ് ചെയ്ത നമ്പർ പ്ലേറ്റുകളോട് കൂടിയ വലിയ അമേരിക്കൻ കാറുകൾ ഏറെ കാണാൻ തുടങ്ങി. അത്തരം വാഹനങ്ങളിൽ പലതും ദുബായ് നിയമങ്ങൾ റോഡിൽ പാലിച്ചിരുന്നില്ല. കുവൈറ്റ് രജിസ്ട്രേഷനോട് കൂടിയ അവയിൽ സഞ്ചരിച്ചിരുന്നത് സദ്ദാം ഹുസൈൻ സ്വന്തമാക്കിയ കുവൈറ്റിൽ നിന്നും അഭയാർത്ഥികളായിവന്ന ധനികരായ കുവൈറ്റ് പ്രജകളായിരുന്നു.

ഗോൾഡൻ സ്പൈക്ക് ബേക്കറി ഒരു വലിയ ഇരുനില കോൺക്രീറ്റ് കെട്ടിടത്തിലാണ് പ്രവർത്തിച്ചിരുന്നത്. ചുരുങ്ങിയത് നൂറു മീറ്റർ നീളവും മുപ്പത് മീറ്റർ വീതിയും കാണുമതിന്. താഴത്തെ നിലയിൽ സ്റ്റോർ, കൺഫെക്ഷനറി, പാക്കിങ്ങ്, ഡിസ്പാച്ച് പിന്നെ ഒരു റീറ്റെയ്ൽ വില്പന കേന്ദ്രവും അതോടൊപ്പമുള്ള റെസ്റ്റോറന്റും മിനിമാർക്കറ്റും. സ്റ്റോറിനോടനുബന്ധിച്ച് ഒരു വലിയ സൈലോ ഉണ്ട്. ബൾക്കായി വലിയ ടാങ്കറുകളിൽ വരുന്ന മൈദാമാവിനായാണത്. മൈദ ട്രാൻസ്പോർട്ട് ചെയ്യാനായി പ്രത്യേകമായി നിർമ്മിച്ച ടാങ്കർ ട്രക്കുകളിൽ നിന്ന് പമ്പ് ചെയ്താണ് മൈദ സൈലോവിൽ നിറയ്ക്കുക. അറബികളുടെ ദേശീയാഹാരമായ കുബ്ബൂസും ബ്രഡ്, ബൻ തുടങ്ങിയവയും രണ്ടാം നിലയിൽ ഓട്ടോമാറ്റിക് പ്ലാന്റിൽ നിർമ്മിക്കുന്നു. മൈദ സൈലോവിൽ നിന്ന് ആവശ്യത്തിനെടുത്ത് യീസ്റ്റ് ചേർത്ത് കുഴച്ച് ബ്രഡ് ആയി പാക്ക് ചെയ്യുന്നത് വരെ

എല്ലാം യന്ത്രങ്ങൾ ചെയ്യുന്നു. അതുപോലെ കുബ്ബൂസിനു മറ്റൊരു പ്ലാന്റ്. രണ്ടാം നിലയിൽ ഒരുവശത്തായി കുറെ ക്യാബിനുകളുണ്ട്. അവയെല്ലാം ഓഫീസുകളാണ്.

കെട്ടിടത്തിന് ചുറ്റും മതിൽക്കെട്ട്. അതിൽ രണ്ടു ഗേറ്റുകൾ. ഒന്ന് അതിഥികൾക്കും കസ്റ്റമേഴ്സിനുമായി, മറ്റൊന്ന് സ്റ്റാഫിനും ഡെലിവറി വാഹനങ്ങൾക്കും. ആ ഭാഗത്തായി വലിയ ഒരു പാർക്കിംഗ് ലോട്ട്. അതിനൊരു വശം മെക്കാനിക്കൽ ആൻഡ് മെയിന്റനൻസ് വർക്ക് ഷോപ്പ്. പത്തറുപത് ഡെലിവറി വാനുകളുണ്ട് ഗോൾഡൻ സ്പൈക്കിന്.

ആ സ്ഥാപനത്തിൽ മൂന്നു വർഷത്തോളം ജോലി എടുത്തു. സ്റ്റോർ കീപ്പർ എന്ന പദവിയിൽ. ഒരു വലിയ വ്യവസായ സ്ഥാപനത്തിന്റെ സ്റ്റോർ ഒറ്റയ്ക്ക് നടത്തണം. ആയിരക്കണക്കിന് സാധനങ്ങൾ ഉള്ള സ്റ്റോർ. ഒരു കാരണവശാലും പ്രൊഡക്ഷനാവശ്യമായ വിഭവങ്ങൾ ഇല്ലാതെ വരരുത്. അതിന്റെ എല്ലാം മാസവും ഉപഭോഗം കണക്കുകൂട്ടി ഒന്നോ രണ്ടോ മാസത്തേക്കുള്ള സ്റ്റോക്ക് എപ്പോഴും നിലനിർത്തണം. വിദേശത്തു (പ്രധാനമായും ആസ്ട്രേലിയ, ന്യൂസിലൻഡ്, യു.കെ.) നിന്നുള്ളവയാണെങ്കിൽ ഒരു വർഷത്തേക്കുള്ളതും. അന്നവിടെ കമ്പ്യൂട്ടർ ഇല്ല. എല്ലാം മാന്വൽ ആയി വേണം ചെയ്യാൻ. പന്ത്രണ്ടുമണിക്കൂറിലധികം ജോലി. ശമ്പളം വളരെ ചെറുത്. ഓവർ ടൈം ഇല്ല. ആറുമാസത്തിനു ശേഷം ജോലി സ്ഥിരപ്പെട്ടു എന്നറിയിപ്പും ഒരു ചെറു ശമ്പള വർദ്ധനവും. ആ വർദ്ധനവോടെ ശമ്പളം ആയിരത്തിയഞ്ഞൂറ് ദിർഹമായി. ചെയ്യുന്ന ജോലിക്ക് ലഭിക്കാവുന്ന ഏറ്റവും കുറഞ്ഞ ശമ്പളം. ഇല്ലാത്തവനെ എങ്ങനെയെല്ലാം കയ്യിലെടുക്കാം എന്ന് പഠിച്ചവരായിരുന്നു ഉള്ളവർ അധികവും. ഇല്ലായ്മയെ എങ്ങനെ അവരുടെ ലാഭമാക്കാം എന്നവർക്കറിയാം. എന്നിട്ടും ഉള്ളവന്റെ മുന്നിൽ തൊഴുത് നിൽക്കും ഇല്ലാത്തവർ.

മുസ്സഫയിൽ കമ്പനി ഒരുക്കിയ ലേബർ ക്യാമ്പിലായിരുന്നു താമസം. കമ്പനി തന്നെ നടത്തുന്ന മെസ്സിൽ ആഹാരം സബ്സിഡൈസ്ഡ് വിലയിൽ കിട്ടും. ജോലിക്കു പോകുന്നതും വരുന്നതും കമ്പനിയുടെ പിക്കപ്പിൽ. പ്ലാസ്റ്ററിടാത്ത തബൂക്കിൽ (hollow block) വെള്ള പെയിന്റടിച്ച ചുവരുകളുള്ള മുറിയിൽ ഒരു ജാലകവും വാതിലും എ.സി.യുമുണ്ട്. ആ മുറിയിൽ നാലു പേർക്കുള്ള കിടക്ക ഒരുക്കിയിരിക്കുന്നു. കിടക്കകൾ പങ്കിടുന്നതെല്ലാം മലയാളികൾ. അക്കൗണ്ടന്റ് രാമചന്ദ്രൻ കൊല്ലത്തു നിന്നുമാണ്. പത്തനംതിട്ടയിൽ നിന്നുള്ള ഈശോയും മാവേലിക്കരക്കാരൻ പ്രസാദും ഡെസ്പാച്ച് ക്ലാർക്കുകൾ. പരിമിത സൗകര്യത്തിൽ എല്ലാവരും അങ്ങ് അഡ്ജസ്റ്റ് ചെയ്തു കഴിയുന്നു.

ഗൾഫിൽ ജോലിയെടുക്കുന്നവരിൽ പലരും ഒരു ഡിപ്പാർട്ട്മെന്റ് മുഴുവൻ A to Z തനിച്ച് ചെയ്യുന്നവരാണ്. അത്തരം ഒരു ജോലിയായിരുന്നു

തനിക്കുമവിടെ. കംപ്ലീറ്റ് മെറ്റീരിയൽ മാനേജ്മന്റ്. കമ്പനിയുടെ ഉടമ തന്നെയാണ് എം.ഡി. രണ്ടുമാസത്തിലൊരിക്കലെങ്കിലും അദ്ദേഹം കമ്പനി സന്ദർശിക്കും. എം.ഡി. എഴുപതിനോടടുത്ത ഒരു മാന്യനായിരുന്നു. യമനികളുടെ പരമ്പരാഗത വസ്ത്രമല്ല അദ്ദേഹം ധരിക്കുന്നത്. പാന്റ്സും ഷർട്ടും കോട്ടുമൊക്കെയാണ് അദ്ദേഹത്തിനിഷ്ടം.

സാദാ മനുഷ്യരെ കയ്യിലെടുക്കാൻ മിടുക്കനായിരുന്നു എംഡി. അഞ്ഞൂറും എഴുന്നൂറും തൊള്ളായിരവുമാണ് തൊഴിലാളികളുടെ ശമ്പളം. അതിൽ അധികം മേടിക്കുന്നവർ ഓഫീസ് സ്റ്റാഫ് മാത്രമാണ്. അതും വളരെ ചെറിയ ശമ്പളത്തിൽ. 1200, 1500, 1800 ഇത്രയുമാണ് ഓഫീസ് സ്റ്റാഫിന്റെ കൂടിയ ശമ്പളം (എല്ലാം ദിർഹത്തിൽ). ഏഷ്യൻ മാനേജർമാർക്ക് കൂടിയാൽ 3000 . ഇതെല്ലം യു.എ.യിലെ വളരെ കുറഞ്ഞ ശമ്പളമാണ്.

എം.ഡിക്ക് പാവങ്ങളുടെ മനസ്സ് നന്നായി അറിയാം. അത്തരം പശ്ചാത്തലമുള്ളവരെയേ അദ്ദേഹം തന്റെ ജോലിക്കാരായി നിയമിക്കയുള്ളൂ. അവർ വലിയ വിധേയരുമാകും. അത്തരം വിധേയരായവരെ സന്തോഷിപ്പിക്കാനും അദ്ദേഹത്തിന്നറിയാം. തന്റെ ഓരോ സന്ദർശനവേളയിലും നൂറു മുതൽ തുടങ്ങുന്ന ഒരു തുക ഓരോരുത്തർക്കും തന്റെ കോട്ടിന്റെ പോക്കറ്റിൽ നിന്നെടുത്ത് സ്വകാര്യമായി സമ്മാനിക്കും. അത് ജോലിയുടെ വലുപ്പത്തിനൊത്ത് ഉയരുകയും ചെയ്യും. അങ്ങനെ എം.ഡി. പണിയെടുക്കുന്നവരെ കൂടുതൽ വിധേയരാക്കി നട്ടെല്ല് ഒടിപ്പിക്കുന്നു. അബുദാബിയിൽ പഴയ സുഹൃത്തുക്കൾ എല്ലാവരുമുണ്ട്. വ്യാഴാഴ്ച വൈകുന്നേരം അബുദാബിയിൽ സുഹൃത്തുക്കളോടൊപ്പം. മണിയുടെ ഫ്ളാറ്റിലാണ് കൂടുതലും തങ്ങാറുള്ളത്.

സുമ ജോലി രാജിവെച്ച് മക്കളെയും നോക്കി വീട്ടിൽ ഇരുപ്പാണ്. ഗൾഫിൽ വരാൻ പറ്റാത്തതിലുള്ള കുണ്ഠിതം എഴുത്തിലും വാക്കുകളിലും. ടെലഫോൺ അപ്പോഴും വ്യാപകമായിട്ടില്ല. പുതുപ്പണക്കാരും ഗൾഫുകാരും തങ്ങളുടെ വീട്ടിൽ ടെലെഫോൺ വെച്ചു തുടങ്ങിയെങ്കിലും. സുമയുമായി സംസാരിക്കാൻ അവരുടെ വീടിനടുത്ത ആദ്യ കമ്മ്യൂണിസ്റ്റുകാരനായ ചോരത്തെ ഷംസുവിന്റെ വീട്ടിൽ വിളിക്കണം. രണ്ടു തവണയായാണ് വിളി. ആദ്യം വിളിക്കാൻ പോകുന്നു എന്നറിയിക്കുന്നു. അത് കേട്ടാൽ പാവം അവർ സുമയുടെ വീട്ടിൽ ചെന്ന് ആ വിവരം അറിയിക്കും. നിമിഷങ്ങൾക്ക് ശേഷമുള്ള അടുത്ത വിളി വരുമ്പോഴേക്കും ഫോണിന്നടുത്തെത്തിയിരിക്കും സുമ. ഗൾഫുകാരന്റെ അവസ്ഥ നാട്ടിലുള്ളവർക്കറിയില്ലല്ലോ. അവരിൽ സമ്പന്നതയുടെ ഒരു മായാസ്വപ്നം മാത്രമാണ് നാട്ടിലുള്ളവർ ദർശിക്കുന്നത്. വിരഹവും കുണ്ഠിതവും ധ്വനിക്കുന്ന മറുവശത്തുനിന്നുള്ള ശബ്ദം മനസ്സിന് വിഷാദം മാത്രം സമ്മാനിക്കും. അങ്ങനെ ദിവസങ്ങളും മാസങ്ങളും കടന്നുപോയി.

ചെറിയ ശമ്പളമുള്ള എനിക്ക് ഭാര്യയെ സ്പോൺസർ ചെയ്യാൻ സാധ്യമല്ല. ആകെയുള്ള ഒരു മാർഗ്ഗം പണം കൊടുത്ത് വിസ തരപ്പെടുത്തുക മാത്രമാണ്. അതിനു പണം വേണ്ടേ? ഷാർജയിൽ സുഗുണനും കൂട്ടുകാരും നടത്തുന്ന ഒരു ചിട്ടിയിൽ ചേർന്നു. ശമ്പളം കിട്ടിയാൽ എല്ലാ മാസവും ഷാർജയിൽ പോയി ചിട്ടിയിൽ കൂടും. വിളിച്ചെടുക്കുന്ന ചിട്ടിയായിരുന്നു അത്. ആവശ്യക്കാർ മത്സരിച്ച് കുറച്ചു വിളിച്ചെടുക്കുന്ന ചിട്ടി.

ഒരു വർഷം കഴിഞ്ഞു. 1991 തുടങ്ങി. അതുവരെ ഞാൻ സുഗുണൻ അയച്ചു തന്ന ഉം അൽക്വായ്വാനിലെ ടൈലറിംഗ് ഷോപ്പിന്റെ വിസയിലായിരുന്നു. ടൈലറിംഗ് ഷോപ്പുകാർ റിലീസ് ലെറ്ററിന് വലിയൊരു തുകയാണ് ആവശ്യപ്പെട്ടത്. അത്രയും ആ സമയത്ത് കൊടുക്കാൻ ഇല്ലായിരുന്നു. അത് പരിഹരിക്കാൻ ഒരു വളഞ്ഞ വഴിയാണ് തിരഞ്ഞെടുത്തത്. ഗോൾഡൻ സ്പൈക്ക് തന്നെയാണ് ആ വഴി നിർദ്ദേശിച്ചതും. അങ്ങനെ ആ വർഷം മെയ് മാസത്തിൽ നാട്ടിലേക്കു തിരിച്ചു. കമ്പനി പുതിയ വിസ അയച്ചു തരും എന്ന ഉറപ്പിൽ. കറാച്ചി വഴി ബോംബയിലേക്കായിരുന്നു ടിക്കറ്റ്. എമിരേറ്റ്സ് എയർലൈൻസിൽ. ദുബായിൽ നിന്നും പുറപ്പെട്ട ആ വിമാനം വളരെ പഴയതും അധികം പ്രചാരത്തിലില്ലാത്തതുമായിരുന്നു. വിമാനത്തിന്റെ പുറകിലെ ചെറുചിറകുകൾക്ക് താഴെ തുറന്ന വാതിലിലൂടെയാണ് അകത്തു പ്രവേശിച്ചത്. ചില ചരക്ക് വിമാനങ്ങളിലേതു പോലെ. കറാച്ചിയിലെത്താൻ അധികം സമയമെടുത്തില്ല. കറാച്ചിയുടെ ആകാശക്കാഴ്ച അതൊരു ഭീമാകാരൻ നഗരമാണെന്നറിയിച്ചു. കറാച്ചിയിൽ ഇറങ്ങി ലഗേജ് കോൺവെയറിനടുത്ത് ചെന്നു നിന്നെങ്കിലും ആകെയുണ്ടായിരുന്ന ഒരു പീസ് ലഗേജ് അതിൽ കണ്ടില്ല. അവിടെ ബന്ധപ്പെട്ടവരെ അറിയിച്ചപ്പോൾ പരാതി എഴുതിക്കൊടുക്കാൻ പറഞ്ഞു. അങ്ങനെ ചെയ്തു, ലഗേജ് കിട്ടാത്തതിൽ വലിയ ദുഃഖവും തോന്നി. മക്കൾക്കും പ്രിയപ്പെട്ടവർക്കും വേണ്ടി മേടിച്ച പലതും അതിലുണ്ടായിരുന്നു. ബോംബയിലേക്കുള്ള ഫ്ളൈറ്റ് മറ്റൊരു ടെർമിനലിൽ നിന്നാണ്. പുറത്തിറങ്ങി അധികൃതർ ഏർപ്പെടുത്തിയ വാഹനത്തിൽ ആ രണ്ടാം ടെർമിനലിലേക്ക്...

ബോംബെയിൽ ഇറങ്ങി. ലഗേജ് കോൺവെയറിനടുത്തെത്തിയപ്പൾ അതാ വരുന്നു കാണാതായ ബാഗ്. വലിയ സന്തോഷം തോന്നി. സത്യത്തിൽ അത് നഷ്ടപ്പെട്ടതല്ല . കണക്റ്റിംഗ് ഫ്ളൈറ്റിലേക്ക് മാറ്റിയതാണ്. അതൊരു ആദ്യാനുഭവമായിരുന്നതിനാൽ അറിയാതെ പോയി. കറാച്ചിയിലെ അധികാരികൾ അതറിയിച്ചതുമില്ല. പകരം പരാതി എഴുതി മേടിക്കുകയും ചെയ്തു. ബേജാർ ആകാൻ അതു മതിയല്ലോ.

1991 മെയ് ഇരുപതിനാണ് ബോംബെയിൽ ഇറങ്ങിയത്. വീട്ടിൽ എത്താൻ തിടുക്കമായി. മകന് ഒരു വയസ്സാകാറായി. കണ്ടിട്ടില്ല അതു

വരെ. എയർപോർട്ടിൽ തന്നെയുള്ള ഒരു ഏജൻസിയിൽ നിന്ന് നാട്ടിലേക്ക് ടിക്കറ്റ് എടുക്കാം എന്ന് കരുതി. കോഴിക്കോട്ടേക്കും കൊച്ചിയിലേക്കും ടിക്കറ്റ് അടുത്ത ഫ്ളൈറ്റിൽ കിട്ടാനില്ല. പിന്നെയുള്ള അടുത്ത എയർപോർട്ടായ കോയമ്പത്തൂരിലേക്ക് ടിക്കറ്റ് ലഭ്യമാണ്. അങ്ങനെ അടുത്ത ഫ്ളൈറ്റിൽ കോയമ്പത്തൂരിലേക്ക്. കോയമ്പത്തൂരിൽ നിന്ന് ബസ്സിൽ ഗുരുവായൂരിൽ എത്തി. സുമ അവളുടെ വീട്ടിലാണ്. എന്റെ വീട്ടിൽ നിൽക്കാൻ ചില പ്രശ്നങ്ങളൊക്കെ അന്ന് നിലനിന്നിരുന്നു. അങ്ങനെ ഒരു രാത്രി അവളുടെ വീട്ടിൽ മക്കളോടൊപ്പം. അടുത്ത ദിവസം ഗുരുവായൂരിലെ ഹോട്ടലുകളിൽ താമസം തുടരാം എന്ന തീരുമാനത്തിൽ ഞങ്ങൾ അങ്ങോട്ട് നടന്നു. വഴികൾ വിജനം, കടകൾ അടഞ്ഞു കിടക്കുന്നു. ചിലടത്ത് ആളുകൾ ടി.വിയുടെ മുന്നിൽ കൂടിനിൽക്കുന്നു. അപ്പോൾ ആൾക്കൂട്ടത്തിൽ നിന്നും ഒരാൾ മൊഴിഞ്ഞു.

"എങ്ങോട്ടാണ് രണ്ടുപേരും? എല്ലാം അടച്ചിരിക്കുകയാണ്. രാജീവ് ഗാന്ധി കൊല്ലപ്പെട്ടതറിഞ്ഞില്ലേ?"

ആ ദിവസം 1991 മെയ് 21 ആയിരുന്നു.

കൂടുതൽ ദിവസം സുമയുടെ വീട്ടിൽ കഴിയാതെ ഞങ്ങൾ ചാവക്കാട് കോടതിക്കെതിർവശം വക്കീൽമാരുടെ ഓഫീസുകൾക്കു പുറകിലായി ഒരു വാടക വീട് കണ്ടെത്തി അതിലേക്കു താമസം മാറി. സി.വി. ശ്രീരാമേട്ടന്റെ ഓഫീസ് ആ വീടിനു തൊട്ടായിരുന്നു. ഒരു ദിവസം ശ്രീരാമേട്ടനെ ഊണിനായി ക്ഷണിച്ചു. അച്ഛന്റെ കൂട്ടുകാരനായിരുന്നു യുവാവായിരുന്ന ശ്രീരാമേട്ടൻ. ഒരു വീട്ടിലെ രണ്ടു തലമുറകളുമായി ഒരേപോലെ സൗഹൃദം പങ്കിടുന്നു ശ്രീരാമേട്ടൻ. കുറച്ചു മദ്യവും ഊണും കഴിച്ച് ഒന്ന് മയങ്ങിയുണർന്ന് അദ്ദേഹം മടങ്ങി. സുമ അപ്പോഴേക്കും ഒമാൻ സർക്കാരിനു വേണ്ടി മദ്രാസിലെ ഒരു റിക്രൂട്ടിംഗ് ഏജന്റിന് ഇന്റർവ്യൂ നൽകിയിരുന്നു. എനിക്കതിൽ വലിയ താത്പര്യമില്ലായിരുന്നു. രണ്ടുപേരും രണ്ടറ്റത്തായി ഗൾഫിൽ കഴിയുന്നതിൽ ഭേദം നാട്ടിൽ തന്നെ തുടരുന്നതല്ലേ!

അങ്ങനെയിരിക്കെ മദ്രാസിൽ നിന്നും ആ ഏജൻസിയെ ചെന്ന് കാണാനായി ഒരറിയിപ്പുവന്നു. മക്കളെ സുമയുടെ വീട്ടിൽ ഏല്പിച്ച് ഞങ്ങൾ മദ്രാസിലേക്ക് യാത്രയായി. വെളുപ്പാൻ കാലം ഓഫീസുകളെല്ലാം തുറക്കുന്നതിനു മുന്നെയായാണ് മദ്രാസിൽ എത്തിയത്. നേരെ അടുത്തുകണ്ട ഒരു ചെറുഹോട്ടലിലേക്കാണ് ചെന്നത്. ഒന്ന് ഫ്രെഷ് ആയി ഏജൻസിയിലേക്ക് പോകാം എന്നു കരുതി. ഹോട്ടൽ റിസപ്ഷനിലെ ചെറുപ്പക്കാരനോട് ഞങ്ങൾ ഒന്ന് ഫ്രെഷ് ആയി വന്ന കാര്യം നിർവഹിച്ച് തിരിച്ചു വരാം എന്ന് പറഞ്ഞു. അയാൾ അത് സമ്മതിക്കുകയും പേരൊന്നും രജിസ്റ്റർ ചെയ്യാതെ ഞങ്ങൾക്ക് ഒരു റൂം തുറന്നു തന്നു. പ്രഭാത കൃത്യങ്ങളും കുളിയും കഴിഞ്ഞു പുറത്തു വന്നപ്പോൾ നഗരം സജീവമാകുന്ന സമയം. പ്രാതൽ കഴിച്ച് ഞങ്ങൾ ആ ഏജൻസിയിലേക്ക് ചെന്ന് മാനേജരെ കണ്ടു സംസാരിച്ചു. എന്തോ അവരുടെ ചില

നിബന്ധനകൾ ഞങ്ങൾക്ക് സ്വീകാര്യമായില്ല. മറ്റു കാര്യങ്ങളൊന്നും മദ്രാസിൽ ചെയ്യാനില്ലാത്തതിനാലും മുലപ്പാൽ കുടിക്കുന്ന മകൻ വീട്ടിലായതിനാലും വേഗം തിരിച്ചുപോകാൻ തീരുമാനിച്ചു. പിന്നെ ഞങ്ങൾ ആ ഹോട്ടലിലേക്ക് പോയില്ല. അവിടെ ചിലവഴിച്ച ഒരു മണിക്കൂറിന് പ്രതിഫലം നൽകിയതുമില്ല. ട്രെയിനിന് കാത്തുനിൽക്കാതെ കിട്ടിയ ബസ്സിൽ യാത്ര തുടരാം എന്ന് കരുതി ബസ് ടെർമിനലിലേക്ക് ഓട്ടോറിക്ഷയിൽ തിരിച്ചു. മധുരയിലേക്കുള്ള ബസ്സിലാണ് കയറിയത്. ബസ് രാജീവ്ഗാന്ധി ചിന്നിച്ചിതറിയ ശ്രീ പെരുമ്പത്തൂരിലൂടെയാണ് കടന്നുപോയത്. ദിവസങ്ങൾക്കുമുന്നേ സംഭവിച്ച ആ ദുരന്തം നടന്ന വേദി റോഡിനൊരുവശമായി കാണാമായിരുന്നു.

മധുരയിൽനിന്നു തേനി, കുമിളി വഴി എറണാകുളത്തേക്ക്. പിന്നെ ഗുരുവായൂർക്കും. പറഞ്ഞപോലെ ഒരു മാസത്തിനുള്ളിൽ വിസ വന്നു. വീണ്ടും അബുദാബിയിൽ... പ്രവാസം...

1991

രാജീവ് ഗാന്ധി വധിക്കപ്പെട്ടത് ലോകസഭാ തിരഞ്ഞെടുപ്പ് പ്രചാരണത്തിന്റെ ഭാഗമായുള്ള ഒരു യോഗത്തോടനുബന്ധിച്ചായിരുന്നല്ലോ. ആ തിരഞ്ഞെടുപ്പിൽ കോൺഗ്രസ്സിന് വലിയ ഭൂരിപക്ഷം ലഭിച്ചു. രാജീവിന്റെ ദേഹവിയോഗത്തോടൊപ്പം ഉയർന്ന സഹതാപതരംഗവും അതിന് കാരണമായിക്കാണും. അങ്ങനെ നരസിംഹറാവു പ്രധാനമന്ത്രിയായി. മൻമോഹൻസിംഗ് ധനകാര്യമന്ത്രിയും. ഇന്ത്യയുടെ അതുവരെയുണ്ടായിരുന്ന നയങ്ങൾക്ക് കാതലായ മാറ്റം വരുത്തിയ സർക്കാരായിരുന്നു അത്. സാമ്പത്തികമായി ഉയർന്നുവരുന്ന ഇന്ത്യയുടെ നൂറുകോടിയിലധികം ജനങ്ങൾ ഉപഭോക്താക്കളായ വൻ മാർക്കറ്റ് ആഗോളഭീമന്മാർക്കായി സ്വാതന്ത്ര്യലബ്ധിക്കുശേഷം ആദ്യമായി തുറന്നുകൊടുത്തു. അങ്ങനെ അതുവരെ ലഭ്യമല്ലാതിരുന്ന വിദേശ ഉത്പന്നങ്ങൾ ഇന്ത്യൻ മാർക്കറ്റിലേക്ക് ഒഴുകി. ഗുണദോഷ സമ്മിശ്രമായ ഒഴുക്ക്; ആഗോള മുതലാളിത്ത ചിരകാലസ്വപ്നത്തിൻ സാക്ഷാത്കാരം.

കമ്പനിയുടെ വിസയിൽ തിരിച്ചെത്തി ജോലിയിൽ പ്രവേശിച്ചു. പ്രവാസികളുടെ ദിനങ്ങളിൽ വൈവിധ്യങ്ങൾ വളരെ കുറവായിരിക്കും. മിക്കദിനങ്ങളും ഒരുപോലെ, എല്ലാം ഇന്നലെയുടെ ആവർത്തനങ്ങൾ.

അങ്ങനെ ആ വർഷവും പൊലിഞ്ഞു. 1992 പിറന്നു. ദീർഘിച്ചുപോയ സുമയുടെ ഗൾഫ് മോഹങ്ങൾക്ക് ആ വർഷം ശമനമേകി.

പത്രങ്ങളിലെ അപ്പോയ്ന്റ്മെന്റ്സ് പേജുകൾ നോക്കുക പതിവായിരുന്നു ആ നാളുകളിൽ. സ്വയം ഒരു നല്ല ജോലിക്കും സുമയ്ക്കനുയോജ്യമായ വല്ലതും തടഞ്ഞെങ്കിലോ എന്നാഗ്രഹിച്ചും. അങ്ങനെ ഒരു പരസ്യം കണ്ണിൽ ഉടക്കി. അൽ ഐനിലെ ഒരു ക്ലിനിക്കിൽ സ്റ്റാഫ് നഴ്സിന്റെ ഒഴിവ്

നികത്താനായി. പരസ്യത്തിൽ കണ്ട നമ്പറിൽ വിളിച്ച് കാര്യങ്ങൾ അവതരിപ്പിച്ചു. ആ ക്ലിനിക്ക് നടത്തിയിരുന്നത് തിരുവല്ലക്കാരായ ഒരു കുടുംബമായിരുന്നു. അൽ ഐനിൽ പോയി നേരിൽ സംസാരിച്ചു. അവർ വിസയും ജോലിയും തരാൻ തയ്യാറാണ്. എന്നാൽ അതിനവർ ആവശ്യപ്പെട്ട തുക വളരെ വലുതായിരുന്നു. അബുദാബിയിൽ തിരിച്ചെത്തി ദിവസങ്ങൾക്കുള്ളിൽ സ്റ്റാഫ് നഴ്സിനെ ആവശ്യപ്പെട്ട് മറ്റൊരു പരസ്യം കണ്ണിൽപ്പെട്ടു. പരസ്യപ്പെടുത്തിയ നമ്പറിൽ വിളിച്ചു. അത് അബുദാബിയിലെ ഒരു ഡെന്റൽ ക്ലിനിക്ക് ആയിരുന്നു. പ്രധാന ഡോക്ടറും ഉടമസ്ഥനും ഇറാനിയൻ. നേരിൽ കണ്ടു സംസാരിച്ചു. കാര്യങ്ങൾ ബോധ്യപ്പെട്ട അദ്ദേഹത്തിന് വിസ തരാൻ സമ്മതമാണ്. സ്റ്റാഫ് നഴ്സിന്റെ വിസയും ആവശ്യപ്പെടുമ്പോൾ റിലീസും തരാൻ അദ്ദേഹത്തിന് സമ്മതം. എല്ലാ സേവനങ്ങൾക്കുമായി ഒരു പേയ്മെന്റ്, ഏഴായിരം ദിർഹം. (വിസ മാർക്കറ്റിൽ അന്ന് നാലായിരത്തിനും നാലായിരത്തി അഞ്ഞൂറിനും വിസ കിട്ടുമായിരുന്നു. എന്നാൽ അത് ഹെൽപ്പറുടെയോ, ഹൗസ് മെയ്ഡിന്റെയോ ഒക്കെയാകും.) ഞാൻ സമ്മതിച്ചു. അപ്പോൾ തന്നെ അദ്ദേഹത്തിന് അഡ്വാൻസ് വേണം. മാസങ്ങളായി ഈ ആവശ്യത്തിനായി കുറച്ചു ധനം ഒരുക്കൂട്ടി വെച്ചിരുന്നു. അത് റൂമിൽ ഭദ്രമായി വെച്ചിരിക്കുകയാണ്. അദ്ദേഹം തന്റെ പുതിയ BMW കാറിൽ എന്നെയും കൊണ്ട് മുസ്സഫയിലെ ക്യാമ്പ് വരെ വന്നു, പാസ്പേർട്ട് കോപ്പിയും മറ്റു ആവശ്യമായ രേഖകളും കൈമാറി. വിസ ഒരാഴ്ചയ്ക്കുള്ളിൽ കിട്ടും, ബാക്കി പൈസ തയ്യാറാക്കിവെക്കാൻ അറിയിച്ച് അദ്ദേഹം മടങ്ങി. ഷാർജയിലെ ചിട്ടി വിളിച്ചു. ആവശ്യത്തിന് ധനം കയ്യിൽ വന്നു. ആ ഡോക്ടർ പറഞ്ഞപോലെ എല്ലാം സമയത്തിന് ശരിയായി. വിസയും ടിക്കറ്റും സുമയ്ക്ക് അയച്ചുകൊടുത്തു.

അബുദാബിയിലെ നാഷണൽ പാർക്കിന് എതിർവശം അബുദാബി നാഷണൽ ഇൻഷുറൻസ് കമ്പനിയുടെ (ADNIC) ഓഫീസിനടുത്തായി ഒരു ഷെയറിങ്ങ് എക്കമഡേഷൻ തരപ്പെടുത്തി. മൂന്ന് ബെഡ്റൂമുകളുള്ള ഒരു വലിയ ഫ്ളാറ്റ് ആയിരുന്നു അത്. ഒരു റൂമിൽ ഫ്ലാറ്റിനുടമ മാത്തനും കുടുംബവും. മറ്റൊന്നിൽ തോമസും ഭാര്യയും. ബെഡ്റൂമുകൾ കൂടാതെ ഹാളും കോറിഡോറും അടുക്കളയും അറ്റാച്ച്ഡ് ടോയ്ലെറ്റുകളുമൊക്കെയുണ്ടതിൽ.

അബുദാബിയിൽ ഒന്നും പഴഞ്ചനായിട്ടില്ല, എല്ലാം പുതിയതും ആധുനികവും. ഒരു കിംഗ് സയിസ് കട്ടിലും കിടക്കയും വാർഡ്റോബുമല്ലാതെ മറ്റൊരു ഫർണിച്ചറുകളും അതിൽ ഇല്ലായിരുന്നു. സാധാരണക്കാരായ എല്ലാ ഗൾഫുകാരുടെയും കുടുംബജീവിതം തുടങ്ങുന്നത് ഇങ്ങനെയൊക്കെതന്നെ. ആദ്യ ചുവടുവെപ്പ്.

1992 ഒക്ടോബറിൽ സുമ അബുദാബി എയർപോർട്ടിൽ വന്നിറങ്ങി. രണ്ടു വർഷം നാട്ടിൽ കഴിഞ്ഞതുകൊണ്ടോ എന്തോ ആകെ മാറിയതു

പോലെ. നഗരകേന്ദ്രത്തിൽ നിന്നും മുപ്പത് കിലോമീറ്റർ ദൂരെയാണ് എയർ പോർട്ട്. ടാക്സിയിൽ നേരെ ഫ്ളാറ്റിലേക്ക്. മരുഭൂമിയാണെന്നു ഒട്ടും തോന്നാത്തവിധം പച്ചപിടിപ്പിച്ച തെരുവോരം. മരങ്ങൾ, പുൽത്തകിടികൾ, പുഷ്പലതാദികൾ എങ്ങും. ടാക്സി കാപിറ്റൽ പാർക്കിനടുത്തുള്ള ആ ഫ്ളാറ്റ് ലക്ഷ്യമാക്കി പാഞ്ഞു. സമയം ഇരുട്ടിതുടങ്ങി. തെരുവുവിളക്കുകൾ തെളിഞ്ഞു. എങ്ങും പകൽപോലെ വെളിച്ചം. നിയമവിരുദ്ധമെങ്കിലും ഹെഡ്‌ലൈറ്റ് പ്രവർത്തിപ്പിക്കാതെപോലും വണ്ടി ഓടിക്കാം. ലക്ഷ്യത്തിലെത്തിയ വണ്ടിയിൽ നിന്നിറങ്ങി ലഗേജുമെടുത്ത് ഞങ്ങൾ ഫ്ളാറ്റിലേക്ക് നടന്നു, ലിഫ്റ്റിൽ കയറി മൂന്നാം നിലയിലെ ഫ്ളാറ്റിലേക്ക് പ്രവേശിച്ചു. മറ്റു താമസക്കാർ എല്ലാമവിടെയുണ്ട്. പരിചയപ്പെട്ട് കുശലം പറഞ്ഞു പിരിഞ്ഞു. മുറിയിൽ കാര്യമായി ഒന്നുമില്ല. കട്ടിലും കിടക്കയും ഒരു അലമാരയുമല്ലാതെ. ഉള്ള സൗകര്യത്തിൽ സുഖമായുറങ്ങി. കെട്ടിടം മുഴുവൻ എയർകണ്ടീഷൻ ചെയ്തിരുന്നതിനാൽ പുറത്തെ ചൂടറിഞ്ഞില്ല.

വെളുപ്പിന് ആറരയോടെ ജോലിക്കിറങ്ങി. ഒരുകിലോമീറ്റർ നടന്നാൽ ബസ്സ്സ്റ്റോപ്പായി. മുസ്സഫയിലേക്കുള്ള ബസ്സ് അവിടെനിന്നും കിട്ടും. അബുദാബിയിൽ നിന്ന് മുപ്പത് കിലോമീറ്ററോളം ദൂരെയാണ് മുസ്സഫ. കാലത്ത് ആറരയ്ക്കിറങ്ങിയാൽ വൈകീട്ട് ഏഴുമണിയാകും തിരിച്ചെത്താൻ. അതുവരെ സുമ റൂമിൽ തനിച്ചാകും. ഏഴുമണിയോടെ ഞാൻ വരുന്നതും കാത്ത് അവൾ ബാൽക്കെണിയിൽ വന്നുനിൽക്കും. ദൂരെ എന്റെ നിഴൽ കാണുമ്പോൾ കണ്ണുകളിൽ തിളക്കവും പുഞ്ചിരിയും.

അധികം ദിവസം അങ്ങനെ കാത്തുനിൽക്കേണ്ടി വന്നില്ല അവൾക്ക്. അടുത്ത ദിവസം അൽ മഫ്റഖ് ക്ലിനിക്കിൽ ഫാർമസിസ്റ്റ് ആയ ഒപ്പം താമസിക്കുന്ന തോമസ് അവരുടെ ക്ലിനിക്കിൽ സ്റ്റാഫ് നഴ്സിന്റെ ഒഴുവുണ്ടെന്നറിയിച്ചു. അബുദാബിയിലെ വീഥികളെക്കുറിച്ച് വ്യക്തമായ ധാരണകളില്ലാത്ത സുമ അവിടെയെത്തി സി.വി. സമർപ്പിച്ചു. കൂടിക്കാഴ്ചകൾക്കുശേഷം ജോലിക്കായി തെരഞ്ഞെടുക്കയും ചെയ്തു. അതിനുള്ളിൽ സുമയുടെ ഡെന്റിസ്റ്റ് ആയ സ്പോൺസർ മൂന്നു വർഷത്തെ വിസ സ്റ്റാമ്പ് ചെയ്ത് പാസ്പോർട്ട് തിരികെ തരികയും ചെയ്തു. മാത്രമല്ല തന്റെ സ്പോൺസർഷിപ്പിലുള്ള സുമയ്ക്ക് MOH ലൈസൻസിന് വേണ്ട എല്ലാ ഡോക്യുമെന്റ്സും തന്ന് സഹായിക്കുകയും സുമ ആ പരീക്ഷകൾ എഴുതിയെടുത്ത് MOH ലൈസൻസ് കരസ്ഥമാക്കുകയും UAEയിലെ സർക്കാർ അംഗീകൃത നഴ്സ് ആയി മാറുകയും ചെയ്തു. അങ്ങനെ രണ്ടുപേർക്കും പിടിച്ചു നിൽക്കാമെന്നായി. ചിലവുകൾക്ക് ശേഷം ചെറിയ മിച്ചവും കയ്യിൽ വന്നുതുടങ്ങി.

ഒരു ദിവസം ഞങ്ങൾ അബുദാബി തുറമുഖത്തിന്റെ ഭാഗമായ പത്തേമാരികൾക്കു മാത്രമായുള്ള ഭാഗത്തേക്ക് നടന്നു പോയി. ആറു കിലോമീറ്റർ ദൂരം കാണുമങ്ങോട്ട്. ഇന്ത്യൻ സോഷ്യൽ സെന്ററിന്റെ മുന്നിലൂടെ

കുറെ നടക്കണം അങ്ങോട്ടേക്ക്. അവിടെ ഒരു ഇറാനിയൻ മാർക്കറ്റ് ഉണ്ട്. പത്തേമാരിയിൽ ഇറാനിൽ നിന്നും കൊണ്ടുവരുന്ന സാധനങ്ങളാണ് അവിടെ വിൽക്കുന്നവയിൽ അധികവും. ഞങ്ങൾ വിലകുറഞ്ഞ ചില വീട്ടുപകരണങ്ങൾ അവിടെനിന്നും മേടിച്ച് ടാക്സിയിൽ റൂമിലേക്ക് തിരിച്ചു. പഠാണിയുടെ യൂസ്ഡ് ഫർണീച്ചർ കടയിൽ നിന്നാണ് ഞങ്ങൾ ആദ്യമായി ഒരു ഫർണിച്ചർ മേടിക്കുന്നത്. ഉയരം കൂടിയ ഒരു സ്റ്റൂൾ. അതിൽ വെക്കാനായി അബുദാബി മാർക്കറ്റിൽ നിന്നും ഒരു ചെറു ടി.വിയും മേടിച്ചു അന്ന്. പതിനാല് ഇഞ്ചിന്റെ ഇന്ത്യൻ നിർമ്മിതമായ ഒരു ഒനിഡാ ടി.വി. അങ്ങനെ പൂരിതമായിക്കൊണ്ടിരിക്കുന്ന ചെറിയ ചെറിയ ആഗ്രഹങ്ങൾ.

സുമയുടെ അമ്മയുടെ അടുത്താണ് മക്കൾ. അവരുടെ സാന്നിധ്യ മില്ലായ്മയിൽ നൊമ്പരഛായ പടർത്തിയ ദിനങ്ങൾ...

അങ്ങനെയിരിക്കെ ഇന്ത്യയിലും ലോകത്തും വലിയ തരംഗങ്ങൾ ഉണ്ടാക്കിയ ഒരു സംഭവം വടക്കേ ഇന്ത്യയിൽ സരയു നദിക്കരയിൽ അരങ്ങേറി.

തർക്കഭൂമിയിലെ ബാബ്റി മസ്ജിദ് ഹിന്ദുത്വവാദികളാൽ തകർക്ക പ്പെട്ടു. അഡ്വാനി, ബാജ്പേയ്, ജോഷി, വിജയ് രാജ് സിന്ധ്യ എന്നിവരുടെ നേതൃത്വത്തിൽ. ഈ സംഭവം ഗൾഫിലെ ഇന്ത്യക്കാർക്കേറ്റ ഒരു പ്രഹര മായിരുന്നു. പ്രത്യേകിച്ചും അമുസ്ലിമുകളായ ഇന്ത്യക്കാർക്ക്. സംശയ ത്തോടെയും വെറുപ്പോടെയും അറബികളും മറ്റു ഇസ്ലാം മതവിശ്വാസി കളും അവരെ നോക്കാൻ തുടങ്ങി. വെറുപ്പിന്റെ രാഷ്ട്രീയം പരത്തിയ വിഷം ഇരുഭാഗത്തെയും വിശ്വാസികൾ ഏറ്റെടുത്തു. പലർക്കും ജോലി നഷ്ടപ്പെട്ടു. ജോലി കിട്ടും എന്ന് പ്രതീക്ഷിച്ചിരുന്ന പലർക്കും അത് കിട്ടാതെപ്പോയി.

കേരളത്തിൽ പുതിയ ഒരു ഇസ്ലാമികസംസ്കാരം ഉടലെടുത്തു. അന്നുവരെ കേരളീയ വസ്ത്രങ്ങൾ ധരിച്ചിരുന്ന ഇസ്ലാം സഹോദരിമാർ ചൂടിൽ നിന്നും പൊടിയിൽ നിന്നും രക്ഷ നേടാൻ അറബി വനിതകൾ ധരിച്ചിരുന്ന ബുർക്കയും മക്കനയും ധരിക്കാൻ തുടങ്ങി. എന്നാൽ പുരുഷ ന്മാർ ജീൻസിലേക്കും ടി ഷിർട്ടിലേക്കും മാറുകയുമായിരുന്നു. അപൂർവം ചിലർ അറബികളുടെ കന്തൂറയിലേക്കും. അധിക കാലം ആ ഫ്ളാറ്റിൽ താമസിച്ചില്ല. മാത്തന് പെട്ടെന്ന് ജോലി നഷ്ടമായി. അയാൾ കുടുംബ സമേതം നാട്ടിലേക്ക് പോകാൻ ഒരുങ്ങുകയാണ്. ഡിസംബർ അവസാനം വരെയേ അവിടെ ഉള്ളൂ. അങ്ങനെ താമസം മാറേണ്ടി വന്നു.

പുതിയ താമസം ശരിയായത് എയർപോർട്ട് റോഡിൽ ജനറൽ ഹോസ്പിറ്റലിന് മുന്നിലായാണ്. ചെങ്ങന്നൂർകാരിയായ അമ്മിണിചേച്ചി ആരോഗ്യമന്ത്രാലയത്തിൻ കീഴിലുള്ള ജനറൽ ഹോസ്പിറ്റലിൽ നഴ്സ് ആയി ജോലി നോക്കുന്നു. മിനിസ്ട്രിയുടെ കീഴിലായതിനാൽ വലിയ

തുക ശമ്പളമായി കിട്ടും അവർക്ക്. അമ്മിണിച്ചേച്ചിക്ക് മൂന്ന് മക്കളാണ്. മൂത്തമകൾ പ്ലസ് ടുവിനുശേഷം ഇന്ത്യയിൽ പഠിക്കാൻ പോയിരിക്കുന്നു. രണ്ടാമൻ പതിനാറ് വയസ്സുള്ള ആൺകുട്ടിയാണ്. താഴെ പന്ത്രണ്ടുവയസ്സുള്ള മകൾ. രണ്ടുപേരും അബുദാബി ഇന്ത്യൻ ഹൈസ്കൂളിൽ പഠിക്കുന്നു. അമ്മിണിച്ചേച്ചിയുടെ ഭർത്താവിന് തൊഴിലൊന്നുമില്ല. വെറുതെ വീട്ടിൽ ഇരിക്കയാണദ്ദേഹം. മദ്യപിച്ച് ലക്കുകെട്ടുവരുന്ന ദിവസങ്ങളിൽ ലിഫ്റ്റിൽ മൂത്രമൊഴിക്കുന്നതും പതിവാക്കിയിരുന്നു അയാൾ. ഈ കുടുംബത്തോടൊപ്പമാണ് ഇനിയുള്ള ഒമ്പത് മാസം താമസിക്കേണ്ടത്. ഞങ്ങൾ കൂടാതെ മദ്ധ്യതിരുവിതാംകൂർകാരായ മറ്റൊരു ക്രൈസ്തവ കുടുംബവും അവിടെയുണ്ട്. ആ ദമ്പതികൾക്ക് സുന്ദരിയായ ഒരു പെൺകുട്ടിയുമുണ്ട്.

സുമയ്ക്ക് ക്ലിനിക്കിലേക്ക് നടന്നുപോകാനുള്ള ദൂരമേ അവിടെനിന്നുമുള്ളൂ.

അബുദാബിയിലെ സുഹൃത്തുക്കളുമായുള്ള സൗഹൃദവും വാരാന്ത്യങ്ങളിലെ ഒത്തുചേരലും തുടർന്നു. മണി, വിജയൻ, രമേശ്, സുരേഷ് നെല്ലിക്കോട്, ഷംസു, ഗോപി പുല്ലാര, രവിയേട്ടൻ, ജഗേട്ടൻ, നിസ്സാർ, ഇബ്രാഹിം, ഡോ. സുരേഷ്, തുടങ്ങി നീളുന്ന സൗഹൃദം. വനിതകളായി വസന്ത, രഞ്ജിത ചേച്ചി, സുജാത, സുമ, ഉഷ, മാലിനിചേച്ചി... നർത്തകർ, എഴുത്തുകാർ, ചിത്രകാരൻ, പാട്ടുകാർ തുടങ്ങി ഓരോ കഴിവുകളുള്ളവർ. ഇതുകൂടാതെ കുട്ടികളായി പത്തുപതിനഞ്ചുപേർ വേറെയും. എല്ലാവരും ഒത്തുകൂടുന്നത് അധികം മണിയുടെ ഫ്ളാറ്റിൽ. മണി മാത്രമേ ബാച്ചലർ ആയിട്ടുള്ളൂ. രാത്രി വൈകുന്നതുവരെ പാട്ടും ചർച്ചയും ചിരിയുമായി നീങ്ങിയിരുന്ന നല്ല വേളകൾ.

അങ്ങനെ തൊണ്ണൂറ്റി മൂന്നിന്റെ പകുതിയും കഴിഞ്ഞു. കൂടെ താമസിക്കുന്ന ഒരച്ചായൻ ഒരു നിർഗുണനും മടിയനുമാണെന്നും തോന്നി. മാസങ്ങളായി ജോലി ഇല്ല. എന്നാൽ ഏല്ലാവർക്കും പ്രിയങ്കരൻ. അവരുടെ മകൾ വെളുത്ത് തടിച്ച ഒരു നാണംകുണുങ്ങിയാണ്. രണ്ടാമൻ അച്ചായൻ വാശിക്കാരനും തർക്കപ്രിയനും മതഭ്രാന്തനുമാണ്. മതത്തെക്കുറിച്ചുള്ള ചർച്ചകളിൽ തന്റെ മതത്തെ ന്യായീകരിക്കാൻ പുലിയായി മാറി ചീറ്റും അയാൾ. അയാളുടെ മകൾ ഒരു ഓമനക്കുട്ടിയായിരുന്നു. ഒരു ദിവസം കുട്ടി സ്കൂൾ വിട്ടുവന്നത് ചെറു പനിയോടെയായിരുന്നു. അടുത്ത ദിവസം അവൾക്ക് ഒന്നുരണ്ടെണ്ണം പൊന്തി. ചിക്കൻപോക്സ്. ആരും സാരമാക്കിയില്ല. ഒരാഴ്ചയ്ക്കുള്ളിൽ കുട്ടിക്ക് അത് ഭേദവുകയും ചെയ്തു. അടുത്ത ആഴ്ച രോഗലക്ഷണം എന്നിൽ കാണാൻ തുടങ്ങി. മേലാസകലം പൊങ്ങി. ആകെ ഒരുന്മാദാവസ്ഥ. നല്ല സുഖം. ആര്യവേപ്പില മെത്തയാക്കിയ ദിനങ്ങൾ. രണ്ടു മൂന്നാഴ്ച ജോലിക്ക് പോയില്ല. എന്റെ രോഗം ഉണങ്ങാൻ തുടങ്ങിയപ്പോൾ സുമയ്ക്കായി അസുഖം. രണ്ടുപേരും ശരിക്കനുഭവിച്ചു.

രോഗം ഭേദമായി ഓഫീസിൽ ചെന്നു. അറബികൾക്ക് ഈ രോഗത്തെ വലിയ ഭയമാണ്. സ്മാൾ പോക്സ് എന്ന് കരുതിയാണോ ഈ ഭയം എന്നറിയില്ല. എന്തായാലും കമ്പനിയുടമയുടെ അനുജനായ ജനറൽ മാനേജർ എന്നെ അകറ്റി നിർത്തി. ആകെ ഒറ്റപ്പെട്ടു പോയപോലെ. വലിയ ഭാരമുള്ള ജോലി ചെറുവേതനത്തിന് ചെയ്യുകയാണ്. 1993ന്റെ അവസാന മാസങ്ങൾ. ഒരു റിസ്ക് എടുക്കാൻ തന്നെ ഞങ്ങൾ തീരുമാനിച്ചു. ജോലി രാജിവെച്ച് നാട്ടിൽ പോകുക. മറ്റൊരു വിസയിൽ തിരിച്ചു വന്ന് ഭാഗ്യം പരീക്ഷിക്കുക. അങ്ങനെ ആ കമ്പനിയിൽ നിന്നും രാജി വെച്ചു. സുമയ്ക്ക് ജോലിയുണ്ട്. അച്ചായന്റെ വീട്ടിൽ താമസം സുരക്ഷിതമാണ്. ഗോപി പുല്ലാര ഫ്യുജെയ്റയിൽ നിന്നുള്ള ഒരു വിസിറ്റ് വിസ അയച്ചു തരാമെന്നേറ്റു. അതിനുള്ള ധനവും അദ്ദേഹത്തിന് കൈമാറി നാട്ടിലേക്ക് തിരിച്ചു.

1993

വിമാനം ബോംബയിൽ നിലംതൊട്ടത് രാത്രിയിലായിരുന്നു. തുടർയാത്രയ്ക്കുള്ള ടിക്കറ്റ് കൈവശമില്ല. എയർപോർട്ടിൽ നിന്നും പുറത്തിറങ്ങുന്നവരെ കാത്ത് പുറത്ത് വലിയ ജനക്കൂട്ടം. യാത്രക്കാരുടെ പേരുകൾ എഴുതിയ പ്ലേക്കാർഡുമായി നിൽക്കുന്ന ഹോട്ടൽ പ്രതിനിധികൾ, ടൂർ ഓപ്പറേറ്റർ ഓഫീസിൽനിന്നും വന്നവർ, ടാക്സി ഡ്രൈവർമാർ പിന്നെ ബന്ധുക്കളെ കാത്തുനിൽക്കുന്നവരുടെയും നീണ്ട നിര. ടാക്സി ഡ്രൈവർമാരിൽ ചിലർ ഹോട്ടലുകളുടെ കമ്മിഷൻ ഏജന്റുകൾ കൂടിയാണ്. അവർ ചോദിക്കുന്നു, “ടാക്സി ചാഹിയെ സാബ്... റൂം ചാഹിയെ സാബ്?” അതിൽ ഒരു ഹോട്ടൽ ഏജന്റ് കം ഡ്രൈവറെ വിളിച്ചു. അയാൾ ഹോട്ടലിന്റെ വർണ്ണചിത്രമുള്ള വിസിറ്റിംഗ് കാർഡ് കാണിച്ചു. ജുഹുവിലെ ഒരു മിഡിൽ റേഞ്ച് ഹോട്ടൽ. സമ്മതിച്ചു. അയാൾ ചക്രങ്ങളുള്ള ലഗേജ് ഉരുട്ടി വലിച്ച് വണ്ടിക്കരുകിലേക്ക് നടന്നു.

ജുഹുവിലെ തരക്കേടില്ലാത്ത ഒരു ഹോട്ടൽ. നാളെത്തന്നെ നാട്ടിൽ എത്തണം. സെൽഫോണുകൾ ഇല്ലാത്ത കാലം. അതുകൊണ്ടുതന്നെ ഓൺലൈൻ ടിക്കറ്റുകളും അസാദ്ധ്യം. റിസപ്ഷനിൽ കാര്യം അറിയിച്ചു. അവർ മറുവശത്തേക്ക് വിരൽചൂണ്ടി. ഇരുപത്തിനാലു മണിക്കൂറും സജീവമായ ട്രാവൽ ഏജന്റിന്റെ ഒരു ചെറുക്യാബിൻ. അതിലെ ടൈ കെട്ടി സ്മാർട്ട് ആയിരിക്കുന്ന ചെറുപ്പക്കാരനോട് കാര്യം പറഞ്ഞു. അയാൾ പറഞ്ഞു, “നോ ഇഷ്യൂസ്, യു ക്യാൻ ടേക്ക് റസ്റ്റ്, വി വിൽ അറേഞ്ച് ഇറ്റ് ടുഡേ ഇറ്റ്സെൽഫ്.” ലഗേജുമായി പരിചാരകൻ മൂന്നാം നിലയിലേക്ക് നയിച്ചു. ലിഫ്റ്റിൽ നിന്ന് അധികം ദൂരെയല്ലാതെ ഒരു റൂം. നല്ല വൃത്തിയും വെടിപ്പുമുള്ള മുറി. പരിചാരകൻ ‘കുച്ച് ചാഹിയെ തോ ബുലാവോ സാബ് ‘ എന്ന് ചൊല്ലി മറഞ്ഞു. കുളിച്ച് വസ്ത്രം മാറി ഉറങ്ങാൻ കിടന്നു. എവിടെയായാലും പെട്ടെന്നുറങ്ങും. പാതി അടഞ്ഞ

കണ്ണുകളോടെ ഉറക്കത്തിന്റെ പടികൾ ഇറങ്ങാൻ നേരം കോളിങ്ങ് ബെൽ ശബ്ദിച്ചു. വാതിൽ തുറന്നപ്പോൾ ടൈ കെട്ടിയ ചെറുപ്പക്കാരൻ കയ്യിൽ ഒരു എൻവലപ്പുമായി മുന്നിൽ. കൊച്ചിയിലേക്കുള്ള ടിക്കറ്റാണത്

"താങ്ക്യൂ."

"വെൽകം സർ."

അടുത്ത ദിവസം ഉച്ചയ്ക്ക് മുന്നെയായി ഫ്ളൈറ്റ്. കാലത്തെഴുന്നേറ്റു. ഹോട്ടലിന്റെ കോംപ്ലിമെന്റ് ബ്രേക്ക്ഫാസ്റ്റ് കഴിച്ച് ചെക്ക് ഔട്ടിന് തയ്യാറായി. റിസപ്ഷനിൽ വന്ന് അക്കൗണ്ട് ക്ലിയർ ചെയ്തു. സുന്ദരിയായ റിസപ്ഷനിസ്റ്റ് ആരെയോ വിളിച്ച് എന്നെ എയർപോർട്ടിൽ ഡ്രോപ്പ് ചെയ്യാനായി വണ്ടി വരുത്തുന്നുണ്ടായിരുന്നു. കുറച്ചു നേരം ലോബിയിൽ കാത്തിരിക്കേണ്ടി വന്നു വണ്ടിക്കായി.

അങ്ങനെ വീണ്ടും നാട്ടിൽ. നേരെ പോയത് മക്കളുടെ അടുത്തേക്കാണ്. സുമയുടെ വീട്ടിലാണവർ. അവിടെ അംഗങ്ങൾ ഏറെയുണ്ട്, 'അമ്മ, ചേച്ചി മണിക്കുട്ടി, ചേച്ചിയുടെ രണ്ടുമക്കൾ മിനിയും കുട്ടനും ചേട്ടത്തിഅമ്മ, അവരുടെ മക്കൾ കുടു, ചിങ്ങൻ. പ്രവീണും ചേട്ടനും അന്ന് ഒമാനിലയിരുന്നു. ചെറിയ വീടെങ്കിലും നിറയെ ആളുകൾ. ആറും മൂന്നും പ്രായമുള്ള മക്കൾ അവിടെ സുരക്ഷിതരായിരുന്നു. എല്ലാവരുടെയും ഓമനകളുമായിരുന്നു അവർ. 1991 ൽ അച്ഛനെ കാണുമ്പോൾ മകന് ഒരു വയസ്സേ ഉള്ളു. അന്നുകണ്ട അച്ഛനെ പിന്നെ കാണുകയാണ് അവൻ. അച്ഛൻ എന്നറിഞ്ഞ കുട്ടി ചിരകാല പരിചിതനെപ്പോലെ എന്നിൽ അമർന്നു. അവന് പിന്നെ അച്ഛൻ മതി. ഇത് കണ്ട അമ്മയ്ക്കും ചേച്ചിക്കും അതിശയം. അതുവരെ പൊന്നുപോലെ നോക്കിയ അവരെ വിട്ടു അച്ഛന്റെ കൂടെ എവിടെ വരാനും അവൻ തയ്യാർ. മകൾക്ക് അച്ഛനെ ഓർമ്മയുണ്ട്. എന്നെ കണ്ടയുടനെ അവൾ അച്ഛാ എന്ന് വിളിച്ച് ഓടി വന്നു.

ആ ദിവസങ്ങളിലാണ് അടുത്ത വീട്ടിലെ ഭാർഗ്ഗവിച്ചേച്ചിയുടെ ഭർത്താവ് സുകുമാരൻ മാഷ് ഒരപകടത്തിൽ ഇല്ലാതായത്. മാഷ് ഔദ്യോഗികജീവിതത്തിൽ നിന്നും വിരമിച്ചതിനു ശേഷം ഭാര്യയ്ക്ക് അവരുടെ കുടുംബത്തിൽ നിന്നും ഭാഗമായി കിട്ടിയ ഭൂമിയിൽ ഒരു വീടുംവെച്ച് ജീവിക്കുകയായിരുന്നു. ഒരുപാട് കാറും കോളും നിറഞ്ഞതായിരുന്നു ചേച്ചിയുടെ ജീവിതം. കുറച്ചു കാലമേ വയനാട്ടിലെ ഭർതൃഗൃഹത്തിൽ അവർ താമസിച്ചിട്ടുള്ളൂ. അതിനിടെ രണ്ടാൺകുട്ടികൾ അവർക്കുണ്ടായി. ഭർത്താവിൽ നിന്നകന്ന അവർ വർഷങ്ങളോളം കഴിഞ്ഞത് സ്വന്തം വീട്ടിലായിരുന്നു. എന്നാൽ എല്ലാം മറന്നു ശിഷ്ടജീവിതം ഭാര്യയോടൊത്ത് ശാന്തമായി കഴിയാം എന്നാഗ്രഹിച്ചു വന്ന സുകുമാരൻ മാഷ്ക്ക് അധികകാലം കൊടുത്തില്ല കാലം. വീടിന്നടുത്ത റോഡിലെ ഒരു മോട്ടോർ സൈക്കിൾ ദുരന്തം അദ്ദേഹത്തിന്റെ ജീവനെടുത്തു.

ഒരു ചെറിയ ഇടവേളയായിരുന്നു അത്. ഗോപി പുല്ലാര അതിനിടയിൽ വിസ ശരിപ്പെടുത്തി. ഫുജെറയിൽ നിന്നെടുത്ത ഒരു വിസിറ്റിംഗ് വിസ യായിരുന്നു അത്. അന്ന് ബോംബെയിൽനിന്ന് എയർ ഇന്ത്യയുടെ ഒരു സർവീസ് യു.എ.യുടെ കിഴക്കൻതീരനഗരമായ ഫുജറയിലേക്കുണ്ടായി രുന്നു. ഫുജെറാ വിസയിൽ വരുന്നവർ അവരുടെ എയർപോർട്ടിൽ തന്നെ വന്നിറങ്ങണം എന്ന ഒരു നിയമവുമുണ്ടായിരുന്നു. യു.എ.യുടെ കിഴക്കൻ മലനിരകൾക്ക് താഴെയുള്ള ആ എയർപോർട്ടിൽ നിന്ന് അധികം വിമാന ങ്ങൾ പറന്നുയരുകയോ ഇറങ്ങുകയോ ചെയ്തിരുന്നില്ല. സോവിയറ്റ് യൂണിയന്റെ ഭാഗമായിരുന്ന സി.ഐ.എസ്. സ്റ്റേറ്റുകളിൽ നിന്നും വന്നി രുന്ന ചാർട്ടേർഡ് ഫ്ളൈറ്റുകളും കാർഗോ ഫ്ളൈറ്റുകളുമാണ് അവിടെ വന്നിറങ്ങിയിരുന്ന ദുർലഭം ചില വിമാനങ്ങൾ. തീരെ സജീവമല്ലായിരുന്ന ആ ചെറുവിമാനത്താവളത്തെ ഉണർത്താനായാകാം അങ്ങനെ ഒരു നിയമമുണ്ടാക്കിയത്.

അങ്ങനെ ബോംബെയിൽ നിന്ന് ഫുജെറയിലേക്ക് എയർ ഇന്ത്യ വിമാനത്തിൽ പറന്നു. അറബിക്കടൽ താണ്ടി അറേബ്യൻ പെനിൻസുല യുടെ വടക്കു കിഴക്കൻ മേഖലയിലെ വരണ്ട ഒമാൻ പർവതനിരകൾക്കു മുകളിലൂടെ പറന്ന് ആ എയർ ഇന്ത്യ വിമാനം യു.ഏ.യുടെ കിഴക്കൻ തീരത്തുള്ള മലകൾക്കിടയിലെ ഒരു ചെറുസമതലമായ ഫുജെറ നഗര ത്തിലെ മൂന്നു ഭാഗവും വരണ്ട മലകളാൽ ചുറ്റപ്പെട്ട ആ ചെറുവിമാന ത്താവളത്തിൽ വന്നിറങ്ങി. യു.എ.യിലെ മറ്റു വിമാനത്താവളങ്ങളുടെ പകിട്ടൊന്നുമില്ലാത്ത ഒരു ചെറുവിമാനത്താവളം. നിശ്ചലമായ വിമാന ത്തിൽ ഘടിപ്പിച്ച പടവുകൾ ഇറങ്ങി ടെർമിനലിലേക്ക് നടന്നു. ലഗേജ് എടുത്ത് ഇമിഗ്രേഷനും കഴിഞ്ഞു പുറത്തിറങ്ങി. ഷാർജയിലേക്കും ദുബായിലേക്കും അബുദാബിയിലേക്കും പോകാനായി ഷെയറിങ്ങ് ടാക്സികൾ ഒരുങ്ങി നിൽക്കുന്നു. പഠാണികളായ ഡ്രൈവർമാർ അബു ദാബി, ഷാർജ, ദുബായ് എന്നെല്ലാം ഉച്ചത്തിൽ വിളിച്ച് കൂകുന്നു. ലഗേജ് പുറകിൽ വെച്ച് അബുദാബിയിലേക്കുള്ള ഒരു വണ്ടിയിൽ കയറി. അല്പ നേരംകൊണ്ട് വണ്ടി നിറഞ്ഞു. അഞ്ച് യാത്രക്കാരെയും കൊണ്ട് വണ്ടി അബുദാബിയിലേക്ക് നീങ്ങി. പെട്ടെന്ന് തന്നെ സമതലം വിട്ട് വണ്ടി മല മ്പാതകളിലൂടെ നീങ്ങാൻ തുടങ്ങി. ചുറ്റും മരുഭൂമിയിലെ വരണ്ട മലകൾ. ചന്ദ്രനിലോ ചൊവ്വയിലോ എത്തിയപോലെ ജീവന്റെ ഒരുമിടിപ്പുമില്ലാത്ത വരണ്ടുണങ്ങിയ മലനിരകൾ. കാണും പോലെ അത്ര ജീവനില്ലാത്തതല്ല ഈ മലകൾ.

ഒരുകാലത്ത് അറേബ്യൻ ലെപ്പാർടിന്റെ (പുള്ളിപ്പുലി) ആവാസകേന്ദ്ര മായിരുന്നു ഇവിടം. വംശനാശത്തിന്റെ വളരെ അടുത്തെത്തിയ അവ ഇപ്പോഴുമുണ്ടെത്രേ അവിടെ. കുറുക്കൻ, എലി, മുയൽ, കാട്ടുകഴുതകൾ, പാമ്പുകൾ മറ്റു പലതരം ഉരഗങ്ങൾ എന്നിവ കൂടി വസിക്കുന്നുണ്ടവിടെ. മഴപെയ്താൽ അരുവികളായും ചിലപ്പോൾ ജലം കുതിച്ചുപായുന്ന ഭീകര

രൂപികളായും മാറുന്ന വാടികളാൽ സമൃദ്ധവുമാണ് ഈ വരണ്ട മലനിര. വാടികളാൽ സമൃദ്ധമായ ചില മലയിടുക്കുകൾ ചെറുജനവാസകേന്ദ്ര ങ്ങളാണ്. നല്ല പച്ചപ്പാണവിടെ. ആരോഗ്യമുള്ള ഈന്തപ്പനകൾ നല്ല പച്ച പ്പോടെ വളരുന്നു അവിടെ. കൂടെ പച്ചക്കറികളും പുല്ലും മറ്റു ചെറുമര ങ്ങളും. ആടും ഒട്ടകവും പശുവും കഴുതയുമുണ്ടവിടെ.

ഈ മലനിരകൾ താണ്ടിയാണ് അറുപതുകളിലും എഴുപതുകളുടെ ആദ്യപകുതിയിലും ഫുജൈറ തീരത്തും ഖോർഫാഖാനിലും വന്നിറങ്ങിയ മലയാളികൾ ദുബായിലും ഷാർജയിലും അബുദാബിയിലും എത്ത പ്പെട്ടത്. അവരിലെ നിർഭാഗ്യവാന്മാർ ചിലർ കരയിൽനിന്നും ദൂരെ നങ്കൂര മിട്ട പത്തേമാരിയിൽനിന്നും നിലയില്ലാകടലിലിറങ്ങി നീന്തലറിയാതെ മുങ്ങിത്താഴ്ന്നു. ഭാഗ്യവാന്മാർ പാതി ജീവനുമായി കരയണഞ്ഞു. അവ രിൽ ചിലരെ ബദൂയിനുകൾ രക്ഷിച്ചു. ചിലരെ അവർ ആക്രമിക്കയും ചെയ്തു. പട്ടണത്തിൽ എത്തിച്ചേരാൻ മല കടക്കാൻ നോക്കി നടന്നവർ ചിലർ അവിടെ തളർന്നു വീണു. ചിലർ മറുകരയിലെ മരുഭൂമിയിൽ എത്തി അന്തം വിട്ട് കരഞ്ഞു. പലർക്കും രക്ഷകരായി വന്നു സ്വദേശി അറബികൾ. അവരുടെ ലാൻഡ് റോവറുകളിൽ മരുഭൂമിതാണ്ടി അറബി പ്പൊന്ന് തേടിയെത്തിയവർ ഷാർജയിലും ദുബായിലുമൊക്കെ എത്ത പ്പെടുകയായിരുന്നു. ടാക്സി മുസാഫിയും ഫ്രൈഡേ മാർക്കറ്റും പിന്നിട്ട് താഴ്വരയിലെത്തി. അടുത്ത ജനവാസകേന്ദ്രം ദൈദ് ആണ്. ഷാർജ എമി റേറ്റിലെ ഒരു ചെറുനഗരമാണ് ദൈദ്. അബുദാബിയിലേക്ക് ഇനിയും ദൂരം ഏറെയുണ്ട്. ഷാർജ, ദുബായ്, ജബൽ അലി, അൽ ഷഹാമ എല്ലാം പിന്നിട്ടുവേണം അബുദാബിയിൽ എത്താൻ.

ഇന്നത്തെ ദുബായും ഷാർജയും സങ്കല്പാതീതമായി വളരുന്നു. മുപ്പതും നാല്പതും അറുപതും നിലകളുള്ള കെട്ടിടങ്ങൾ ഉയരുന്നു. ഓരോ പുതിയ കെട്ടിടവും സമീപത്തുള്ള ഉയർന്ന കെട്ടിടത്തെ താഴ്ത്തി അഞ്ചും പത്തും നിലകൾ കൂടുതൽ ഉയർത്തി നിർമ്മിക്കുന്നു. അങ്ങനെ അത് കൂടിക്കൂടി ഇന്ന് 163 നിലകളിൽ എത്തി നിൽക്കുന്നു. ഇതിനെയും വെല്ലാൻ മറ്റൊരു കെട്ടിടം ദുബായിൽ റാസ് അൽ ഖോറിൽ ഉയരു ന്നുണ്ട്.

ഷെയ്ഖ് സയ്ദ് റോഡിൽ ഉയരുന്ന കെട്ടിടങ്ങളുടെ സാന്ദ്രത കൂടി ക്കൂടി വരുകയാണ്. ഓരോ വർഷവും എന്തെല്ലാം മാറ്റങ്ങളാണ് അവിടെ സംഭവിക്കുന്നത്! ഇന്ന് ബർജ് ഖലീഫ നിൽക്കുന്നിടവും ചുറ്റുപാടും ദുബായ് പട്ടാളത്തിന്റെ ഹെഡ് ക്വാർട്ടേഴ്സ് ആയിരുന്നു. യു.എ.ഇ 1971ൽ രൂപീകൃതമായെങ്കിലും ദുബായ് അവരുടെ സ്വന്തം ആർമിയെ നില നിർത്തി. 1997ൽ ആണ് അതിനൊരു മാറ്റമുണ്ടായത്. ദുബായ് ഫോഴ്സ് യു.എ.ഇ. ആർമിയിൽ ലയിക്കയായിരുന്നു. അങ്ങനെ ദുബൈയുടെ ഹൃദയഭാഗത്ത് ഒന്നോ രണ്ടോ ചതുരശ്ര കിലോമീറ്റർ വിസ്തൃതിയിൽ പ്രവർത്തിച്ചിരുന്ന ആർമിയുടെ സ്ഥലം മറ്റാവശ്യങ്ങൾക്കായി ഒഴിഞ്ഞു

കിട്ടി. ഇന്നത്തെ ദുബായുടെ ഹൃദയഭാഗമായ ഡൗൺ ടൗൺ ദുബായ്, ബിസിനസ് ബേ ആയെല്ലാം ആ സ്ഥലം പരിണമിച്ചു.

ലോകപ്രശസ്തമായ ബർജ് ഖലീഫയും ദുബായ് മാളുമെല്ലാം ഉയർന്നു പൊങ്ങിയത് അവിടെയാണ്. നഗരം വലുതാകുന്നതിനൊത്ത് റോഡുകളും ഫ്ളൈ ഓവറുകളും വന്നു. ട്രാഫിക് വർദ്ധിക്കുന്നതിനൊത്ത് റോഡുകളുടെ വീതി കൂടി. നാലു ലൈൻ ഉള്ളത് ആറായി, ആറ് എട്ടായി, എട്ട് പത്തും പന്ത്രണ്ടുമായി. റൗണ്ടബൗട്ടുകൾ സിഗ്നലുകൾക്കു വഴിമാറി. സിഗ്നൽ അപര്യാപ്തമായിടം ഫ്ളൈഓവറുകൾക്കും ടണലുകൾക്കും വഴിമാറി. മാറ്റങ്ങളുടെ ഒരു മായികലോകമായി മാറി ദുബായ്. ഇപ്പോൾ അതേക്കുറിച്ച് അധികം എഴുതുന്നില്ല. ഇരുപത്തിനാലു വർഷം നീണ്ട രണ്ടാം ദുബായ് ജീവിതം തുടങ്ങുന്നേയുള്ളൂ.

ടാക്സി അബുദാബി ദുബായ് ഹൈവേയിലൂടെ 120 കിലോമീറ്റർ വേഗതയിൽ ഓടി. അന്ന് ആ റോഡ് ഡിഫൻസ് റോഡ് എന്നപേരിലാണ് ദുബായിൽ അറിയപ്പെട്ടിരുന്നത്. അങ്ങനെ നാലുമണിക്കൂറിലധികം നീണ്ട ആ യാത്ര അബുദാബിയിൽ അവസാനിച്ചു.

അബുദാബിയിൽ പുതിയ ജോലിക്കായുള്ള ശ്രമം തകൃതിയായി. പുതുതായുണ്ടാക്കിയ സി.വി. പരിചയക്കാർക്കെല്ലാം കൊടുത്തു. എവിടെയെങ്കിലും തനിക്കു പറ്റിയ ഒഴിവുകളുണ്ടെങ്കിൽ അതിന്നായി ശ്രമിക്കാനും അറിയിക്കാനും അവരോടെല്ലാം പറഞ്ഞു. വെറും ഒരു ജോലി പോരാ, കുടുംബത്തെ സ്പോൺസർ ചെയ്യാനാകണം അതിന്ന്. അതിനൊത്ത ശമ്പളവും സ്റ്റാറ്റസും വേണം ആ തൊഴിലിന്. മക്കൾ ഒരിടത്ത്, ഭാര്യ മറ്റൊരിടത്ത്, അച്ഛൻ വേറൊരിടത്ത്... അതൊരു കുടുംബമല്ലല്ലോ... എല്ലാവരും ഒരു മേൽക്കൂരയ്ക്ക് താഴെയാകുമ്പോഴേ കുടുംബമാകൂ. ഉള്ളുരുകി പ്രാർത്ഥിച്ച് ഒരു നല്ല ജോലി കിട്ടാനായി. സുമ അൽ മഫ്റഖ് ക്ലിനിക്കിൽ ജോലി തുടരുന്നുണ്ട്. അതിനാൽ വലിയ മുട്ടില്ലാതെ ദിവസങ്ങൾ നീങ്ങുന്നു.

അങ്ങനെയിരിക്കെയാണ് രവിമാമൻ ഒരാളെ പരിചയപ്പെടുത്തിയത്. പേര് വിശ്വനാഥൻ. അനിതയുടെ മാമനാണ് വിശ്വനാഥേട്ടൻ. അനിത മാമന്റെ ഭാര്യയാണ്. പ്രായത്തിൽ എന്നെക്കാളും ചെറുപ്പമായതിനാൽ അമ്മായി, ആന്റി എന്നെല്ലാം സംബോധന ചെയ്യുന്നതിൽ ഒരു ജാള്യത. അതിനേക്കാൾ ഭേദം ആ പേര് പറയുന്നതല്ലേ! വിശ്വനാഥേട്ടൻ ഒരു വലിയ കമ്പനിയുടെ സെക്രട്ടറിയാണ്. ഗൾഫിൽ വരുന്നതിനുമുന്നെ പട്ടാളത്തിലുമായിരുന്നു. അന്ന് അമ്പത്തിനു മേലെ പ്രായം. വെളുത്ത നിറം, ചെറു കഷണ്ടി, ബലിഷ്ഠമായ കൈകാലുകൾ. നല്ല ഊർജവും പ്രസരിപ്പുള്ള ദേഹവും ചലനങ്ങളും. അതായിരുന്നു ആ വിശ്വമാമൻ. രവി മാമൻ അറിയിച്ചപോലെ വിശ്വേട്ടനെ പോയി കണ്ടു. സി.വിയുടെ കുറച്ച് കോപ്പികൾ കൊടുത്തു. അദ്ദേഹമതിൽ ഒന്ന് ദുബായിലെ ജംബോ

ഇലക്ട്രോണിക്സ് എന്ന വലിയ കമ്പനിയിലേക്ക് ചില ശുപാർശകളോടെ അയച്ചുകൊടുത്തു. അങ്ങനെ ജംബോ ഇലക്ട്രോണിക്സിൽ ഇന്റർവ്യൂവിന് വിളിച്ചു. ദുബായ് എയർപോർട്ടിനപ്പുറമുള്ള റാഷിദിയയിലെ ജമ്പോവിന്റെ സർവീസ് സെന്ററിൽ വെച്ചായിരുന്നു ഇന്റർവ്യൂ.

റാഷിദിയ ദുബായുടെ ആദ്യ ഇൻഡസ്ട്രിയൽ ഏരിയയാണ്. ഞാൻ 1974ൽ ഇവിടെ കാൽ കുത്തുമ്പോഴും റാഷിദിയായിൽ ചെറുകമ്പനികളും വേർഹൗസുകളും വർക്ക്ഷോപ്പുകളുമുണ്ടായിരുന്നു. കൂടുതൽ പേർ ജോലിക്കായി പോയിരുന്ന ദുബായിയുടെ ആ ഭാഗം പട്ടണത്തിൽ നിന്ന് ഏറെ ദൂരെയായാണ് അനുഭവപ്പെട്ടിരുന്നത്. ദുബായ് നഗരം വളർന്നു വളർന്നു ദൂരത്തെയെല്ലാം ചെറുതാക്കി. ഇന്ന് പലപല ഡിസ്ട്രിക്റ്റുകൾ ഉള്ള ആ മഹാഗരത്തിന്റെ ഒരു ഡിസ്ട്രിക്റ്റ് മാത്രമാണ് റാഷിദിയ. റാഷിദിയയിൽ ഇൻഡസ്ട്രിയൽ ഏരിയയും റസിഡൻഷ്യൽ ഏരിയയും ഉണ്ട്. റാഷിദിയയിലെ വീടുകളിൽ അധികവും അറബികളായിരുന്നു വസിച്ചിരുന്നത്.

എൺപതുകളുടെ ആദ്യത്തിൽ നടന്ന ഒരു കാര്യം ഇപ്പോൾ ഓർമ്മ വരുന്നു. ഞാൻ സാപ്പിയയിൽ ജോലിനോക്കുന്നു. അന്ന് ഒരു ഇന്റർനാഷണൽ മാട്രിമോണി മാഗസിന്റെ ഒരു പതിപ്പ് കയ്യിൽ വന്നു. ലോകത്തിന്റെ പല ഭാഗത്തുമുള്ളവർ വധുവിനെയും വരനെയും തേടിക്കൊണ്ടുള്ള പരസ്യങ്ങളാണ് അതിൽ അധികവും. അതിൽ കണ്ട സുന്ദരിയായ ഒരു ഫ്രഞ്ച് യുവതിയുടെ ചിത്രത്തോടുകൂടിയ പരസ്യത്തിന് പ്രതികരിച്ചു. അവൾ ദുബായിൽ താമസിക്കുന്നു. കുറെ എഴുത്തുകുത്തുകൾക്ക് ശേഷം അവൾ വീട്ടിലേക്ക് ക്ഷണിച്ചു. റാഷിദിയയിലുള്ള ഒരു ചെറുവില്ലയിൽ ആയിരുന്നു അവൾ താമസിച്ചിരുന്നത്. ഞാൻ ഉണ്ണിയെ വിളിച്ച് കാര്യം ധരിപ്പിച്ചു. ഒരു വെള്ളിയാഴ്ച ഞങ്ങൾ അവളെ കാണാൻ റാഷിദിയയിലേക്ക് ചെന്നു. അവൾ പറഞ്ഞ വില്ല നമ്പർ തേടി ഞങ്ങൾ നടന്നു. അവസാനം അത് കണ്ടെത്തി. ബെല്ലമർത്തി. മദാലസയായി ശരീരം മുഴുവൻ കാണുന്ന സുതാര്യമായ വസ്ത്രം ധരിച്ച അവൾ വാതിൽ തുറന്നു. തുടുത്ത മാറിടം മുക്കാൽ ഭാഗം നഗ്നമാണ്. നന്നായി ഇംഗ്ലീഷ് സംസാരിക്കുന്ന ഉണ്ണി കുന്നത്ത് ആ കാഴ്ചയിൽ പുളകിതഗാത്രനായി. അവൾ ഞങ്ങളെ അകത്തേക്ക് വിളിച്ചു. അവിടെ അപ്പോൾ ചെറുപ്പക്കാരനും നാട്ടുകാരനുമായ ഒരറബി കന്തൂറ ധരിച്ചുംകൊണ്ട് ഇരുന്നിരുന്നു. ഞങ്ങൾ വന്നകാര്യം പറഞ്ഞു. അവൾ ചിരിച്ചുംകൊണ്ട് ആ ചെറുപ്പക്കാരനെ ചൂണ്ടി 'ഐ ആം ആൾ റെഡി എൻഗേജ്ഡ് വിത്ത് ദിസ് ജന്റിൽമാൻ' എന്നും പറഞ്ഞു ഞങ്ങളെ യാത്രയാക്കി.

1974ൽ ശ്രീ മനു ചബ്രിയ സ്ഥാപിച്ച ജംബോ വളരെ പെട്ടെന്ന് വളർന്നു പന്തലിച്ചു. സോണി, സാംസങ് തുടങ്ങി വൻകിട ബ്രാൻഡുകളുടെ വിതരണക്കാരാണവർ. ഇന്ന് രണ്ടര ബില്യൺ യു.എസ്. ഡോളർ

ആസ്തിയുണ്ട് ആ കമ്പനിക്ക്. സിന്ധികളുടെയും ദുബായിയിലെ പണക്കാരായ നോർത്ത് ഇന്ത്യൻ കമ്മ്യൂണിറ്റിയുടെയും വേണ്ടപ്പെട്ടവനായ ചബ്രിയ 2002ൽ ചരമമടഞ്ഞു. അതിന്ന് ശേഷം ജംബോ അദ്ദേഹത്തിന്റെ ഭാര്യയുടെയും മൂന്ന് പെണ്മക്കളുടേതുമായി. അവരുടെ നേതൃത്വത്തിലും കമ്പനി വളർന്നു. വിദ്യ ചബ്രിയയും മൂന്ന് പെൺമക്കളും ലോകത്ത് ഇന്നറിയപ്പെടുന്ന വലിയ സ്ത്രീ ബിസിനസ് പേഴ്സണാലിറ്റികളാണ്.

ആ ഇന്റർവ്യൂവിൽ വിജയിച്ചില്ല. എല്ലാം ഓകെയായിരുന്നു. എന്നാൽ പത്തും പതിനഞ്ചും ഡിജിറ്റലുകളുള്ള ചില നമ്പറുകൾ പറഞ്ഞു തന്ന് അത് ആവർത്തിക്കാൻ പറഞ്ഞു. നമ്പറുകൾ കൂട്ടുന്നതിൽ മിടുക്കനാണെങ്കിലും അവ ഓർക്കാൻ വിഷമമായിരുന്നു. കേട്ട അക്കങ്ങളുടെ ആവർത്തനത്തിൽ പലതും തെറ്റി. ഒരു ആൽക്കഹോൾ എഡിക്റ്റിന്റെ മുഖഭാവവും വയറുമുള്ള ആ മനുഷ്യൻ I am not satisfied എന്നുരുവിട്ട് ആ കൂടിക്കാഴ്ച അവസാനിപ്പിച്ചു.

അടുത്ത ദിവസം വിശ്വമാമന്റെ ഓഫീസിൽ കയറി കഴിഞ്ഞ ദിവസത്തെ അനുഭവങ്ങൾ വിവരിച്ചുകൊണ്ടിരിക്കുമ്പോൾ ഒരു ജന്റിൽമാൻ അവിടേക്കു വന്നു. അവർ പല കാര്യങ്ങളും പറയുന്നതിനിടയ്ക്ക് വിശ്വമാമൻ എന്നെ വന്നയാൾക്ക് പരിചയപ്പെടുത്തി. കൂട്ടത്തിൽ എന്റെ തൊഴിൽ അന്വേഷണവും വിഷയമായി. ജന്റിൽമാൻ സലാം സ്റ്റുഡിയോ ആൻഡ് സ്റ്റോഴ്സിലേക്ക് ഒരു സി.വി. അയയ്ക്കാൻ പറഞ്ഞു. സലാം സ്റ്റുഡിയോ ആൻഡ് സ്റ്റോഴ്സ് ജംബോ പോലെത്തന്നെ ഒരു വലിയ സ്ഥാപനമാണ്. സത്യത്തിൽ അത് സ്റ്റുഡിയോ അല്ല. ആ പേരിന്റെ പിന്നിൽ ഒരു ചരിത്രമുണ്ട്.

1950ൽ ഖത്തറിൽ അഭയം തേടിയ ഒരു പാലസ്തീൻ അഭയാർത്ഥിയാണ് സലാമിന്റെ സ്ഥാപകൻ ശ്രീ അബു ഇസ്സ. അബു ഇസ്സ നല്ലൊരു ഫോട്ടോഗ്രാഫർ ആയിരുന്നു. നല്ല ഫോട്ടോകൾ എടുത്ത് സ്വദേശികളെ വിസ്മയിപ്പിച്ചു അബു ഇസ്സ. അങ്ങനെ ആ നാട്ടിലെ അറിയപ്പെടുന്ന ഫോട്ടോഗ്രാഫറുമായി. 1952ൽ അദ്ദേഹം ഒരു ചെറുസ്റ്റുഡിയോ ഖത്തറിൽ തുടങ്ങി. സലാം സ്റ്റുഡിയോ എന്ന് നാമകരണവും നൽകി അതിന്. സലാം സ്റ്റുഡിയോ നല്ല രീതിയിൽ മുന്നേറി. സാമ്പത്തികമായി ഉയർന്ന അബു ഇസ്സ തന്റെ സ്റ്റുഡിയോയ്ക്കു തൊട്ട് ഒരു റെസ്റ്റോറന്റ് വിലയ്ക്കു വാങ്ങി അതിനെ ഒരു ഗിഫ്റ്റ് ഷോപ്പ് ആക്കി മാറ്റി. തന്റെ കച്ചവടസ്ഥാപനത്തിന് സലാം സ്റ്റുഡിയോ ആൻഡ് സ്റ്റോഴ്സ് എന്ന പേരും നൽകി. ക്രമേണ ആ സ്ഥാപനം ഖത്തറിലെ വലിയ ഡിപ്പാർട്ട്മെന്റ് സ്റ്റോർ ആയി വളർന്നു. ലോകത്തിലെ വില കൂടിയ ആഡംബരവസ്തുക്കൾക്കായുള്ള വലിയ സ്റ്റോർ. അധികം താമസിയാതെ അവരുടെ സാന്നിദ്ധ്യം യു.എ.യിലുമായി. ദുബായിയിലും അബുദാബിയിലും നഗരത്തിന്റെ ഹൃദയഭാഗങ്ങളിൽ സലാമിന്റെ വലിയ ഷോറൂമുകൾ തുറന്നു. പിന്നെ അത് മറ്റു

ഗൾഫ് രാജ്യങ്ങളിലേക്കും പടർന്ന് മേഖലയിലെ വൻസ്ഥാപനമായി വളർന്നു. അതാണ് സലാമിന്റെ പശ്ചാത്തലം.

ജന്റിൽമാൻ പറഞ്ഞ വിലാസത്തിൽ സി വി അയച്ചു. ദിവസങ്ങൾക്കുള്ളിൽ ഇന്റർവ്യൂ കാൾ വന്നു. പഴയ ദുബായിയിൽ ദേരയുടെ ഹൃദയഭാഗത്ത് അബ്രയ്ക്കരികിലുള്ള പേൾ ബിൽഡിങ്ങിലെ പതിന്നാലാം നിലയിലുള്ള ഓഫീസിൽ വെച്ചായിരുന്നു ഇന്റർവ്യൂ. ഇന്റർവ്യൂവിനുശേഷം HR മാനേജർ ഡോ. ഉസ്മാൻഖാൻ എന്നെ ജനറൽ മാനേജർ അലി ഖവാജയെ പരിചയപ്പെടുത്തി. അങ്ങനെ ആദ്യമായി കുടുംബത്തെ സ്പോൺസർ ചെയ്യാൻ പോന്ന ശമ്പളവും പദവിയുമുള്ള ജോലിക്കുടമയായി. ജോലി ജബൽ അലിയിൽ. ലോകത്തിലെ ഏറ്റവും വലിയ മനുഷ്യനിർമ്മിതമായ തുറമുഖത്തിന് ചുറ്റും നൂറു ചതുരശ്ര കിലോമീറ്റർ ചുറ്റളവിൽ തീർത്ത ജബൽ അലി ഫ്രീ സോണിൽ. ഒരു വ്യാഴവട്ടക്കാലം മുന്നേ ആ തുറമുഖനിർമാണവേളയിൽ തന്റെ ഒരു ചെറുകാലസേവനം അതിനായി അർപ്പിച്ചിട്ടുണ്ട്. ഗ്രേറ്റ് ലേക്സ് ആൻഡ് ഡ്രെഡ്ജിങ് കോ എന്ന അമേരിക്കൻ കമ്പനിയോടൊപ്പം. സലാം ഗൾഫ് ഡിസ്ട്രിബ്യൂഷൻ കമ്പനി ജബൽ അലി ഫ്രീ സോണിൽ പതിനൊന്നാം റൗണ്ട് അബൗട്ടിന് അടുത്താണ്. അങ്ങോട്ട് എങ്ങനെ എത്തപ്പെടും എന്ന ശങ്ക തീർത്തത് ആ കമ്പനിയുടെ എല്ലാമായിരുന്ന സുഹേബ് രംഗ് വാലയായിരുന്നു. സലാമിന്റെ ഓഫീസിൽ വെച്ച് അദ്ദേഹത്തെ കണ്ടിരുന്നു. ജബൽ അലി മെയിൻ ഗേറ്റിൽ ആദ്യ ദിവസം എട്ടുമണിക്ക് മുന്നേ വന്നു നിൽക്കാൻ രംഗ്വാല പറഞ്ഞു.

ജോയിൻ ചെയ്യുന്നതിനിടയിൽ കിട്ടിയ ചെറുഇടവേളയിൽ ഞങ്ങൾ ദുബായിയിലേക്കുള്ള പ്രയാണത്തിന് ഒരുങ്ങി. സുമ അൽ മഫ്റഖ് ക്ലിനിക്കിലെ ജോലി രാജിവെച്ചു. പത്രത്തിൽ കാണുന്ന ദുബായിലെ എല്ലാ ഷെയറിംഗ് അക്കമഡേഷൻ പരസ്യങ്ങളും നോക്കി വിളിക്കാൻ തുടങ്ങി. ഒടുവിൽ ബർദുബായിലെ ഫാൽക്കൺ റൗണ്ട് അബൗട്ടിനടുത്ത് ഒരു പഴയ മൂന്ന് മുറികളുള്ള അറബി വില്ലയിൽ ഒരു റൂം ശരിയായി. വളരെ ചെറിയ റൂം.

അബുദാബിയിലെ ജീവിതത്തോട് വിട പറഞ്ഞു ഞങ്ങൾ ഒരു ചെറുപിക്കപ്പിൽ ഒതുങ്ങുന്ന സാധനങ്ങളുമായി ദുബായിലേക്ക് വന്നു. ഒരു പുതുജീവിതത്തിന്റെ ചെറു തുടക്കം. ആദ്യ ദിവസം രംഗ് വാല പറഞ്ഞ പോലെ മെയിൻ ഗേറ്റ് വരെ ഷെയറിംഗ് ടാക്സിയിൽ പോയി രംഗ് വാലയുടെ കാറും വരുന്നത് കാത്തുനിൽപ്പായി. എട്ടുമണി കഴിഞ്ഞു. കാത്തിരിപ്പിന് അവസാനം എട്ടേകാലിന് ആ വെളുത്ത ടൊയോട്ട കൊറോള കാർ തന്റെ മുന്നിൽ വന്നു നിന്നു, മുൻസീറ്റിൽ മധ്യവയസ്കനായ ഒരു മലയാളി. രംഗ് വാല പരിചയപ്പെടുത്തി 'ദിസ് ഈസ് ഖാലിദ്, ഹി ഈസ് ഫ്രം യുവർ പ്ലേസ്.' ഖാലിദ് ഇക്ക കണ്ണൂർക്കാരനാണ്. നല്ല ആരോഗ്യവും ഈർക്കിലി മീശയുമുള്ള ഒരു ഗ്രാമീണൻ.

സുഹൈബ് രംഗ് വാല ബോംബയിൽ സ്ഥിരതാമസമാക്കിയ ബോറി മുസ്ലിം ആണ്. ബോറികളെ അവരുടെ വസ്ത്രങ്ങളിലൂടെ പെട്ടെന്ന് തിരിച്ചറിയാം. പ്രത്യേക രീതിയിലുള്ള തൊപ്പി ധരിച്ച്, വെട്ടി ഒതുക്കി നീട്ടിയ താടിയും വെച്ച പുരുഷന്മാർ. ശരീരം മുഴുവൻ മറക്കുന്ന പാവാടയും ബ്ലൗസും കൈമുട്ടുവരെ എത്തുന്ന മുഖം മറയ്ക്കാത്ത പഴയകാല കന്യാസ്ത്രീകൾ ധരിച്ചിരുന്നതുപോലെയുള്ള ശിരോവസ്ത്രവും ബോറി വനിതകൾ ധരിക്കുന്നു. അറബിസ്ത്രീകൾ കറുപ്പ് മാത്രം ധരിക്കുമ്പോൾ ബോറികൾ പല വർണ്ണങ്ങളും പ്രിന്റുകളുമുള്ളവ ധരിക്കുന്നു. അവർക്ക് വർണ്ണങ്ങളോടോ ചിത്രങ്ങളോടോ വിരോധമില്ല.

ചില വടക്കേ ഇന്ത്യക്കാരുടെ പേരിന്റെ വാലായി ദാരുവാല, മച്ചിവാല, മിഠായിവാല, ഫർണിച്ചർവാല എന്നെല്ലാം കാണാം. എല്ലാം തൊഴിലിനെ സൂചിപ്പിക്കുന്ന പേരുകളാണ്. ക്രമേണ സർ നെയിമുകൾ ആയി മാറിയതായിരിക്കാം. മെയിൻ ഗേറ്റിൽ നിന്നും പത്തുകിലോമീറ്റർ ദൂരെയാണ് ഓഫീസ്. ജബൽ അലി ഫ്രീ സോൺ തുടങ്ങിയിട്ട് എട്ടുവർഷമായെങ്കിലും കമ്പനികളുടെ സാന്ദ്രത ഇന്നത്തേതിലും വളരെ കുറവായിരുന്നു. അങ്ങിങ്ങായി ചിതറിക്കിടക്കുന്ന ചില കമ്പനികൾ മാത്രം. പല റൗണ്ട് അബൗട്ടുകൾ പിന്നിട്ട് വിശാലമായ തുറമുഖത്തെ പകുതി ചുറ്റി കാർ ചെക്ക് പോസ്റ്റ് എന്നു തോന്നിക്കുന്ന, മെയിൻ ഗേറ്റ് പോലെയുള്ള വലിയ ഒരു ഗേറ്റും കടന്ന് അവസാനത്തെ റൗണ്ട് എബൌട്ട് ചുറ്റി ഓഫിസിനു പിന്നിലുള്ള കാർ പാർക്കിൽ വന്നു നിന്നു. ഓഫീസ് ഒന്നാം നിലയിലാണ്. വേറെയും രണ്ടു കമ്പനികളുടെ ഓഫീസ് ആ കെട്ടിടത്തിൽ പ്രവർത്തിക്കുന്നുണ്ട്. ഒറ്റ മുറി മാത്രമുള്ള ഓഫീസിൽ രണ്ടു മേശ, ഒരു കമ്പ്യൂട്ടർ, കുറെ കസേരകൾ എന്നിവ ഒരുക്കിയിരിക്കുന്നു. എല്ലാം വിലകൂടിയവയും തിളങ്ങുന്നവയും. പുറത്തെ കോറിഡോറിൽ രണ്ടു ഫയലിംഗ് കബോർഡുകൾ കൂടി വെച്ചിരിക്കുന്നു കമ്പനിയുടേതായി.

ജനൽ മറച്ച ബ്ലൈന്റുകൾ വിടർത്തിനോക്കിയാൽ വിശാലമായ കാഴ്ചയാണ്. ദുരെ പോർട്ടും കടലുമായി ചേരുന്നതിനൊരുവശം ഉയർന്നുനിൽക്കുന്ന കൊട്ടാരം. ആരാണവിടെ വസിക്കുന്നത് എന്നതറിയില്ല. പ്രൈവറ്റ് ആക്സസ് ഓൺലി എന്നെഴുതിയ ഒരു റോഡ് അങ്ങോട്ട് പോകുന്നുണ്ട്. ആ റോഡിനോട് ചേർന്ന് പാലസിന്റെ ഭാഗമായ ആയിരക്കണക്കിനേക്കർ ഭൂമിക്കു ചുറ്റും ഉയർത്തിയുടെ പത്തടി മതിൽ. കൂടുതൽ സുരക്ഷയ്ക്കായി മതിലിനുമേൽ ഇരുഭാഗത്തേക്കും വിടർന്നുനിൽക്കുന്ന മൂർച്ചയുള്ള കമ്പിവേലിയും കമ്പിച്ചുരുളും..!!

ഗേറ്റിനു പുറത്തായി സീ ഫെറേഴ്സ് ക്ലബ്. അതിന് എതിർവശം വാർഫിനോട് ചേർന്ന് രണ്ടു പടുകൂറ്റൻ പാണ്ടികശാലകൾ. ഓരോന്നും ഓരോ ഫുട്ബോൾ കോർട്ടിനോളം വരും. അതിലൊന്നിലാണ് സലാമിന്റെ വെയർഹൗസ്. അതിനുമപ്പുറം കപ്പൽ ചാലിൽ ഇടവിട്ട് നീങ്ങുന്ന പടുകൂറ്റൻ ചരക്കുകപ്പലുകൾ (കണ്ടെയ്നർ വെസ്സൽസ്), ടഗ്ഗുകൾ വലിച്ചു

നീങ്ങുന്ന ബാർജുകൾ, റിഗ് പ്ലാറ്റുഫോമുകൾ... അമേരിക്കയുടെ പടുകൂറ്റൻ വിമാനവാഹിനികളായ പടകപ്പലുകളും ഇടയ്ക്കിടെ ഇവിടെ വരുന്നു. ആ പാണ്ടികശാലകൾക്കപ്പുറം അവ നങ്കൂരമിടാറുമുണ്ട്.

ഖാലിദ് ഇക്ക മേശയും ഇരിപ്പിടങ്ങളും പൊടി തട്ടി ഗ്ലാസ് ക്ലീനർ സ്പ്രേ ചെയ്തു വൃത്തിയാക്കി, നിലം അടിച്ചു മോപ് ചെയ്തു. പിന്നെ പാൻട്രിയിൽ പോയി മൂന്ന് ചായയുമായി വന്നു. മൂന്നുപേരും ഇരുന്ന് ചായ കുടിച്ചു. ഒന്നിനും വലിയ ധൃതിയും കണ്ടില്ല. എല്ലാം വളരെ ആയത്തിൽ... ചായകുടിക്ക് ശേഷം മൂവരും താഴെയിറങ്ങി ഇരുനൂറുമീറ്റർ ദൂരെയുള്ള വെയർഹൗസിലേക്ക് നടന്നു. അഞ്ഞൂറ് ചതുരശ്ര മീറ്റർ വലുപ്പത്തിൽ ഓരോ യൂണിറ്റുകളാക്കി ആ പടുകൂറ്റൻ പാണ്ടികശാലയെ വിഭജിച്ചിരിക്കയാണ്. ഓരോ യൂണിറ്റിനും രണ്ടു ലക്ഷത്തോളം ദിർഹംസ് വർഷത്തിൽ വാടക ചുമത്തുന്നു ജബൽ അലി ഫ്രീ സോൺ അതോറിറ്റി.

ഖാലിദ് ഇക്ക ഷട്ടർ തുറന്നു വശത്തേക്ക് നീക്കി. ഉള്ളിൽ മൂന്നുവശത്തായി ഉയർത്തിയ റാക്കുകൾ നിറയെ പെല്ലറ്റിൽ അടക്കിയ കാർട്ടനുകൾ. വലിയ പ്ലൈവുഡ് പെട്ടികൾ. ഒരാളെക്കാൾ ഉയരത്തിൽ കാർട്ടണുകൾ അടക്കിയ പെല്ലറ്റുകൾ നിലത്തും നിർത്തിയിരിക്കുന്നു. ഷട്ടറിന്ന് ഒരുവശത്തായി ഒരു പോർട്ടാകാബിൻ, പോർട്ടാകാബിനു മുന്നിൽ നിർത്തിയിട്ടിരിക്കുന്ന ഒരു ക്ലാർക് ഫോർക് ലിഫ്റ്റ്. പിന്നെ രണ്ടു ഹാൻഡ് ഡ്രൈവൻ പെല്ലറ്റു ട്രക്കുകൾ വേറെയും. മാത്യു എന്ന തൃശൂർക്കാരനായിരുന്നു എനിക്ക് മുന്നേ അവിടത്തെ വെയർഹൗസ് ഇൻചാർജ്. ശമ്പളം പോരാ എന്ന പേരിൽ അയാൾ രാജിവെച്ച ഒഴിവിലാണ് എന്റെ നിയമനം. അവിടെയും കമ്പനി ലാഭിച്ചു. മാത്യുവിനേക്കാളും കുറഞ്ഞ ശമ്പളത്തിലാണ് എന്നെ നിയമിച്ചിരിക്കുന്നത്.

രംഗ് വാല കാര്യങ്ങളെല്ലാം വിവരിച്ചു. ആ പോർട്ട കാബിനാണ് തന്റെ ഓഫീസ്. രണ്ടുമൂന്ന് ടേബിളുകളും കസേരകളും ഫയലിംഗ് ക്യാബിനറ്റുമെല്ലാം അവിടെയുമുണ്ട്. കൺസൈന്മെന്റ്സ് വരുമ്പോഴേ പണി കാണൂ. ഉച്ചയോടെ ഞങ്ങൾ ആഹാരം കഴിച്ചു. ലഞ്ച് ബ്രേക്ക് ഒന്നുമില്ല. എട്ടുമണി മുതൽ മൂന്ന് വരെ സ്ട്രൈറ്റ് ഡ്യൂട്ടി. ഗംഭീരം. അന്നത്തെ ദിവസം അങ്ങനെ കഴിഞ്ഞു. രംഗ് വാലയുടെ കാറിൽ തന്നെ തിരിച്ചു പോയി. അന്ന് അരമണിക്കൂറേ വേണ്ടിവന്നുള്ളൂ 60 കിലോമീറ്റർ ദൂരെയുള്ള ബർദുബായിൽ എത്താൻ.

RTAയുടെ ബസ് സർവീസ് ജബൽ അലിയിലേക്കുണ്ട്. മെഴ്സിഡീസ് ബെൻസിന്റെ ആധുനികമായ ഓട്ടോമാറ്റിക് എയർ കണ്ടിഷൻഡ് ബസ്സാണ് സർവീസ് നടത്തുന്നത്. ജബൽ അലിയിലെ അവസാനത്തെ സ്റ്റോപ്പ് ഓഫീസിനു മുന്നിലാണ്. കുറച്ചുകാലം സുഹേബ് രംഗ് വാലയോടൊപ്പം യാത്ര ചെയ്തെങ്കിലും പിന്നീടത് വേണ്ടെന്നു വെച്ചു. കാരണം എല്ലാവരും വൈകിയാണ് ഓഫീസിൽ എത്തുന്നത്. അത് ഒഴിവാക്കാനായി എന്റെ യാത്ര സമയത്തിന് മുന്നേ എത്തുന്ന ബസ്സിലേക്ക് മാറി.

കുറച്ചു ദിവസങ്ങൾക്കുള്ളിൽ വിസ അടിച്ചുകിട്ടി. ഇനി മക്കളെ സ്പോൺസർ ചെയ്യണം. രംഗ് വാല സഹകരിച്ചു. ജബൽ അലി ഫ്രീസോൺ അതോറിറ്റിയുടെ സാലറി സെർട്ടിഫിക്കറ്റും താമസിക്കാൻ ഒരിടമുണ്ട് എന്ന തെളിവിനായി ടെനൻസി കോൺട്രാക്റ്റിന്റെ കോപ്പിയും മതി എമിഗ്രേഷയനിൽ നിന്നും മക്കളുടെ വിസ ലഭിക്കാൻ. ടെനൻസി കോൺട്രാക്ട് സ്വന്തം പേരിലില്ല. താമസിക്കുന്ന വില്ല വാടകയ്ക്കെടുത്തത് കണ്ണൂർക്കാരനായ സഹദേവനാണ്. സഹദേവനും മകനും ഒരു മുറിയിൽ താമസിക്കുന്നു. മൂന്നാമത്തെ മുറിയിൽ ചിറയൻകിഴ്കാരനായ ശശാങ്കനും കുടുംബവുമാണ്. ശശാങ്കൻ ടെനൻസി കോൺട്രാക്ട് കോപ്പിക്കായി ഞങ്ങളെ സഹായിച്ചു. സഹദേവന്റെ പേരിലുള്ള ടെനൻസി കോൺട്രാക്ടിന്റെ കോപ്പി ശശാങ്കന്റെ പക്കലുണ്ടായിരുന്നു. അതെനിക്കു തന്ന് ബുദ്ധിയും ഉപദേശിച്ചു ശശാങ്കൻ. കോപ്പിയെടുത്ത് സഹദേവന്റെ പേരുള്ളിടത്തെല്ലാം വെള്ള മഷി ഉപയോഗിച്ച് മറച്ച്, അതുണങ്ങിയതിന് ശേഷം ആ ഭാഗത്ത് സ്വന്തം പേര് ടൈപ്പ് ചെയ്ത് ചേർക്കുക, പിന്നീടെടുക്കുന്ന കോപ്പി എമിഗ്രേഷനിൽ സമർപ്പിക്കാനായുപയോഗിക്കാം. ആവശ്യങ്ങളുടെ തീവ്രത പലപ്പോഴും മനുഷ്യനെ ചെറു തെറ്റുകളിലേക്ക് നയിക്കാം. അക്കാലത്ത് ഇങ്ങനെയൊക്കെ ചെയ്താണ് പലരും ഫാമിലി വിസ നേടിയിരുന്നത്. എന്തായാലും ആ ശ്രമം വിജയിച്ചു. ദിവസങ്ങൾക്കുള്ളിൽ മക്കളുടെ വിസ ശരിയായി. അങ്ങനെ സുമ നാട്ടിൽ നിന്നുമെത്തി പതിനൊന്നാം മാസം മക്കളും ഞങ്ങളോടൊപ്പം ചേർന്നു.

സോവിയറ്റ് യൂണിയന്റെ ഭാഗമായിരുന്ന ചെറുരാജ്യങ്ങളിൽ നിന്നുമുള്ള ജനപ്രവാഹം ദുബായ് നഗരത്തിന് പുതുമുഖം നൽകി. അല്പം പെട്രോൾ ഡോളറിന്നും അറബി പൊന്നിനുമായി സ്വന്തം ശരീരം വിൽക്കാൻ പോലും തയ്യാറായി ഗ്രാമീണരായ ആ നാടുകളിൽ നിന്നും വന്ന അമ്മമാരും പെങ്ങന്മാരും. അവർക്ക് ആംഗലേയം അറിയില്ല. ഇവിടെ ജോലി ലഭിക്കാൻ ഇംഗ്ലീഷ് അറിയണം, അല്ലെങ്കിൽ അറബി. മലയാളമോ ഹിന്ദിയോ അറിയുന്നവർക്ക് പോലും ഇവിടെ ചിലയിടങ്ങളിൽ പിടിച്ചു നിൽക്കാം. ഇംഗ്ലീഷ് ലോകഭാഷയാണെന്നാണ് കേൾവി. ഇംഗ്ലീഷ് അറിയാത്തവരാണ് ലോകത്തിൽ അധികവും. ബ്രിട്ടന്റെ കോളനികളിൽ ഇംഗ്ലീഷ് നിലനിൽക്കുന്നപോലെ സ്പാനിഷും പോർച്ചുഗീസും ലോകത്തിന്റെ പല ഭാഗങ്ങളിലും നിലനിൽക്കുന്നുണ്ട്. കീഴ്പ്പെടുത്തുന്നവന്റെ ഭാഷയും സംസ്കാരവും കീഴാളർ സ്വീകരിക്കുന്നു.

ദുബായ് തെരുവുകൾ അല്പവസ്ത്രധാരികളായ അഭിസാരികകളാൽ സമൃദ്ധമായി. അവർ വഴിയേ പോകുന്ന പുരുഷന്മാരെ മാടി വിളിച്ചു. അന്നേവരെ വെളുത്ത തൊലിയും മുടിയുമുള്ള വനിതകളുമായുള്ള വേഴ്ച ഇന്ത്യൻ ഉപഭൂഖണ്ഡത്തിലുള്ളവർക്ക് അപ്രാപ്യവും അചിന്തനീയവുമായിരുന്നു. എന്നാൽ ആ സ്ത്രീകളുടെ വരവോടെ

ബങ്കാളിയും പഠാണിയും മലബാറിയും വെള്ളത്തൊലിയുടെ സ്വാദും മണവുമറിഞ്ഞു.

ഒരു നവവർഷം കൂടി പിറന്നു, 1994. താൻ ജോലിയിൽ പ്രവേശിച്ച് മാസങ്ങൾക്കുള്ളിൽ രംഗ് വാലയെ ഹെഡ്ഓഫീസിലേക്ക് വിളിപ്പിച്ചു. അലി ഖവാജ പുതുതായിവന്ന ആളെക്കുറിച്ചുള്ള വിവരങ്ങൾ രംഗ് വാല യിൽ നിന്നും ചോദിച്ചു മനസ്സിലാക്കി. ആൾ മോശക്കാരനല്ല, എല്ലാ ജോലിക്കും പ്രാപ്തനാണ് എന്നറിഞ്ഞ അലി ഖവാജ അടുത്ത ദിവസം രംഗ് വാലയെ ദുബായിയിലെ ഓഫീസിലേക്ക് മാറ്റി. രംഗ് വാലയ്ക്ക് കിട്ടുന്ന വേതനത്തിന്റെ പകുതിയിലും കുറവേ തനിക്കുള്ളൂ. അവിടെയും കമ്പനി ലാഭിക്കയായിരുന്നു. എല്ലാ ജോലിയും തന്റെ തലയിലായി. ഒരു ഫ്രീസോൺ കമ്പനി മുഴുവൻ കൊണ്ടുനടത്തണം. കാര്യങ്ങൾ അങ്ങനെ നീങ്ങി. ഡ്രൈവിംഗ് ലൈസൻസിനുള്ള ശ്രമവും അക്കാലത്താണ് തുടങ്ങിയത്.

അച്ഛന്റെ സുഹൃത്തായിരുന്നു ചുങ്കത്ത് വാസുവേട്ടൻ. അദ്ദേഹം ആൽ ബർട്ട് അബേല എന്ന സ്ഥാപനത്തിൽ അക്കൗണ്ടന്റ് ആയി ജോലി ചെയ്യുന്നു. അച്ഛന്റെ അവസാന നാളുകളിൽ വാസുവേട്ടൻ സ്വയം നശി ക്കുന്ന അച്ഛനെ രക്ഷിക്കാൻ ഒരു ശ്രമം നടത്തി. ദുബായിയിലേക്കുള്ള വിസ അന്ന് വാസുവേട്ടന് എളുപ്പം ശരിപ്പെടുത്താനാവുന്നതായിരുന്നു. പാസ്പോർട്ട് എടുക്കാൻ അച്ഛനെ ഉപദേശിച്ച് ലീവിന് വന്ന വാസുവേട്ടൻ ദുബായിയിലേക്ക് തിരിച്ചുപോയി. എന്നാൽ പാസ്പോർട്ട് കിട്ടി കുറച്ചു നാൾക്കുള്ളിൽ അച്ഛൻ ഈ ലോകം വിട്ട് പോകയായിരുന്നു, തന്റെ നാല്പത്തിമൂന്നാം വയസ്സിൽ.

നാട്ടുകാരനായ ഹംസക്കയും വാസുവേട്ടന്റെ കമ്പനിയിലാണ്. ഹംസ ക്കയ്ക്ക് ഈ കാര്യങ്ങളൊക്കെ അറിയാം. ഞാൻ ഇരുവരെയും കണ്ട് സംസാരിച്ചു. അങ്ങനെയാണ് ഏട്ടന് ആബേലയുടെ വിസ കിട്ടുന്നത്. അച്ഛന് നൽകാൻ പറ്റാത്തത് മകന് നൽകി വാസുവേട്ടൻ. തനിക്ക് പറ്റിയ ജോലി അല്ലെങ്കിലും നാലഞ്ചു കൊല്ലം ഏട്ടൻ അവിടെ പിടിച്ചുനിന്നു. ഒരു ആദ്യകാല കമ്പ്യൂട്ടർ ആണ് അന്ന് ഓഫീസിൽ ഉണ്ടായിരുന്നത്. വളരെ ചെറിയ ഡാറ്റാ മാത്രം ഉൾക്കൊള്ളാവുന്നത്. ഓരോ ദിവസവും ചേർക്ക പ്പെടുന്നത് ഡിസ്കിൽ പകർത്തി തിയ്യതി എഴുതി വെക്കണം. ഇന്ന് വരുന്ന ഒരു വലിയ ഇമെയിലിനെ ഉൾക്കൊള്ളാൻ പോലും ശക്തമല്ലാത്ത തായിരുന്നു അത്.

മാസത്തിൽ ഒന്നോ രണ്ടോ തവണ ദുബായ് ഓഫീസിൽ പോകണം. ജി.എമ്മുമായാണ് എന്റെ മീറ്റിംഗ്. അവിടെ മലയാളികളായി പലരുമുണ്ടാ യിരുന്നുവെങ്കിലും ജയ്സിംഗ്, ശ്രീനാഥ്, മധു എന്നിവരുമായാണ് എനിക്ക് ബന്ധപ്പെടേണ്ടിയിരുന്നത്. ജയ്സിംഗും ശ്രീനാഥും അക്കൗണ്ട്സിൽ ആയിരുന്നു. മധു പർച്ചേസറും.

അങ്ങനെ മാസങ്ങൾ കടന്നുപോയി. ഒരു വർഷത്തോളം മൊയിദീനോടൊപ്പം താമസിച്ചുകാണും. ആ വീട് സന്ദർശിച്ച പ്രത്യേക അതിഥികളായിരുന്നു മോഹൻദാസ്, കൊച്ചുബാവ, സി.കെ. വേണു തുടങ്ങിയവർ. എൺപതുകളുടെ തുടക്കത്തിൽ മോഹൻദാസ് ദുബായ് വിട്ടുപോയി സർവീസിൽ റീ ജോയിൻ ചെയ്തു. അന്ന് സി.പി.ഐ. (എം.എൽ)ന്റെ പ്രവർത്തകനായിരുന്നു മോഹൻദാസ്. പാർട്ടി ആവശ്യങ്ങൾക്കായി വന്നതാണ് ദുബായിൽ. കൊച്ചുബാവ ഷാർജയിൽ ആയിരുന്നു. അദ്ദേഹം എഴുത്തിന്റെ ലോകത്തിൽ കത്തിനിൽക്കുന്ന കാലം. ഒരു ദിവസം ഏട്ടനുമൊത്താണ് കൊച്ചുബാവ വീട്ടിൽ വന്നത്. വേണുവിന്റെ സഹോദരന്മാർ ദുബായിലുണ്ട്. അവർ ചേട്ടനെ ദുബായ് കാണാൻ ക്ഷണിച്ചതാണ്. മിനബസാറിലെ അനുജന്റെ ഫ്ളാറ്റിലാണ് വേണു താമസിച്ചിരുന്നത്.

അങ്ങനെ 1994 കഴിഞ്ഞു. ദുബായ് ഉറങ്ങാത്ത നഗരമായി മാറി. രാവും പകലും സജീവം. റോഡുകളിൽ വാഹനങ്ങൾ ഒഴിഞ്ഞ നേരമില്ല. നഗരം നിരന്തരം വികസിച്ചുകൊണ്ടിരുന്നു. വെള്ളിയാഴ്ചകളിൽ ബർദുബൈ ജനസമുദ്രമായി മാറും. ഒഴിവു ദിവസത്തെ ആഘോഷത്തിനായി ലേബർ ക്യാമ്പിൽ നിന്നും ഫിലിപ്പീനോയും പഞ്ചാബിയും ബംഗാളിയും ലങ്കനും മദ്രാസിയും തുടങ്ങി അദ്ധ്വാനിക്കുന്നവരുടെ കൂട്ടം നഗരത്തിലേക്ക് പ്രവേശിക്കുന്നു. സ്ത്രീകളും പുരുഷന്മാരുമായി അവർ ബർദുബായിലെയും ദേരയിലെയും തെരുവുകളിൽ നിറയുന്നു. കച്ചവടക്കാർക്ക് ചാകരയാകുന്ന ദിനങ്ങൾ.

ബാർജുമാൻ സെന്റർ മാത്രമായിരുന്നു അന്ന് ബർദുബായിൽ ഉണ്ടായിരുന്ന ഏക ഷോപ്പിംഗ് മാൾ. പാവപ്പെട്ടവർ അവിടെ ഷോപ്പിംഗിനായി പോകാറില്ല. അവർ ശീതീകരിച്ച മാളിൽ ചുറ്റിക്കറങ്ങുന്നത് കാഴ്ചകൾക്കായാണ്. പിന്നെ ചൂടിൽ നിന്നുള്ള മോചനത്തിനും.

1995

1995ഓടെ ഞങ്ങൾ താമസം ബർദുബൈ ബസ് ടെർമിനലിന് പിന്നിൽ സ്വിസ് പ്ലാസ ഹോട്ടലിനു മുന്നിലുള്ള ഖാൻ സാഹേബ് ബിൽഡിംഗിലേക്ക് മാറി. ബർദുബായിലെ ആദ്യത്തെ ആധുനിക കെട്ടിടങ്ങളിൽ ഒന്നായിരുന്നു അത്. ദുബായ് ഇലക്ട്രിസിറ്റിയിൽ ജോലിഎടുക്കുന്ന തൃശ്ശൂർക്കാരൻ വർഗീസ് ചേട്ടനായിരുന്നു ഫ്ളാറ്റിന്റെ ഉടമ. മൂന്നു മുറികളും വിശാലമായ ബാൽക്കണികളുമുള്ള വലിയ ഫ്ളാറ്റ് ആയിരുന്നു അത്. വർഗീസ് ചേട്ടന് മൂന്ന് പെണ്മക്കളാണ്. മാസ്റ്റർ ബെഡ്റൂമും ഹാളും അവർക്ക്. മറ്റു രണ്ട് മുറികൾ രണ്ട് ചെറു കുടുംബങ്ങളുമായി പങ്ക് വെയ്ക്കുന്നു. അങ്ങനെയുള്ള ഒരു മുറിയാണ് ഞങ്ങളുടേത്. അമ്മയ്ക്കും അച്ഛനും രണ്ട് കൊച്ചു മക്കൾക്കുമായി അത് മതി. അടുത്ത മുറിയിൽ ഒരു തമിഴ് ഫാമിലിയാണ്. രണ്ടു മക്കൾ അവർക്കുമുണ്ട്. ചെറിയ കുട്ടികൾ.

രണ്ടും അഞ്ചും പ്രായമുള്ളവർ. മൂത്തത് ആൺകുഞ്ഞാണ്. ഒരു ടോയ്ലെറ്റേ രണ്ട് കുടുംബങ്ങൾക്കുമായുള്ളൂ. തമിഴ് കുടുംബനാഥന് മാത്രമേ ജോലിയുള്ളൂ. ഭാര്യ അത്ര സ്മാർട്ടായി തോന്നിയില്ല. തമിഴ്നാട്ടിലെ ഏതോ ഗ്രാമത്തിൽ നിന്നും വന്ന ഒരു ഗ്രാമീണ മുസ്ലിം സ്ത്രീ. അവരുടെ ആൺകുട്ടി കുറുമ്പനായിരുന്നു. സ്ത്രീകൾ കുളിക്കുന്നത് എത്തിനോക്കുന്നത് പയ്യന്റെ വിനോദമായിരുന്നു. മനുഷ്യമനസ്സിനെ അങ്ങനെ അളക്കാൻ ഒക്കില്ലല്ലോ! ചെറുപ്രായത്തിലേ ഉള്ളിൽ എല്ലാം ഉണ്ടെന്നർത്ഥം. ബാലസഹജമായ നിഷ്കളങ്കതയോടെയല്ലായിരുന്നു ആ എത്തിനോട്ടം. പാത്തും പതുങ്ങിയും...

വർഗ്ഗീസ് ചേട്ടനും കുടുംബവും വലിയ വിശ്വാസികളാണ്. വൈകുന്നേരങ്ങളിൽ അച്ഛനും അമ്മയും മക്കളും ചേർന്ന് കൂട്ടപ്രാർത്ഥനയുണ്ട്. കൗതുകമുയർത്തുന്ന മലയാളത്തിലുള്ള കൂട്ടപ്രാർത്ഥന! മക്കളെ കാലത്ത് ഏഴുമണിക്കുമുന്നേ സ്കൂൾ ബസ് വന്നു കൊണ്ടുപോകും. സുമയുടെ മെഡിക്കൽ സെന്ററും ട്രാൻസ്പോർട്ടേഷൻ നൽകുന്നുണ്ട്.

ഒരു ദിവസം സന്ധ്യയിൽ താമസിക്കുന്ന കെട്ടിടത്തിന്റെ കാർ പാർക്കിങ്ങിൽ മക്കളുമായി സമയം കളയുമ്പോഴാണ് നാട്ടുകാരനും സഹപാഠിയുമായ കാസിമിനെ കാണുന്നത്. കാസിം യു.എ.ഇ. പോസ്റ്റൽ ഡിപ്പാർട്ട്മെന്റിൽ ജോലി ചെയ്യുന്നു. അതേ കെട്ടിടത്തിൽ ഗ്രൗണ്ട് ഫ്ളോറിലെ ഒരു ചെറുമുറിയിലാണ് കാസിം താമസിക്കുന്നത്. നിർഭാഗ്യവശാൽ ആ കൂടിക്കാഴ്ചയ്ക്ക് ശേഷം അധികകാലം കാസിം ജീവിച്ചില്ല. ചെറുപ്പം മുതലേ തടിച്ച പ്രകൃതമായിരുന്നു കാസിമിന്റേത്. കാൻസർ അദ്ദേഹത്തിന്റെ ജീവൻ അകാലത്തിൽ അപഹരിച്ചു.

പ്ലാസ സിനിമയിൽ നിന്ന് ചിത്രം കണ്ടിറങ്ങുമ്പോഴാണ് ബഷീറിനെ കണ്ടത്. ദുബായ് ഇലക്ട്രിസിറ്റിയിൽ രണ്ട് ദശാബ്ദം മുന്നേ എനിക്കായി ജോലിക്ക് ശ്രമിച്ച ബഷീർ. കുറെ സംസാരിച്ചു. അടുത്തുള്ള അറബിക് ഗ്രിൽ റെസ്റ്റോറന്റിൽ കയറി ചായയും സ്നാക്സും കഴിച്ചു. അങ്ങനെ ആ പഴയ സൗഹൃദം പിന്നെയും തളിർത്തു.

അന്ന് പരിചയപ്പെട്ട മറ്റൊരു സുഹൃത്താണ് രാധാകൃഷ്ണൻ നായർ. കെട്ടിടത്തിന് താഴെ കളിക്കുന്ന മക്കളിലാണ് നായർ ആദ്യം ആകൃഷ്ടനായത്. നായരുടെ മകൾക്ക് കണ്ണന്റെ പ്രായമാണ്. സദ്ദാം ഹുസൈൻ കുവൈറ്റിനെ കീഴ്പ്പെടുത്തിയ കാലത്ത് കുവൈറ്റിൽ ജനിച്ച കുട്ടിയാണവൾ. നായർ തൊട്ടടുത്ത കെട്ടിടത്തിലാണ് താമസിക്കുന്നത്. മക്കളിൽ തുടങ്ങിയ അടുപ്പം കുടുംബങ്ങൾ തമ്മിലായി. അങ്ങനെ ആ സൗഹൃദം വളർന്നു പന്തലിച്ചു. കാൽ നൂറ്റാണ്ടിലധികമായി ഇന്നും അത് തുടരുന്നു.

സുമയുടെ വിസ അബുദാബിയിലെ ഇറാനി ഡോക്ടറുടെ ഡെന്റൽ ക്ലിനിക്കിന്റേതായി തുടരുകയാണ്. മൂന്നു വർഷത്തിനുള്ളിൽ അത് പുതുക്കുകയോ മറ്റൊരു സ്പോൺസറുടെ കീഴിലേക്ക് മാറ്റുകയോ

വേണം. മൊയിദീന്റെ വീട്ടിൽ താമസിക്കുമ്പോൾ മറ്റൊരു സംഭവമുണ്ടായി. അപ്രതീക്ഷിതമായി സുമയുടെ മെൻസസ് തെറ്റി. പ്രിഗ്നൻസി പരിശോധനാഫലം പോസിറ്റീവ്. യാതൊരു തരത്തിലും അതുമായി മുന്നോട്ട് പോകാൻ പറ്റാത്ത അവസ്ഥ. നിയമത്തിന്റെ മുന്നിൽ സിംഗിൾ ലേഡിയായി വന്ന് അബുദാബിയിലെ ക്ലിനിക്കിൽ ജോലിയെടുക്കുകയാണവൾ. അത്തരം വിസയുള്ളിടത്തോളം ഗർഭിണിയാകാൻ നിയമം അനുവദിക്കുന്നില്ല. എന്റെ സ്പോൺസർഷിപ്പിലേക്ക് മാറ്റിയിട്ടുമില്ല. അവൾ കുറച്ചു ദിവസത്തെ ലീവെടുത്ത് നാട്ടിൽ പോയി വരാൻ തീരുമാനിച്ചു. മക്കളെ നോക്കാം എന്ന സഹായവാഗ്ദാനവുമായി മീറ്റിലെ മധുവിധു കാലത്ത് ഞങ്ങൾക്ക് സ്വന്തം വീട്ടിൽ സൗകര്യമൊരുക്കിയ ക്യാപ്റ്റൻ വിക്രമനും ഭാര്യ ബീനയും. അന്ന് വിക്രമൻ ദുബായ് മുനിസിപ്പാലിറ്റിയിൽ വെറ്റിനറി ഡോക്ടറാണ്. ഡ്യൂട്ടിയുടെ ഭാഗമായി പലപ്പോഴും ഓഫീസിനു പുറത്തു പോകേണ്ടിവരും. സ്വദേശികളുടെ വീട്ടിലോ വലിയ ഫാമുകളിലോ ഒക്കെയാകും സന്ദർശനം. എവിടെയാണ് ഡോക്ടറുടെ ആവശ്യം, അങ്ങോട്ട് പോയി ചികിത്സിക്കുക എന്നതാണ് പതിവ്. കൂടുതലും ഓഫീസിനു പുറത്ത് ഡ്യൂട്ടിയുള്ള വിക്രമൻ ദുബായിയിൽ വന്ന സുമയുടെ ആദ്യ ദിവസങ്ങളിലെ പല ഇന്റർവ്യൂവിനും അവളെ സ്വന്തം കാറിൽ എത്തിക്കുകയായിരുന്നു. ദുബായിയുടെ ജിയോഗ്രാഫി കാര്യമായൊന്നും അറിയാത്ത അവൾക്കുള്ള നല്ല വഴികാട്ടിയും സാരഥിയുമായിരുന്നു നല്ലവനായ ഡോ. വിക്രമൻ. സുമ നാട്ടിൽ പോയി ഡി.എൻ.സിയും ട്യൂബക്ടമിയും ചെയ്ത് തിരിച്ചുവരുന്നതുവരെ മക്കൾ അവരുടെ ഗിസൈസിലുള്ള ഫ്ളാറ്റിലായിരുന്നു. ഗിസൈസിലെ ജീവിതം മക്കൾക്ക് ആനന്ദകരമാക്കാൻ അവർക്ക് കൂട്ടായി വിക്രമന്റെയും ബീനയുടെയും മക്കൾ ആനന്ദും സംഗീതയുമുണ്ടായിരുന്നു.

മൊയിദീന്റെ ഫ്ളാറ്റിൽ നിന്നും മാറുന്നതിനുമുന്നെ അടുത്തുള്ള മറ്റൊരു ഫ്ളാറ്റ് മുഴുവനായും എടുക്കാനുള്ള ഒരു ശ്രമം നടത്തിയിരുന്നു. നിർമ്മാണത്തിലിരിക്കുന്ന അൽ ഖേയിൽ സെന്ററിന്നടുത്തായിരുന്നു ആ കെട്ടിടം. ചെറുപ്പക്കാരനും വിദ്യാസമ്പന്നനുമായ ബാംഗളൂർ സ്വദേശി സുഹൈൽ ഗൾഫ് ന്യൂസ് ക്ലാസിഫൈഡിൽ കൊടുത്ത പരസ്യമാണ് ആ ഫ്ളാറ്റിലേക്ക് ആകർഷിച്ചത്. നല്ല ലൊക്കേഷൻ, മക്കളുടെ സ്കൂൾ ബസ് അടുത്ത് വരും. രണ്ടു ബെഡ്റൂമുകളും ഹാളും മറ്റു സൗകര്യങ്ങളുമുള്ള ഫ്ളാറ്റ് കണ്ടു ഇഷ്ടപ്പെട്ടു. നന്നായൊന്നു ശുദ്ധിവരുത്തിയാൽ തീരാവുന്ന വൃത്തികേടേ അവിടെയുണ്ടായിരുന്നുള്ളൂ. 26000 ദിർഹംസ് വാർഷിക വാടക. സുമയ്ക്കും ഫ്ളാറ്റ് ഇഷ്ടമായി. അഡ്വാൻസ് ആയി 5000 ദിർഹം കൊടുക്കണം. അത്രയും ധനം കയ്യിലില്ല. ഹംസക്കയുടെ പക്കൽ നിന്നും നാലായിരം കടം മേടിച്ചു. കയ്യിലുള്ളതെല്ലാം നുള്ളിപ്പെറുക്കിയപ്പോൾ ബാക്കിയുമായി. അങ്ങനെ സുഹൈലുമായി വാക്കാൽ എഗ്രിമെന്റ് ഒപ്പിട്ടു. മറ്റൊരു കുടുംബത്തെ ഷെയറിംഗ് പാർട്ണർ ആയി

വെച്ചാൽ വലിയ വാടകയില്ലാതെ കഴിയാം എന്ന കണക്കുകൂട്ടലിലാണ് ഫ്ളാറ്റ് എടുക്കാൻ തീരുമാനിച്ചത്. അടുത്ത ദിവസം ഫ്ളാറ്റ് ഒന്നുകൂടെ കാണാൻ പോയ സുമയിലെ അമ്മയുടെ മുഖം വല്ലാതെയായി. തൊട്ടടുത്ത അൽഖൈൽ സെന്ററിന്റെ നിർമ്മാണ പ്രവർത്തനങ്ങൾ അവളിൽ ആധി ഉയർത്തി. മക്കൾ നടന്നുപോകേണ്ട ഗലിക്ക് മുകളിൽ കറങ്ങുന്ന ടവർ ക്രെയിൻ. വൃത്തിയില്ലാത്ത ഫ്ളാറ്റ് തുടങ്ങി പല കാരണങ്ങൾ നിരത്തി അവൾ ആ ഫ്ളാറ്റിലേക്കില്ല എന്ന് തറപ്പിച്ചു പറഞ്ഞു. വാക്കു കൊടുക്കുമ്പോഴും പണം കൊടുക്കുമ്പോഴും കൂടെയുണ്ടായിരുന്ന ആൾ പെട്ടെന്ന് മാറുകയായിരുന്നു. റിസ്കുകൾ ഉണ്ടെങ്കിലും അത് കുറച്ചുകാലത്തേക്ക് മാത്രമേ കാണൂ. നിർമ്മാണപ്രവർത്തനങ്ങൾ കഴിയും വരെ. എന്നാൽ നല്ല ലൊക്കേഷനിലെ താരതമ്യേന ചെറിയ വാടകയിലുള്ള അത്തരം ഒരു ഫ്ളാറ്റ് കിട്ടുക എന്നത് അന്ന് അത്ര നിസ്സാരമായതായിരുന്നില്ല. സുമയുടെ ഇഷ്ടത്തിനു വഴങ്ങി. സുഹൈൽ കിട്ടിയ പണം നാട്ടിലേക്കയച്ചു. അയാളുടെ സഹോദരിയുടെ വിവാഹമാണ്. സുഹൈലും നാട്ടിൽ പോകാൻ ഒരുങ്ങി നിൽക്കുന്നു. അദ്ദേഹം അഡ്വാൻസ് തിരിച്ചു തരില്ല എന്ന് തറപ്പിച്ചു ചൊല്ലി ബംഗളൂരുവിലേക്ക് യാത്രയായി. ഈ സംഭവത്തിന് ശേഷമാണ് വർഗ്ഗീസ് ചേട്ടന്റെ ഫ്ളാറ്റിലേക്ക് മാറിയത്. സുഹൈലിന് കൊടുത്ത പണം നഷ്ടമായി എന്നു കരുതിയെങ്കിലും നിരന്തരം അയാളുമായി കമ്മ്യൂണിക്കേറ്റ് ചെയ്തുകൊണ്ടിരുന്നു. തന്റെ അവസ്ഥ മനസ്സിലാക്കിയ അയാൾ ചെറിയ തുകകൾ ഗഡുക്കളായി എക്കൗണ്ടിലേക്ക് ട്രാൻസ്ഫർ ചെയ്യാൻ സന്നദ്ധനായി. അങ്ങനെ കൊടുത്ത അഡ്വാൻസിന്റെ പകുതിയോളം തിരിച്ചു കിട്ടി എന്നു പറയാം.

യു.എ.ഇ. ഡ്രൈവിംഗ് ലൈസൻസ് ലഭിക്കാൻ രണ്ടു വർഷത്തിലധികമെടുത്തു. ഈ നാട്ടിൽ എല്ലാ നിയമങ്ങളും പാലിക്കുന്ന നല്ല ഡ്രൈവിംഗ് സ്കിൽ ഉള്ള ഉത്തമ ഡ്രൈവർക്കേ ലൈസൻസ് ലഭിക്കുകയുള്ളൂ. ചെറിയ പിഴവു പോലും രേഖപ്പെടുത്തും. നൂറിൽ നൂറു മാർക്ക് തന്നെ കിട്ടണം ലൈസൻസ് ലഭിക്കാൻ. ലൈസൻസ് ലഭിച്ചത് പന്ത്രണ്ടാമത്തെ റെസ്റ്റിലാണ്. ഇരുപതിലധികം ടെസ്റ്റ് കൊടുത്ത് ലൈസൻസ് ലഭിക്കാത്തവരുണ്ട്. പത്തു പതിനഞ്ചു കൊല്ലം നാട്ടിൽ ബസ് ഡ്രൈവറായിരുന്ന ഒരു സുഹൃത് ഇരുപത്തിരണ്ടാം ടെസ്റ്റിലും തോറ്റുപോയി. അതാണ് നാട്ടിലെ ഡ്രൈവർമാർ. ഇന്ത്യയിലെ റോഡിൽ ലക്ഷങ്ങൾ ഓരോ കൊല്ലവും കൊല്ലപ്പെടുന്നതിന് കാരണം നിയമങ്ങൾ അറിയാത്ത ഡ്രൈവർമാർ, അറിഞ്ഞാലും പാലിക്കാത്തവർ, നിലവാരമില്ലാത്ത ലൈസൻസിംഗും റോഡുകളുംനിയമപാലകരും സർവ്വോപരി അഴിമതിയിൽ മുങ്ങിയ സമൂഹവുമാണ്. ഡ്രൈവിംഗ് ഒരു നിസ്സാര സംഭവമായിക്കരുത്തി ഒരു മാനദണ്ഡങ്ങളും പാലിക്കാതെ ലൈസൻസ് ഇഷ്യൂ ചെയ്യുന്ന നമ്മുടെ നാടുപോലെയല്ല യു.എ.ഇ. ഡ്രൈവിംഗ് ജനങ്ങളുടെ ജീവൻ കൊണ്ടുള്ള കളിയാണ് എന്ന നല്ല ബോധമുള്ളവരാണ് യു.എ.ഇ. അധികൃതർ.

ഇന്ന് ട്രാഫിക് സിഗ്നലുകളാൽ ഗതാഗതം നിയന്ത്രിക്കപ്പെട്ട ഖാലിദ് ബിൻ വലീദ് തെരുവിലെ കവലകളെല്ലാം അന്ന് റൗണ്ട് എബൗട്ടുകളായിരുന്നു. റൗണ്ട് എബൗട്ടുകൾക്ക് താങ്ങാവുന്നതിലും കൂടുതൽ വാഹന ഗതാഗതം വർദ്ധിച്ചപ്പോൾ അവയെല്ലാം പൊളിച്ചുമാറ്റി സിഗ്നലുകൾക്ക് വഴിയൊരുക്കുകയായിരുന്നു. ആ തെരുവിലെ പ്രധാനപ്പെട്ട രണ്ട് റൗണ്ട് അബൗട്ടുകളായിരുന്നു ഫാൽക്കനും അൽ ഫഹീദിയും. ഫാൽക്കൺ റൗണ്ട് അബൗട്ടിന് കേന്ദ്രത്തിലായി ഒരു ഫാൽക്കൺ ശില്പം ഉയർന്നു നിന്നിരുന്നു. മാറ്റത്തിന്റെ ഭാഗമായി ഒരുപാടുകാലം ജനങ്ങൾക്ക് കൗതുകം പകർന്നിരുന്ന ആ ശില്പം എടുത്തുമാറ്റി അവിടം സിഗ്നൽ സ്ഥാപിക്കുകയായിരുന്നു. അൽ ഫഹീദിയിൽ സിഗ്നലുകളാൽ ഗതാഗതം നിയന്ത്രിക്കുന്ന കവലയ്ക്കു താഴെ അൽ ഫഹിദി അണ്ടർ ഗ്രൗണ്ട് മെട്രോ സ്റ്റേഷനുമുണ്ടിന്.

വർഗ്ഗിസ് ചേട്ടന്റെ ഫ്ളാറ്റിൽ നിന്നും താമസം മാറുമ്പോൾ കാലം 1996. അത് ഞങ്ങളുടെ അവസാനത്തെ ഷെയറിങ്ങ് എക്കമഡേഷനായിരുന്നു. ദുബായ് മറൈൻ ഹോട്ടലിന് (ഇന്നത്തെ അസ്കോട്ട് ഹോട്ടൽ) എതിർവശം ഖാലിദ് ബിൻ വലീദ് സ്ട്രീറ്റിൽ ഒരു ഏഴു നില കെട്ടിടത്തിൽ ഒരു ഫ്ളാറ്റ് ഞങ്ങൾ സ്വന്തമായെടുത്തു. ഏഴാം നിലയിൽ. അന്ന് 36000 ദിർഹമായിരുന്നു അതിന് വാർഷിക വാടക. കയറിച്ചെല്ലുന്ന ഒരു പൊതു ഇടം കൂടാതെ രണ്ട് ബെഡ്റൂമുകളും ഒരു വലിയ ഹാളും രണ്ട് ബാൽക്കണിയുമുള്ള വിശാലമായ ഫ്ളാറ്റ്. അൽ ഹീലോ എന്ന കുടുംബപ്പേരുള്ള കെട്ടിട ഉടമയുടെ സിന്ധി മാനേജരായിരുന്നു അതിൽ താമസിച്ചിരുന്നത്. അൽ ഹീലോവുമായി തെറ്റി അബ്സ്കോണ്ട് ചെയ്തിരിക്കയാണ് മാനേജർ. അയാൾ ഉപയോഗിച്ചിരുന്ന വിലപിടിപ്പുള്ള ഫർണീച്ചറുകളെല്ലാം ഫ്ളാറ്റിലുണ്ട്. അതിനുള്ള വിലയായി 5000 ദിർഹം കൂടുതൽ കൊടുക്കേണ്ടിവന്നു. പതിനഞ്ചു വർഷത്തോളം ഞങ്ങൾ ആ കെട്ടിടത്തിൽ താമസിച്ചു. ഏഴു വർഷത്തോളം മൂന്നിടത്തായി ദുബായിയിൽ പിന്നെയും കഴിഞ്ഞു. എന്നിട്ടും അന്ന് മേടിച്ച ആ ഫർണീച്ചറിലെ ഒരു ബെഡ് സൈഡ് ടേബിൾ ഇന്നും ഒരു കേടും കൂടാതെ ഇവിടെ നാട്ടിലുണ്ട്.

ദേരയിലെ മുർഷിദ് ബസാറിലാണ് അൽ ഹീലോയുടെ ഓഫീസ്. വീതി കുറഞ്ഞ തെരുവുകളും പഴയ ചെറിയ കെട്ടിടങ്ങളും മുർഷിദ് ബസാറിന്റെ പ്രത്യേകതയാണ്. ദേരയുടെ ഏറ്റവും പഴയ ഭാഗങ്ങളിലൊന്നാണാ ഭാഗം. പഴയ കെട്ടിടങ്ങളെല്ലാം പുതുക്കി മോടിപിടിപ്പിച്ചിരിക്കുന്നു. അൽ ഹീലോയുടെ ഓഫീസ് അങ്ങനെയുള്ള ഒരു പഴയ കെട്ടിടത്തിലാണ്. ഗ്രൗണ്ട് ഫ്ളോറിൽ ചെറിയ രണ്ട് മുറികളുള്ള ഓഫീസ്. വാടകക്കരാർ ഒപ്പിടാനായാണ് ആദ്യം അവിടെ എത്തിയത്. അൽ ഹീലോയുടെ മാനേജർ ഒരു ബലൂച്ചിയാണ്. വളരെ ചെറുപ്പം മുതലേ അൽ ഹിലയോടൊപ്പം കൂടിയ ബലൂചി ദുബായ് പൊലീസിലാണ് ജോലിലചെയ്യുന്നത്. ഡ്യൂട്ടി കഴിഞ്ഞുള്ള സമയങ്ങളിൽ ഹീലോയുടെ ഓഫീസിൽ

വരുന്നു. സ്വദേശികളുടെ വേഷമാണ് ബലൂച്ചിയും ധരിക്കുന്നത്. വൃദ്ധനായ ഉയരവും തടിയും അധികമില്ലാത്ത അൽ ഹിലോ ഒരു ഈസി ചെയറിൽ കിടന്നു വിശ്രമിക്കുന്നു. അൽ ഹീലോ മലയാളി ഓഫീസ് ബോയിയെ വിളിച്ച് എന്തോ പറഞ്ഞു. ഓഫീസ് ബോയ് ഖജൂരും ഖവായും നൽകി അതിഥിയെ സൽക്കരിച്ചു.

തർക്ക മന്ദിരം തകർക്കപ്പെട്ടതിനു ശേഷം സാധരണക്കാരായ സ്വദേശികളും പാകിസ്ഥാനികളും മറ്റു അറബികളും അമുസ്ലിമായ ഇന്ത്യക്കാരോട് വലിയ ബഹുമാനം നൽകാതെയാണ് ഇടപെട്ടിരുന്നത്. അതിനാൽ എന്തോ അനർഹമായത് നേടിയെടുക്കാൻ വന്നവനെന്ന തോന്നൽ ഉണ്ടാക്കും വിധമാണ് അവർ എന്നോട് പെരുമാറിയിരുന്നത്. അറബിയിൽ എന്തൊക്കെയോ പുച്ഛിക്കുംവിധം സംസാരിച്ച് പൊട്ടിച്ചിരിക്കുന്നു മാനേജരും അർബാബും.

പുതിയ ഫ്ളാറ്റിലെ ഹാളാണ് താമസത്തിന് തിരഞ്ഞെടുത്തത്. മറ്റു രണ്ട് ബെഡ്റൂമുകൾ ഷെയറിങ്ങിനായി നീക്കിവെച്ചു. ഗൾഫ് ന്യൂസ് ക്ലാസിഫൈഡിൽ മൂന്ന് ദിവസത്തെ പരസ്യം കൊടുത്തു. ആദ്യം വന്നത് ഒറ്റയാനായ ഒരു ശ്രീലങ്കൻ എൻജിനീയറാണ്. ഭംഗിയായി ഫർണിഷ് ചെയ്ത ടോയ്‌ലെറ്റോടുകൂടിയ മാസ്റ്റർ ബെഡ് റൂം അദ്ദേഹമെടുത്തു. രണ്ടാമൻ പുതുതായി വിവാഹിതനായ ഹൈദരാബാദുകാരൻ അധ്യാപകൻ സതീശായിരുന്നു. ആദ്യം വന്നവർ തന്നെ മുറികൾ എടുത്തു, താമസക്കാരുമായി. ഒറ്റയാനായ ശ്രീ ലങ്കക്കാരന് കുക്കിംഗ് ഇല്ല. സതീശന്റെ ഭാര്യ എത്തിയിട്ടുമില്ല. അതിനാൽ സാമാന്യം വലിയ ആ അടുക്കള സുമയ്ക്ക് സ്വന്തമായി. രണ്ടുപേർ ഷെയറിങ്ങിനുണ്ടെങ്കിൽ കാര്യമായ വാടക കൈയിൽനിന്നും വെക്കേണ്ടി വരില്ല. അങ്ങനെ ഒരു മാറിയ ജീവിതത്തിന് തുടക്കമായി.

സതീശന്റെ ഭാര്യ ഒരാഴ്ചയ്ക്കുള്ളിൽ ഹൈദരാബാദിൽ നിന്നുമെത്തി. വിദ്യാഭ്യാസമുള്ള കുട്ടിയാണ് പെർസെസ്. ആവശ്യത്തിനുള്ള ഉയരവും തടിയുമുള്ള പെർസെസ് സുന്ദരിയായിരുന്നു. സതീഷിന്റെ റൂമിനോട് ചേർന്നാണ് രണ്ട് മുറികൾക്കായുള്ള പൊതുടോയ്‌ലറ്റ്. ഒരു രാത്രിയിൽ ആറുവയസ്സുള്ള മകൻ മൂത്രമൊഴിച്ചു വന്ന് അമ്മയോട് ചോദിച്ചു,

"അമ്മേ പെർസെസ് ആന്റി എന്തിനാ കരയുന്നേ?"

കാര്യം അറിയാനായി ടോയ്‌ലറ്റ് വരെ പോയി വന്ന സുമ ഉറങ്ങുന്ന എന്നെ വിളിച്ചുണർത്തി ശബ്ദമുണ്ടാക്കാതെ തന്നെ പിന്തുടരാൻ ആംഗ്യഭാഷ പ്രയോഗിച്ചറിയിച്ചു. രണ്ടുപേരും പൂച്ചകളുടെ കാൽവെപ്പോടെ ടോയ്‌ലറ്റിന്നടുത്തേക്ക് നീങ്ങി. അപ്പോൾ ഞങ്ങൾ ആ കരച്ചിൽ കേട്ടു. മദലഹരിയിൽ സ്വയമറിയാതെ ഉയരുന്ന സ്ത്രീയുടെ മത്ത് പിടിപ്പിക്കും ശബ്ദകോലാഹലങ്ങൾ... പുരുഷന്റെ രതിയുന്മാദത്തിൽ നിന്നുയരുന്ന ശബ്ദഘോഷങ്ങൾ... അവർ മധുവിധു തകർത്താടുകയാണ്.

ടെസ്റ്റുകൾ ഏറെ കൊടുത്തെങ്കിലും ഡ്രൈവിംഗ് ലൈസൻസ് കിട്ടിയില്ല. ജോലിക്ക് പോകുന്നതും വരുന്നതും പബ്ലിക് ട്രാൻസ്പോർട്ടിൽ തന്നെ. എലൈറ്റ് ഇംഗ്ലീഷ് സ്കൂളിൽ ലോവർ പ്രൈമറിവരെയേ ക്ലാസ്സുകളുള്ളൂ. മാത്രമല്ല അവരുടെ ലൊക്കേഷൻ അൽ വാസൽ റോഡിലെ മുപ്പത് കിലോമീറ്ററോളം ദൂരെയുള്ള മറ്റൊരിടത്തേക്ക് മാറ്റി. അതിനാൽ സൗകര്യ പ്രദമായ മറ്റൊരു സ്കൂൾ തിരഞ്ഞെടുക്കാൻ നിർബന്ധിതരായി. ദുബായിയിലെ ഇന്ത്യൻ കമ്മ്യൂണിറ്റി 1961ൽ തുടങ്ങിയതാണ് ഇന്ത്യൻ ഹൈസ്കൂൾ. സ്കൂളിനുവേണ്ട സ്ഥലം ദുബായ് റൂളർ ഷെയ്ഖ് റാഷിദ് സൗജന്യമായി നൽകിയതാണ്. ദുബായിയിലെ വിദേശപൗരന്മാർക്കാ യുള്ള ആദ്യത്തെ സ്കൂളാണത്. പേരും പെരുമയും ഏറെയുള്ള ഇന്ത്യൻ ഹൈസ്കൂൾ ഇന്നും കുറഞ്ഞ ചിലവിൽ ക്വാളിറ്റി എഡ്യൂക്കേഷൻ നൽ കുന്ന യു.എ.യിലെ ഏക സ്ഥാപനമാണ്. കൂടുതൽ ബുദ്ധിമുട്ടാതെ മക്കൾക്ക് അവിടെ അഡ്മിഷൻ കിട്ടി. അഞ്ചിലും ഒന്നിലുമായി അവർ അവിടെ ചേർന്നു പഠനം തുടർന്നു.

റൂളേഴ്സ് ഓഫീസ് മുതൽ അൽ മക്തും പാലത്തിന്നടുത്തുള്ള പാലസ് വരെ ഗ്രീക്കിന്നോരം അതിമനോഹരമായ ഉദ്യാനത്താൽ അലംകൃതമാണ്. ക്രീക്കിൽ ഡോക്ക് ചെയ്ത ആഡംബര യാട്ടുകൾ, ചെറു ബോട്ടുകൾ, പത്തേമാരികൾ. മറുകരയിൽ മനോഹരമായ വലിയ നിർമ്മിതികൾ. രണ്ട് കരകളെയും ബന്ധിപ്പിച്ച് യാത്രക്കാരെയുമായി പോകുന്ന അനേകം ചെറു അബ്രകൾ. കടൽകാക്കകളാൽ സമൃദ്ധമായ ജലോപരിതലം. അവ കൂട്ടമായി പറന്നിറങ്ങുന്നു. പറന്നകലുന്നു, പാറി ക്കളിക്കുന്നു. ആ ഭാഗത്തുനിന്നുള്ള ദേരക്കാഴ്ച അതിമനോഹരമാണ്. വിന്ററിൽ ഒഴിവു സമയം പലപ്പോഴും കുടുംബസമേതം ചിലവഴിച്ചി രുന്നിടം.

ബർദുബായിലെ അബ്രകൾ അടുക്കുന്ന തിരക്കുള്ള തെരുവിലൂടെ കുടുംബസമേതം നടക്കുക അക്കാലത്തെ ഒരു വിനോദമായിരുന്നു. ഇറാനിയുടെ സുഗന്ധദ്രവ്യക്കടകളാലും പാത്രക്കടകളാലും മലബാ റികളുടെയും സിന്ധികളുടെയും തുണിക്കടകളാലും നിറഞ്ഞ തെരുവ്. കാസർഗോഡ് ഇച്ചമാർ ഉണ്ടാക്കി വിൽക്കുന്ന സമൂസയും ബജിയും പരിപ്പുവടയും ആ തെരുവിലെ ചൂട് വിഭവങ്ങളായിരുന്നു. അവ പേപ്പർ ബാഗ് നിറയെ മേടിച്ച് തെരുവിലൂടെ നടന്നും അബ്രയുടെ തീരത്തെ ബെഞ്ചിലിരുന്നും കുടുംബസമേതം രുചിച്ചിരുന്ന കാലം. ശ്രീലങ്കൻ എഞ്ചിനീയർ അധികകാലം ആ മുറിയിൽ കഴിഞ്ഞില്ല. അയാൾ പോയ തിനുശേഷം വന്നത് പത്തനംതിട്ടക്കാരൻ അബിയായിരുന്നു. അബി പാർട്ണർഷിപ്പോടെ ഒരു സ്റ്റേഷനറിക്കട ബർദുബായിൽ നടത്തുന്നു. സുമുഖനായ അബി വിവാഹിതനായി നാട്ടിൽ നിന്നും വന്നതേയുള്ളൂ. ദിവസങ്ങൾക്കു ശേഷം നവവധു സൂസനും അബിയോടൊപ്പം ചേർന്നു.

ദിവസങ്ങൾ, ആഴ്ചകൾ, മാസങ്ങൾ... കാലം നീങ്ങുകയാണ്.

ഇന്ന് രണ്ടായിരത്തി ഇരുപത് മാർച്ച് മുപ്പതാം തിയ്യതിയാണ്. ലോകം മുഴുവൻ കൊറോണ വൈറസ് വ്യാപനം തുടങ്ങിയിട്ട് രണ്ടു മാസത്തോള മായി. ചൈനയിൽ തുടങ്ങിയ മാരി പതുക്കെ ലോകം മുഴുവൻ പരന്ന് മഹാമാരിയായിരിക്കുന്നു. ആഗോളവ്യാപകമായി രോഗം ബാധിച്ചവർ ആറ് ലക്ഷം കവിഞ്ഞു. മരിച്ചവർ മുപ്പത്തി മൂവായിരത്തിലധികം. രോഗം ചൈനയിലൊഴിച്ച് എവിടെയും നിയന്ത്രിതമായിട്ടില്ല. മനുഷ്യരിൽനിന്നും മനുഷ്യരിലേക്ക് പടരുന്ന വൈറസിനെ നിയന്ത്രിക്കാനായി ഒരാഴ്ചയായി ഇന്ത്യ പൂർണ്ണമായും അടച്ചിരിക്കുന്നു. അവശ്യസേവനങ്ങൾ ഒഴിച്ച് എല്ലാം നിശ്ചലം. ഭക്ഷ്യവസ്തുക്കൾക്കും മരുന്നിനുമല്ലാതെ മനുഷ്യർ പുറത്തി റങ്ങി നടക്കാൻ പാടില്ല. വിമാനവും തീവണ്ടിയുമടക്കം എല്ലാ ഗതാ ഗതവും നിർത്തിയിരിക്കുന്നു. മൂന്നാഴ്ചയ്ക്കാണ് ഈ നിയന്ത്രണം. അതി നിടയിൽ രോഗം നിയന്ത്രിതമാകുമോ? അറിയില്ല. ഇന്ത്യയിൽ മാത്രമല്ല ലോകത്തിന്റെ മുഴുവൻ അവസ്ഥ ഇതാണ്. ഇതുവരെ മരിച്ചവരിൽ അധി കവും ഇറ്റലി, സ്പെയിൻ, ചൈന, ഫ്രാൻസ്, ബ്രിട്ടൺ, യു.എസ്.എ. തുട ങ്ങിയ രാജ്യങ്ങളിൽ നിന്നുള്ളവരാണ്. മലയാളികൾ തിങ്ങിപ്പാർക്കുന്ന ഗൾഫ് രാജ്യങ്ങളുടെ അവസ്ഥയും അതീവഗുരുതരമാണ്.

ചുറ്റും മരണം നൃത്തം വെയ്ക്കുന്ന ഈ ദിനങ്ങളിൽ കഥയെഴുതാ നുള്ള മാനസികാവസ്ഥയല്ല. ഒന്നും ചെയ്യാതെ വെറുതെ ഇരിക്കുന്ന തിലും ഭേദം എന്തെങ്കിലും കുത്തിക്കുറിക്കുന്നതല്ലേ? തൊണ്ണൂറുകളുടെ രണ്ടാം പകുതിയിലുള്ള ദുബായിയിലേക്ക് പോകാം. കമ്പ്യൂട്ടറുകൾ പരക്കെ ഉപയോഗിക്കാൻ തുടങ്ങിയിരിക്കുന്നു. പണക്കാരും വലിയ എക്സിക്യൂട്ടീവുകളുമൊഴികെ മൊബൈൽ ഫോൺ സാധാരണക്കാർ ഉപയോഗിക്കാൻ തുടങ്ങിയിട്ടില്ല. ഇന്റർനെറ്റും ഇമെയിലും ഉണ്ടെങ്കിലും അതും അത്ര പ്രചാരത്തിലെത്തിയിട്ടില്ല.

ദുബായിയുടെ മഹാനായ ഭരണാധികാരി ഷെയ്ഖ് റാഷിദിന്റെ നിര്യാ ണാനന്തരം കിരീടാവകാശിയായിരുന്ന മൂത്ത മകൻ ഷെയ്ഖ് മക്തും ആയിരത്തിത്തൊള്ളായിരത്തി തൊണ്ണൂറിൽ ഭരണാധികാരിയായി സ്ഥാനമേറ്റിരുന്നു. ഷെയ്ഖ് മക്തുമിന്റെ ഭരണകാലത്താണ് ദുബായി യിൽ ആദ്യമായി ഷോപ്പിംഗ് ഫെസ്റ്റിവൽ തുടങ്ങിയത്. അനുജനും കിരീടാവകാശിയുമായ ഷെയ്ഖ് മൊഹമ്മദിന്റെ ആശയമായാണ് ആദ്യത്തെ ഷോപ്പിംഗ് ഫെസ്റ്റിവൽ. നാല്പത്തൊന്നു ദിവസത്തെ മുൻ ഒരുക്കങ്ങളോടെ ആയിരത്തി തൊള്ളായിരത്തി തൊണ്ണൂറ്റി ആറ് ഫെബ്രു വരിയിലാണ് തുടക്കം കുറിച്ചത്. ദേരയിൽ അബ്രയുടെ തീരത്ത് ഒരു കാൽപന്ത് മൈതാന വലുപ്പത്തിൽ മാത്രം ഒരുക്കിയ വിശേഷങ്ങളെ ആ ദ്യ മേളയ്ക്കുണ്ടായിരുന്നുള്ളൂ. തൃശ്ശൂർ പൂരത്തോടൊപ്പം എല്ലാ വർഷവും നടത്തുന്ന എക്സിബിഷന് വേണ്ടി ഭംഗിയായി അലങ്കരിച്ചൊരുക്കുന്ന താൽക്കാലിക നിർമ്മിതികൾക്ക് തുല്യമായ ഒരുപാടു സൗധങ്ങൾ

അവിടെ ഉയർന്നിരുന്നു. ഒട്ടകവും കുതിരയും ഇന്ത്യയിൽ നിന്ന് കൊണ്ടു വന്ന സൈക്കിൾ റിക്ഷയുമൊക്കെയുള്ള മേളയുടെ മാറ്റുകൂട്ടികൊണ്ട് രാജസ്ഥാനി നാടോടി നർത്തകരും താളവിദ്വാന്മാരും. ഉത്സവപ്പറമ്പി ന്നൊരുവശത്തായി താൽക്കാലികമായി ഉയർത്തിയ വർണ്ണ പ്രകാശ ത്താൽ അലംകൃതമായ യന്ത്രഊഞ്ഞാലുകൾ, മനുഷ്യരെ തിരിച്ചും മറിച്ചും കറക്കി രസിപ്പിക്കുന്ന ഉല്ലാസ യന്ത്രങ്ങൾ, റോളർ കോസ്റ്ററുകൾ... കടകളിലെയും ഷോപ്പിംഗ് മാളിലേയും ആദായവില്പനയും ദിവസവും നറുക്കെടുപ്പിലൂടെ നൽകുന്ന ലക്സസ് കാറും സ്വർണസമ്മാനങ്ങളും രാത്രിയിലെ കരിമരുന്നു പ്രയോഗവുമൊക്കെയായിരുന്നു ഒരു മാസം നീണ്ട ആ മേളയുടെ ആകർഷണങ്ങൾ. ഫെബ്രുവരിയിലെ ശീതളിമ യാർന്ന സന്ധ്യകളിൽ ദുബായ് നിവാസികൾ ഒറ്റയായും കൂട്ടമായും കുടുംബമായും ഉത്സവച്ചന്തയിലേക്കൊഴുകി മേളയെ വൻ വിജയമാക്കി.

ആദ്യ ദുബായ് ഷോപ്പിംഗ് ഫെസ്റ്റിവലിന് ആറ് മാസം മുന്നെ 1995 ഓഗസ്റ്റിൽ മാജിദ് അൽ ഫുത്തെമ് ഗ്രൂപ്പ് ദുബായിലെ അതിവിശാലമായ ആദ്യ ഷോപ്പിംഗ് മാൾ തുറന്നു. മൂന്ന് നിലകളിലായി പതിമ്മൂന്നു ലക്ഷം ചതുരശ്ര അടി വിസ്താരവും പതിനയ്യായിരം കാറുകൾക്ക് പാർക്ക് ചെയ്യാനുള്ള സൗകര്യവും അതിനുണ്ടായിരുന്നു. സിനിമ കോംപ്ലക്സ്, ഹൈപ്പർ മാർക്കറ്റ്, ഫുഡ് കോർട്ട്, കളിസ്ഥലങ്ങൾ തുടങ്ങിയവയോ ടൊപ്പം മുന്നൂറിലേറെ ആഡംബര വില്പനശാലകൾ വേറെയും അതിൽ പ്രവർത്തനമാരംഭിച്ചു. ഒഴിവു ദിവസങ്ങളിൽ യുവതികൾക്കും യുവാ ക്കൾക്കും കുട്ടികൾക്കും കുടുംബത്തിനും ഉല്ലസിക്കാൻ മറ്റൊരിടം കൂടി യായിമാറി പുതുതായി തുറന്ന ദേര സിറ്റി സെന്റർ.

ഓഫീസിനടുത്ത ബെർത്തിൽ ഉക്രൈനിൽ നിന്നും വന്ന ഒരു ആഡം ബരക്കപ്പൽ ഡോക്ക് ചെയ്തത് ആ കാലങ്ങളിലാണ്. ഒരു കൊല്ലത്തില ധികം ആ കപ്പൽ അവിടെയുണ്ടായിരുന്നു. കപ്പൽ ജീവനക്കാർ ഓഫീ സിനു മുന്നിലൂടെ സീഫാറേഴ്സ് ക്ലബ്ബിലേക്ക് പോകുന്നത് പതിവായി. സുന്ദരികളായ സ്ത്രീകളും സുന്ദരന്മാരായ പുരുഷന്മാരും. അങ്ങനെ യിരിക്കെ അതിലെ ഒരു ജീവനക്കാരിയെ പരിചയപ്പെടാൻ ഇടയായി. അതൊരു ഫ്ളോട്ടിങ്ങ് കണ്ണാശുപത്രിയാണെന്നവരിൽ നിന്നറിഞ്ഞു. ഹോസ്പിറ്റൽ തുറന്നിട്ടില്ല, അതിനുള്ള ശ്രമത്തിലാണവർ. സുന്ദരിയുടെ അതിഥിയായി ഒരു ദിവസം ആ ഹോസ്പിറ്റൽ സന്ദർശിച്ചു. കൊട്ടാര സാദൃശ്യമായിരുന്നു അതിനകം. ബാറും റെസ്റ്റോറന്റുമൊക്കെയുണ്ട് സന്ദർശകർക്കായി. ചില ദിവസങ്ങളിൽ ഡ്യൂട്ടിക്ക് ശേഷം ബസ്സിൽ കയറുന്നതിനു മുന്നെയായി ബെർത്തിലേക്ക് തൂക്കിയിട്ട നീളമേറിയ പടവുകൾ കയറി രണ്ടു ബിയറിന്റെ കുളിർമ്മ അനുഭവിക്കുമായിരുന്നു ആ ഫ്ളോട്ടിങ്ങ് ബാറിൽനിന്ന്.

ഡ്രൈവിംഗ് ലൈസൻസ് കിട്ടിയത് ആയിരത്തി തൊള്ളായിരത്തി എഴുപത്തി ഏഴ് മാർച്ചിലാണ്. ലൈസൻസ് കിട്ടി ഒരാഴ്ചയ്ക്കുള്ളിൽ

തന്നെ ആദ്യത്തെ വാഹനവും മേടിച്ചു. പച്ച നിറമുള്ള ഹ്യുണ്ടായ് എക്സന്റ് കാറായിരുന്നു അത്. ഷോ റൂമിൽ നിന്നും നേരിട്ട് മേടിച്ച പുതിയ വണ്ടി. ലൈസൻസ് ലഭിക്കാനുള്ള വിഷമം ദുബായിയിൽ കാർ മേടിക്കാനില്ല. ബാങ്കുകൾ ലോൺ നല്കാൻ തയ്യാറായി നിൽക്കുന്നു. ചില മിനിമം വേതന നിഷ്കർഷതകൾ മറികടക്കാനാവുന്നവർക്കെല്ലാം ലോൺ ലഭിക്കും. അങ്ങനെ ഓഫീസിൽ പോകുന്നത് കാറിലായി. ട്രാഫിക് ഒഴിവാക്കി പതുക്കെ പോകാമല്ലോ എന്നു കരുതി ആദ്യത്തെ ദിവസം ബീച്ച് റോഡിലൂടെയാണ് ജബൽ അലിയിലേക്ക് പോയത്. ജുമേറ ബീച്ച് ഹോട്ടൽ മുതൽ ജബൽ അലിയിലെ ദേവയുടെ (DEWA) പവർ പ്ലാന്റുകൾ വരെ ജനവാസവും കെട്ടിടങ്ങളും വളരെ കുറഞ്ഞ ഇരുപതു കിലോമീറ്റർ ദൂരമുണ്ട്. അന്ന് ബീച്ച് റോഡ് രണ്ടു വരിപ്പാതയിലുള്ള ഒരു സാദാ റോഡ് മാത്രമായിരുന്നു. ഈ ഭാഗം ഇന്ന് ദുബൈയുടെ അംബരചുംബികളാൽ നിബിഡമായ ദുബായ് മറീനയായും ജെ എൽ ടി യുമായി മാറി. കടലിലെ വിസ്മയമായി മാറിയ പാം ജുമേരയും ഇവിടെ തന്നെ. പഴയ ജുമേറ ബീച്ച് ഹോട്ടൽ പൊളിച്ചു മാറ്റി പകരം അതേ പേരിലുള്ള മനോഹരമായ മറ്റൊരു സൗധം അവിടെ ഉയർന്നു. അതിനടുത്തായി കടലിൽ കൃത്രിമ ദ്വീപിൽ ഉയർന്നുനിൽക്കുന്ന ദുബായുടെ ലാൻഡ് മാർക്കായി മാറിയ ബുർജ് അൽ അറബ് എന്ന സപ്തനക്ഷത്ര ഹോട്ടൽ.

ഓഫീസ് കെട്ടിടത്തിന്റെ ശുചിത്വം ജബൽ അലി ഫ്രീ സോൺ ആണ് നിർവഹിച്ചിരുന്നത്. അവർ അത് അത്തരം ജോലി ചെയ്യുന്ന കമ്പനികൾക്ക് കോൺട്രാക്റ്റായി നൽകുകയാണ്. അങ്ങനെയുള്ള ഒരു കമ്പനിയുടെ ജോലിക്കാരനാണ് കാസർഗോഡുകാരനായ ഗോപാലൻ. ഗോപാലൻ ആ കെട്ടിടത്തിന്റെ പൊതുഇടങ്ങളും ടോയ്ലെറ്റുമെല്ലാം എന്നും വൃത്തിയാക്കുന്നു. അധികം ഉയരമില്ലാത്ത നാടൻ പ്രകൃതമുള്ള ഒരു സാധാരണക്കാരൻ.

വലിയ ഒരു സംഖ്യ ചെലവഴിച്ചാണ് ഗോപാലന് ഈ തൊഴിൽ ലഭിച്ചത്. ശമ്പളം അറനൂറ് ദിർഹം. താമസം ദൂരെയുള്ള ലേബർ കാമ്പിൽ കമ്പനി ചിലവിൽ. ഭക്ഷണം സ്വന്തം ചിലവിൽ. രണ്ടുകൊല്ലം കൂടുമ്പോൾ നാട്ടിൽ പോയി വരാൻ എയർ ടിക്കറ്റ്. കഷ്ടിമുട്ടി പട്ടിണിയില്ലാതെ നാട്ടിലെ കുടുംബാംഗങ്ങൾക്ക് കഴിയാം.

ലേബർ സപ്ലൈ കമ്പനികൾ, ക്ലീനിംഗ് കമ്പനികൾ, മെയ്ഡ് ഓൺ കാൾ കമ്പനികൾ എല്ലാം മനുഷ്യാദ്ധ്വാനം വിറ്റ് ലാഭം കൊയ്യുന്നവരാണ്. മണിക്കൂറിന് ഇരുപത്തിയഞ്ചും മുപ്പത്തിഅഞ്ചുമൊക്കെയാണ് അവർ സപ്ലൈ ചെയ്യുന്ന ഓരോ തൊഴിലാളിയുടെയും യഥാർത്ഥ വില. എന്നാൽ മാസത്തിൽ അഞ്ഞൂറോ അറനൂറോ ആണ് തൊഴിലാളിക്ക് ലഭിക്കുക. എട്ടുമണിക്കൂർ ജോലിക്ക് കമ്പനി ഇരുനൂറു ദിർഹം മേടിക്കുമ്പോൾ തൊഴിലാളിക്ക് നൽകുന്നത് ഏറിയാൽ ഇരുപത്, മറ്റുചിലവുകൾ അടക്കം

മുപ്പത് എന്നാക്കിയാലും എത്ര അന്തരം? ഗൾഫിൽ ലേബർ സപ്ലൈ കമ്പനി തുടങ്ങി ചെറുകാലംകൊണ്ട് വലിയ ധനവാന്മാരായി മാറി. കൊട്ടാരസദൃശ്യമായ വീടുകൾ നിർമ്മിച്ചവർ പലരുമുണ്ട് കേരളത്തിൽ. സാരമില്ല, ഇതെല്ലം മുതലാളിത്തത്തിൽ നിയമാനുകൂല്യങ്ങളോടെ ചെയ്യുന്നവയാണ്. എന്നാൽ മറ്റു പല മാഫിയ കച്ചവടങ്ങളും ഗൾഫിൽ നിലനിൽക്കുന്നുണ്ട്. അതിൽ പ്രധാനം മദ്യമാണ്. പിന്നെ പെൺവാണിഭവും.

മദ്യം ഷാർജയിൽ ഒഴികെ മറ്റെല്ലാ എമിറേറ്റ്സിലും ലഭ്യമാണ്. എല്ലാ നക്ഷത്ര ഹോട്ടലുകളിലും ഒന്നിലധികം ബാറുകളുണ്ട്. അതിൽ പലതും പാട്ടും ആട്ടവുമുള്ള നിശാക്ലബ്ബുകൾ കൂടിയാണ്. സാധാരണക്കാരനു താങ്ങാൻ പറ്റുന്നിടങ്ങളല്ല ഇതൊന്നും. അതിനാൽ അവരിൽ അധികവും ആശ്രയിക്കുന്നത് ചില നമ്പറുകളെയാണ്. അതിൽ ഒന്ന് കുത്തുകയേ വേണ്ടൂ, സാധനം വാതിൽപടിക്കലെത്തും. വർഷങ്ങളായി നിലനിൽക്കുന്ന വിശ്വസ്ത സേവനം. ഒരു വൻ മാഫിയ അതിനു പിന്നിലുണ്ട്. മനുഷ്യർ വസിക്കുന്നിടത്തെല്ലാം ഇവരുടെ സർവ്വീസുമുണ്ട്. മരുഭൂമിയിലും വിദൂര നിർമ്മാണമേഖലയിലും... കോടികൾ മറിയുന്ന വൻ അധോലോക കച്ചവടം.

പാവപ്പെട്ട പെൺകുട്ടികളെ ജോലി വാഗ്ദാനം നൽകി ക്രൂരമായി വഞ്ചിക്കുന്ന ഒരു കൂട്ടരാണ് പെൺവാണിഭക്കാർ. അനുസരിക്കാത്തവരെ ക്രൂരമർദ്ദനങ്ങളിലൂടെ വരുതിയിൽ വരുത്തുന്നവർ. പല കേന്ദ്രങ്ങളിലായുള്ള വ്യാപാരകേന്ദ്രങ്ങളിലേക്ക് പെൺകുട്ടികളെ പർദ്ദ ധരിപ്പിച്ച് കടത്തുന്നു അവർ. ഒരു കേന്ദ്രത്തിൽ ആരെയും സ്ഥിരമായി നിർത്തുകയില്ല. ഇത്തരം കേന്ദ്രങ്ങൾ നടത്തുന്ന മലയാളികളുമുണ്ട്. അധമവും നീചവും മൂല്യരഹിതവുമായ അധോലോകം... സ്വന്തം ശരീരം സ്വയം വിൽക്കുന്ന വേറൊരു കൂട്ടരുണ്ട്. അവർ അധികവും മദ്ധ്യഏഷ്യയിൽ നിന്നും യൂറോപ്പിൽ നിന്നും ചൈനയിൽ നിന്നും വരുന്നവരാണ്.

ഹ്യൂണ്ടായ് അക്സെന്റ് ദുബായ് മാർക്കറ്റിലെ വില കുറഞ്ഞ വാഹനങ്ങളിൽ ഒന്നാണ്. എന്നാൽ ഞങ്ങൾക്ക് അന്നതൊരു ആഡംബരമായിരുന്നു. കാർ സ്വന്തമായതിൽ മക്കളും ഭാര്യയും ആഹ്ലാദിച്ചു. പങ്കജ് ഉദാസിന്റെയും ജഗ്ജിത് സിംഗിന്റെയും ഗസലുകൾ ആസ്വദിച്ചും കൊണ്ടുള്ള എത്രയെത്ര സവാരികൾ...

ബർദുബായിലെ പ്രധാന ആറുവരിപ്പാതയായ ഖാലിദ് ബിൻ വലീദ് റോഡിലാണ് ഞങ്ങളുടെ ഫ്ളാറ്റ്. കമ്പ്യൂട്ടർ സ്ട്രീറ്റ് എന്നും അതിനു പേരുണ്ട്. ആ കെട്ടിടത്തിന് എതിർവശം ദുബായ് മറൈൻ ഹോട്ടലാണ്. അഞ്ചു നിലകളുള്ള ഹോട്ടലിന് ഇരുവശവും അന്ന് ശൂന്യമായ മൈതാനമായിരുന്നു. ബർ ദുബായ് നിവാസികളുടെ വാഹനങ്ങൾ പാർക്ക് ചെയ്തിരുന്നത് ഇത്തരം ഒഴിഞ്ഞ മൈതാനങ്ങളിലായിരുന്നു. ഞങ്ങളുടെ വണ്ടിക്കും അവിടെ ഒരിടം കിട്ടുമായിരുന്നു. ദുബായ് ഓരോ വർഷവും

വളർന്നു. പുതിയ കെട്ടിടങ്ങളാലും മനുഷ്യരാലും നഗരം നിറഞ്ഞു. വാഹന ങ്ങൾ പാർക്ക് ചെയ്യാൻ ഇടമില്ലാതെയായി. കെട്ടിട വാടക അമിതമായി വർദ്ധിച്ചു. RTA തെരുവുകളിലെ പാർക്കിങ്ങിന് പണമീടാക്കാൻ തുടങ്ങി. സൗരോർജ്ജത്താൽ പ്രവർത്തിക്കുന്ന പാർക്കിംഗ് ടിക്കറ്റ് യന്ത്രങ്ങൾ വഴി യോരങ്ങളിൽ ഉയർന്നു. ഒഴിഞ്ഞുകിടക്കുന്ന ഭൂമിയെല്ലാം പേ പാർക്കിംഗ് ആയിമാറി. ഫ്രീയായി പാർക്ക് ചെയ്യാനുള്ള ഇടങ്ങൾ ദുർലഭമായി.

ദുബായിയിലെ ആദ്യഹൈപ്പർ മാർക്കറ്റ് ദേര സിറ്റി സെന്ററിലെ കാർ ഫോർ പ്രവർത്തനം തുടങ്ങി അധികകാലമായിട്ടില്ല. കരാമയിലെ ലുലു ഒരു ഇടത്തരം സൂപ്പർ മാർക്കറ്റ് മാത്രമായിരുന്നു. എന്നാൽ മലയാളികൾ അവിടെ തിങ്ങിനിറഞ്ഞു. അതുപോലെ മലയാളികൾക്കായുള്ള മറ്റൊരു സൂപ്പർ മാർക്കറ്റ് ആയിരുന്നു ചാവക്കാട്ടുകാരുടെ ഉടമസ്ഥതയിലുള്ള സൺറൈസ്. മാസത്തിലൊരിക്കലുള്ള വലിയ ഷോപ്പിംഗ് ഇതിൽ ഒന്നിലോ സർക്കാർ ഉടമസ്ഥതയിലുള്ള കോ-ഓപ്പറേറ്റീവ് സൊസൈറ്റി യിലോ ആയിരുന്നു. കുടുംബസമേതമുള്ള ഷോപ്പിങ്ങും കാർ യാത്രയും ആനന്ദപ്രദമാക്കിയ ദിനങ്ങൾ. മക്കൾ വാശിയോ ആവശ്യമോ പ്രകടിപ്പി ക്കാത്ത നല്ല കുട്ടികളായിരുന്നു. ഒരാവശ്യവും പ്രകടിപ്പിച്ചവർ ബുദ്ധിമുട്ടി ക്കാറില്ല. ബാലസഹജമായ ചെറുആവശ്യങ്ങൾ പോലും പറയാൻ അവർ മടിച്ചിരുന്നു. അച്ഛന്റെയും അമ്മയുടെയും കയ്യിൽ അതിനുള്ള പണമുണ്ടാ കുമോ എന്നാണ് അവർ സംശയിച്ചിരുന്നത്!

സലാമിലെ നാലു വർഷത്തെ ജോലിക്ക് ശേഷമാണ് നാട്ടിൽ പോയത്. കുടുംബസമേതമുള്ള യാത്ര ചിലവേറിയതിനാൽ നീട്ടിവെക്കുകയായി രുന്നു. 1997ലെ വേനൽ അവധിക്കാലത്ത് മാലി ദ്വീപ് വഴി തിരുവനന്തപുര ത്തേക്കാണ് പറന്നത്. മാലിദ്വീപിൽ ഇറങ്ങുന്ന വിമാനം കടലിൽ വന്നി റങ്ങുകയാണെന്നു തോന്നിപ്പിച്ചു. തിരമാലകകൾ തലോടുന്ന റൺവെ യുള്ള മാലി ദ്വീപ് എയർപോർട്ടിലെ ലാൻഡിംഗ് ഒരു പുതുഅനുഭവമായി രുന്നു.

നാലു വർഷത്തിനുശേഷം സ്വന്തം മണ്ണിൽ കാൽ കുത്തുകയാണ്. തെങ്ങിൻ കാട്ടിൽ വന്നിറങ്ങുംപോലെയുള്ള ആകാശക്കാഴ്ച ആത്മാവിന് കുളിരേകി. ആ മണ്ണിനെ തൊട്ടു വന്ദിക്കാൻ ഉള്ളം തുടിച്ചു. അനുജനും ചേച്ചിയും അടുത്തടുത്ത വീട്ടിൽ വട്ടിയൂർക്കാവിൽ കുടുംബസമേതം താമസിക്കുന്നു. ഏട്ടന്റെ മകൻ സുജിയും അന്ന് തിരുവനന്തപുരത്ത് പഠി ക്കുകയാണ്. അവരോടൊപ്പം രണ്ടു ദിവസം ചിലവിട്ടാണ് നാട്ടിലേക്ക് തിരിച്ചത്. ഒരു മാസം നാട്ടിൽ കഴിഞ്ഞു. അതിനിടയിൽ കുടുംബസമേതം ഒരു ഉല്ലാസയാത്രയും. മൂകാംബിക, ബാംഗ്ലൂർ, മൈസൂർ, ഊട്ടി.

ഇതിനിടയിൽ ഏട്ടൻ അബേലയിലെ തൊഴിൽ അവസാനിപ്പിച്ച് നാട്ടി ലേക്ക് പോയി. ഗൾഫിലുള്ള എഴുത്തുകാരിൽ അധികവും ചെറിയ തൊഴിലും വരുമാനവുമൊക്കെയുള്ളവർ തന്നെയാണ്. ഇവിടെ ഒരുപാടു

കഷ്ടപ്പെട്ടുതന്നെയാണ് ബഹുഭൂരിപക്ഷവും കുടുംബം പോറ്റിയിരുന്നത്.

സജിയുടെയും മണിക്കുട്ടിയുടെയും വിവാഹം ആ കാലത്തായിരുന്നു. ദുബായിൽ ജോലിചെയ്യുന്ന സജി വിവാഹാലോചനയുമായി മണിക്കുട്ടിയെ കാണാൻ ചെന്നതിനുശേഷം സജിയെക്കുറിച്ചുള്ള കൂടുതൽ വിവരങ്ങളറിയാനായി ഞങ്ങളെ നിയോഗിച്ചു. അങ്ങനെയാണ് ആർ.കെ. നായരെ വീണ്ടും കാണേണ്ടി വന്നത്. നായരുടെ സുഹൃത്താണ് സജി. ഭേദപ്പെട്ട ജോലിയുള്ള സൽസ്വഭാവിയായ ചെറുപ്പക്കാരനായ സജിയെക്കുറിച്ച് നല്ല അഭിപ്രായമായിരുന്നു നായർക്ക്. അങ്ങനെ അവർ വിവാഹിതരായി. മണിക്കുട്ടി അടുത്ത ദിവസങ്ങളിൽ ദുബായിയിലെത്തുകയും ചെയ്തു. അവർ ഞങ്ങളോടൊപ്പം കുറച്ചു കാലം താമസിച്ചു. ആന്ധ്ര ദമ്പതികൾ അപ്പോഴേക്കും മറ്റൊരിടത്തേക്ക് മാറിയിരുന്നു. ആ ഒഴിവ് നവ ദമ്പതികൾ നികത്തി. നായരും കുടുംബവുമായുള്ള സൗഹൃദം ദൃഢമാകുന്നത് പിന്നീടുള്ള ദിവസങ്ങളിലാണ്. അതിന് വഴിയൊരുക്കിയത് സജിയുമായുള്ള നായരുടെ അടുത്ത ബന്ധമാണ്.

ഒരു അവധി ദിവസം ഞങ്ങൾ ആറുപേർ വെറുതെ ഒരു സവാരിക്കിറങ്ങി, നാലു മുതിർന്നവരും രണ്ടു കുട്ടികളും. ഷെയ്ഖ് സയീദ് റോഡിലൂടെ ജബൽ അലി ഭാഗത്തേക്ക് വണ്ടി വിട്ടു. ടൊയോട്ട ബിൽഡിംഗ് കഴിഞ്ഞാൽ അപ്പോഴും വിജനമാണ് തെരുവോരം. നിർമ്മാണ പ്രവർത്തനങ്ങൾ അങ്ങിങ്ങു നടക്കുന്നുണ്ട്. അൽ ക്കൂസിലെ സിമന്റ് ഫാക്ടറി ദൂരെ കാണാം. അൽ ബർഷയിൽ ഹാർഡ് റോക്ക് കഫേ ഒറ്റപ്പെട്ടു നിൽക്കുന്നത് ദൂരെ നിന്ന് കാണാം. വലിയ ടവർ പോലെ തോന്നിക്കുന്ന ആ കെട്ടിടത്തിന് മുന്നിൽ വലിയ രണ്ട് ഗിറ്റാർ ശില്പങ്ങൾ കോർത്ത് നിന്നിരുന്നു. വിജനമായ ആ മേഖലയിൽ ആ കെട്ടിടം മാത്രമേ അന്നുണ്ടായിരുന്നുള്ളൂ. അൽ ബർഷയിൽ മറ്റൊരു ഭാഗത്തായി മനോഹരമായി ലാൻഡ്സ്കേപ്പിങ്ങ് ചെയ്ത് ചുറ്റും ഫെൻസിങ്ങോട് കൂടിയ ഒയാസിസ് വില്ലേജ് എന്നപേരിൽ നൂറിലധികം വില്ലകളോടുകൂടിയ ഒരു റെസിഡൻഷ്യൽ കോളനിയും ഒറ്റപ്പെട്ടു നിന്നിരുന്നു.

അബുദാബിയിൽ നിന്ന് വരുമ്പോൾ ദുബായ് എത്താറായി എന്നറിയിച്ചിരുന്ന ലാൻഡ് മാർക്കായിരുന്നു ഒയാസിസ് വില്ലേജ്. ഞങ്ങൾ ഷെയ്ഖ് സയീദ് റോഡിൽ നിന്നും തിരിഞ്ഞ് ഇന്ന് മാൾ ഓഫ് എമിരേറ്റ്സ് നിൽക്കുന്നതിനു മുന്നിലുള്ള രണ്ടുവരിപ്പാതയിലൂടെ (ഇന്നവിടെ ഒരുപാടു നിലകളിൽ നാലുവരിയിലും ആറു വരിയിലും പണിത ഫ്ളൈ ഓവറുകളോട് കൂടിയ വലിയ ഇന്റർചേഞ്ച് ആണ്.) മരുഭൂമിയിലേക്ക് വണ്ടിയോടിച്ചു. കയറ്റവും ഇറക്കവുമുള്ള മരുപ്പാത. ചുറ്റും സാൻഡ് ഡ്യൂൺസ്. കുറെ ചെന്നപ്പോൾ എതിരെ വന്ന ഫോർവീലർ ലൈറ്റ് അടിച്ചു ഞങ്ങൾക്ക് അപകടസൂചന തന്നു. ആ പാശ്ചാത്യൻ വണ്ടി വേഗം കുറച്ച് ഗ്ലാസ് താഴ്ത്തി മുന്നിൽ ഒട്ടകക്കൂട്ടങ്ങളുണ്ട് എന്നറിയിച്ചു. പിന്നീട് അധികം

മുന്നോട്ട് പോയില്ല. വണ്ടി നിർത്തി എല്ലാവരും ഇറങ്ങി മരുഭൂമി ആസ്വദിച്ചു. കുറെ ചിത്രങ്ങൾ അവിടെനിന്നും എടുത്തു. ദൂരെ ഒട്ടകക്കൂട്ടങ്ങൾ മേഞ്ഞുനടന്നിരുന്നു.

സുമയെ ഞാൻ സ്പോൺസർ ചെയ്തില്ല, പകരം അവളുടെ വിസ അൽ സാഹ്റ ഹോസ്പിറ്റലിന്റേതാക്കി. അബുദാബിയിലെ അവളുടെ സ്പോൺസർ ഡോക്ടർ വാക്കു പാലിച്ചു. രണ്ടാമതൊരു ചിലവില്ലാതെ അദ്ദേഹം റിലീസ് തന്നു. സുമയെ എന്റെ സ്പോൺസർഷിപ്പിലേക്ക് മാറ്റാമായിരുന്നുവെങ്കിലും അങ്ങനെ ചെയ്യാതിരുന്നത് ഭാവിയെ ഓർത്താണ്. എന്തെങ്കിലും കാരണവശാൽ ഒരാൾക്ക് ജോലി നഷ്ടപ്പെടുകയാണെങ്കിൽ ഒരുമിച്ച് നാടണയേണ്ടല്ലോ.

നാട്ടിൽ പോയ ഏട്ടനെക്കുറിച്ചായി അടുത്ത വേവലാതി. ഒരു ജോലിയോട് കൂടിയ വിസയിൽ കൊണ്ടുവന്നാലേ രക്ഷപ്പെടൂ. അതിനായി ശ്രമങ്ങൾ. ഗൾഫ് ന്യൂസ് ക്ലാസ്സിഫൈഡിൽ ഏട്ടന് പറ്റിയ വേക്കൻസിയുണ്ടോ എന്ന് ദിവസവും നോക്കും. അങ്ങനെയിരിക്കെയാണ് ആ പരസ്യം കണ്ണിൽപ്പെടുന്നത്. ഹോട്ടൽ എക്സ്പീരിയൻസുള്ള കൺഫെക്ഷണറെ ആവശ്യപ്പെട്ടുംകൊണ്ടുള്ള പരസ്യം. അതിൽ കണ്ട നമ്പറിൽ വിളിച്ചു. വളച്ചൊടിക്കാതെ കാര്യം അവതരിപ്പിച്ചു. അപ്പുറത്ത് ഒരു പലസ്തീൻ യുവാവായിരുന്നു. സർട്ടിഫിക്കറ്റുകളും പാസ്പോർട്ട് കോപ്പിയും ഫാക്സ് ചെയ്തുകൊടുത്തു. ആളെ കണ്ടില്ലെങ്കിലും വിസ തരാമെന്നേറ്റു. മൂവായിരം ദിർഹം അതിനായി അയാൾ ആവശ്യപ്പെട്ടു. ദിവസങ്ങൾക്കുള്ളിൽ എല്ലാം ശരിയായി. സമ്മിറ്റ് എന്ന ജാപ്പനീസ് കമ്പനിയിൽ ജോലിയോടുകൂടിയുള്ള വിസ. ഏട്ടൻ അങ്ങനെ വീണ്ടും ഗൾഫുകാരനായി. ഇത്തവണ ഓഫ്ഷോറിലാണ് ജോലി. എണ്ണക്കമ്പനികളാൽ സജീവമായ മുബാറസ് ഐലൻഡിൽ. താമസവും ഭക്ഷണവും കമ്പനി നൽകും. വർഷത്തിൽ ഒരിക്കൽ ഒരുമാസം അവധി. രണ്ടുമാസം കൂടുമ്പോൾ അബുദാബിയിലേക്ക് ചോപ്പറിൽ യാത്ര; രണ്ടോ മൂന്നോ ദിവസത്തെ വിശ്രമത്തിനായി. രണ്ടായിരത്തിരണ്ട് വരെ അങ്ങനെ അവിടെ തുടർന്നു അദ്ദേഹം.

1998ലാണ് ഉണ്ണി സൗദിയിൽ നിന്നും ദുബായിയിൽ വരുന്നത്. ജുബൈലിലെ ജോലിയിൽ എന്തൊക്കെയോ പ്രശ്നങ്ങൾ. ജോലി രാജി വെക്കുന്നതിനു മുമ്പേ ദുബായ് വിസയ്ക്കായുള്ള ധനം എനിക്കയച്ചു തന്നു. അങ്ങനെ മൂന്നു മാസത്തെ സന്ദർശക വിസയിൽ അദ്ദേഹം ദുബായിയിലെത്തി. അർഹിക്കുന്ന ജോലിയൊന്നും അതിനുള്ളിൽ കിട്ടിയില്ല. അപ്പോൾ സൗദിയിലുള്ള അദ്ദേഹത്തിന്റെ ഒരു സുഹൃത്ത് ദുബായിയിൽ കച്ചവടം തുടങ്ങാൻ താത്പര്യം പ്രകടിപ്പിച്ച് ഉണ്ണിയുമായി ബന്ധപ്പെട്ടു. ഉണ്ണി വേണ്ടതെല്ലാം ചെയ്ത് കച്ചവടം തുടങ്ങി. സൗദി അറബിയും സുഹൃത്തും പാർട്ണർഷിപ്പിലാണ് കച്ചവടം തുടങ്ങിയത്. അവർ ഉണ്ണിക്ക് വിസ നൽകി അവരുടെ ദുബായ് മേനേജരായി നിയമിച്ചു.

ബർ ദുബായ് കോപ്പർ ചിമ്മിനി ഹോട്ടലിന്നടുത്ത് കമ്പനിയുടെ ഓഫീസ് തുറന്നു. മാനേജർക്കായി ഒരു ഫോർഡ് വണ്ടിയും നൽകി കമ്പനി.

ഓഫീസ് അസിസ്റ്റന്റ് ഖാലിദ് ഇക്കയ്ക്ക് പ്രായം അറുപതിനോടടുത്തായിരുന്നു. ജബൽ അലിയിലേക്കുള്ള യാത്ര അദ്ദേഹം എന്റെ കൂടെയാക്കി. കിട്ടുന്ന ശമ്പളത്തിൽ നിന്ന് കാര്യമായൊന്നും അദ്ദേഹം ചില വഴിക്കുകയില്ല. ഉച്ചയ്ക്കുള്ള ആഹാരം ജബൽ അലിയിലെ ലേബർ സപ്ലൈ തൊഴിലാളികൾക്ക് കൊണ്ടുവരുന്നതിൽ മിച്ചമാകുന്നതാണ് കൂടുതൽ ദിവസങ്ങളിലും. നാട്ടിൽ മത്സ്യബന്ധനവും കക്ക വാരലുമൊക്കെയായിരുന്നു അദ്ദേഹത്തിന്റെ തൊഴിൽ. എല്ലാ ഗൾഫുകാരും ചെയ്യുന്നതുപോലെ ശരിയാംവണ്ണം ആഹാരം പോലും കഴിക്കാതെ കിട്ടുന്ന ശമ്പളത്തിൽ എൺപതു ശതമാനവും നാട്ടിലേക്കയയ്ക്കും ഖാലിദ് ഇക്ക. അങ്ങനെ നാട്ടിൽ നല്ലൊരു വീട് നിർമ്മിക്കുകയും മക്കൾക്ക് നല്ല വിദ്യാഭ്യാസം നൽകി വളർത്തുകയും പെൺമക്കളുടെ മംഗല്യം നല്ല രീതിയിൽ നടത്തുകയും ചെയ്തു അദ്ദേഹം.

ഓരോ വർഷം കഴിയും തോറും ഷോപ്പിംഗ് ഫെസ്റ്റിവലിന്റെ മുഖവും ഭാവവും മാറിക്കൊണ്ടേയിരുന്നു. ദുബായിയുടെ മിക്കവാറും എല്ലാ ഭാഗത്തും ഉത്സവപ്രതീതി ഉയർത്തി ഷോപ്പിംഗ് ഫെസ്റ്റിവൽ. മാളുകളിൽ വിവിധ രാജ്യങ്ങളിൽ നിന്നും എത്തിയ കലാകാരന്മാരുടെ പലതരം വർണ്ണാഭമായ കലാപരിപാടികൾ... കാർണിവൽ നൃത്തം, ഗാനം, മാജിക്, സർക്കസ്...

ഇന്റർനെറ്റ് പ്രചാരണത്തിനായി ഏർപ്പെടുത്തിയ പ്രത്യേക സ്റ്റേജ് ഷോകൾ. ഇ-മെയിലിനെക്കുറിച്ചും എം.എസ്.എൻ. മെസ്സഞ്ചറിനെക്കുറിച്ചും വാ തോരാതെ സംസാരിച്ച് ജനങ്ങളെ അതിലേക്കാകർഷിക്കുന്ന ഐ.ടി. ജീവനക്കാർ. കുടുംബാംഗങ്ങളുമായി നേരിൽ കണ്ടു സംസാരിക്കാം. ചിത്രങ്ങൾ ഇ മെയിൽ ആയി ലോകത്തെവിടേക്കും അയയ്ക്കാം. മനുഷ്യജീവിതത്തെ അടിമുടി മാറ്റിയ ഇരുപതാം നൂറ്റാണ്ടിന്റെ മഹത്തായ ശാസ്ത്ര വിപ്ലവമായ ഇന്റർനെറ്റ് എന്ന മാസ്മര വിദ്യയെ പരിചയപ്പെടുത്തുകയാണ് യു.എ.ഇ.യുടെ ഏക ടെലികോം ദാതാക്കളായ എത്തിസലാത്. അങ്ങനെ ആ ശാസ്ത്രനേട്ടം ദുബായിയിലെ കുടുംബങ്ങളിലേക്കും പതുക്കെ കയറിവരാൻ തുടങ്ങി.

മക്കൾക്ക് ആദ്യമായി വാങ്ങിക്കൊടുത്ത സമ്മാനം നാല്പതു വോള്യങ്ങളുള്ള വില കൂടിയ ബ്രിട്ടാനിക്ക സർവ്വവിജ്ഞാനകോശമായിരുന്നു. മാസ തവണകളായാണ് അതിന്റെ കൂടിയ വില അടച്ചുതീർത്തത്. വർഷങ്ങൾക്കുശേഷം 1998ൽ കൊടുത്ത അടുത്ത സമ്മാനം ഇന്റർനെറ്റ് കണക്ഷനോടുകൂടിയ ഒരു കംപ്യൂട്ടറായിരുന്നു. അറിവിലും കഴിവിലും കാലത്തിനൊപ്പം നിൽക്കാൻ അവർക്കതെല്ലാം ഉപകരിച്ചുകാണും. മനോഹരവും വിജ്ഞാനപ്രദവുമായ ഫോട്ടോഗ്രഫിയാലും ലേഖനങ്ങളാലും

സമ്പന്നമായ നാഷണൽ ജിയോഗ്രാഫിക് മാഗസിനും എല്ലാ മാസവും അവർക്ക് ലഭിച്ചിരുന്ന വേറിട്ടൊരു സമ്മാനമായിരുന്നു.

നരസിംഹറാവുവിന് ശേഷം മൂന്ന് പ്രധാനമന്ത്രിമാർ ഇന്ത്യയെ ഭരിച്ചു. ആരും ദീർഘകാലം നിന്നില്ല. ബാജ്പേയ്, ദേവഗൗഡ, ഗുജ്റാൾ...

1999ലെ തിരെഞ്ഞെടുപ്പിൽ ബി.ജെ.പിക്ക് ഭൂരിപക്ഷം ലഭിക്കയും ബാജ്പേയ് വീണ്ടും പ്രധാനമന്ത്രിയാകയും അഞ്ചുകൊല്ലം പൂർത്തിയാക്കയും ചെയ്തു. ഈ കാലയളവിലാണ് കാർഗിൽ യുദ്ധം. ജനറൽ മുഷാറഫിന്റെ പാക്കിസ്ഥാൻ പട്ടാളം അതിർത്തി കടന്ന് ചില കാർഗിൽ മലകൾ പിടിച്ചെടുക്കുകയായിരുന്നു. ഇന്ത്യ തിരിച്ചടിച്ചു. കുറെ ജവാന്മാർക്ക് ജീവൻ നഷ്ടമായെങ്കിലും പാകിസ്ഥാൻ പടയെ തുരത്തി ഇന്ത്യ ആ യുദ്ധവും ജയിച്ചു.

ഓഫീസിനടുത്തുള്ള ക്വയ് (quay) നമ്പർ പത്തിൽ ഇടയ്ക്കെല്ലാം പടുകൂറ്റൻ അമേരിക്കൻ വിമാനവാഹിനി പടക്കപ്പലുകൾ അടുക്കാറുണ്ട്. ആയിരക്കണക്കിന് നാവികരാണ് അതിലുള്ളത്. പരിസരമാകെ നാവികരായ പട്ടാളത്താൽ നിറയും. സീഫാറേസ് ക്ലബ് അവർക്കു മാത്രമുള്ളതായി മാറും കുറെ ദിവസത്തേക്ക്. കരുത്തരായ നാവികരുടെ ജോഗിംഗും മാർച്ചുമായി തെരുവ് സജീവമാകും. അമേരിക്കൻ പട്ടാളത്തിൽ പുരുഷന്മാരോടൊപ്പം വനിതകളുമുണ്ട്. സ്ത്രീ പുരുഷ ഭേദമന്യേ വ്യത്യസ്ത റാങ്കിലുള്ള സായുധസേനയാണവരുടേത്. പട്ടാളത്തിന് നഗരയാത്രയ്ക്കായി ആഡംബരബസ്സുകൾ വന്നു നിറയുന്ന പ്രഭാതങ്ങൾ.

അങ്ങനെയിരിക്കെ കമ്പനിയുടെ പണ്ടികശാല പോർട്ട് അതോറിറ്റി ഏറ്റെടുത്തു. പകരം റൗണ്ട് എബൗട്ട് എട്ടിനടുത്തുള്ള ജബൽ അലി ഫ്രീസോൺ അതോറിറ്റിയുടെ ഇൻഡസ്ട്രിയൽ യൂണിറ്റിലേക്ക് അത് മാറ്റേണ്ടിവന്നു. കമ്പനിയുടെ സ്റ്റോക്ക് അടക്കം എല്ലാ സാമഗ്രികളും അങ്ങോട്ടേക്ക് മാറ്റി. ഓഫീസിനുള്ള ഇടവും അതിലുണ്ട്.

ഖാലിദ് ഇക്ക തന്റെ മകളുടെ ഭർത്താവിനെ ആയിടെ ദുബായിയിൽ കൊണ്ടുവന്നു. നാല്പതിനോടടുത്ത പ്രായമുള്ള മരുമകനുമായാണ് ഒരു ദിവസം ഖാലിദ് ഇക്ക വണ്ടിയിൽ കയറിയത്. ജബൽ അലിയിൽ ജോലി പരതി നടക്കാനായിരുന്നു ആ വരവ്. ഒന്ന് രണ്ടു ദിവസം അത് തുടർന്നു. എന്നാൽ ഒന്നും തടഞ്ഞില്ല. ഖാലിദ് ഇക്കായ്ക്ക് പ്രായം അറുപതിൽ അധികമായി. ഇനി അധികം ഇവിടെ തുടരാനുമാകില്ല. അതിനാൽ തന്റെ ജോലി മരുമകന് നൽകി ജോലിയിൽ നിന്ന് വിരമിച്ചുകൂടേ എന്ന് സംസാരമദ്ധ്യേ ചോദിച്ചു. ആ ആശയം പ്രായോഗികമാകയായിരുന്നു. ജിഎമ്മിനെ കണ്ടു കാര്യം അവതരിപ്പിച്ചു. അദ്ദേഹത്തിനത് സമ്മതമായിരുന്നു. അങ്ങനെയാണ് മൊയ്ദീൻ ഓഫീസ് അസിസ്റ്റന്റ് ആയതും ഖാലിദ് ഇക്ക നാട്ടിലേക്ക് പോയതും.

മണിക്കുട്ടിയും സജിയും അധികകാലം ഞങ്ങളോടൊത്ത് താമസിച്ചില്ല. അവർ ഓൾഡ് പാകിസ്താനി കോൺസുലേറ്റ് ഏരിയയിൽ ഒരു ഫ്ളാറ്റ് എടുത്ത് താമസം അങ്ങോട്ട് മാറ്റി. ഗർഭിണിയായ മണിക്കുട്ടിക്ക് കൂടുതൽ സൗകര്യങ്ങളും സ്വകാര്യതയും വേണമല്ലോ. പ്രസവം ദുബായിയിൽ തന്നെ എന്നവർ തീരുമാനിച്ചിരുന്നു. പ്രസവകാലത്ത് ശുശ്രൂഷയ്ക്കായി അവൾ 'അമ്മ' എന്ന് വിളിക്കുന്ന സുമയുടെ അമ്മയെ മൂന്ന് മാസത്തെ വിസിറ്റിംഗ് വിസയിൽ കൊണ്ടുവന്നു. അന്ന് അവരുടെ പ്രായം എഴുപത്തിനു താഴെ.

കാലം പിന്നെയും നീങ്ങി. കമ്പനിയിലേക്ക് വരുന്ന ചരക്കുകളുടെ തോത് കുറഞ്ഞു. 1999ൽ ജബൽ അലി ഓപ്പറേഷൻ വൈൻഡ് അപ്പ് ചെയ്തു. സലാം ഇന്റർനാഷണൽ എന്ന പേരിൽ ദുബായ് എയർപോർട്ട് ഫ്രീ സോണിൽ സമാനമായ മറ്റൊരു കമ്പനി തുടങ്ങി. ജബൽ അലിയിലെ സ്റ്റോക്കും ഓഫീസ് സാമഗ്രികളും വീണ്ടും മറ്റൊരിടത്തേക്ക്. അങ്ങനെ ജോലി ദുബായ് എയർപോർട്ട് ഫ്രീ സോണിലെ പുതിയ കമ്പനിയിലായി.

ക്രിസ്തു വർഷം രണ്ടായിരമാകാൻ മാസങ്ങളെ ബാക്കിയുള്ളൂ. രണ്ടായിരാമാണ്ടിൽ Y2K ബഗ്ഗ് കമ്പ്യൂട്ടറുകളെ ബാധിക്കും എന്ന ആവലാതി IT ലോകം മുഴുവൻ വ്യാപിച്ചു. എങ്ങും അന്ന് Y2K ഒരു സംസാരവിഷയമായിരുന്നു. എന്നാൽ രണ്ടായിരം പിറന്നത് കാര്യമായ പ്രശ്നങ്ങളൊന്നും കമ്പ്യൂട്ടറുകൾക്ക് നൽകാതെയാണ്. അതോ ആ പ്രശ്നം പരിഹരിക്കപ്പെടുകയായിരുന്നോ?

ഓണവും വിഷുവും നവവർഷവും ആഘോഷിക്കാൻ ചെറിയ ഒരു കൂട്ടായ്മ നായരുടെ പ്രയത്നഫലമായി രണ്ടായിരത്തിനു മുന്നെയായി രൂപംകൊണ്ടിരുന്നു. തൊണ്ണൂറ്റി എട്ടിലും തൊണ്ണൂറ്റി ഒമ്പതിലും അത്തരം ഒത്തുചേരലും ആഘോഷവും തുടങ്ങിയിരുന്നു. ജാതിക്കും മതത്തിനും രാഷ്ട്രീയത്തിനും അതീതമായി കുറച്ചു കുടുംബങ്ങളുടെ ഒരു സെക്കുലർ കൂട്ടായ്മ.

പുതുവർഷാഘോഷം കേമമായി ആഘോഷിച്ചു. ഒരു അപ്പാർട്ട്മെന്റ് തന്നെ അതിനായി വാടകക്കെടുത്തു. മധു നുകർന്നും പാട്ടുപാടിയും നൃത്തം വെച്ചും ചെറുനാടകങ്ങൾ അവതരിപ്പിച്ചും കുട്ടികൾക്കും മുതിർന്നവർക്കുമുള്ള പ്രത്യേക കളികളുമായി ആ പുതുവത്സരരാത്രി പുലരുവോളം മനം കുളിർക്കെ എല്ലാവരും ആഘോഷിച്ചു. കളികളിലെ വിജയികൾക്ക് സമ്മാനവിതരണവുമുണ്ടായിരുന്നു. ആ കൂട്ടായ്മയാണ് പിന്നീട് 'പ്രതീക്ഷ'യായി മാറിയത്.

ഒരു കാംകോർഡർ സ്വന്തമാക്കാനുള്ള മോഹം മനസ്സിൽ കയറിയിട്ട് കാലങ്ങളായി. എന്നാൽ മടിശ്ശീല അതിനനുവദിച്ചിരുന്നില്ല. പതുക്കെ ധനസ്ഥിതി മെച്ചപ്പെട്ടുവരികയാണ്. അങ്ങനെ ചെറിയ ആഗ്രഹങ്ങളുടെ

പൂർത്തീകരണവും സാധ്യമായിത്തുടങ്ങി. മൂവ്വായിരത്തിലധികം ദിർഹം വിലവരുന്ന ജപ്പാൻ നിർമ്മിതമായ 'സോണി' കാംകോർഡറാണ് ആദ്യമായി സ്വന്തമാക്കിയത്. ചെറിയ വീഡിയോ കാസറ്റുകളിലായിരുന്നു അതിൽ ചിത്രങ്ങളും ചലച്ചിത്രങ്ങളും രേഖപ്പെടുത്തിയിരുന്നത്.

മോഹൻദാസുമായുള്ള അടുപ്പമാണ് 'പ്രേരണ'യുമായി അടുക്കാൻ പ്രേരണയായത്. പ്രേരണ അന്ന് സജീവമായിരുന്നത് ബഹറിനിൽ ആയിരുന്നു. സ. കബീർ ഒരു ദിവസം ബഹറിനിൽ നിന്ന് വിളിച്ച് സ്വയം പരിചയപ്പെടുത്തി. പിന്നെ ഇമെയിലിലൂടെയും ടെലഫോണിലൂടെയുമുള്ള സന്ദേശങ്ങളും സംസാരവും അദ്ദേഹവുമായി കൂടുതൽ അടുപ്പിച്ചു. അധികകാലം ബഹറിനിൽ തങ്ങാതെ സ. കബീർ ദുബായിയിലേക്ക് കുടിയേറി. വ്യത്യസ്തരായ ഒരു കൂട്ടം മനുഷ്യരുമായി അടുക്കാൻ അവസരമേകി കബീറുമായുള്ള അടുപ്പം. ശംസുദ്ധീൻ മൂസ, പ്രേം രാജ്, അനൂപ്, മധു, ഗഫൂർ, സജി മാർക്കോസ്, ബിന്നി, ഡോ. കാദർ , ശ്രീധർ, ഷാജി, ബാലു, തുടങ്ങി ഒട്ടേറെ പേരും അവരുടെ കുടുംബവും...

അഭിയും സൂസനും മൂന്നു വർഷത്തിലധികം ഞങ്ങളോടൊത്ത് താമസിച്ചു കാണും. അവർക്കൊരു മോൾ ജനിച്ച് അധികം താമസിയാതെ അവർ സ്വന്തമായെടുത്ത ഫ്ളാറ്റിലേക്ക് മാറുകയായിരുന്നു. പിന്നീട് ആ മുറിയിൽ താമസമാക്കിയത് ലിവിയ സെക്യൂര. ഗോവയിൽ വേരുകളുള്ള മുംബയിൽ സ്ഥിരതാമസമാക്കിയ കുടുംബത്തിൽ നിന്നാണ് ലിവിയ വരുന്നത്. ലിവിയയുടെ അങ്കിൾ അയച്ചുകൊടുത്ത എംപ്ലോയ്മെന്റ് വിസയിൽ ദുബായിയിലെത്തി അധികം ദിവസമായിരുന്നില്ല. അവൾ ജോലിചെയ്തിരുന്നത് അബ്രയുടെ തീരത്തുള്ള H S B C ബാങ്ക് കെട്ടിടത്തിൽ പ്രവർത്തിക്കുന്ന ഒരു ഷിപ്പിംഗ് കമ്പനിയിലായിരുന്നു. അലസമായും നിരുത്തരവാദമായും മുംബൈയിൽ കഴിഞ്ഞിരുന്ന കുട്ടി പെട്ടെന്ന് ദുബായിയിലെ കടുത്ത നിയമങ്ങൾ പാലിക്കപ്പെടേണ്ട കമ്പനിയിലെ ഉത്തരവാദിത്തമുള്ള ജോലി ഏറ്റെടുക്കുകയായിരുന്നു. അത് അവളിൽ വലിയ മാനസിക സംഘർഷം ഉളവാക്കിയിരുന്നു. ഉറങ്ങാത്ത നഗരമായ മുംബൈയെയും കുടുംബത്തെയും അകലെയാക്കി തനിക്ക് അപരിചിതമായ അറേബ്യൻ നഗരത്തിലെ ഏകാന്തവാസം അവളെ വല്ലാതെ നൊമ്പരപ്പെടുത്തിയിരുന്നു.

ആദ്യമായി ഇവിടെ എത്തുന്നവർ എല്ലാവരും ഈയൊരു കാലം കടന്നാണ് ഇവിടെ ജീവിതം തുടരുന്നത്. ചിലർക്ക് ആ വിരഹം താങ്ങാനാകില്ല. കുറച്ചു ദിവസങ്ങൾ മാത്രം ഇവിടെ തങ്ങി തിരിച്ചുപോയവർ ഏറെയുണ്ട്. ലിവിയയും അത്തരം ഒരു മാനസികാവസ്ഥയിൽ ആയിരുന്നു. ഞങ്ങളുമായുള്ള സഹവാസവും സംവാദവും അവൾക്ക് ആശ്വാസവും കരുത്തുമേകി. ബോബ് ചെയ്ത മുടിയും ഇരുനിറവുമുള്ള ലിവിയ പുരുഷന്മാർ ധരിക്കുന്നതിനു സമാനമായ സ്യൂട്ടുകളാണ് അധികവും അണിഞ്ഞിരുന്നത്. തന്നിലെ മാനസിക പിരിമുറുക്കം പ്രകടിപ്പിച്ചും

കൊണ്ട് അവൾ സംസാരിക്കുമ്പോൾ ഇടതു കൈയിലെ രണ്ടുവിരലുകൾക്കിടയിൽ തന്റെ തലമുടിയിഴകൾ കുരുക്കി പ്രത്യേക രീതിയിൽ പിരിച്ചു കൊണ്ടിരിക്കുമായിരുന്നു.

തൊണ്ണൂറ്റി ഏഴിലെ യാത്രയ്ക്കുശേഷം നാട്ടിൽ പോയത് ഭൂമി പിന്നെയും സൂര്യന് ചുറ്റും നാലു തവണ കറങ്ങിയതിനു ശേഷമാണ്. രണ്ടായിരത്തി ഒന്ന് വേനൽ അവധിക്കായിരുന്നു കുടുംബ സമേതമുള്ള ആ യാത്ര. കാത്തെ ഫസഫിക് എയർലൈൻസിന്റെ മൂന്ന് രാത്രിയും നാല് പകലുമടങ്ങുന്ന ഒരു ചെറു ടൂർ പാക്കേജെടുത്തു ബാങ്കോക്കിലേക്കാണ് ആദ്യം പറന്നത്. തായ്‌ലണ്ടിന്റെ തലസ്ഥാനത്തേക്ക്. എല്ലാവരുടെയും ഗൾഫിലേക്കല്ലാത്ത ആദ്യ വിദേശയാത്ര. ടൂർ ബുക്ക് ചെയ്തപ്പോൾ കാത്തെ ഫാസിഫിക് സമ്മാനമായി തന്ന ചെറുതാക്കി മടക്കിച്ചുരുട്ടി കുടപോലെ കൊണ്ടുനടക്കാവുന്ന പച്ച വർണ്ണത്തിലുള്ള ആ രണ്ടു ബാഗുകൾ ഇപ്പോഴുമുണ്ട്. ബാങ്കോക്ക് മനോഹരമായ ബുദ്ധ ക്ഷേത്രങ്ങളുടെയും വിഹാരങ്ങളുടെയും നഗരമാണ്. തായ്‌ലാൻഡിൽ മുപ്പതിനായിരത്തിലധികം ക്ഷേത്രങ്ങളുണ്ട്. ആയിരക്കണക്കിന് ചെറുതും വലുതുമായ ക്ഷേത്രങ്ങൾ ബാങ്കോക്ക് നഗരത്തിൽ തന്നെയുണ്ട്. വിസ മുൻകൂർ എടുക്കാതെ തന്നെ ഇന്ത്യക്കാർക്ക് തായ് ലാൻഡ് സന്ദർശിക്കാം. പതിന്നാലു ദിവസത്തെ സന്ദർശക വിസ എയർപോർട്ട് ഇമ്മിഗ്രേഷനിൽ നിന്നും ലഭിക്കുന്നതാണ്.

ബാങ്കോക്കിൽ നാലു ദിവസം ചിലവഴിച്ചു. സിയാം സ്ക്വയറിലെ നോവോട്ടലിൽ (Novotel) ആയിരുന്നു താമസം. അതൊരു ഫോർ സ്റ്റാർ ഹോട്ടലായിരുന്നു. എല്ലാവരും റൂഫ് ടോപിലെ സ്വിമ്മിങ് പൂളിൽ നീന്തിക്കുളിച്ചു. വൈകീട്ട് ഹോട്ടലിനടുത്തുള്ള ക്ഷേത്രവും ബുദ്ധവിഹാരവും സന്ദർശിച്ചു. ബുദ്ധഭിക്ഷുവിനോടൊപ്പം ചിത്രങ്ങളെടുത്തു. റോഡിനു മുകളിൽ ഉയർത്തിയ പാതകളിലൂടെ ഓടുന്ന മെട്രോ ട്രെയിനും എലിവേറ്റഡ് സ്റ്റേഷനുമൊക്കെ ആദ്യം കാണുകയായിരുന്നു. ലോകത്തിലെ എല്ലാ പ്രധാന വിഭവങ്ങളും ലഭിക്കുന്ന ബഫേ ബ്രേക്ക് ഫാസ്റ്റ് ആദ്യാനുഭവമായിരുന്നു. വിവിധതരം ജ്യൂസുകൾ, പഴങ്ങൾ, സീരിയൽ, ഗ്രിൽസ്, നൂഡിൽസ്, പാസ്ത, സലാഡ്സ്, ഫ്രഷ് ആയി നിർമ്മിച്ചുകൊടുക്കുന്ന പാൻകേക്സ്, ദോശ, ഓംലെറ്സ്, ബ്രഡ്, മിൽക്ക്, ക്രോയസെന്റ്സ്, പേസ്ട്രീസ്, പുഡിങ്സ് അങ്ങനെ പോകുന്ന നൂറു നൂറിനങ്ങൾ...

സിറ്റിയിലെ വലിയ ക്ഷേത്രങ്ങൾ, നഗരത്തിൽ നിന്നും ഏറെ ദൂരെയുള്ള ഫ്ളോട്ടിങ്ങ് മാർക്കറ്റ്, ക്രോക്കോടയിൽ പാർക്ക്, എലഫന്റ് പാർക്ക് എന്നിവയാണ് തായ്‌ലാൻഡ് യാത്രയിൽ സന്ദർശിച്ച മറ്റു പ്രധാന സ്ഥലങ്ങൾ. തായ് ക്ഷേത്രങ്ങൾ എല്ലാം സ്വർണ്ണവർണ്ണമയമാണ്. മൊത്തത്തിൽ ഒരു ഏഷ്യൻ ടച്ചുണ്ടെങ്കിലും അതിലെ തായ് തനിമ എടുത്തു കാണിക്കുന്ന മനോഹരമായ ക്ഷേത്രങ്ങൾ. അവരുടെ പ്രാർത്ഥനയും നൃത്തവും ആയോധനകലയുമെല്ലാം ഭാരതീയരുടേതിന് ഏറെ സമാനമായതാണ്.

5500 KG ഭാരമുള്ള സ്വർണ്ണ ബുദ്ധവിഗ്രഹത്തോടുകൂടിയ (ബുദ്ധ മഹാ സുവർണ്ണ പതിമാകാര) ഒരു ക്ഷേത്രം ബാങ്കോക്കിലുണ്ട്. സിറ്റിയിലെ വാട് ട്രൈമിത് (Wat Traimit) എന്ന സ്ഥലത്താണ് ഈ ക്ഷേത്രം. ഇരു ന്നൂറു വർഷത്തോളം ആരും വലിയ പ്രാധാന്യം നൽകാതെ കിടന്നിരുന്ന ഒരു പഗോഡയിലായിരുന്നു ഈ വിഗ്രഹം 1954 വരെ. വിഗ്രഹത്തിന്റെ മൂല്യം മറച്ചുവെയ്ക്കാനായി ആകെ പ്ലാസ്റ്റർ ചെയ്ത നിലയിലായിരുന്നു അന്നത്. പല ഭാഗങ്ങളായി ഇന്ത്യയിൽ വാർത്തെടുത്ത് തായ് ലാന്റിലേക്ക് കൊണ്ടുവന്നതാണെന്നും പറയപ്പെടുന്നു. ഇന്ത്യൻ ശില്പകലാ സ്വാധീനം ഏറെയുള്ള വിഗ്രഹം പല രാജ്യങ്ങൾ കടന്നാണ് തായ് ലാൻഡിൽ എത്തിയത്. അറന്നൂറിലധികം വർഷം പഴക്കം ഈ പ്രതിമ യ്ക്കുണ്ടെന്ന് കരുതപ്പെടുന്നു. 1954 ൽ ഒരു പുതിയ വിഹാരം നിർമ്മിച്ച് അതിലേക്ക് മാറ്റാനായി വിഗ്രഹം ഉയർത്തിയപ്പോൾ കയർ പൊട്ടി അത് താഴെ വീണു. വീഴ്ചയുടെ ആഘാതത്തിൽ പ്ലാസ്റ്റർ അടർന്നുപോയ ഭാഗ ങ്ങളിൽ സുവർണ്ണ ശോഭ ദൃശ്യമായി. പ്ലാസ്റ്റർ മുഴുവൻ എടുത്തുമാറ്റി സുവർണ്ണബുദ്ധനെ സ്വതന്ത്രമാക്കിയപ്പോൾ അടിത്തട്ടിൽ ഒളിപ്പിച്ചുവെച്ച ഒരു താക്കോൽ കൂടി കണ്ടെത്തി. ഒൻപത് ഭാഗങ്ങളുള്ള പ്രതിമയുടെ പൂട്ട് തുറന്ന് ഭാഗങ്ങൾ വേർപ്പെടുത്തി മറ്റൊരിടത്തേക്ക് മാറ്റാൻ സൗകര്യ മൊരുക്കാനായാണത്. ബുദ്ധവർഷം 2500-ാമാണ്ടിൽ ഒരുക്കിയ പുതിയ വിഹാരത്തിൽ വിഗ്രഹത്തെ പ്രതിഷ്ഠിച്ചു. വർഷങ്ങൾക്കു ശേഷം 2010ൽ നിർമ്മാണം പൂർത്തിയാക്കിയ മറ്റൊരു വലിയ വിഹാരത്തിലാണ് ഇന്നീ വിഗ്രഹം സന്ദർശകരെ കാത്തിരിക്കുന്നത്.

ഇന്ത്യയ്ക്ക് കിഴക്കുള്ള രാജ്യങ്ങളിൽ പ്രധാന ആഹാരം അരിയാണെ ങ്കിലും നമ്മൾ ആഹാരമായി സ്വീകരിക്കാത്ത ഒരുപാടു ജീവികളെ ഭക്ഷി ക്കുന്നവരാണ് അവർ. പുൽച്ചാടി, തവള, ഓന്ത്, പാമ്പ്, മുതല, എലി, പട്ടി തുടങ്ങി എന്തിനെയും ഭക്ഷിക്കും അവരിൽ ചിലർ. അതിനാൽ ചില ഭയ പ്പാടുകളോടെയും സംശയത്തോടെയുമാണ് റെസ്റ്റോറന്റുകളിൽ നിന്നു മുള്ള ആഹാരം കഴിച്ചിരുന്നത്. ക്രോക്കോഡായിൽ പാർക്ക് സന്ദർശന വേളയിൽ അവിടെയുള്ള ഒരു റെസ്റ്റോറന്റിൽ നിന്നും ലഞ്ച് കഴിക്കേണ്ടി വന്നു. സസ്യാഹാരമാണ് പറഞ്ഞതെങ്കിലും കൊണ്ടുവന്ന പലതരം ചീര ഇലകളാൽ ഒരുക്കിയ വിഭവത്തിൽ ഓന്തിനോളം വലിയ പല്ലിയുടെ വാലെന്നു തോന്നിക്കും വിധം എന്തോ ഒന്ന്, ഒന്നല്ല, കുറേ മുറിയൻ വാലുകൾ. തായ് ഭാഷയല്ലാതെ മറ്റൊന്നും പറയാൻ അറിയാത്ത ജീവന ക്കാർക്ക് ഞങ്ങളുടെ ചോദ്യങ്ങൾക്കൊന്നും ഉത്തരം തരാനായില്ല. അതി നാൽ വില കൂടിയതെങ്കിലും ആ വിഭവം മാറ്റിവെക്കുകയായിരുന്നു. കാല ങ്ങൾക്കുശേഷം ദുബായിയിലെ വലിയ സൂപ്പർമാർകെറ്റിൽ ചെറിയ ഫോം ട്രേയിൽ അടക്കി ഒതുക്കി പൊതിഞ്ഞു ശീതീകരിച്ച ഷോ കേസിൽ ആ വാൽക്കഷ്ണങ്ങൾ വീണ്ടും കണ്ടു. ടെൻഡർ കോണിന്റെ (ഇളം

ചോളം) വാൽക്കഷ്ണങ്ങളായിരുന്നു അവ. ഈ വാലുകളെ നീളത്തിൽ നാലു ഭാഗങ്ങളാക്കി ചേർത്ത വിഭവമായിരുന്നു അന്ന് വിളമ്പിയത്.

ബാങ്കോക്കിലെ ആദ്യരാത്രിയിൽ മത്സ്യവിഭവങ്ങൾക്ക് പേരുകേട്ട ഒരു റെസ്റ്റോറന്റിലേക്കാണ് ഡിന്നറിനു പോയത്. ജീവനുള്ള വിവിധതരം മത്സ്യങ്ങളും ചെമ്മീനും ഞണ്ടും ആമയുമെല്ലാം പ്രദർശിപ്പിക്കുന്ന ഒരു വലിയ 'എക്കോറിയം' കടന്നുവേണം ഇരിപ്പിടങ്ങളിലേക്കെത്താൻ. ഓർഡർ കൊടുക്കുന്നവയെ ഉപഭോക്താവിന്റെ കൺമുന്നിൽ വെച്ച് തന്നെ ശരിപ്പെടുത്തി പാകം ചെയ്തുതരുന്നു. എല്ലാം ഫ്രഷ്, ഫ്രഷ്...

മോൾ മത്സ്യമാംസാദികൾ കഴിക്കാത്തതിനാൽ അവൾക്കായി ഒരു സസ്യവിഭവം കൊണ്ടുവന്നു. എന്താണതെന്ന് ആംഗലേയത്തിൽ ചോദിച്ചപ്പോൾ 'തോഫൂ... തോഫൂ' എന്നുത്തരം. അയാൾ തായ് ഭാഷ യിൽ എന്തോ പറയുകയാണെന്നാണ് അന്ന് കരുതിയത്. തോഫൂ സോയാബീൻ പാലിൽ നിന്നെടുക്കുന്ന ഒരുതരം പനീരാണ്. നൂറു ശത മാനം വെജിറ്റേറിയൻ.

ഫ്ളോട്ടിംഗ് മാർക്കറ്റിൽ എത്തിയ ഞങ്ങൾ ഒരു ചെറുയന്ത്രത്തോണി വാടകയ്ക്കെടുത്ത് മാർക്കറ്റ് കാണാനിറങ്ങി. നമ്മുടെ നാട്ടിൽ പുല്ലു വെട്ടാനും മറ്റും ഉപയോഗിക്കുന്ന പെട്രോളിൽ പ്രവർത്തിക്കുന്ന ഒരു ചെറുമോട്ടോർയന്ത്രത്തോടുകൂടിയ ഉപകരണമുണ്ടല്ലോ, അത്രയേ വരൂ ആ വഞ്ചിയുടെ യന്ത്രത്തിനും. ഒരു നീണ്ട ലോഹത്തണ്ടിന്റെ അറ്റത്തു ഘടിപ്പിച്ച യന്ത്രം ജലോപരിതലത്തിൽ ഉയർത്തിയും താഴ്ത്തിയും വഞ്ചി യുടെ വേഗത നിയന്ത്രിക്കുന്നു. ആ ചെറുവഞ്ചിയുടെ കപ്പിത്താൻ ഒരു വനിതയായിരുന്നു. വലിയ ജലാശയത്തിൽ കുറേദൂരം സഞ്ചരിച്ച് അവർ ആ നൗകയെ ചെറുതോടുകൾ തലങ്ങും വിലങ്ങുമായി കിടക്കുന്ന ഒരു മേഖലയിലേക്ക് തിരിച്ചു. കേരളത്തിന് സമാനമായ പ്രകൃതി. ഓരത്തിൽ വളരുന്ന വലിയ ഇളനീരും തേങ്ങയുമുള്ള തെങ്ങുകൾ. അവയ്ക്കിടയിൽ തോട്ടിലേക്ക് മുഖമായുള്ള കച്ചവടകേന്ദ്രങ്ങൾ. ടൂറിസ്റ്റുകൾക്ക് വഞ്ചിയിൽ ഇരുന്നുതന്നെ ഇത്തരം ഷോപ്പുകളിൽ നിന്നും പർച്ചേസ് ചെയ്യാം. മാർക്കറ്റിൽ ചെറുവള്ളങ്ങളിൽ നിറച്ച കച്ചവടവിഭവങ്ങളുമായി തായ് വനിതകൾ ചുറ്റും തുഴഞ്ഞുനീങ്ങുന്നു. പ്രത്യേക രീതിയിലുള്ള ഷർട്ടും പാന്റ്സും വലിയൊരു തൊപ്പിയുമണിഞ്ഞ അവർ മാങ്ങ, പേരയ്ക്ക, കൈതച്ചക്ക, പേരറിയാത്ത മറ്റു തായ് പഴങ്ങൾ, കരകൗശല വസ്തു ക്കൾ തുടങ്ങി ഫ്രഷ് ആഹാരം വരെ പാകം ചെയ്തു വിൽക്കുന്നു.

മീൻമുള്ളിൽ (മുള്ളാകില്ല, എല്ലാകാനാണ് സാധ്യത. മിക്കവാറും ഡോൾഫിന്റെ...) തീർത്ത ഒരു ശില്പം അവിടെ നിന്നും മേടിച്ചു. ഒരു തളികയിൽ നീരാടുന്ന നഗ്നസുന്ദരി. ഒരു കൈപ്പത്തിയിൽ ഒതുങ്ങുന്ന വലുപ്പമേ അതിനുള്ളൂ. ആഷ്ട്രേ ആയും അതുപയോഗിക്കാം.

തായ്ലാൻഡിൽ മദ്യം എവിടെയും ലഭ്യമാണ്. സൂപ്പർമാർക്കറ്റ്, ഗ്രോസറി, പെട്രോൾ പമ്പുകളിലെ ചെറുവ്യാപാരശാലകൾ തുടങ്ങി

എവിടെയും അത് ലഭിക്കും. ബിയറും വൈനും വിസ്കിയും ബ്രാണ്ടിയും വോഡ്കയുമെല്ലാം എങ്ങും സുലഭം. എന്നാൽ മദ്യപിച്ച് ലക്കുകെട്ട ഒരാളെപ്പോലും എങ്ങും കാണില്ല.

ദുബായിയുമായി താരതമ്യപ്പെടുത്തുമ്പോൾ ബാങ്കോക്ക് അന്ന് വലിയ ഒരു നഗരമായാണ് തോന്നിയത്. അറുപതും എഴുപതും നില കളുള്ള പടുകൂറ്റൻ കെട്ടിടങ്ങൾ മാത്രമുള്ള ചില മേഖലകൾ, അന്താ രാഷ്ട്ര നിലവാരമുള്ള വലിയ വൃത്തിയുള്ള റോഡുകൾ, നാഴികകൾ നീളമുള്ള പഴയ ഹൈവേയ്ക്ക് മുകളിൽ ഉയർത്തിയ പെയ്ഡ് എക്സ് പ്രസ്സ് ഹൈവേകൾ, മെട്രോ ലൈനുകൾ, മനോഹരമായ ക്ഷേത്രങ്ങൾ, ഉദ്യാനങ്ങൾ, പുഴകൾ എല്ലാം ബാങ്കോക്കിനെ വ്യത്യസ്തയാക്കി. ദുബായിയിൽ അന്ന് പുതിയ നിർമ്മിതികൾക്ക് തുടക്കം കുറിച്ചിരുന്നു. കഴിഞ്ഞ രണ്ടു ദശാബ്ദങ്ങളിലാണ് ദുബായ് ഇന്ന് കാണുന്ന ദുബായ് ആയി മാറിയത്.

കാത്തെ പസഫിക്കിന്റെ ഭീമാകാരനായ ഒരു വിമാനത്തിലാണ് ബോംബെയിലേക്ക് പറന്നത്. എക്കണോമി ക്ലാസ്സിലെ ഒരു വരിയിൽ പത്ത് ഇരിപ്പിടങ്ങളുള്ള വലിയ വിമാനം. ബോംബെയിൽ സുമയുടെ കസിൻ ഉമേഷും ഭാര്യയും സാക്കിനകയിലെ ഒരു ഫ്ളാറ്റിൽ താമസിച്ചി രുന്നു. ഞങ്ങൾ അവരെ സന്ദർശിച്ചു. ഉമേഷ് വിപ്രോയുടെ ഐ.ടി. വിഭാഗ ത്തിലായിരുന്നു ജോലി ചെയ്തിരുന്നത്. ബോറിവലിയിലെ ലിവിയയുടെ ഫ്ളാറ്റും സന്ദർശിച്ചു. അവിടെ ലിവിയയുടെ അച്ഛനും അമ്മയും മുത്തശ്ശി യുമുണ്ടായിരുന്നു. ലിവിയയുടെ അച്ഛൻ എൽ.ഐ.സി.യിൽ നിന്നും വിര മിച്ച് അധികം നാളായിട്ടില്ല. മുത്തശ്ശി കിടപ്പിലാണ്.

അവർ വൈനും ഇമ്പോർട്ടഡ് വിസ്കിയും ഡിന്നറും നൽകി സൽ ക്കരിച്ചു. അങ്ങനെ ഒരു ഗോവൻ കുടുംബത്തിന്റെ അതിഥിയാകാനും ഊഷ്മളമായ അവരുടെ ആതിഥേയത്വം സ്വീകരിക്കാനുമായി. ഒരു മാസം അവധിയിലെ ഒരാഴ്ച അങ്ങനെ കഴിഞ്ഞു. ബാക്കിയുള്ള ദിനങ്ങൾ നാട്ടിലും.

പഴയകാല ഓർമ്മകൾക്കുള്ള തെളിമ പുതിയകാലത്തുള്ളവയ്ക്കില്ല.

രണ്ടായിരാമാണ്ടോടെ സെൽഫോൺ സാധാരണക്കാർക്കും കൈയെ ത്തുന്നിടത്തായി. പെട്ടെന്നാണ് അതാകെ വ്യാപിച്ചത്. നോക്കിയ, സീമെൻസ്, മോട്ടോറോള തുടങ്ങിയ ബ്രാൻഡുകൾ വിപണിയിലെ രാജ്ഞിമാരായിരുന്നു. നോക്കിയ 7210 ഗമയോടെ കയ്യിലേന്തി ചെറുപ്പ ക്കാർ ഞെളിഞ്ഞു നടന്നിരുന്ന കാലം!

ആ വർഷമാണ് (9/11/2001) ന്യൂയോർക്കിലെ വേൾഡ് ട്രേഡ് സെൻട്രൽ ആക്രമിക്കപ്പെട്ടത്. ഷോപ്പിംഗ് കഴിഞ്ഞ് തിരിച്ചു വരുമ്പോഴാണ് ഏട്ടൻ ആ വിവരം വിളിച്ചു പറഞ്ഞത്. മക്കൾ ചോദിച്ചു, "എന്തുപറ്റീ അച്ഛാ?"

"അമേരിക്ക ആക്രമിക്കപ്പെട്ടിരിക്കുന്നു, നമുക്ക് വേഗം വീട്ടിൽ പോകാം."

വണ്ടിയുടെ വേഗത കൂട്ടി പെട്ടെന്ന് വീട്ടിലെത്താൻ. ടീവിയിൽ അപ്പോഴും ലൈവ് ആയി ടിൻ ടവേഴ്സ് കാണുന്നു. ലോക്കൽ ന്യൂസ് ചാനലുകളിലെല്ലാം സി.എൻ.എൻ. ലൈവ് ന്യൂസ്. ആക്രമിക്കപ്പെട്ട ആദ്യ ടവർ സ്ക്രീനിൽ ഫോക്കസ് ചെയ്തിരിക്കുന്നു. ആകെ പുകയും തീയുമായി എരിയുന്ന മുകൾനിലകൾ. രക്ഷകനുവേണ്ടി കൈകാലിട്ടടിച്ച് അലമുറ കൂട്ടുന്ന മനുഷ്യർ ജാലകങ്ങളിൽ കൂടി നിൽക്കുന്നു. ചൂട് സഹിക്കാനാകാതെ ജനൽ തുറന്ന് താഴോട്ട് ചാടി മരണത്തിനു കീഴടങ്ങുന്നവർ... ചിലർ. ടി.വി നോക്കിനിൽക്കെ രണ്ടാമത്തെ ടവറിലും ഒരു പടുകൂറ്റൻ വിമാനം ബുള്ളറ്റ് കണക്കെ വന്നിടിച്ചു തുളഞ്ഞു കയറി. ഒരു പടുകൂറ്റൻ തീഗോളം അവിടെ രൂപപ്പെട്ടു. രണ്ടു ടവറുകളിൽ നിന്നും സമാനമായുയരുന്ന തീയും പുകയും പൊടിയും. അല്പനേരത്തിനുള്ളിൽ ആദ്യത്തെ ടവർ ഒരു ശീട്ട്കൊട്ടാരം തകരുംപോലെ നിലംപൊത്തി. കുറേനേരം കത്തിയും പുകഞ്ഞും നിന്ന രണ്ടാമത്തെ ടവറും ആദ്യത്തേതിന് സമാനമായി നിലം പൊത്തി. പൊടിയും തീയും പുകയും നഗരമാകെ പടർന്നു. പെന്റഗനും വൈറ്റ് ഹൗസും മറ്റു ഭരണസിരാകേന്ദ്രങ്ങളും അക്രമികളുടെ ലക്ഷ്യമായിരുന്നു. അതിൽ വൈറ്റ് ഹൗസ് ഓപ്പറേഷനിൽ അക്രമികൾ പരാജയപ്പെട്ടു.

രണ്ടായിരത്തി പത്തുവരെ ഞങ്ങൾ ആ ഫ്ളാറ്റിൽ താമസിച്ചു. രണ്ട് സിന്ധി കുടുംബങ്ങളായിരുന്നു ഞങ്ങളുടെ അയൽക്കാർ. ഇന്ത്യ വിഭജിച്ചപ്പോൾ സിന്ധ് പ്രവിശ്യ മുഴുവൻ പാകിസ്ഥാന്റെ ഭാഗമായി. സിന്ധിലെ ഹിന്ദുക്കളിലധികവും അഭയാർത്ഥികളായി ഇന്ത്യയിലേക്ക് കുടിയേറി. സ്വന്തമായി സംസ്ഥാനമില്ലാത്ത സിന്ധികൾ ഇന്ത്യയിലെ പല നഗരങ്ങളിലായി വസിക്കുന്നു. കൂടുതലും മഹാരാഷ്ട്ര, ഗുജറാത്ത്, രാജസ്ഥാൻ, മധ്യപ്രദേശ് എന്നീ പ്രദേശങ്ങളിൽ. അഭയാർത്ഥികളായി പാകിസ്താനിൽനിന്ന് വന്നവർക്ക് ഉദാരമായി സർക്കാർ നൽകിയ സാമ്പത്തിക സഹായങ്ങളും സംവരണങ്ങളും അവരെ ഇന്ത്യയിലെ ഉയർന്ന സമൂഹമാക്കി മാറ്റി എന്ന് തോന്നുന്നു. ഗുജറാത്തികളെപോലെ സിന്ധികളും കച്ചവടപ്രിയരാണ്. സ്വാതന്ത്ര്യാനന്തര ഇന്ത്യയിൽ ചെറുകച്ചവടങ്ങളിൽ മുതൽ മുടക്കിയ അവരിൽ പലരും ഇന്ന് രാജ്യത്തെ വൻകച്ചവട സാമ്രാജ്യങ്ങൾക്കുടമകളും ശതകോടീശ്വരന്മാരുമാണ്.

റഷീദിയയിൽ പെർഫ്യൂം കമ്പനി നടത്തുന്ന കുമാറും കുടുംബവും വർഷങ്ങളായി ദുബായിയിൽ വസിക്കുന്നവരാണ്. കുമാറിന്റെ ഭാര്യയും അത്തരം ഒരു കുടുംബത്തിൽനിന്നാണ്. കുമാറിന്റെ മദർ ഇൻ ലോയെ ഇടയ്ക്ക് ലിഫ്റ്റിൽ വെച്ചോ റോഡിൽ വെച്ചോ കണ്ടുമുട്ടും. എപ്പോൾ

കണ്ടാലും ആ അമ്മ ചോദിക്കും "ഹൗ ആർ യു, ഫൈൻ, താങ്ക് യു." ചോദ്യവും ഉത്തരവുമൊക്കെ അവരുടെ വക തന്നെ!!!

അടുത്ത ഫാമിലി സുന്ദറിന്റേതാണ്. സുന്ദർ സിവിൽ എഞ്ചിനീയരാണ്. ചിരിക്കുന്ന മുഖമുള്ള സുന്ദർ എന്തെങ്കിലുമൊക്കെ കുശലം ചോദിക്കും കണ്ടുമുട്ടുമ്പോൾ. എന്നാൽ ഏതോ ഫിനാൻഷ്യൽ സ്ഥാപനത്തിൽ കമ്മീഷൻ ഏജന്റ് ആയി ജോലി ചെയ്യുന്ന അദ്ദേഹത്തിന്റെ ഭാര്യയ്ക്ക് തലക്കനം കൂടുതൽ തോന്നിപ്പിക്കുന്ന ഭാവവും സംസാരവുമൊക്കെയാണ്. ഒരു ദിവസം അവർ ഒരു ലാപ്ടോപുമായി ഞങ്ങളുടെ ഫ്ളാറ്റിൽ വന്നു. ലാപ്ടോപ്പിനെല്ലാം വലിയ വിലയുള്ള കാലം. മാത്രമല്ല അത് സ്വന്തമായുള്ളവർ അപൂർവവും. അവരുടെ ഫൈനാൻഷ്യൽ കമ്പനിയിലെ നിക്ഷേപത്തിന്റെ ഗുണഗണങ്ങളെ വർണ്ണിച്ച് ഒരു നിക്ഷേപം ഞങ്ങളിൽ നിന്ന് തരപ്പെടുമോ എന്നറിയാനായിരുന്നു ആ സന്ദർശനം. വട്ടച്ചിലവുകൾ മുട്ടിപ്പോകുന്ന ഞങ്ങൾക്കെന്ത് നിക്ഷേപം?

എന്നാലും ആ കാലയളവിൽ രണ്ട് തവണ ബാങ്ക് ലോൺ എടുത്ത് ആ തുക നാട്ടിലെ ബാങ്കിൽ സ്ഥിരനിക്ഷേപമായി ഇട്ടിരുന്നു. ഞങ്ങൾ ഉണ്ടാക്കിയ സമ്പാദ്യങ്ങൾ അങ്ങനെയായിരുന്നു. ചിലവ് കഴിഞ്ഞ് സമ്പാദിക്കാൻ ഒന്നുമുണ്ടാകില്ല എന്നറിഞ്ഞുതന്നെയാണ് അങ്ങനെ ചെയ്തത്.

ഫ്ളാറ്റ് ഷെയർ ചെയ്യാനായി ആരെങ്കിലുമൊക്കെ എപ്പോഴുമുണ്ടാകും. വിവാഹം കഴിഞ്ഞ് വധുവിനെ ആദ്യമായി ദുബായിയിൽ കൊണ്ടുവന്ന് ജീവിതം തുടങ്ങുന്നവരാണ് അധികവും. ഒരു കുഞ്ഞാകുന്നതുവരെ അവരെല്ലാം കൂടെ കാണും. പിന്നെ അവർ സ്വന്തമായൊരിടം തേടി പോകാറാണ് പതിവ്.

തൊണ്ണൂറുകളുടെ അവസാനകാലം തൊട്ട് രണ്ടായിരത്തിപ്പത്തുവരെയുള്ള കാലയളവിൽ വിസിറ്റിംഗ് വിസയിൽ യുവാക്കളും യുവതികളുമായ കുറേ ബന്ധുക്കളെ ദുബായിയിലെത്തിക്കുകയും ജോലിയാകുംവരെ അവരെ സംരക്ഷിക്കയും ചെയ്തിരുന്നു. ചെറുജോലിയിൽ തുടങ്ങിയ അവരിൽ പലരും ഇന്ന് നല്ല നിലയിൽ ദുബായിയിൽ കുടുംബസമേതം കഴിയുന്നു. അതിൽ ഒരു വ്യക്തി മാത്രം കയ്പേറിയ ഒരുപാട് അനുഭവങ്ങൾ നൽകി ഇന്നും ഞങ്ങളെ പീഡിപ്പിച്ചുകൊണ്ടിരിക്കുന്നു. സത്യവും ധർമ്മവും എന്തെന്നറിയാത്ത, അല്ലെങ്കിൽ അതറിഞ്ഞുകൊണ്ടുതന്നെ കൊടുംനുണകൾ സത്യമായി പ്രചരിപ്പിച്ച് തന്റെ വികൃതമുഖം മേക്കപ്പിട്ട് മിനുക്കുന്ന ചില മനുഷ്യക്കോലങ്ങൾ! എത്ര മറച്ചാലും സത്യം സത്യമായി നിലനിൽക്കുന്നു. അതവരെ വേട്ടയാടുന്നില്ല എന്നതാണ് ഈ കാലത്തിന്റെ സവിശേഷത. നമ്മൾ നുണകളെ സത്യമായി വിശ്വസിക്കുന്നു. സത്യത്തെ നുണയായും. കലികാല ധർമ്മം ഒറ്റക്കാലിൽ ഞൊണ്ടി നടക്കുന്നു!!

മലയാളികൾ, തമിഴർ, തെലുങ്കർ, ഗുജറാത്തികൾ, പഞ്ചാബികൾ തുടങ്ങി ഇന്ത്യയിലെ പല ഭാഗങ്ങളിൽനിന്നുള്ള ദമ്പതികൾ ഞങ്ങളോടൊപ്പം താമസിച്ചിട്ടുണ്ട്. അക്കൂട്ടത്തിൽ പാക്കിസ്ഥാനിലെ പഞ്ചാബ് പ്രവിശ്യയിൽ നിന്നും വന്നവരായിരുന്നു നദീമും ഭാര്യ ലക്സന്ധാനിയും. എല്ലാ ദമ്പതികളെയുംപോലെ ആദ്യം നദീം റൂമെടുത്തു താമസമാക്കി ഒരാഴ്ചയ്ക്കുള്ളിൽ ലക്സന്ധാനിയും കൂടെ ചേരുകയായിരുന്നു. സ്നേഹമുള്ളവരായിരുന്നു അവർ.

ഭാഷയും മതവും ദേശവും രാജ്യവും പണിത മതിലുകൾ സ്നേഹത്തിന്റെ മുന്നിൽ തകർന്നടിയുന്നു. കുറേക്കാലം അവർ ഞങ്ങളോടൊത്ത് താമസിച്ചു. റമദാനും പെരുന്നാളും വലിയപെരുന്നാളും ഓണവും വിഷുവും എല്ലാവരും ഒരുമിച്ചാഘോഷിച്ചു. അവർ ആ ഫ്ളാറ്റ് വിട്ട് മറ്റൊരിടത്തേക്ക് മാറിയെങ്കിലും ഞങ്ങളെ ഇടയ്ക്കെല്ലാം വന്നു കാണുമായിരുന്നു. കുറേ കാലത്തേക്ക് അവരുടെ ഒരു വിവരവുമില്ലായിരുന്നു. അങ്ങനെയിരിക്കെ ഒരു ദിവസം അവർ വീണ്ടും വന്നു. ലക്സന്ധാനി തനിക്ക് ദിവസങ്ങൾക്കു മുന്നെ പിറന്ന ചോരപ്പൈതലിനെ കൈയിലേന്തിയിരുന്നു. ഹോസ്പിറ്റലിൽ നിന്നും നേരെ വന്ന് മകനെ ഞങ്ങൾക്ക് കാണിക്കുകയായിരുന്നു. രണ്ടാമത്തെ കുഞ്ഞ് ജനിച്ചപ്പോഴും അവർ വന്നു. അങ്ങനെ വർഷങ്ങളോളം നിലനിന്നു ആ സൗഹൃദം.

1997ലാണ് പ്രാചീന ഈജിപ്തിനെ മാതൃകയാക്കി നിർമ്മിച്ച വാഫി മാൾ തുറന്നത്. നീല ഗ്ലാസ് പാകിയ പല വലുപ്പമുള്ള പിരമിഡ് ആകൃതിയിലുള്ള മേൽക്കൂരകളാണ് വാഫിയുടേത്. ഈജിപ്ഷൻ പ്രതിമകളാലും ചിത്രങ്ങളാലും അലംകൃതമായ ചുമരുകളും പ്രധാന കവാടത്തിൽ ഉയർത്തിയ രണ്ട് ഫറോവമാരുടെ പടുകൂറ്റൻ പ്രതിമകളും ഏതോ പ്രാചീന കാല ഈജിപ്ഷൻ നഗരത്തിലേക്ക് കടക്കുന്ന പ്രതീതി ജനിപ്പിക്കും. വാഫിയിൽ എല്ലാം ഈജിപ്ത് മയമാണ്.

സലാമിന്റെ വിശാലമായ ഷോറൂം രണ്ട് നിലകളിലായി വാഫിയിൽ പ്രവർത്തിക്കുന്നു. മാളിന്റെ ഓഫീസുകൾക്കായി പ്രത്യേകം മാറ്റിയ ഭാഗത്തായി ഓഫീസും. സാധാരണക്കാർക്കായുള്ള ഒന്നും സലാമിൽ ലഭിക്കയില്ല. വില കൂടിയ ലോക പ്രശസ്ത ബ്രാൻഡുകൾ മാത്രമേ അവിടെ ലഭിക്കൂ. സലാം ഇന്റർനാഷണലിന്റെ എയർപോർട്ട് ഫ്രീ സോൺ ഓഫീസിൽ കാര്യമായ പ്രവർത്തനങ്ങളൊന്നും നടക്കുന്നില്ല. എന്തുദ്ദേശത്തിൽ കമ്പനി തുടങ്ങിയോ അതെല്ലാം മാറ്റിവെക്കപ്പെടുകയായിരുന്നു. കമ്പനി ഉടമകളായ ഇസ്സ സഹോദരന്മാരുടെ ഭാഗംവെക്കലായിരുന്നു മെല്ലെപ്പോക്കിന്റെ കാരണം.

വാരാന്ത്യത്തിൽ ക്രീക്കിനടുത്തുള്ള ദുബായിലെ ആദ്യ ഹോട്ടലായ അംബാസഡറിൽ പോയി രണ്ട് ബിയർ കുടിക്കുമായിരുന്നു. ഹോട്ടലിന്റെ പ്രധാന കെട്ടിടത്തിൽ നിന്നും മാറിനിൽക്കുന്ന സ്വിമ്മിംഗ് പൂളിന് താഴെ

പ്രവൃത്തിക്കുന്ന ആങ്കർ ബാറിൽ നിന്നാണ് സേവ. ചങ്ങരംകുളത്തുകാരൻ മാധവനാണ് പ്രധാന ബാർ മാൻ. വളരെ ചെറുപ്പത്തിൽ പത്തേമാരിയിലാണ് മാധവൻ ദുബായിലെത്തിയത്. വന്നകാലംതൊട്ട് അംബാസ്സഡറിൽ ജോലി നോക്കുന്നു. തുച്ഛമായ ശമ്പളത്തിൽ ജോലി നോക്കുന്ന ഹോട്ടൽ ജീവനക്കാർക്ക് അവധിയൊന്നും കാര്യമായി ലഭിക്കില്ല. കസ്റ്റമേഴ്സ് കൊടുക്കുന്ന ടിപ്സിൽ നിന്നും വിളമ്പുന്ന മദ്യത്തിന്റെ അളവിൽ കാട്ടുന്ന ചില അഡ്ജസ്റ്റുമെന്റുകളിൽ നിന്നും അവർക്ക് ലഭിക്കുന്ന വരുമാനം ശമ്പളത്തേക്കാൾ കൂടുതലാണ്.

കഷ്ടപ്പാടുകൾ ഏറെ അനുഭവിച്ച് വളർന്ന മാധവൻ താൻ അനുഭവിച്ച പട്ടിണിയും ഇല്ലായ്മയുമെല്ലാം തുറന്ന് പറയുമായിരുന്നു. അതിൽ ലജ്ജിക്കാൻ എന്തിരിക്കുന്നു? ആ കാലം അങ്ങനയായിരുന്നല്ലോ. എല്ലാം കട്ട് മുടിച്ച് ഇന്ത്യക്കാരെ ദരിദ്ര നാരായണന്മാരാക്കിയാണല്ലോ ബ്രിട്ടീഷ്കാർ പടിയിറങ്ങിയത്. ഉള്ളവനും ഇല്ലാത്തവനും തമ്മിലുള്ള വലിയ അന്തരം നിലനിന്നിരുന്ന ഫ്യൂഡൽ വ്യവസ്ഥിതി പിന്തുടർന്നിരുന്ന സമൂഹമായിരുന്നു നമ്മുടേത്. കുറേ മാറിയെങ്കിലും ഇന്നും അവയുടെ ഹാങ്ങോവർ ചിലർക്കെങ്കിലും വിട്ടുമാറിയില്ല എന്ന് തോന്നും.

കൈവിട്ടു പോയ ആഢ്യത്വവും ജാതി മഹിമയും തിരിച്ചുപിടിക്കാൻ വെമ്പുന്നവരുമുണ്ട്. തൊഴിലധിഷ്ഠിതമായ ജാതി ഇല്ലാതായി കാലമെത്രയായി? മാറിയ കാലത്തിൽ അത്തരം ചിന്തകൾക്ക് ഒരു പ്രസക്തിയുമില്ല. ജാതി തൊഴിലധിഷ്ഠിതമായ ഒരു വേർതിരിവ് മാത്രമായിരുന്നു. ഇന്നും അത്തരം വേർതിരുകൾ മറ്റൊരു രൂപത്തിലുണ്ട്. സി.ഇ.ഒ., എം.ഡി, മാനേജർ, ഡോക്ടർ, എഞ്ചിനീയർ, നഴ്സ്, ഡ്രൈവർ, വെൽഡർ, ടീച്ചർ തുടങ്ങി പല പേരുകളിൽ ആണെന്ന് മാത്രം.

മാധവൻ തന്റെ രണ്ട് പെണ്മക്കളെ പഠിപ്പിച്ചു ഡോക്ടർമാരാക്കി. അയാൾ എപ്പോഴും അഭിമാനത്തോടെ പറയുമായിരുന്നു അത്.

എയർപോർട്ട് ഫ്രീ സോണിലെ പ്രവർത്തനവും സലാം നിർത്താൻ തീരുമാനിച്ചു. കമ്പനി വൈൻഡ് അപ്പ് ചെയ്യാൻ വേണ്ട കാര്യങ്ങളെല്ലാം ഫ്രീസോൺ അതോറിറ്റിയുമായി സംസാരിച്ചുറപ്പിച്ചു. പുതിയ കൺസൈന്മെന്റ്സ് ഒന്നും അധികം സ്വീകരിച്ചിട്ടില്ലാത്തതിനാൽ സ്റ്റോക്ക് കൂടുതലും ജബൽ അലിയിൽ നിന്ന് കൊണ്ടുവന്ന ഔട്ട് ഡേറ്റഡ് ഫോട്ടോ പ്രോസസ്സിംഗ് യൂണിറ്റുകൾ. മാർക്കറ്റിൽ ആർക്കും വേണ്ടാത്ത അവ അവികസിതമായ ആഫ്രിക്കൻ രാജ്യങ്ങളിലേക്ക് കയറ്റി അയക്കാൻ പറ്റിയെങ്കിലായി! അവയെല്ലാം വാഫി വേർഹൗസിലേക്ക് മാറ്റി ഓഫീസിന്റെ താക്കോൽ ഫ്രീ സോൺ അതോറിറ്റിയിൽ തിരിച്ചേൽപ്പിച്ചു. ഓഫീസ് അസിസ്റ്റന്റിനെ സലാമിന്റെ മറ്റൊരു ശാഖയിലേക്ക് മാറ്റി. തനിക്ക് ബർഷായിൽ തുടങ്ങുന്ന പുതിയ വേർഹൗസിന്റെ മാനേജർ പദവി വാഗ്ദാനം നൽകി ജി.എം. ഫ്രീ സോൺ വിസ ക്യാൻസൽ ചെയ്ത് നാട്ടിൽ പോയി

വരാൻ നിർദ്ദേശിച്ചു. മക്കൾ എന്റെ സ്പോൺസർഷിപ്പിലായിരുന്നതിനാൽ നാട്ടിൽ പോയി വരിക സ്വീകാര്യമല്ലായിരുന്നു. ചില നിയമ തടസ്സങ്ങൾ... സ്പോൺസർഷിപ്പിലുള്ളവരുടെ വിസ ക്യാൻസൽ ചെയ്തതിനു ശേഷമേ സ്പോൺസറുടെ വിസ ക്യാൻസൽ ചെയ്യാൻ പറ്റൂ. തന്റെ സ്പോൺസർഷിപ്പിലുള്ള മക്കളുടെ ദുബായിയിലെ വിദ്യാഭ്യാസത്തിന് അത് വിഘ്നമാകും. അതൊഴിവാക്കാനായി മറ്റൊരു ജോലി നോക്കാൻ നിർബന്ധിതനായി. അങ്ങനെയിരിക്കെയാണ് കൂടെ താമസിച്ചിരുന്ന അബി ജബൽ അലിയിൽ പുതുതായി തുടങ്ങിയ ജർമ്മൻ കമ്പനിയെക്കുറിച്ച് പറഞ്ഞത്. അടുത്ത ദിവസം ആ കമ്പനിയിലെ ജനറൽ മാനേജരെ പോയി കണ്ടു. ഒരു പ്ലേബോയിയുടെ രൂപവും ഭാവവുമുള്ള നോബെർട്ട് സി.വി. വായിച്ചോ എന്നറിയില്ല! അദ്ദേഹം ജോലി ഓഫർ ചെയ്തു. സലാമിൽ ലഭിച്ചിരുന്ന വേതനത്തേക്കാൾ അൻപത് ശതമാനം വേതന കൂടുതലുള്ള ഓഫീസ് ജനറൽ ക്ലാർക്ക് തസ്തികയിൽ അന്നു തന്നെ കോൺട്രാക്ട് ഒപ്പിട്ടു. വിവരം സലാമിൽ അറിയിച്ച് അടുത്ത ദിവസം ഒരു ദിവസത്തെ ശമ്പളം പോലും നഷ്ടപ്പെടുത്താതെ ജബൽ അലി കമ്പനിയിൽ ജോയിൻ ചെയ്തു. ദുബായിയിലെ രണ്ട് പ്രധാന ഫ്രീ ട്രേഡ് സോണുകളിൽ കമ്പനികളുടെ നടത്തിപ്പിൽ വേണ്ട സമ്പൂർണ്ണ അറിവുകൾ നേടിയ വ്യക്തിയായി അപ്പോഴേക്കും സ്വയം മാറിക്കഴിഞ്ഞിരുന്നു. പുതിയ കമ്പനിക്കായി അതെല്ലാം ഉപയോഗിച്ച് നല്ലൊരു കാരിയർ ഉണ്ടാക്കിയെടുക്കാം എന്നുകരുതി ആഹ്ലാദിച്ചു.

ജർമ്മൻകാരനായ ജി.എമ്മിനെ കൂടാതെ ജോർജിയക്കാരനായ ഒരു വെയർഹൗസ് മാനേജരും മൂന്ന് ഇന്ത്യൻ വെയർഹൗസ് ജീവനക്കാരും മാത്രമേ അന്ന് അവിടെ ഉണ്ടായിരുന്നുള്ളൂ. ഓഫീസിലാകും ജോലി എന്നു കരുതിയ എനിക്ക് തെറ്റി. നോബെർട്ട് പറഞ്ഞു,

“Please work in the warehouse for time being and you'll have the right position in the office soon after I receive approval from the MD.”

സസന്തോഷം ഇതുവരെ ചെയ്യാത്ത ആ ബ്ലൂ കോളർ ജോലി സ്വീകരിച്ചു; എം.ഡി. വന്നാൽ ഓഫീസിലേക്ക് മാറ്റും എന്ന പ്രതീക്ഷയിൽ. വിസ ജബൽ അലി ഫ്രീ സോൺ അതോറിട്ടിയുടേതാക്കി. അങ്ങനെ മക്കൾക്ക് ദുബായിയിൽ തുടരുവാനുമായി.

ട്രക്ക് ടെക് ബ്രാൻഡിൽ യൂറോപ്യൻ നിർമ്മിതമായ വാഹനങ്ങളുടെ സ്പെയർ പാർട്സ് നിർമ്മിച്ച് ലോകവ്യാപകമായി മാർക്കറ്റ് ചെയ്യുകയാണ് ജബൽ അലിയിൽ പുതുതായി ആരംഭിച്ച ട്രക്ക് ടെക് ഇന്റർനാഷണൽ. ജർമ്മനിയിലെ സെയിന്റ് ഇങ്ബെർട്ട് ആസ്ഥാനമായി പ്രവർത്തിക്കുന്ന കമ്പനിയുടെ വിദേശത്തെ ആദ്യസംരംഭമാണിത്. പതിനഞ്ച് വർഷത്തിന് ശേഷം കമ്പനിയിൽ നിന്ന് പിരിയുമ്പോൾ ലോകവ്യാപകമായി ട്രക്ക് ടെക്കിന് ആറ് ശാഖകൾ ഉണ്ടായിരുന്നു.

എം.ഡിയും കമ്പനി ഉടമയുമായ റോബെല്ലർ ദിവസങ്ങൾക്കുള്ളിൽ ജബൽ അലിയിൽ എത്തി. വാഹനങ്ങളുടെ സ്പെയർ പാർട്ടുകൾ പാക്ക് ചെയ്യുന്ന മേശയ്ക്ക് മുന്നിലൂടെ നടന്നുനീങ്ങുന്ന എം.ഡിയെ കാണുമ്പോൾ മുഖത്തേക്ക് പ്രതീക്ഷയോടെ നോക്കും. എന്നാൽ അതൊന്നും ഗൗനിക്കാതെ അദ്ദേഹം നടന്നുനീങ്ങുകയായിരുന്നു. നൊബെർട്ട് ചതിക്കുകയായിരുന്നു. എം.ഡിയുടെ മുന്നിൽ ഒരു കൊച്ചുകുട്ടിയെപ്പോലെയാണയാൾ. കാര്യങ്ങൾ പറഞ്ഞു നേടാനുള്ള കഴിവുകൾ ഇല്ല. എം.ഡിയുടെ പല ചോദ്യങ്ങൾക്കും നൊബെർട്ടിന് വ്യക്തമായ ഉത്തരങ്ങളുമില്ല. അങ്ങനെ ആ തൊഴിൽ തുടർന്നു. ലോഡിംഗ്, അൺലോഡിംഗ്, പാക്കിംഗ്, സ്റ്റാക്കിങ്. എല്ലാം ചെറുതും വലുതുമായ യന്ത്രസഹായത്തോടെ.

അത്തരം ഒരു ജോലി സ്വീകരിച്ചതുകൊണ്ട് അതുവരെ നേടിയ കാരിയർ ഗ്രാഫ് താഴോട്ട് പോയി. അത് ഉയർത്തിക്കൊണ്ടുവരാൻ കുറേ പാടുപെട്ടു. സാരമില്ല. സ്വന്തം മക്കൾക്കും കുടുംബത്തിനുമായല്ലേ ഈ ത്യാഗം എന്നുരുവിട്ട് സ്വയം സമാധാനിക്കുന്നു എന്നു വരുത്തിയെങ്കിലും ഉള്ളിൽ ഒരു നീറ്റൽ അനുഭവപ്പെട്ടിരുന്നില്ലേ?

എന്തായാലും ജർമ്മൻ കമ്പനി പല നിലയിലും മെച്ചപ്പെട്ടതായിരുന്നു. ഭേദപ്പെട്ട ശമ്പളം, വർഷത്തിൽ ഒരു മാസം ജീവനക്കാരുടെ വീടിന് ഏറ്റവും അടുത്ത എയർപോർട്ടിലേക്ക് ടിക്കറ്റോടുകൂടിയ അവധി, വർഷം തോറും നൽകുന്ന ശമ്പളവർദ്ധന, വലിയ ആഘോഷത്തോടുകൂടിയ എല്ലാവർക്കുമായുള്ള ഫൈവ് സ്റ്റാർ ആമ്പൽ പാർട്ടി... ഇതെല്ലാം മതിയല്ലോ സാധാരണക്കാരനായ മൂന്നാംലോകരാജ്യ തൊഴിലാളികൾക്ക് സായൂജ്യമേകാൻ.

മാസങ്ങൾക്കുള്ളിൽ പുതിയ ഒരുപാട് നിയമനങ്ങൾ നടന്നു. ഓഫീസിലെ പല നിയമങ്ങൾക്കും കൂടുതൽ അനുയോഗ്യൻ താനായിരുന്നുവെങ്കിലും അങ്ങനെ സംഭവിച്ചില്ല. അതിൽ തോന്നിയ കുണ്ഠിതം മനസ്സിനെ നോവിപ്പിക്കാൻ തുടങ്ങി.

വെയർ ഹൗസ് മാനേജരായ ജോർജ് സുമുഖനും സുന്ദരനുമായിരുന്നു. മുപ്പതിന് മേലെ പ്രായം തോന്നിക്കും. USSRൽ നിന്നും വേർപെട്ട ജോർജിയയാണ് ജോർജിന്റെ നാട്. സ്റ്റാലിൻ ജനിച്ച അതേ ജോർജിയ. ഇംഗ്ലീഷ് ഭാഷ ജോർജിയക്കാർക്കന്യമാണ്. ജോർജ് വളരെ വിഷമിച്ച് ഒരു പ്രത്യേക ടോണിലാണ് ഇംഗ്ലീഷ് സംസാരിച്ചിരുന്നത്. ഇന്ത്യൻ ഭക്ഷ്യവിഭവങ്ങളുടെ ആരാധകനായിരുന്ന ജോർജ് ഒഴിവുദിവസങ്ങളിൽ ബർദുബായിയിലെ അറബ് ഉഡുപ്പി റെസ്റ്റോറന്റിൻ രുചികൾ തേടി വരുമായിരുന്നു.

ട്രക്ക് ടെകിന്റെ വലിയൊരു ഫെസിലിറ്റി ജബൽ അലി ഫ്രീസോണിലെ പതിമൂന്നാം റൗണ്ട് എബൌട്ടിനടുത്ത് കമ്പനി ലീസിനെടുത്ത ഭൂമിയിൽ നിർമ്മാണം ആരംഭിച്ചിരുന്നു.

തൊണ്ണൂറുകളുടെ അവസാനത്തിൽ നാട്ടുകാരായ സൺറൈസ് ഗ്രൂപ്പ് കരാമയിൽ അവരുടെ വിശാലമായൊരു റെസ്റ്റോറന്റ് തുടങ്ങി. ദുബായ് വിട്ടുപോയ നാട്ടുകാരായ പലർക്കും തിരിച്ചുവരവൊരുക്കി സൺറൈസ് റെസ്റ്റോറന്റ്. അങ്ങനെയാണ് വേണുവും സദുവും വീണ്ടും ദുബായിലേക്കെത്തിയതും ആ റെറ്റോറന്റിന്റെ താക്കോൽ സ്ഥാനത്ത് ഉപവിഷ്ടരായതും.

അക്കാലത്ത് വാരാന്ത്യങ്ങളിൽ വേണുവുമൊത്ത് പുറത്ത് പോകുക പതിവായിരുന്നു. കൂടുതലും ഷാർജയിലെ വത്സന്റെ വാസസ്ഥലത്തേക്കാവും യാത്ര. ഷേബാ ഹോട്ടലിലെ ബാറുകൾ അടച്ചതിനു ശേഷം വത്സൻ ഹോട്ടലുടമയുടെ മറ്റൊരു സ്ഥാപനമായ ഗോൾഡൻ ലോഫ് ബേക്കറിയുടെ സെയിൽസ്മാനായി ജോലിചെയ്യുകയാണ്.

ഭക്ഷണം സ്വയം പാകം ചെയ്ത് വിരുന്നൊരുക്കുന്നതിൽ വത്സൻ ആനന്ദം കണ്ടിരുന്നു. ഹോട്ടൽ ജീവനക്കാരനായതുകൊണ്ട് രുചികരമായ പല കോണ്ടിനെന്റൽ വിഭവങ്ങളും ഒരുക്കുന്നതിൽ മിടുക്കൻ. പാകം ചെയ്യുന്നതിനിടെ വായ് നനയ്ക്കാനായി ഓൾഡ് മഗ് റം. ചെറിയ സിപ്പുകൾ നുണഞ്ഞ് കൊച്ചുവർത്തമാനങ്ങൾ പറഞ്ഞ് വെപ്പും തീനും കുടിയും. രാവേറെയാകും വരെ അവിടെ ചിലവഴിച്ച് സ്വയം ഡ്രൈവ് ചെയ്ത് ഞങ്ങൾ തിരിച്ചുപോകും.

അങ്ങനെയിരിക്കെ 2002 ഫെബ്രുവരിയിൽ ഒരു ദുരന്തം അരങ്ങേറി, ഗുജറാത്ത് കലാപം. മസ്ജിദ്... മന്ദിർ... കർസേവ... ഗോധ്രയിലെ തീ... കൂട്ടക്കൊലകൾ... അന്നാണ് അരും കൊലകളിൽ ഊറ്റംകൊണ്ട് അട്ടഹസിക്കുന്ന ചില മനുഷ്യരെ ആദ്യമായി കാണുന്നത്.

കൂടുതൽ ഗൾഫ്കാരും മൂന്നു ഘട്ടമായാണ് ഗൾഫിൽ വേരൂന്നുന്നത്. എങ്ങനെയെങ്കിലും ഒരു ജോലിയും എംപ്ലോയ്മെന്റ് വിസയും സ്വന്തമാക്കി കുടിയേറ്റഭൂമിയിലെ ജീവിതം നിയമാനുസൃതമാക്കി സ്വന്തം കാലിൽ ജീവിതം തുടരുന്ന ഒന്നാംഘട്ടം. ഈ ഘട്ടത്തിൽ ശമ്പളം കുറഞ്ഞ ജോലിയാകും കൂടുതൽ പേർക്കും. ആദ്യ ഒന്നോ രണ്ടോ വർഷംകൊണ്ട് പലതും പഠിക്കുന്നു. ഭാഷ... മാനേഴ്സ്... തുടങ്ങി പലതും. പുതിയ കൂടുതൽ ശമ്പളമുള്ള തൊഴിലിലേക്ക് മാറുന്നതോടെ രണ്ടാം ഘട്ടം തുടങ്ങുന്നു. ഡ്രൈവിംഗ് ലൈസൻസ്, കാർ, നല്ല താമസം തുടങ്ങിയവ ഈ ഘട്ടത്തിലാകും സ്വായത്തമാക്കുക. പലരും ഈ ലെവലിൽ അങ്ങനെ തുടരും. എന്നാൽ ചിലർ വലിയ പദവിയും ശമ്പളവുമുള്ള അടുത്ത പടിയിലേക്ക് കയറും. പലപ്പോഴും ഇതെല്ലാം വിദ്യാഭ്യാസവും കഴിവുമുള്ള ഇടത്തരക്കാർക്കാരെ സംബന്ധിക്കുന്നത് മാത്രമാണ്. എന്നാൽ വന്ന കാലം മുതലുള്ള ചെറിയ ശമ്പളത്തിലും തൊഴിലിലും തുടരുന്ന സാധാരണക്കാർ ഒരുപാടുണ്ടിവിടെ. അവരുടെ ജീവിതത്തിന് എത്ര കാലം കഴിഞ്ഞാലും ഒരു മാറ്റവുമില്ല.

ട്രക്ക് ടെക്കിൽ ജോയിൻ ചെയ്ത ദിവസങ്ങളിൽ അബു ഹേലിൽ താമസിക്കുകയായിരുന്ന മാമനെ സന്ദർശിക്കുന്ന വേളയിലാണ് മുഹമ്മദിനെ കണ്ടു മുട്ടുന്നത്. മുഹമ്മദ് ചാവക്കാട്ടുകാരനാണ്. പെട്ടെന്ന് പണക്കാരനായ മറ്റൊരു ചാവക്കാട്ടുകാരനായ ഹിമാമുദ്ദീന്റെ ഐ.ടി. കമ്പനിയിലാണ് മുഹമ്മദ് ജോലി ചെയ്തിരുന്നത്. ഹിമാമുദ്ധീൻ ചില നിയമക്കുരുക്കുകളിൽപെട്ടതിനാൽ അദ്ദേഹത്തിന്റെ കമ്പനികൾ അടച്ചുപൂട്ടേണ്ടി വന്നു. മുഹമ്മദിന് ജോലിയും നഷ്ടപ്പെട്ടു. ഭാര്യയും നാല് പെൺമക്കളുമാണ് നാട്ടിൽ മുഹമ്മദിനെ ആശ്രയിച്ചു കഴിയുന്നത്. അങ്ങനെ ആകെ പരവശനായിരിക്കുമ്പോഴാണ് ഞങ്ങൾ കണ്ടുമുട്ടുന്നത്. ആ കൂടിക്കാഴ്ച മുഹമ്മദിന് ട്രക്ക് ടെക്കിൽ ജോലി ലഭിക്കാനുള്ള വഴിയൊരുക്കി. പിന്നീടുള്ള പതിനഞ്ച് വർഷം അദ്ദേഹമവിടെ തുടരുകയും ചെയ്തു.

നൊബെർട്ട് ദയയും കാരുണ്യവുമുള്ള വിശാലമനസ്സിന്നുടമയായിരുന്നു. ട്രക്ക് ടെക്കിന്റെ ആദ്യകാലങ്ങളിൽ ഓണത്തിനും ദീപാവലിക്കും അവധി തന്നിരുന്നു. തൊഴിലാളികളോടുള്ള അദ്ദേഹത്തിന്റെ സമീപനം അതുവരെ ഒരു ജനറൽ മാനേജരിലും കാണാത്തവിധം മാന്യവും മൂല്യാധിഷ്ഠിതവുമായിരുന്നു. എല്ലാവരെയും കണ്ണടച്ച് വിശ്വസിക്കുന്ന നോർബെർട്ടിന്റെ പ്രകൃതം തന്നിലെ കളങ്കമില്ലായ്മയ്ക്ക് തെളിവാണ്. അതിനാൽ വക്രബുദ്ധികൾ അദ്ദേഹത്തിന്റെ ഈ മനോഭാവത്തെ മുതലെടുക്കുകയും ചെയ്തിരുന്നു.

ബാബു തോമസ് ട്രക്ക് ടെക്കിന്റെ തുടക്കം മുതലുള്ള വെയർഹൗസ് ജീവനക്കാരനായിരുന്നു. ഇരുപതിനുമേലെ പ്രായമേ ബാബു തോമസിനുള്ളൂ. എന്നാൽ താനാണ് കമ്പനിയുടെ മുതലാളി എന്നപോലെയാണ് അയാൾ മറ്റുള്ളവരോട് പെരുമാറിയിരുന്നത്. എന്തൊക്കെയോ ദുരൂഹതകൾ ചുറ്റിപ്പറ്റി നിൽക്കുംപോലെയാണ് ബാബു തോമസിന്റെ പെരുമാറ്റം. മുഹമ്മദ് ട്രക്ക് ടെക്കിൽ ജോയിൻ ചെയ്തത് അയാൾക്ക് തീരെ പിടിച്ചിട്ടില്ല. കാരണം ബോബു തോമസും അയാളുടെ അങ്കിളും കൂടി ഒരു അവിഹിതകൂട്ടുകെട്ട് ട്രക്ക് ടെക്കിന്റെ തണലിൽ നടത്തികൊണ്ടിരിക്കുകയായിരുന്നു. കമ്പനിയിൽ ഒരുപാടു പുതിയ ജീവനക്കാരെ ആവശ്യമുണ്ട്. അങ്കിൾ പ്രത്യേക വിഭാഗത്തിൽപെട്ട മലയാളികളെ മാത്രം തിരഞ്ഞെടുത്ത് ബാബു തോമസ് അറിയിക്കുന്ന വിവരങ്ങൾക്കൊത്ത് നൊബെർട്ടിനെ ചെന്ന് കാണാൻ ഉപദേശിക്കും. ജോലി ഒഴിവുകൾ ധാരാളമുള്ളതുകൊണ്ട് ചെല്ലുന്നവർക്കെല്ലാം തൊഴിലും ലഭിക്കും. വർഗ്ഗസ്നേഹം കൊണ്ടല്ല ഈ സേവനം. കിട്ടുന്ന ഏതവസരവും ധനാർജ്ജനത്തിന്നായി മാറ്റുകയാണവർ. ഈ സേവനത്തിന് ഉദ്യോഗാർത്ഥികൾ അങ്കിളിന് അയ്യായിരം ദിർഹം കൊടുക്കണം. മകനും കിട്ടും അതിന്റെ ഒരു വിഹിതം!

വെയർഹൗസ് മാനേജർ ജോർജ് ശാന്തസ്വഭാവക്കാരനായിരുന്നു. ചെറിയ ഒച്ചയിൽ ശാന്തമായി മാത്രം സംസാരിക്കുന്ന ജോർജുമായി ഒരു

ദിവസം ഉച്ചത്തിൽ എതിർത്ത് സംസാരിക്കേണ്ടി വന്നു എനിക്ക്. ജോർജ് എന്തോ ഒരു ചെറുജോലി പറഞ്ഞു. അത് എന്റേതായ രീതിയിൽ ഒരു പെല്ലറ്റ് ട്രോളി എടുത്ത് ആവശ്യമായ സാധനങ്ങൾ എടുക്കാൻ തുടങ്ങു മ്പോൾ പെല്ലറ്റ് ട്രോളി ഇല്ലാതെ തന്നെ അതെടുക്കാമല്ലോ എന്ന് ജോർജ്. അതൊരു ആവശ്യമില്ലാത്ത നിർദ്ദേശമാണെന്നു തോന്നി ജോർജിനോട് കയർത്തു, 'I am not here for this kind of job' പൊട്ടിത്തെറിച്ചുകൊണ്ട് പറഞ്ഞു. വാക്ക് പാലിക്കാത്ത നൊബെർട്ടിനോടുള്ള ദ്വേഷ്യവും പുറത്ത് ചാടുകയായിരുന്നു. ജോലി നഷ്ടപ്പെടുമെന്നാണ് കരുതിയത്. ആകെ അസ്വസ്ഥനായി. ജോർജിന് ഞാൻ എന്തിനാണ് അങ്ങനെ പെരുമാറിയത് എന്നൊട്ട് അറിയുകയുമില്ല. ഒരു വാണിംഗ് ലെറ്ററിൽ കാര്യം അവസാ നിച്ചു. എന്നാൽ ജോർജ് കഠിനമായ മറ്റൊരു ജോലിയാണ് തനിക്ക് അതിനുശേഷം നൽകിയത്. Picking... അസംബ്ലിങ്ങിനായുള്ള സ്പെയർ പാർട്ടുകൾ വ്യത്യസ്ത റാക്കുകളിൽ പല ലൊക്കേഷനിൽ നിന്നും എടുത്ത് ഓരോ വർക്ക്ഷോപ്പിന്റെ ടേബിളിലും ആവശ്യാനുസരണം എത്തിക്കണം. പല പെല്ലറ്റുകളും അതിൽ ഉറപ്പിച്ച ഒരു ക്യൂബിക് മീറ്റർ വ്യാപ്തമുള്ള ബോക്സും പൊടി പിടിച്ചവയായിരുന്നു. ഇലക്ട്രിക്ക് ഫോർക് ലിഫ്റ്റുപയോഗിച്ച് റാക്കിലെ ഉയരങ്ങളിൽ നിന്നെടുത്തത് ബോക്സ് തുറന്ന് ആവശ്യമുള്ള ക്വാണ്ടിറ്റി എടുത്ത് മറ്റൊരു പെല്ലറ്റിൽ എടുത്തു വെച്ചുവേണം ഈ പണി തുടരാൻ. പൊടി കൈയിലും മുഖത്തും പടരും. കുറെ ശ്വാസകോശത്തിലും കയറും. ഈ ജോലി തുടർന്നതിന്റെ ഫലമായി ശ്വാസകോശ ഇൻഫെക്ഷൻ പിടിപെട്ടു. നില ക്കാത്ത കഫം തുപ്പുന്ന ചുമ. എത്രയാണ് ചുമച്ചത്... ചുമച്ചു ചുമച്ചു രക്തം തുപ്പുമോ എന്നുപോലും തോന്നിപ്പോയി. 'മൈക്കോ പ്ലാസ്മ' ഡോക്ടർ ഡയഗ്നോസിസ് ചെയ്തു. അത്ര പെട്ടെന്നത് മാറുകയില്ല ഈ അസുഖം. ഇടവിട്ട് വരാനും സാധ്യതയുണ്ട്. സാവധാനം മരുന്നുകൾ ഫലിച്ചു. രോഗമുക്തനായി.

തിരിച്ചു ജോലിക്ക് ചെന്നപ്പോൾ മറ്റൊരു ജോലിയാണ് അവിടെ കാത്തിരുന്നത്. തനിക്കനുയോജ്യമായ ജോലി, പബ്ലിക് റിലേഷൻ ഓഫീസർ ആയി പ്രൊമോഷൻ. നൊബെർട്ട് വാക്കു പാലിച്ചു. ഒരു ടൊയോട്ട എക്കോ കാറും തനിക്കായി അവിടെ ഒരുക്കിയിരുന്നു.

സ്വന്തമായി ആദ്യം മേടിച്ച ആ ഹ്യുണ്ടായ് ആക്സന്റ് കാർ ഏഴു വർഷം ഒരു തകരാറുമില്ലാതെ ഉപയോഗിച്ചു. ഒരു ചെറിയ പോറലു പോലും ആ വണ്ടിക്ക് അത്രയും കാലം ഉപയോഗിച്ചിട്ടും ഏറ്റിരുന്നില്ല. മൂന്ന് ലക്ഷത്തിലധികം കിലോമീറ്റർ ഓടിയ ആ വണ്ടി മാറ്റി പുതിയ തൊന്ന് എടുക്കാൻ തീരുമാനിച്ചു. അതിന് വലിയ വിലയൊന്നും കിട്ടി യില്ല. വെറും 4500 ദിർഹം. പുതിയ വണ്ടി നിസ്സാൻ സണ്ണി എക്സ് സലൂൺ ആയിരുന്നു. പേൾ വൈറ്റ് നിറത്തിലുള്ള ആകെ രൂപമാറ്റം വരു ത്തിയ പുതിയ 2004 മോഡൽ നിസ്സാൻ സണ്ണി.

2002ലാണ് സുജി ആദ്യമായി ദുബായിയിൽ വരുന്നത്. സൺറൈസ് സൂപ്പർമാർക്കറ്റിന്റെ എംപ്ലോയ്മെന്റ് വിസയിൽ. കുറച്ചുകാലം അവന് സൺറൈസ്കാരുടെ വെയർഹൗസിൽ കഠിനാധ്വാനം ചെയ്യേണ്ടി വന്നു. ട്രക്ക് ടെക് വെയർഹൗസിനെപ്പോലെ ആധുനികയന്ത്രങ്ങളൊന്നും സൺ റൈസിലില്ല. പേശീബലത്താൽ വേണം ഭാരം പൊക്കാനും ഇറക്കാനും അട്ടിയിടാനുമൊക്കെ.

കുറച്ചു മാസങ്ങൾക്കുശേഷം ഞങ്ങൾ തത്ത എന്നു വിളിക്കുന്ന ജ്യോതിഷും ദുബായിലെത്തി. ജ്യോതിഷ് സബ്‌വേ ഫാസ്റ്റ് ഫുഡ് റെസ്റ്റോറന്റിൽ കുറച്ച് കാലം ജോലി ചെയ്തു. പിന്നീട് അവന് പഞ്ച നക്ഷത്ര ഹോട്ടൽ ആയ ജബൽ അലി ഹോട്ടലിൽ ജോലി ലഭിച്ചു. തത്തയും സുജിയും സഹോദരന്മാർ. ഏട്ടന്റെ മക്കൾ. മക്കൾ ദുബായി യിലെത്തി അധികം താമസിയാതെ അവരുടെ അച്ഛൻ മുബാറസ്സ് ഐലൻഡിലെ ജോലി വേണ്ടെന്ന് വെച്ച് നാട് പിടിച്ചു.

ദുബായിയിലും ഷാർജയിലും വളരെയേറെ നിർമ്മാണപ്രവർത്തന ങ്ങൾ നടക്കുന്നുണ്ടായിരുന്നു. ദുബായ് ഷാർജ അതിർത്തിയായ അൽ നാദ തൊട്ട് അജ്മാൻ അതിർത്തി വരെ പടർന്നു വിശാലമായി ഷാർജ. ഒരുപാട് അംബരചുംബികൾ അവിടെയെല്ലാം ഉയർന്നു നിന്നു. ഷാർജ യിൽ വാടക കുറവായതിനാൽ ദുബായിയിൽ ജോലി നോക്കുന്ന ഇട ത്തരക്കാരിൽ വലിയൊരു ഭാഗം ഷാർജയിൽ താമസിക്കാൻ തുടങ്ങി. അത് വലിയ ട്രാഫിക് കുരുക്കുകൾക്ക് കാരണവുമായി. കാലത്ത് ഷാർജ യിൽ നിന്ന് ദുബായിയിലോട്ടും വൈകീട്ട് തിരിച്ചും ഒച്ച് നീങ്ങുന്നതു പോലെ ബമ്പർ ടു ബമ്പർ തിങ്ങി ഞെരങ്ങി നീങ്ങുന്ന വാഹനങ്ങളാൽ നിറഞ്ഞ എട്ടുവരിപ്പാതകൾ.

ട്രാഫിക് കൂടുന്നതിനൊത്ത് ദുബായ് റോഡുകളും നിരന്തരം മാറി ക്കൊണ്ടിരുന്നു. നാലുവരിപ്പാതകൾ ആറു വരിയും എട്ടുവരിയുമായി മാറുന്നു. സിഗ്നലുകൾ ഇന്റർചേഞ്ചുകൾക്കും ഫ്ളൈ ഓവറുകൾക്കും ടണലുകൾക്കും വഴിമാറുന്നു. നാഗരാതിർത്തി വിപുലമാകുന്നതിനൊത്ത് മരുഭൂമി പുതിയ റോഡുകളാൽ നിറയുന്നു. അൽ ഖൈൽ റോഡ്, ഷെയ്ഖ് മുഹമ്മദ് ബിൻ സയീദ് റോഡ്, എമിരേറ്റ്സ് റോഡ്... അങ്ങനെ പുതിയ ഒരുപാട് ഹൈവേകൾ.

എയർപോർട്ട് റൺവേക്ക് താഴെ പണിത ടണൽ ഷാർജയിലേക്കും ഖിസൈസിലേക്കുമുള്ള ദൂരം കുറച്ചു. ദുബായിയിലെ റോഡുകൾ കാല ത്തിനൊത്ത് മാറുന്നതുപോലെ ഷാർജയിലെ റോഡുകൾ മാറിയിരുന്നില്ല. എന്നാൽ ആ നഗരം കെട്ടിടങ്ങളാലും മനുഷ്യരാലും നിറയുകയുകയായി രുന്നു. ഫലമോ എങ്ങും ട്രാഫിക് കുരുക്കുകൾ.

ഉണ്ണിയുടെ കമ്പനിയിൽ മുതലിറക്കാൻ സൗദി ഉടമകൾ തയ്യാറായില്ല. മൂന്നു വർഷത്തിനുള്ളിൽ ആ കമ്പനിയും അടയ്ക്കുകയായിരുന്നു.

ജോലി നഷ്ടപ്പെട്ട ഉണ്ണിക്ക് മറ്റൊരു തൊഴിൽ കണ്ടെത്താനായില്ല. അദ്ദേഹം നാട്ടിലേക്ക് പോയി. പിന്നെ പല പ്രാവശ്യം വിസിറ്റ് വിസയിൽ വന്ന് ജോലിക്ക് ശ്രമിച്ചെങ്കിലും ഭാഗ്യം ഉണ്ണിയെ തുണച്ചില്ല. അഞ്ചാറു കൊല്ലം അങ്ങനെ വരവും പോക്കുമായി കഴിഞ്ഞു ഉണ്ണി. ഞാൻ വിസ എടുത്തുകൊടുക്കുമെങ്കിലും താമസം അദ്ദേഹത്തിന്റെ ഏട്ടൻ വത്സന്റെ കൂടെയാകാറാണ് പതിവ്. വരുമാനമില്ലാത്ത അനുജന്റെ ചിലവുകൾ നിറവേറ്റിയിരുന്നത് മുഴുവൻ ഏട്ടൻ. വലിയ വലിയ മോഹങ്ങളായിരുന്നു ഉണ്ണിക്ക്. ട്രക്ക് ടെക്കിൽ വെയർഹൗസ് മാനേജർ പദവിയിലേക്ക് ഇന്റർവ്യൂ ചെയ്യപ്പെട്ടെങ്കിലും ഭാഗ്യം അവിടെയും തുണച്ചില്ല. ഇരുന്ന് കാൽ നീട്ടാനുള്ള സാവകാശം ഉണ്ണി ഒരിക്കലും പ്രകടിപ്പിച്ചിരുന്നില്ല. പൂർത്തീകരിക്കാനാകാത്ത വലിയ മോഹങ്ങളും പ്രതീക്ഷകളും...

സൺറൈസിൽ രണ്ട് മൂന്ന് വർഷം ജോലി ചെയ്ത സുജി ആ ജോലി വിട്ട് നാട്ടിൽ തിരിച്ചു പോയി. കുറച്ചു കാലം നാട്ടിൽ കഴിഞ്ഞ ശേഷം സുജി ദുബായിൽ വീണ്ടും വന്നു; വിസിറ്റ് വിസയിൽ. ട്രക്ക് ടെക് അപ്പോഴേക്കും പുതുതായി പണി തീർത്ത അവരുടെ സ്വന്തം ഫസിലിറ്റിയിലേക്ക് മാറിയിരുന്നു. രണ്ട് നിലകളിലായി പണിത വലിയ കെട്ടിടം. ഓഫീസ് മുകളിലാണ്. വെയർഹൗസും പ്രൊഡക്ഷനും പാക്കിങ്ങുമെല്ലാം താഴെ. കമ്പനി വളർന്നു. നൂറിലധികം ജീവനക്കാർ. ഓഫീസിൽ മാത്രം മുപ്പതിൽ അധികം പേർ. ബാക്കിയുള്ളവർ വെയർ ഹൗസിലും പ്രൊഡക്ഷനിലും.

കമ്പനിയുടെ ഓഡിറ്ററായാണ് മുരളീധരൻ ട്രക്ക് ടെക്കിൽ വരുന്നത്. മുരളീധരൻ കണ്ണൂർ സ്വദേശിയാണ്. സുന്ദരൻ, സുമുഖൻ, നാല്പതിനോടടുത്ത പ്രായം. എം.ഡിക്ക് മുരളീധരനെ ഇഷ്ടമായി. വലിയ ഒരു ശമ്പളം ഓഫർ ചെയ്ത് ഓഡിറ്ററെ തന്റെ അക്കൗണ്ട്സ് മാനേജർ ആയി നിയമിച്ചു എം.ഡി. അഞ്ചു വർഷമേ മുരളീധരൻ ട്രക്ക് ടെക്കിൽ ഉണ്ടായിരുന്നുള്ളൂ. അതിനുള്ളിൽ തന്റെ നാട്ടുകാരായ കുറെ ചെറുപ്പക്കാർക്ക് ട്രക്ക് ടെക്കിൽ ജോലി നൽകി അദ്ദേഹം. അക്കൂട്ടത്തിൽ സുജിക്കും ഒരു ജോലി കിട്ടി ട്രക്ക് ടെക്കിൽ. നല്ല കാര്യം. ആളുകളെ സഹായിക്കുമെങ്കിലും മുരളീധരൻ വളരെ കടുംപിടുത്തക്കാരനായ മാനേജർ ആയിരുന്നു. തെറ്റുകൾ കണ്ടാൽ ജോലിക്കാരുടെ ശമ്പളം പിടിക്കുക, ചെയ്ത ഓവർ ടൈമിനുള്ള വേതനം മുഴുവൻ കൊടുക്കാതിരിക്കുക തുടങ്ങിയവ മൂപ്പരുടെ ചില വിനോദങ്ങളായിരുന്നു. നാട്ടിൽ വലിയ കമ്മ്യൂണിസ്റ്റ് പാരമ്പര്യമുള്ള വീട്ടിൽ നിന്നാണ് മുരളീധരൻ വരുന്നത്. പറയുന്നതെല്ലാം കമ്മ്യൂണിസ്റ്റുകളെ അനുകൂലിച്ചും. എന്നാൽ അയാളുടെ പ്രവർത്തികളിൽ എപ്പോഴും ആ മനസ്സ് കാണാറില്ല. മുടി നീട്ടിവളർത്തിയ സുജിയെ ഒരു നോട്ടപ്പുള്ളിയായാണ് അയാൾ കണ്ടിരുന്നത്. സുജിക്ക് തിരിച്ചും. അവന് ആ മനുഷ്യനെ കണ്ണിൽ കണ്ടുകൂടായിരുന്നു. ഇതിനിടയിൽ ഞങ്ങളുടെ അതുവരെയുള്ള സമ്പാദ്യം ഉപയോഗിച്ച് ഗുരുവായൂരിൽ

മൂന്ന് ബെഡ്റൂമുള്ള ഒരു വീട് സ്വന്തമാക്കി. ഗുരുവായൂരിനും പഞ്ചാര മുക്കിനും ഇടയിൽ പെരുംതിട്ട ശിവക്ഷേത്രത്തിനു കിഴക്കായി പത്തു സെന്റ് ഭൂമിയോടുകൂടിയ ഒരു കൊച്ചു സുന്ദരഭവനം.

ദുബായ് ഇന്ത്യൻ ഹൈസ്കൂളിൽ നിന്ന് (യു.എ.ഇയിൽ ആ വർഷം പരീക്ഷയ്ക്കിരുന്ന കുട്ടികളിൽ ഇംഗ്ലീഷിൽ ഏറ്റവും കൂടുതൽ മാർക്ക് നേടി) പത്താംതരം ജയിച്ച മോളെ പ്ലസ് ടു വിന് ചേർത്തത് ചിറ്റിലപ്പള്ളി യിലെ ഐ.ഇ.എസ് പബ്ലിക് സ്കൂളിലായിരുന്നു. കൂടെ മോളുടെ ഉറ്റ തോഴി മായയുമുണ്ടായിരുന്നു. രണ്ടുപേരും മെഡിക്കൽ എൻട്രൻസ് കോച്ചിങ്ങിനു പ്രൊഫ. പി.സി. തോമസിന്റെ ഇൻസ്റ്റിറ്റ്യൂട്ടിൽ ചേർന്ന് പഠിക്കാനായാണ് നാട്ടിലെ പ്ലസ് ടു വിദ്യാഭ്യാസം തിരഞ്ഞെടുത്തത്. മോൾ മത്സ്യമാംസാദികൾ ഒന്നും കഴിക്കാറില്ല. ഐ.ഇ.എസ്സിലെ മെസ്സിൽ സസ്യാഹാരികൾ കുറവായതിനാൽ ഹോസ്റ്റലിൽ താമസിക്കുന്ന കുട്ടിക്ക് ശരിയായ പോഷകമൂല്യങ്ങളുള്ള ആഹാരമൊന്നും ലഭിച്ചിരുന്നില്ല. അവൾ രണ്ടു വർഷംകൊണ്ട് ആകെ മെലിഞ്ഞു പോയി.

ആ സമയത്താണ് ഒരു കാർഡിയാക് പ്രോബ്ലം എന്നെ ബാധിച്ചത്. രാത്രിയിൽ നെഞ്ചിൽ വലിയ ഭാരം കയറ്റി വെച്ച തോന്നലാണ് അനുഭവ പ്പെട്ടത്. സുമയുടെ സമയോചിതമായ ഇടപെടൽ പെട്ടെന്ന് റാഷിദ് ഹോസ്പിറ്റലിൽ എത്തിച്ചു. പരിശോധനയിൽ ഒരു മൈൽഡ് അറ്റാക്ക് ആണെന്ന് ഡോക്ടർമാർ. അഡ്മിറ്റ് ചെയ്തു. അടുത്ത ദിവസം ആഞ്ചി യോഗ്രാം ചെയ്യണം, വേണ്ടിവന്നാൽ ആഞ്ചിയോപ്ലാസ്റ്റിയും. സ്റ്റന്റിന് എണ്ണായിരം ദിർഹമാണ് വില. ആ വിഷമഘട്ടം തരണം ചെയ്തത് പ്രതീക്ഷ സുഹൃത്തുക്കളുടെ സമയോചിതമായ ധനസഹായം കൊണ്ടാണ്. പ്രത്യേകിച്ചും ആർ.കെ. നായരുടെ. ഒരു ബ്ലോക്കേ ഉണ്ടായി രുന്നുള്ളൂ. ആഞ്ചിയോ പ്ലാസ്റ്റിയിലൂടെ നിക്ഷേപിച്ച സ്റ്റന്റിനാൽ ബ്ലോക്ക് നീക്കുകയായിരുന്നു.

ആദ്യ എൻട്രൻസ് ടെസ്റ്റ് റാങ്ക് ലിസ്റ്റിൽ കൂട്ടുകാരി ഉയർന്ന റാങ്ക് നേടിയെങ്കിലും മോളുടെത് വളരെ പുറകിലായിരുന്നു. എന്തായാലും രണ്ടാമതൊന്ന് പരീക്ഷിക്കാൻ നിന്നില്ല. എന്റെ അസുഖം മോളെ വല്ലാതെ ഉലച്ചിരുന്നു. പ്ലസ് ടു ജയിച്ച മോളെ ദുബായിയിലേക്ക് കൊണ്ടു വരികയും ബി.ബി.എയ്ക്ക് knowledge വില്ലേജിലെ എം.ജി. യൂണിവേഴ് സിറ്റിയിൽ ചേർക്കുകയുമായിരുന്നു. ഈവനിംഗ് ക്ലാസ്സാണ് അവൾ തിര ഞ്ഞെടുത്തത്. സ്വന്തം കാലിൽ നിന്ന് വളരാനുള്ള മോഹം ചെറുപ്പം മുതലേ ആവൾക്കുണ്ടായിരുന്നു. അതാണ് അവളെ പഠിപ്പിനോടൊപ്പം ജോലി ചെയ്യാനും പ്രേരിപ്പിച്ചത്. ABB എന്ന മൾട്ടിനാഷണൽ സ്വിസ് കമ്പനിയിലായിരുന്നു ആദ്യ ജോലി. ജബൽ അലിയിൽ നിന്ന് തിരിച്ചു പോകുമ്പോൾ എമിരേറ്റ്സ് മാളിന് എതിർവശമുള്ള ABB യിൽ ചെന്ന് മോളെ എടുത്ത് നോളഡ്ജ് വില്ലേജിൽ ഡ്രോപ്പ് ചെയ്യുമായിരുന്ന ദിന ങ്ങൾ...

എല്ലാം തികഞ്ഞ ആരുമില്ല. ശരിയും തെറ്റും ആപേക്ഷികമാണ്. ഇന്നത്തെ ശരി നാളത്തെ തെറ്റാകാം. ഭൂതകാലത്തിൽ തെറ്റെന്നു കരുതിയവ വർത്തമാനത്തിൽ ശരിയായവയാകാം. അതിനാൽ വ്യക്തികളെ മോശക്കാരായി ചിത്രീകരിക്കേണ്ടിവരുന്ന സന്ദർഭങ്ങൾ പരമാവധി ഒഴിവാക്കിയാണ് ഈ ഓർമ്മക്കുറിപ്പുകൾ എഴുതിയിട്ടുള്ളത്. അതുകൊണ്ട് തന്നെ അപൂർണ്ണവുമാണീ ഓർമ്മകൾ.

സഹസ്രാബ്ദങ്ങൾക്ക് മുന്നെ എഴുതപ്പെട്ട ഗ്രന്ഥങ്ങളാണ് മിക്ക മതങ്ങൾക്കും ആധാരം. മനുഷ്യന്റെ അറിവുകൾ കാലോചിതമായി മാറുന്നവയാണ്. പുതിയ അറിവുകൾക്കൊത്ത് അവന്റെ ജീവിതവും കാഴ്ചപ്പാടും മാറിക്കൊണ്ടിരിക്കുകയാണ്. ഭൂതകാല അറിവുകളുടെ വെളിച്ചത്തിൽ എഴുതപ്പെട്ടവയാണ് മതഗ്രന്ഥങ്ങൾ അധികവും. അവ അപ്പാടെ വിഴുങ്ങാൻ ഇന്നിന്റെ അറിവും യുക്തിബോധവും കാര്യകാരണ ചിന്തയുമുള്ള മനുഷ്യർക്ക് സാദ്ധ്യമല്ല. എന്നാൽ വിമർശനങ്ങൾക്കധീതമാണ് മതവും വിശ്വാസവും എന്നാണ് ഓരോ മതവിശ്വാസിയും കരുതുന്നത്. കൊള്ളേണ്ടവയെ കൊള്ളാനും തള്ളേണ്ടവയെ തള്ളാനും അവർ ഒരുക്കമല്ല. അങ്ങനെ അന്ധത അവരെ വിഴുങ്ങുന്നു. വിശ്വാസം ഒരുതരം ഭ്രാന്തായി സമൂഹം മുഴുവൻ പടരുന്നു. മഹത്തായ പ്രപഞ്ചാനുഭവങ്ങളെ അറിയാൻ കെൽപ്പുള്ള മനുഷ്യൻ ഇരുളടഞ്ഞ ഗുഹകളിൽ അഭയം തേടി അവിടെ സ്വയം തളയ്ക്കപ്പെടുന്നു. ഭ്രാന്തവും പൈശാചികവും ആക്രമോണോത്സുകതയുമാണ് ലോകം മുഴുവൻ നിറഞ്ഞ ഈ ഗുഹാജീവികളുടെ മുഖമുദ്രകൾ.

ജബൽ അലി കമ്പനികളിലെ വേസ്റ്റ് ബിന്നിൽ വന്നു കൂടുന്ന ഉപയോഗം കഴിഞ്ഞ കാർട്ടനുകൾ ശേഖരിച്ച് അവ റീ സൈക്കിൾ കമ്പനികൾക്ക് വിൽക്കുന്ന പണിയായിരുന്നു തിരുപ്പതിക്ക്. മെലിഞ്ഞ ശരീരവും പുറംനെഞ്ച് സ്വല്പം മുന്നിലോട്ട് വളഞ്ഞ ശരീരവും ദയനീയ ഭാവവുമുള്ള തിരുപ്പതിക്ക് ട്രക്ക് ടെക്കിൽ നിന്ന് ദിവസവും പുറംതള്ളുന്ന വലിയ തോതിലുള്ള കാർട്ടനുകൾ ജീവിതഭാരം കുറച്ചു. ഒരുപാട് സ്ഥലത്ത് ചുട്ടുപൊള്ളുന്ന വെയിലിൽ അലഞ്ഞുനടന്ന് പെറുക്കിക്കൂട്ടുന്നത്ര കാർട്ടനുകൾ ട്രക്ക് ടെക്കിൽ നിന്നു മാത്രമായി ദിവസവും ലഭിക്കാൻ തുടങ്ങി. പാവവും പരമവിധേയനുമായിരുന്ന ആ തെലുങ്കാനക്കാരൻ പതുക്കെ ട്രക്ക് ടെക്കുകാരുടെ പരിചിതനായി. ട്രക്ക് ടെക്കിന് അനുവദിച്ച ലോറിയിൽ കയറ്റിക്കൊണ്ടുപോകാൻ പാകത്തിൽ നിർമ്മിച്ച വലിയ വേസ്റ്റ് കണ്ടൈനറിന് ചുറ്റും വൃത്തിയായി സൂക്ഷിക്കുക തിരുപ്പതി പതിവാക്കി.

ദുബായിയുടെ ഏറ്റവും അടിത്തട്ടിലെ ജീവിതമായിരുന്നു തിരുപ്പതിയെപ്പോലെയുള്ള മനുഷ്യർ നയിച്ചിരുന്നത്. ദിവസം മുഴുവൻ കഠിനമായ ചൂടും വെയിലും കൊണ്ടലഞ്ഞു ശേഖരിച്ച് കിട്ടുന്ന കാർട്ടനുകൾ

സൈക്കിളിന്റെ കാര്യറിൽ അടക്കിക്കെട്ടി ചവിട്ടി റീ സൈക്കിൾ വ്യാപാരി യുടെ ഗോഡൗണിൽ ഏല്പിച്ചു കിട്ടുന്ന തുച്ഛമായ വരുമാനം കൊണ്ടാണ് അവരുടെ ജീവിതം മുന്നോട്ട് നീങ്ങിയിരുന്നത്.

ട്രക്ക് ടെക് പുതിയ കെട്ടിടത്തിലേക്ക് മാറുന്നതോടൊപ്പം തിരുപ്പതി യുടെ ജീവിതവും മാറുകയായിരുന്നു. നൊബെർട്ട് തിരുപ്പതിയെ ഓഫീസ് ബോയ് ആയി നിയമിച്ചു. ജർമ്മൻ കമ്പനി തിരുപ്പതിക്ക് അയാൾ സ്വപ്ന ത്തിൽ പോലും കാണാത്ത ശമ്പളത്തിലാണ് നിയമനം നൽകിയത്. ഓഫീസും വെയർഹൗസും അടിച്ചു തുടയ്ക്കൽ, മാനേജർമാർക്ക് ചായ കൊടുക്കൽ തുടങ്ങിയവയാണ് ജോലികൾ. വെയിൽ കൊള്ളാതെ ശീതീ കരിച്ച വായുവിന്റെ കുളിർമ്മ അനുഭവിച്ചുകൊണ്ടുള്ള ഭാരമില്ലാത്ത ജോലിയും വലിയ ശമ്പളവും തിരുപ്പതിയുടെ ജീവിതം ആകെ മാറ്റി മറിച്ചു.

എന്നാൽ ഈ അവസ്ഥ അധികകാലം നീണ്ടുനിന്നില്ല. ഒരു വർഷ ത്തിന് ശേഷം നാട്ടിൽ പോയി വന്ന തിരുപ്പതിയിൽ വലിയ മാറ്റം. ആരോടും സംസാരിക്കാതെ ഒറ്റപ്പെട്ട് ചിന്തയിൽ മുഴുകി നിൽക്കുക അയാളുടെ പതിവായി. പെട്ടെന്ന് വലിയ വരുമാനക്കാരനായി മാറിയത് തന്റെ ഗ്രാമത്തിൽ വലിയ ചലനമുണ്ടാക്കിക്കാണും. അയാൾ തന്നെയും കുടുംബത്തെയും മാവോയിസ്റ്റുകൾ ആക്രമിക്കും എന്ന് ഭയപ്പെട്ടു. തന്റെ ഭാര്യയെ അവർ തട്ടിക്കൊണ്ടുപോകുമോ? അയാൾ ആകെ പരിഭ്രാന്തനും പതുക്കെ യാഥാർത്ഥ്യങ്ങളിൽ നിന്ന് അകന്നവനുമായി മാറി. മാനസിക അസ്വാസ്ഥ്യം അയാളുടെ ദുബായ് ജീവിതം അവസാനിപ്പിക്കാൻ നിർ ബന്ധിതനാക്കി. തെലുങ്കാനയിലെ തന്റെ ഗ്രാമത്തിൽ എത്തിയ തിരു പ്പതി തന്റെ കുലത്തൊഴിലായ ക്ഷുരകത്തൊഴിൽ സ്വീകരിച്ച് കുടുംബ സമേതം സുഖമായി കഴിയുകയാണെന്ന് ശ്രുതി.

ലാഹേജ് ആൻഡ് സുൽത്താൻ ക്ലീനിങ്ങ് കമ്പനിയുടെ ജോലിക്കാര നായാണ് ബിദുർ ട്രക്ക് ടെക്കിൽ ആദ്യമായി വരുന്നത്. വെളുത്ത തൊലിയും ചെമ്പൻ മുടിയുമുള്ള ബിദുരിനെ കണ്ടാൽ പാശ്ചാത്യനെന്നേ തോന്നൂ. എന്നാൽ സംസാരിച്ചുതുടങ്ങിയാൽ അറിയാം അയാളുടെ ഐഡന്റിറ്റി. കനത്ത ശബ്ദത്തിൽ ഉച്ചത്തിൽ സംസാരിക്കുന്ന ബിദുർ നേപ്പാളിന്റെ തലസ്ഥാനമായ കാഠ്മണ്ഡുവിൽ നിന്നാണ്. ഏൽപ്പിച്ച ജോലിയെല്ലാം കൃത്യമായും വൃത്തിയായും ചെയ്യുക ബിദുരിന്റെ പതി വാണ്. അതിനാൽ ട്രക്ക് ടെക് പതുക്കെ ബിദുരിനെ സ്വന്തം ജീവനക്കാര നായി ദത്തെടുത്തു. തിരുപ്പതിയോടൊപ്പം ദിവസവും രണ്ട് നേരം കമ്പനി അടിച്ചു തുടച്ച് വൃത്തിയാക്കാൻ തുടങ്ങിയ ബിദുർ തൊഴിലാളികളുടെ അദ്ധ്വാനം വിറ്റ് ലാഭം കൊയ്തിരുന്ന ലഹേജ് ആൻഡ് സുൽത്താൻ കമ്പനിയുടെ കെട്ടുപാടുകളിൽ നിന്നും മോചിതനാവുകയും ഭേദപ്പെട്ട ശമ്പളത്തിനും ആനുകൂല്യങ്ങൾക്കും അർഹനാവുകയും ചെയ്തു.

ദുബായ് മറൈൻ ഹോട്ടലിൽ അക്കാലത്ത് ഒരു ഐറിഷ് പബ് ഉണ്ടായിരുന്നു. പാശ്ചാത്യർ മാത്രം വന്നുല്ലസിക്കുന്ന ആ പബ്ബിൽ അവധി ദിവസ സായാഹ്നങ്ങളിൽ വലിയ തിക്കും തിരക്കും അനുഭവപ്പെട്ടിരുന്നു. അല്പവസ്ത്രധാരികളായ യുവതികളാൽ പബ് നിറയും. പുരുഷന്മാരെ വലയിടാൻ വരുന്നവരാണ് യുവതികളിൽ അധികവും. വിലപേശലും കാറിൽ കയറ്റി കൊണ്ടുപോകുന്നതുമെല്ലാം ഞങ്ങളുടെ ഫ്ളാറ്റിന്റെ ബാൽക്കണിയിൽ നിന്നാൽ കാണാം. ചിലപ്പോൾ വലിയ അടിപിടിയും അവിടെ നടക്കാറുണ്ട്. പുലർച്ചെ മൂന്നു മണി വരെ ഇത് തുടരും. വർണ്ണ വിവേചനം ദുബായിയിൽ നിയമവിരുദ്ധമാണെങ്കിലും ഐറിഷ് പബ് പോലുള്ളിടങ്ങളിൽ ഇന്ത്യൻ സബ് കോണ്ടിനെന്റിൽ നിന്നുള്ളവർക്ക് പ്രവേശനം നിഷിദ്ധമാണ്. എന്നാൽ ആംഗലേയ ഭാഷാജ്ഞാനമോ പാശ്ചാത്യ സംസ്കാരമോ തൊട്ട് തീണ്ടാത്ത ബിദുർ അവിടെ ഇടയ്ക്കെല്ലാം സന്ദർശിക്കുമായിരുന്നു. അയാൾക്കത് സാധ്യമായത് തന്റെ തൊലിയുടെ നിറം വെളുപ്പായതുകൊണ്ട് മാത്രമാണ്.

ഇന്ത്യയിൽ ഗോ മാംസത്തിന്റ പേരിൽ മനുഷ്യരെ തല്ലിക്കൊല്ലുന്ന കാലമാണിപ്പോൾ. എന്നാൽ നേപ്പാളി ബ്രാഹ്മണനായ ബിദുർ കഴിക്കാത്തതൊന്നുമില്ല. പശു, എരുമ, ആട്, പന്നി തുടങ്ങിയ ജീവികളുടെ മാംസവും മത്സ്യവും അയാൾ കഴിക്കുന്നു, കൂടാതെ മദ്യവും. എപ്പോഴും സന്തോഷവാനായ ബിദുർ പാട്ടുകൾ പാടി സ്വയം മറന്ന് തന്റെ ജോലികൾ ചെയ്യുന്നു. ആവശ്യമില്ലാത്ത കുറ്റബോധം തലയിലേറ്റി നടക്കുന്ന സ്വഭാവമൊന്നും ബിദുരിനില്ല. ‘കൊന്നാൽ പാപം തിന്നാൽ തീരും’ എന്നല്ലേ ചൊല്ല്!!

ട്രക്ക് ടെക്കിലെ സഹപ്രവർത്തകരെക്കുറിച്ച് എഴുതാൻ ഏറെയുണ്ട്. അതെല്ലാം എഴുതാൻ തുടങ്ങിയാൽ കഥ നീണ്ട് നീണ്ട് പോകും. വേണ്ട...

രണ്ട് ചെറിയ കൂട്ടായ്മയെക്കുറിച്ച് മുന്നേ സൂചിപ്പിച്ചിരുന്നു. പ്രേരണയും പ്രതീക്ഷയും. മലയാളികളുടെ ഒരുപാട് കൂട്ടായ്മകൾ വേറെ ഉണ്ടെങ്കിലും അതിനെയൊന്നും തേടിപ്പോയിട്ടില്ല. പ്രേരണയും പ്രതീക്ഷയും ദുബായ് ജീവിതത്തിന്റെ ഭാഗമായി മാറുകയായിരുന്നു. അവയെ തേടി പോയതല്ല. പ്രേരണ മുഖ്യധാര ഇടതുപക്ഷത്തിന്റേതല്ലാത്ത ഒരു ചെറിയ ഇടതുപക്ഷ കൂട്ടായ്മയാണ്. സ: കബീർ മുൻകയ്യെടുത്ത് രൂപീകരിച്ച പ്രേരണ പല സാംസ്കാരിക പരിപാടികളും ഷാർജയിൽ സംഘടിപ്പിച്ചിരുന്നു. ആർട്ട് എക്സിബിഷൻ, സിനിമാ പ്രദർശനം, നാടകം... അതിൽ പ്രധാനം ഷാർജ തിയേറ്റർ ഫോർ പെർഫോമിംഗ് ആർട്സിൽ ഒരുക്കിയ ആനന്ദ് പഡ് വർദ്ധൻ മുഖ്യാഥിതിയായ വന്ന ഫിലിം ഫെസ്റ്റിവൽ ആയിരുന്നു. ദിവസങ്ങൾ നീണ്ട ഫെസ്റ്റിവൽ. ഒരുപാട് നല്ല സിനിമകളാലും ചർച്ചകളാലും പ്രഭാഷണങ്ങളാലും സമ്പന്നമായിരുന്നു ആ ഫെസ്റ്റിവൽ.

രണ്ടായിരത്തി അഞ്ചിൽ ഞങ്ങൾ ഒരു ചെറിയ ഇടവേളയിൽ സിങ്കപ്പൂർ സന്ദർശിച്ചു. മക്കൾ ഇല്ലാതെ ഞങ്ങൾ രണ്ട് പേർ മാത്രം. അഞ്ച് ദിവസത്തെ ചെറിയ ഒരു സന്ദർശനം. നമ്മുടെ ഒരു ചെറുജില്ലയുടെ വലുപ്പം പോലുമില്ല സിംഗപ്പൂരിന്. ആകെ 721.5 sq. കിലോമീറ്റർ വിസ്തൃതിയുള്ള ഏഷ്യയിലെ ഒരു കൊച്ചു സമ്പന്നരാഷ്ട്രം. നിറഞ്ഞ പച്ചപ്പിനാലും മരങ്ങളാലും സമ്പന്നമായ ട്രോപ്പിക്കൽ കാലാവസ്ഥയുള്ള സിങ്കപ്പൂർ സുന്ദരിയായിരുന്നു. വൃത്തിയും വെടിപ്പുമുള്ള റോഡുകൾ. പഴയ നഗരത്തിന്റെ ഭാഗമായ ലിറ്റിൽ ഇന്ത്യയിൽ മലയാളികളുടെയും തമിഴരുടെയും സിക്കുകാരുടെയും കടകൾ പഴയ ചെറിയ ഇന്ത്യൻ പതിപ്പുകളായ കെട്ടിടങ്ങളിൽ കാണാം. ആദ്യമായി അവിടെ കണ്ട ഭൂഗർഭ മെട്രോ റെയിൽവേ സ്റ്റേഷൻ അതിശയകരം. റോഡരുകിലെ ചെറുകവാടത്തിലൂടെ കടന്നാൽ കാണുന്ന ആഴങ്ങളിലേക്ക് ആനയിക്കുന്ന എക്സലേറ്ററുകൾ അവസാനിക്കുന്നത് ഭൂമിക്കടിയിലെ മനോഹരവും ആധുനികവുമായ മെട്രോ സ്റ്റേഷനിലാണ്. വണ്ടികൾ ഭൂമിക്കടിയിൽ കെട്ടിടങ്ങൾക്കും കനാലുകൾക്കും വളരെ താഴെ നിർമ്മിച്ച പാതകളിലൂടെയാണ് ഓടുന്നത്!

ലിറ്റിൽ ഇന്ത്യയിൽ നിന്ന് താമസിക്കുന്ന ഹോട്ടലിന്നടുത്ത സ്റ്റേഷനിലേക്ക് ടിക്കറ്റ് എടുക്കാനായി ടിക്കറ്റ് ഡിസ്പെൻസറിന്റെ അടുത്തെത്തിയപ്പോൾ ഞങ്ങളുടെ കയ്യിൽ ആവശ്യത്തിന് ചില്ലറ ഇല്ലെന്നറിഞ്ഞ, പിന്നിൽ നിൽക്കുന്ന ചെറുപ്പക്കാരൻ അൻപത് സെന്റ് തന്നു സഹായിച്ചു. പകരം അഞ്ച് ഡോളർ നോട്ട് നീട്ടി ബാക്കി തരാൻ ആവശ്യപ്പെട്ട ഞങ്ങളെ നോക്കി ചെറുപ്പക്കാരൻ ഹൃദ്യമായി ചിരിച്ച് നിഷേധാർത്ഥത്തിൽ തലയാട്ടി.

സിംഗപ്പൂരിലെ പ്രധാന ഭാഷകൾ ഇംഗ്ലീഷ്, മന്ദാരിൻ, തമിഴ് എന്നിവയാണ്. ജുറോങ് ബേർഡ് പാർക്ക്, സന്തോഷ ഐലൻഡ്, മൃഗശാല, ഓർക്കിഡ് ഗാർഡൻ എന്നിവയാണ് ഞങ്ങൾ കണ്ട സിംഗപ്പൂരിലെ പ്രധാന സന്ദർശകകേന്ദ്രങ്ങൾ. ജുറോങ് പാർക്കിലെ ബേർഡ് ഷോയും സന്തോഷ ഐലൻഡിലെ ഭൂഗർഭ എക്കോറിയവും ഡോൾഫിൻ ഷോയുമെല്ലാം സന്ദർശകർ ഏറെ ഇഷ്ടപ്പെടുന്ന സിംഗപ്പൂരിന്റെ പ്രധാന ആകർഷകങ്ങളാണ്.

സിംഗപ്പൂരിന് 'fine' city എന്ന ഒരപരനാമമുണ്ട്. തെരുവിൽ തുപ്പിയാൽ 500 ഡോളർ ഫൈൻ. കച്ചറായിട്ടാലും അത്ര കൊടുക്കണം. സിങ്കപ്പൂർ ഫൈൻ സിറ്റിയാണെങ്കിലും ചെറിയ കുറ്റങ്ങൾക്ക് ജനങ്ങളിൽ നിന്ന് ഒരുപാട് 'ഫൈൻ' ഈടാക്കുന്നതിനാലും കൂടിയാണ് ആ വിളിപ്പേര്. സ്വകാര്യ വാഹനങ്ങൾ സിംഗപ്പൂരിൽ അധികമില്ല. ജനങ്ങൾ അധികം മെട്രോയും ബസ്സും ടാക്സിയുമൊക്കെയാണ് യാത്രയ്ക്കായി ഉപയോഗിക്കുന്നത്. ടാക്സിയിൽ ക്രെഡിറ്റ് കാർഡും ഡെബിറ്റ് കാർഡും അന്നേ അവിടെ സ്വീകരിക്കുമായിരുന്നു.

അന്തരീക്ഷ മലിനീകരണവും ട്രാഫിക് കുരുക്കും ഒഴിവാക്കാനായി അമിതമായ ഡ്യൂട്ടി ചുമത്തി കാറുകളുടെ വില്പന പരിമിതപ്പെടുത്തുകയാണവിടെ. ദുബായിയിൽ 30,000 ഡോളർ വിലയുള്ള കാറിന് സിംഗപ്പൂരിൽ 100,000 ഡോളർ കൊടുക്കണം. അതിനാൽ വലിയ പണക്കാർക്ക് മാത്രമേ അന്ന് സിംഗപ്പൂരിൽ സ്വന്തമായി കാറുകളുണ്ടായിരുന്നുള്ളൂ.

ഒരു ദിവസത്തെ ഡിന്നർ സിംഗപ്പൂരിലെ ആദ്യ ഫൈവ് സ്റ്റാർ ഹോട്ടലായ റാഫിളിലായിരുന്നു. മുംബയിലെ താജ് ഹോട്ടൽ ഇൻഡ്യയ്ക്കെങ്ങിനെയോ അതുപോലെയാണ് സിങ്കപ്പൂറിന് ഹോട്ടൽ റാഫിൾ. സിങ്കപ്പൂർ സ്ലിങ് എന്ന ലോക പ്രശസ്ത കോക്റ്റെലിന് ജന്മം നൽകിയത് ഈ ഹോട്ടലാണ്. 1915ലാണ് അത് ആദ്യമായി ജന്മമെടുത്തത്. സിങ്കപ്പൂർ സ്ലിങ് നൽകി അതിഥികളെ സൽക്കരിക്കുക ഇവിടെ ഒരാചാരം പോലെയാണ്.

കേരളത്തിലെ ക്രൈസ്തവ സ്ത്രീകളുടെ പരമ്പരാഗത വസ്ത്രമായ ചട്ടക്കും മുണ്ടിനും സമാനമായ വസ്ത്രമാണ് റാഫിളിലെ പരിചാരികമാർ ധരിച്ചിരുന്നത്.

അടുത്ത ഡിന്നറിന്നായി തിരഞ്ഞെടുത്തത് ഡൗൺ ടൗണിന്നടുത്ത സിങ്കപ്പൂർ നദിക്കരയിലെ സഞ്ചാരികൾ കൂടുന്ന ഒരു റെസ്റ്റോറന്റിലായിരുന്നു. കരകൾ കോൺക്രീറ്റ് ചെയ്തുപ്പിച്ച നദിക്കരയിൽ പ്രത്യേകം ഒരുക്കിയ പന്തലിൽ സന്ദർശകർക്കായുള്ള ഇരിപ്പിടങ്ങൾ. അവിടെയിരുന്നാൽ പുഴയുടെ കരകളിൽ ഉയർന്നു നിൽക്കുന്ന പ്രകാശാലംകൃതമായ വലിയ കെട്ടിടങ്ങളുടെ ഭംഗിയുള്ള കാഴ്ച. പുഴയിൽ ദീപാലംകൃതമായ യാനങ്ങൾ ഇരുവശങ്ങളിലേക്കും ഒഴുകുന്നു.

ദുബായിയിൽ രണ്ടായിരത്തി അഞ്ചിൽ ഉണ്ടായിരുന്ന ഉയരമുള്ള കെട്ടിടങ്ങളെക്കാളും ഉയരമുള്ള കെട്ടിടങ്ങളായിരുന്നു അന്ന് സിങ്കപ്പൂർ പുഴക്കരയിൽ ഉയർന്നു നിന്നിരുന്നത്.

ചുട്ടുപൊള്ളുന്ന ഒരുതരം കല്ലിൽ വേവുന്ന സ്റ്റീക്ക് (വലിയ മാംസകഷ്ണം) കല്ലോട് കൂടി മേശമേൽ വിളമ്പുക ഈ റെസ്റ്റോറന്റിന്റെ പ്രത്യേകതയാണ്. അതാസ്വദിക്കാനാണ് അതിഥികൾ അവിടെ കൂടുന്നത്. കത്തിയും മുള്ളും ഉപയോഗിച്ച് മേശപ്പുറത്തിരുന്ന് വേവുന്ന വലിയ മാംസക്കഷ്ണം അരിഞ്ഞെടുത്ത് കഴിക്കണം. ചുട്ടുപൊള്ളുന്ന കല്ലിൽ അറിയാതെ തൊട്ടാൽ കൈ പൊള്ളി വീർക്കും! അടുത്ത സായാഹ്നത്തെ അത്താഴം ഒരു ചെറുക്രൂയിസിന്റെ ഭാഗമായി കടലിൽ വെച്ചായിരുന്നു.

സന്ധ്യയോടെ ചെറുകപ്പൽ പുറപ്പെടുന്ന ഡോക്കിലെത്തി. ബുക്കിംഗ് ഓഫീസിൽ നിന്നുതന്ന കൂപ്പൺ കാണിച്ച് രണ്ടുപേരും ബോർഡ് ചെയ്തു. നിറയെ സഞ്ചാരികൾ. കൂടുതൽ യുവാക്കളും യുവതികളും കുട്ടികളും. അതിനിടയിൽ തൊണ്ണൂറിന്നടുത്ത് പ്രായം തോന്നിക്കുന്ന ഒരു പാശ്ചാത്യ ദമ്പതികൾ. കപ്പൽ തീരം വിട്ടു. സൂര്യൻ അസ്തമിക്കാറായിരിക്കുന്നു. കടൽകാക്കകൾ പാറിപ്പറക്കുന്ന കുങ്കുമശോഭയിൽ തിളങ്ങുന്ന

ഭംഗിയുള്ള സന്ധ്യാകാശം. കടലിലേക്ക് നോക്കിയിരിക്കുന്ന സിങ്കപ്പൂർ സിംഹവും അംബരചുംബികളായ കെട്ടിടങ്ങളും പിന്നിലാക്കി കപ്പൽ തീരത്തിൽ നിന്നകന്നു. കഴുത്തിൽ ഫിലിം ഉപയോഗിച്ച് ചിത്രമെടുക്കുന്ന ഔട്ട് ഡേറ്റഡ് ആയ ഒരു കാമറ തൂക്കി വൃദ്ധദമ്പതികൾ അടുത്തുണ്ടായി രുന്നു. അതിഥികൾ പലരും ബിയറും വൈനും മറ്റു ഡ്രിങ്ക്സുമെല്ലാം സിപ് ചെയ്ത് കടലിന്റെയും കരയുടെയും ആകാശത്തിന്റെയും ഭംഗി ആസ്വദിക്കുന്നു. ചിലർ കൊച്ചുവർത്തമാനങ്ങൾ പറയുന്നു.. ആകെ പൊട്ടിച്ചിരികളും വർത്തമാനങ്ങളും ആഘോഷങ്ങളും...

വൃദ്ധദമ്പതികൾ പരസ്പരം ആ പഴയ ക്യാമറ ഉപയോഗിച്ച് ചിത്ര ങ്ങളെടുത്തു. രണ്ടുപേരുടെയും ഒരുമിച്ചുള്ള ചിത്രമെടുക്കാൻ ഞങ്ങൾ അവരെ സഹായിച്ചു. പതുക്കെ ഞങ്ങൾ പരിചയപ്പെട്ടു. ഓസ്ട്രേലിയ യിൽ നിന്നാണവർ. ക്യാമറകളെല്ലാം ഡിജിറ്റലായി മാറിയ കാലത്ത് പഴയ ക്യാമറ ഉപയോഗിക്കുന്നതിൽ ഞാൻ അതിശയം പ്രകടിപ്പിച്ചു. കാലം മാറിയതെല്ലാം അറിയാമെങ്കിലും അദ്ദേഹത്തിന് അതേ വഴങ്ങൂ, പഴയവ മാത്രം. അവരുമായി സംസാരം തുടർന്നു. കൊളോണിയൻ കാലത്തെ ഇന്ത്യയിലെ ഉന്നത ജീവിതം, ഓർമ്മയായി, നഷ്ടസ്വർഗ്ഗമായി നൊസ്റ്റാൾജിയയായി മനസ്സിൽ കൊണ്ടുനടക്കുന്നവർ. ബ്രിട്ടീഷുകാരായ അച്ഛന്റെയും അമ്മയുടെയും മകനായി ഇരുപതാം നൂറ്റാണ്ടിന്റെ രണ്ടാം ദശകത്തിൽ ഊട്ടിയിലാണ് അദ്ദേഹം ജനിച്ചത്. പഠിച്ചതും വളർന്നതും അവിടെത്തന്നെ. അക്കാലത്ത് ഇന്ത്യയിലെ ബ്രിട്ടീഷുകാർ മാത്രം അനു ഭവിച്ചിരുന്ന ഉയർന്ന ജീവിതമായിരുന്നു അവരുടേത്. ഇന്ത്യയുടെ സ്വാ തന്ത്ര്യം അവരെ ബ്രിട്ടനിലേക്ക് പോകാൻ നിർബന്ധിതരാക്കി. പിന്നീട് ഓസ്ട്രേലിയയിലേക്ക് കുടിയേറുകയായിരുന്നു അവർ.

കപ്പലിൽ പാട്ടും നൃത്തവുമുണ്ടായിരുന്നു. കുറേ നേരം അത് കടലിൽ കറങ്ങി. ദൂരെ കരയിൽ സിംഗപ്പൂരിന്റെ വെളിച്ചവും കാഴ്ചയും. ഡിന്ന റിനുശേഷം കപ്പൽ പതുക്കെ തീരമണഞ്ഞു.

2004ൽ ലോകം ഒരു മഹാദുരന്തത്തെ നേരിട്ടു. ആ വർഷത്തെ അവ സാന ആഴ്ചയിൽ ലോകം ക്രിസ്മസ് ആഘോഷം കഴിഞ്ഞ് മയങ്ങു മ്പോൾ ആഞ്ഞടിച്ച സുനാമി. ഡിസംബർ 26 പുലർച്ചെ സുമാത്ര ദ്വീപിന് പടിഞ്ഞാറ് എപിക് സെന്ററായി ഇന്ത്യൻ മഹാസമുദ്രത്തിൽ മനുഷ്യൻ രേഖപ്പെടുത്തിയ ഏറ്റവും ശക്തികൂടിയ മൂന്നാമത്തെ ഭൂചലനം സംഭ വിച്ചു. പതിനൊന്നു സെക്കൻഡുകൾ നീണ്ട അതിശക്തമായ (9.1 to 9.3 magnitude) ഭൂചലനം. ലോകം മുഴുവൻ അതിന്റെ മാറ്റൊലിയായി ചെറു ഭൂചലനങ്ങൾ അനുഭവപെട്ടു.

സുനാമി... മലയാളികൾ അന്നുവരെ അധികം അറിയാത്ത സുനാമി വൻ ഭൂചലനത്തിന്റെ ഭാഗമായി രൂപപ്പെട്ടു. മുപ്പത് മീറ്റർ വരെ ഉയരത്തിൽ

രാക്ഷസീയ തിരമാലകൾ തീരത്തിലേക്കാഞ്ഞടിച്ചു. മണിക്കൂറുകൾക്കുള്ളിൽ അത് സൗത്ത് ഈസ്റ്റ് ഏഷ്യൻ തീരങ്ങളെ വിഴുങ്ങി. കിഴക്കൻ ആഫ്രിക്കൻ തീരങ്ങളിൽ പോലും നാശനഷ്ടങ്ങൾ വിതച്ചു അത്. ഇന്തോനേഷ്യയിൽ മാത്രം 170,000ത്തിലധികം മനുഷ്യ ജീവൻ അതപഹരിച്ചു. തായ്‌ലന്റ്, ഇന്ത്യ, ബർമ്മ, ശ്രീലങ്ക, മലേഷ്യ തുടങ്ങി മറ്റെല്ലാ രാജ്യങ്ങളിലും കൂടി ആകെ 227,000ത്തിൽ അധികം മനുഷ്യർ ക്ഷണനേരം കൊണ്ട് ഇല്ലാതായ മഹാദുരന്തം വിതച്ച സുനാമി വരുത്തിയ മറ്റ് നഷ്ടങ്ങൾ 15 ബില്യൺ അമേരിക്കൻ ഡോളറിൽ അധികമായിരുന്നു. ഇന്ത്യയുടെ കിഴക്കൻ തീരത്താണ് അധികം ജീവഹാനി സംഭവിച്ചത്. കേരളത്തിലും കുറേ മനുഷ്യർ മരിച്ചു. ഇന്ത്യയിൽ ആകെ പതിനായിരത്തിൽ അധികം. മരണം സ്ഥിരീകരിക്കാത്ത കാണാതായവരുടെ എണ്ണം കൂടി ചേർത്താൽ ദുരന്തത്തിൽ ഇല്ലാതായവരുടെ എണ്ണം എല്ലാ രാജ്യങ്ങളിലും കൂടി മൂന്ന് ലക്ഷത്തിനടുത്തു വരും

ഈ പശ്ചാത്തലത്തിലാണ് 2005 പുതു വർഷം പിറന്നത്. 'പ്രതീക്ഷ' അംഗങ്ങൾ അതൊരു വലിയ ആഘോഷമാക്കാൻ നേരത്തേ തയ്യാറെടുപ്പുകൾ നടത്തിയിരുന്നു. ആഘോഷം നീട്ടി വെച്ചില്ല, പകരം ഞങ്ങളെല്ലാവരും കൂടി പിരിച്ചെടുത്ത ഒരു നല്ല തുക മുഖ്യമന്ത്രിയുടെ ദുരിതാശ്വാസ നിധിയിലേക്കയച്ചു കൊടുത്തു.

അജ്മാനിലെ ഒരു റിസോർട്ടിനോടനുബന്ധിച്ച ഹാൾ പുതുവർഷ ആഘോഷങ്ങൾക്കായി മുൻകൂട്ടി ബുക്ക് ചെയ്തിരുന്നു. പൂന്തോട്ടവും പുൽത്തകിടിയും സ്വിമ്മിംഗ് പൂളുമുള്ള വലിയ ഒരു കോമ്പൗണ്ടിന്റെ ഒരു വശത്തായിരുന്നു ഹാൾ. ഗ്രാൻഡ് ആയി നടത്താൻ തീരുമാനിച്ച ആഘോഷത്തിൽ പങ്കെടുക്കാൻ 'പ്രതീക്ഷ' അംഗങ്ങളല്ലാത്ത കൂട്ടുകാരെയും ക്ഷണിച്ചിരുന്നു.

ന്യൂ ഇയർ ആഘോഷത്തിന്റെ മുന്നോടിയായി ചേർന്ന യോഗത്തിൽ ഉയർന്നുവന്ന ഒരഭിപ്രയം വേദിയിൽ ആലപിക്കേണ്ട പ്രാർത്ഥന പ്രതീക്ഷ അംഗങ്ങളിലാരെങ്കിലും രചിച്ചാൽ മതി എന്നായിരുന്നു. ആരും മുന്നോട്ട് വരാതിരുന്നാൽ ഞാൻ ഒരു നോട്ട് ബുക്കും പേനയുമായി ബാൽക്കണിയിൽ ചെന്ന് മനസ്സിൽ അപ്പോൾ അലയടിച്ച ആ പ്രാർത്ഥന എഴുതി പ്രതീക്ഷയ്ക്ക് സമർപ്പിച്ചു. അത് സ്വീകരിക്കുകയും നായർ അതിന് സംഗീതം നൽകുകയും കുട്ടികൾ അത് വേദിയിൽ ആലപിക്കുകയുമായിരുന്നു.

കാലം വലിയ മാറ്റങ്ങളൊന്നും നൽകാതെ ജീവിതത്തെ മുന്നോട്ട് നയിക്കുന്നു. ഇരുപത്തൊന്നാം നൂറ്റാണ്ടിന്റെ ആദ്യദശകത്തിലാണ് ദുബായിയുടെ മുഖം വലിയതോതിൽ മാറാൻ തുടങ്ങിയത്. ന്യൂയോർക്കിനെ വെല്ലും വിധം വൻ നിർമ്മിതികൾ നഗരമാകെ പടരുകയായിരുന്നു. ഡൗൺടൗൺ, ദുബായ് മറീന, ജുമേര ലേക് ടവേഴ്സ്, പാം ജുമേര, തുടങ്ങിയ നഗരജില്ലകൾ ഉയർന്നു പൊങ്ങിയത് ഈ ദശകത്തിലാണ്.

ദുബായ് മെട്രോ, എയർ പോർട്ട് ടെർമിനൽ 3... പിന്നെയും അറിയാത്ത എന്തെല്ലാം...

ഏറ്റവും ഉയരം കൂടിയ കെട്ടിടം, ഏറ്റവും നീളംകൂടിയ മെട്രോ, ഏറ്റവും വലിയ എയർപോർട്ട് ടെർമിനൽ... ദുബായ് ലോകത്തെ വെല്ലുക യായിരുന്നു... ഇരുപത്തൊന്നാം നൂറ്റാണ്ടിന്റെ രണ്ടാം ദശകത്തിലും ദുബായി യുടെ ആ കുതിപ്പ് തുടരുകയായിരുന്നു.

രണ്ടായിരത്തി ആറിൽ ഞാൻ തനിച്ച് ഒരു തായ്‌ലന്റ് യാത്ര നടത്തി. ഫുക്കറ്റ്, ചിയാഗ് മയ്, ഫി ഫി ഐലാൻഡ്സ്, റിവർ ക്വയ് പാലവും പരി സരവുമൊക്കെയാണ് ആ യാത്രയിൽ സന്ദർശിച്ച പ്രധാന സ്ഥലങ്ങൾ. ര ണ്ടായിരത്തി ഏഴിൽ ഞങ്ങൾ കുടുംബസമേതം നേപ്പാളും ഡൽഹിയും ആഗ്രയും സന്ദർശിച്ചു.

1996ലാണ് മണി UTS വിട്ട് നാട്ടിലേക്ക് തിരിച്ചത്. അന്ന് അബുദാബി യിലെ ആ കമ്പനിയുടെ ടോപ് എക്സിക്യൂട്ടീവുകളിൽ ഒരാളായിരുന്നു മണി.

രണ്ടുവർഷം നാട്ടിൽ കഴിഞ്ഞു മണി. എല്ലാവരോടും സൗഹൃദം പുലർത്തുന്ന സൗമ്യശീലനായിരുന്നു മണി. സായാഹ്നങ്ങളിലെ കൂടി ച്ചേരലുകളിലും ചർച്ചകളിലും പുലർത്തിയിരുന്ന സജീവ പങ്കാളിത്തം, സിനിമാ ഫെസ്റ്റിവലുകൾ, സംഗീതം, യാത്ര ഇതിലെല്ലാം ആനന്ദം കണ്ടെത്തിയിരുന്ന മണിയുടെ ദിനങ്ങളെ കൂടുതൽ ശോകത്തിലാഴ്ത്തി അപ്രതീക്ഷിമായി വന്ന അമ്മയുടെ മരണം. ആകെ തളർന്ന മണി ആ ആഘാതത്തിൽ നിന്നും മോചനം തേടിയാണ് 1998ൽ വീണ്ടും യു.എ.ഇ യിൽ എത്തിയത്. ദുബായിയിൽ ഞങ്ങളുടെ ഫ്ളാറ്റിലായിരുന്നു മണി താമസിച്ചത്. ഞാനും സുമയും ജോലിക്ക് പോകും. മക്കൾ സ്കൂളിലും. അധികസമയവും മണി ഒറ്റയ്ക്കായിരുന്നു അവിടെ. സായാഹ്നങ്ങളിൽ ജോലി കഴിഞ്ഞെത്തി ഞാനും മണിയും നടക്കാനിറങ്ങും. ചിലപ്പോൾ ബ്രിട്ടീഷ് എംബസിക്കടുത്ത ക്രീക് തീരത്ത്, ചിലപ്പോൾ ജുമേര ബീച്ചിൽ. ആ നടത്തത്തിന്നിടയിൽ രണ്ടുപേരും മനസ്സു തുറക്കും. എന്തൊക്കെ തത്ത്വശാസ്ത്രങ്ങൾ ഉരുവിട്ടാലും വേണ്ടപ്പെട്ടവരുടെ വേർപാടിൽ അനു ഭവിക്കുന്ന വേദനയെ മായ്ച്ചു കളയാനാകുമോ? ദിവസങ്ങൾ അങ്ങനെ കുറേ നീങ്ങി. മണി മറ്റ് സുഹൃത്തുക്കളുമായി പതുക്കെ ബന്ധപ്പെടാൻ തുടങ്ങി. അങ്ങനെയാണ് ജലീലുമായുള്ള കൂടിക്കാഴ്ചയ്ക്ക് തുടക്കം കുറിച്ചത്.

DCFC ദുബായ് ആസ്ഥാനമായാണ് പ്രവർത്തിക്കുന്നത്. ചെന്നൈ യിലും അവർക്ക് ശാഖയുണ്ട്. ഇറക്കുമതിയും കയറ്റുമതിയും വിതര ണവും നടത്തുന്ന ഷിപ്പിംഗ് ഏജൻസിയാണത്. ജലീൽ മണിയെ ചെന്നൈ ശാഖയുടെ എം.ഡിയായി നിയമിച്ചു. അങ്ങനെ ദുഃഖശാന്തി

തേടി ദുബായിയിലെത്തിയ മണി പുതിയ ഉത്തരവാദിത്വങ്ങളോടെ നാട്ടിലേക്ക് തിരിക്കുകയായിരുന്നു.

കുത്തഴിഞ്ഞു കിടന്നിരുന്ന ചെന്നൈ DCFC ബ്രാഞ്ചിന്റെ അലകും പിടിയും മാറ്റി ലാഭത്തിൽ പോകുന്ന കമ്പനിയാക്കി മാറ്റിയെടുത്തു മണി. കൂടാതെ മുംബൈയിലും ഡൽഹിയിലും ഓഫീസുകൾ തുറന്ന് കമ്പനിയുടെ സേവനമേഖല വിപുലമാക്കി. അധികം താമസിയാതെ മണി ആ കമ്പനിയിൽ പണമിറക്കി ജലീലിന്റെ പാർട്ണറുമായി.

ട്രക്ക് ടെക്കിൽ ജോലി തുടങ്ങിയതിനുശേഷം എല്ലാ വർഷവും നാട്ടിൽ പോവുക പതിവായി. ചെന്നൈയിൽ ചെന്ന് മണിയോടൊപ്പം കുറച്ചു ദിവസങ്ങൾ ചിലവഴിക്കലും അവധിയുടെ ഭാഗമായിരുന്നു. വൈകുന്നേരങ്ങളിൽ ഞങ്ങൾ ട്രാക്ക് സ്യൂട്ടും സ്പോർട്സ് ഷൂസും അണിഞ്ഞു കൊട്ടൂർപുരത്തെ ഫ്ളാറ്റിൽ നിന്നിറങ്ങി പതിവുകാരൻ ഓട്ടോഡ്രൈവറെ കണ്ടെത്തി ബസന്ത് നഗർ ബീച്ച് വരെ സവാരി ചെയ്യും. ഒരു മണിക്കൂർ ബീച്ചിൽ നടന്ന് റോഡിൽ തിരിച്ചെത്തുമ്പോഴേക്കും ആ ഓട്ടോ ഞങ്ങളെ എടുക്കാനായി അവിടെ തയ്യാറായി നിൽക്കുന്നുണ്ടാകും.

അക്കാലങ്ങളിൽ മണിയുടെ ഡ്രൈവറായിരുന്നു തമിൾ ശെൽവൻ. കറുത്ത് മെലിഞ്ഞ സുമുഖനായ ശെൽവൻ ചെന്നൈ സ്വദേശിയാണ്. പലപ്പോഴായുള്ള എന്റെ ചെന്നൈ സന്ദർശനം തമിൾ ശെൽവനുമായുള്ള അടുപ്പവും വർദ്ധിപ്പിച്ചു. ആ ദിനങ്ങളിൽ ടിക്കറ്റ് ബുക്കിംഗ് ഷോപ്പിംഗ് തുടങ്ങി പല ആവശ്യങ്ങളും നിറവേറ്റി ശെൽവൻ സഹായിക്കുമായിരുന്നു. അടുത്ത വരവിൽ ശെൽവനെ കണ്ടില്ല. വിവരം തിരക്കിയപ്പോൾ മണി പറഞ്ഞ വിവരം ഇങ്ങനെ:

റോഡിൽ നടക്കുകയായിരുന്ന ശെൽവന്റെ മേൽ പാഞ്ഞുവന്ന ഒരു ബൈക്ക് ഇടിച്ചു. ഇടിയുടെ ആഘാതത്തിൽ അയാളുടെ കൈക്ക് പരുക്കേറ്റു. എല്ലുകൾ ഒടിഞ്ഞു. ആശുപത്രിയിൽ പോകാതെ അയാൾ നാട്ടുവൈദ്യം സ്വീകരിച്ചു. അവരുടെ ചികിത്സ ഫലിച്ചില്ല. കൈ മുഴുവൻ നീരുവന്നു വീർത്തു. ആധുനികവൈദ്യശാസ്ത്രത്തിന് നിഷ്പ്രയാസം സുഖപ്പെടുത്താവുന്ന ചെറിയ പരുക്ക്. മറ്റുള്ളവരുടെ ഉപദേശമൊന്നും ചെവികൊള്ളാതെ ലാടവൈദ്യം തന്നെ തുടർന്നു ശെൽവൻ. വേദനയിൽ അയാൾ പുളഞ്ഞു. താൻ എന്നും ഈ വേദന പേറി ജീവിക്കേണ്ടിവരുമല്ലോ എന്ന ഭയം അയാളുടെ ഉറക്കം കെടുത്തി. മാനസികമായി ആകെ തളർന്ന ശെൽവൻ വേദനയിൽ നിന്നുള്ള മോചനമായി ആത്മഹത്യയിൽ അഭയം തേടുകയായിരുന്നു.

മണിയുടെ ഫ്ളാറ്റിൽ വെച്ചാണ് മധുവിനെ പരിചയപ്പെടുന്നത്. ഒത്ത ഉയരവും ആവശ്യത്തിന് തടിയുള്ള മദ്ധ്യവയസ്കനായ മധുവിന് ആകർഷകമായ വ്യക്തിത്വമായിരുന്നു. ചില പഴയ മലയാള ചലച്ചിത്രങ്ങളുടെ കോറിയോഗ്രാഫി നിർവഹണം മധുവിന്റേതായിട്ടുണ്ട്. എന്നാൽ ആ

മേഖലയിൽ തിളങ്ങാൻ അയാൾക്കായില്ല. അവിവാഹിതനായ മണിയെ പലകാര്യങ്ങളിലും സഹായിച്ചിരുന്നു മധു. പകരം മണിയുടെ നിർലോഭ മായ സഹായം മധുവിനും കുടുംബത്തിനും ലഭിച്ചിരുന്നു.

ഒരിക്കൽ ചെന്നൈയിൽ നിന്നും ചിദംബരം വരെ ഞങ്ങൾ ഒരുമിച്ച് യാത്രചെയ്തു. ക്ഷേത്ര നഗരിയിൽ എങ്ങും ചപ്പ് ചവറുകൾ കൂട്ടിയിട്ടിരി ക്കുന്നു. മനോഹരമായ ആ പ്രാചീന ക്ഷേത്രം സന്ദർശിച്ച് ആ രാത്രി അവിടെ തങ്ങി അടുത്ത ദിവസം പുലർച്ചെ പുതുശ്ശേരി വഴി ഞങ്ങൾ ചെന്നൈയിലേക്ക് തിരിച്ചു.

ആരോഗ്യ കാര്യങ്ങളിൽ അതീവശ്രദ്ധാലുവായിരുന്നു മണി. ദിവ സവും മുടങ്ങാതെയുള്ള നടത്തം, കുളിമുറിയിൽ ആരുമറിയാതെ ചെയ്യുന്ന യോഗ, ഭക്ഷണത്തിലുള്ള ജാഗ്രത... റെസ്റ്റോറന്റിൽ ഓർഡർ ചെയ്തു കിട്ടുന്ന കറികളിലെ അധികകൊഴുപ്പ് നീക്കാനായി അത് ഒരു പാത്രത്തിൽ പകർന്നു ഗ്യാസ് അടുപ്പിൽ വെച്ച് ചൂടാക്കി മേലെ പൊന്തി വരുന്ന കൊഴുപ്പെല്ലാം കോരി കളഞ്ഞതിന് ശേഷം മാത്രം തീൻമേശയി ലേക്കെടുക്കുന്ന രീതിയായിരുന്നു മണിയുടേത്. സുഹൃത്ബന്ധങ്ങൾക്ക് ഇത്രമാത്രം വിലകല്പിച്ചിരുന്ന മണിയെപ്പോലെ മറ്റൊരാളെ ജീവിത ത്തിൽ ഞാൻ വേറെ അറിഞ്ഞിട്ടില്ല, കണ്ടിട്ടുമില്ല. എന്ത് പ്രശ്നങ്ങളും മണിയോട് തുറന്ന് പറയാം. എല്ലാറ്റിനും ഒരു പോംവഴിയും മണി കണ്ടെത്തും.

ദുബായിയിൽ നിന്നുള്ള എത്രയെത്ര ദൈർഘ്യമേറിയ ഫോൺ വിളികൾ... മനസ്സ് നീറുമ്പോൾ ശാന്തി പകരാനുള്ളൊരിടം.. സ്വാന്തന ങ്ങൾ നൽകിയിരുന്ന മധുരമൊഴി. എല്ലാം പെട്ടെന്നില്ലാകുമെന്ന് ഒരി ക്കലും കരുതിയതല്ല. അവസാനമായി മണിയെ ചെന്നൈയിൽ ചെന്ന് കണ്ടത് 2010ൽ ആയിരുന്നു. അന്ന് അസുഖബാധിതനായിരുന്നു മണി. രണ്ടുപേരും കൂടെ ബസന്ത് നഗർ ബീച്ചിൽ നടക്കാൻ പോയെങ്കിലും അധികം നടക്കാതെ ബീച്ചിന്നഭിമുഖമായ റോഡിലെ തിണ്ണയിലുരുന്ന് കാറ്റുകൊള്ളുകയും സംസാരിച്ചിരിക്കയുമായിരുന്നു. തനിക്ക് ചികിത്സി ച്ചാലും അധികകാലം നൽകാതെ ജീവനെടുക്കുന്ന മഹാരോഗം വന്നല്ലോ എന്നോർത്ത് ദുഃഖിച്ചു മണി. രണ്ടാം സ്റ്റേജിലാണ് രോഗം കണ്ടെത്തിയത് പ്രോസ്റ്റേറ്റ് കാർസിനോമ! തുടക്കത്തിൽ കണ്ടെത്തിയാൽ ഭേദമാക്കാനാ കുന്നത്.

ഞങ്ങൾ ഡോക്ടറെ പോയി കണ്ടിരുന്നു. രോഗം ഭേദമാകും എന്നു തന്നെ മണി വിശ്വസിച്ചു. ഒരാഴ്ച അവിടെ തങ്ങി ഞാൻ ജാൻസിയി ലേക്ക് വണ്ടി കയറി. അവിടെ ഇറങ്ങി ഓർച്ച എന്ന ചെറുപട്ടണത്തിലേക്ക് തിരിച്ചു. ബത്വാ നദിക്കരയിൽ പതിനാറാം നൂറ്റാണ്ടിൽ നിർമ്മിച്ച രജപുത്ര രാജാവിന്റെ കൊട്ടാരവും മറ്റ് നിർമ്മിതികളുമാണ് സന്ദർശകരെ ഓർച്ച യിലേക്ക് ആകർഷിക്കുന്നത്. ബത്വാ നദിയിൽ ഒഴുകുന്ന തെളിഞ്ഞ ജലം,

പഴയ നിർമ്മിതികളിൽ കയറി വംശനാശത്തിൽ എത്തിയ കഴുകന്മാരെ ക്യാമറയിൽ പകർത്തുന്ന നാഷണൽ ജിയോഗ്രാഫി ഛായാഗ്രാഹകർ, ചില അറ്റകുറ്റപ്പണികളെല്ലാം ചെയ്താൽ കൂടുതൽ ആകർഷകമാക്കാവുന്ന പഴയ കൊട്ടാരത്തിന്റെ ഒരു ഭാഗം മോടിപിടിപ്പിച്ച് മദ്ധ്യപ്രദേശ് സർക്കാർ ടൂറിസം വകുപ്പിന്റെ കീഴിൽ ഹെറിറ്റേജ് ഹോട്ടൽ ആക്കി മാറ്റിയിരിക്കുന്നു. തെരുവ് പട്ടികൾ വാസസ്ഥലമാക്കിയ ഭാഗങ്ങളും ആ കൊട്ടാരത്തിലുണ്ട്. ആ ദിവസത്തെ അത്താഴം MTDCയുടെ കൊട്ടാരത്തിലുള്ള ഹോട്ടലിൽ നിന്നാക്കി. അതിഥികളെ രസിപ്പിക്കുന്നതിനായി നാടൻ പാട്ടുകളും നൃത്തവും ഒരു കോണിൽ. സ്ത്രീ വേഷം ആടിയിരുന്നവർ വേഷം മാറി വന്ന പുരുഷന്മാരായിരുന്നു. അരോചകമായ കാഴ്ച!

ഒരാഴ്ചയിലധികം നീണ്ടു ആ യാത്ര. ഖജുരാഹോ, വാരാണസി, ബോധ്ഗയ എന്നിവിടങ്ങളിൽ ചുറ്റിക്കറങ്ങി ഡൽഹിയിലേക്ക്. ഡൽഹിയിൽ നിന്ന് ദുബായിയിലേക്കും. ആവർത്തന വിരസമാണ് ഗൾഫുകാരന്റെ ദിനങ്ങൾ. വലിയ സംഭവങ്ങൾ ഒന്നുമില്ലാത്ത കുറെയേറെ വർഷങ്ങൾ. അവ എല്ലാം എഴുതി വിരസമാക്കുന്നില്ല. ചിലതെല്ലാം ഒന്ന് തൊട്ട് ഈ ഓർമ്മക്കുറിപ്പുകൾ അവസാനിപ്പിക്കുകയാണ്.

കുറേ യാത്രകൾ...

നേപ്പാൾ, തായ്‌ലന്റ്, സിങ്കപ്പൂർ, ശ്രീ ലങ്ക, സിക്കിം, കുളു മണാലി, ഖജുരാഹോ, വാരണാസി, ലഡാഖ്, കശ്മീർ, അജന്ത എല്ലോറ, ജർമ്മനി, ജോർജിയ, ഒമാൻ... ഓരോ വർഷവും അതുവരെ കാണാത്ത ഇന്ത്യയിലെയോ വിദേശത്തെയോ ചില സ്ഥലങ്ങൾ സന്ദർശിക്കുക പതിവാക്കി.

ഞങ്ങളുടെ നാട്ടിൽ ഒരു ഭ്രാന്തനുണ്ടായിരുന്നു. ഭയം തോന്നിപ്പിക്കുന്ന വിചിത്ര മുഖം. മുട്ടിനു താഴെ നീണ്ട വലിയ കുപ്പായവും വെള്ളയിൽ പിന്നിൽ മാത്രം ഒരു വരി കള്ളികളുള്ള മാപ്പിള മുണ്ടും ധരിച്ച് വീടിനു മുൻപിലൂടെ പൊന്നാനി വരെ നീളുന്ന മണൽവഴിയിലൂടെ അയാൾ വരും. വഴിയിൽ വളർന്നു നിൽക്കുന്ന നൂറ്റാണ്ടുകൾ പഴക്കമുള്ള ആൽമരങ്ങളും ഞാവൽ മുത്തശ്ശിമാരെയും മുത്തൻമ്മാവുകളെയും അജ്ഞാത കാരണങ്ങളാൽ മൂന്ന് തവണ ചുറ്റി അയാൾ ചേറ്റുവ അഴിമുഖം തൊട്ട് പുതുപൊന്നാനി അഴിമുഖം വരെ നടക്കും. അതിനിടയിൽ ആഹാരം നൽകുന്നവരും ഭയന്നോടുന്നവരും. എന്നാൽ നേർക്കു നേർ ബന്ധപ്പെടാൻ, ചോദ്യം ചെയ്യാൻ ആരും ധൈര്യപ്പെട്ടിരുന്നില്ല. ഭയം ജനിപ്പിക്കുന്ന മുഖഭാവമായിരുന്നു ആ ഭ്രാന്തന്. അയാൾ ഇടയ്ക്ക് ഞങ്ങളുടെ വീട്ടിൽ വന്ന് തിണ്ണയിൽ നിവർന്നു കിടന്ന് തന്റെ ഒരു കൈ ശിരസ്സിന് നൽകി മറ്റേതോ കാലത്തിൽ നിന്നുമുയരുന്ന അപരിചിതശബ്ദത്തിൽ പറയും, 'ഇതെന്റെ വീടാണ്, നിങ്ങൾ എന്താണിവിടെ?' കുട്ടികളായ ഞങ്ങൾ ഭയന്നു വിയർക്കുന്ന വേള...

എന്റെ അച്ഛൻ നട്ടുവളർത്തിയ ഒരു വലിയ സപ്പോട്ടമരം ഇന്നും ഏട്ടന്റെ വീട്ടു പടിക്കലായുണ്ട്. ഞാൻ കണ്ടതിൽ വെച്ച് ഏറ്റവും വലിയ സപ്പോട്ടപ്പഴങ്ങൾ വിളയുന്ന മുത്തശ്ശൻ സപ്പോട്ട മരം! അതിൽ വിളയുന്ന ഭീമൻ സപ്പോട്ടകൾ എല്ലാം പഴം തീനി വവ്വാലുകൾക്കായുള്ളതാണ്. ദുബായിയിലെ വിലകൂടിയ പഴമാണ് ചിക്കു എന്ന സപ്പോട്ട. നമുക്ക് നമ്മുടെ നാട്ടിലെ വിളകൾക്കൊന്നും ഒരു വിലയുമില്ലല്ലോ! ലോകത്തിലെ മാർക്കറ്റുകളിൽ വലിയ വില നൽകിയാൽ മാത്രമേ ഇത്തരം അപൂർവ ട്രോപ്പിക്കൽ ഫലങ്ങൾ ലഭ്യമാകൂ. തായ്‌ലാൻഡ് അവരുടെ മാങ്ങ, പേരക്ക, റമ്പുട്ടാൻ, ദുരിയാൻ, ചക്ക, ലിച്ചി, ഡ്രാഗൺ ഫ്രൂട്ട്, മാങ്കോസ്റ്റിൻ തുടങ്ങി പലതരത്തിലുള്ള പഴങ്ങൾ ലോകവിപണിയിൽ എത്തിക്കുന്നു. നമുക്കും ആ വഴി തുടരാവുന്നതാണ്.

രണ്ടായിരത്തിപ്പതിനേഴു വരെ ദുബായിൽ ജോലിചെയ്തു. PRO ആയി യു.എ.ഇ. മുഴുവൻ ഓരോ ആവശ്യനിർവ്വഹണത്തിന്നായി യാത്ര ചെയ്യുമായിരുന്ന ദിനങ്ങൾ. വിവിധ രാജ്യങ്ങളുടെ എംബസികൾ, കോൺസലേറ്റുകൾ, ബാങ്ക്, കസ്റ്റംസ്, ഫ്രീ സോൺ അതോറിറ്റി, ഷിപ്പിംഗ് ഏജൻസികൾ, ഫോർവാർഡിങ് കമ്പനികൾ, ഓഡിറ്റേഴ്സ് തുടങ്ങി വലുതും ചെറുതുമായ കാര്യ നിർവഹണങ്ങൾക്കായി യു.എ.ഇ. മുഴുവൻ അഞ്ചെട്ട് വർഷം നിരന്തരം കറങ്ങി. ഓരോ മാസവും അയ്യായിരം കിലോമീറ്ററിൽ അധികം ഓടുന്ന വണ്ടികൾ മൂന്ന് വർഷത്തിലൊരിക്കൽ മാറി വരും. ഹോണ്ട, നിസ്സാൻ, ടൊയോട്ട, ഫോക്സ് വാഗൻ... പതിനഞ്ച് വർഷങ്ങൾ...

ദുബായ് നഗരം സഞ്ചാരികളുടെ പറുദീസയായി പരിണമിച്ചു. ലോകത്തിൽ ഏറ്റവും അധികം സഞ്ചാരികൾ എത്തുന്ന നഗരങ്ങളുടെ പട്ടികയിൽ രണ്ടാം സ്ഥാനത്തോളം ഉയർന്നു ദുബായ്. ടൂറിസം കൊണ്ടുതന്നെ നഗരം ചലിക്കുമെന്ന സ്ഥിതിയായി.

രണ്ടായിരത്തി പന്ത്രണ്ടിൽ ലോജിസ്റ്റിക് ആയി എന്റെ പ്രവർത്തന മേഖല. ജോലി പ്രാദേശികവും അന്തർദേശീയവുമായ ഇറക്കുമതിയുടെയും കയറ്റുമതിയുടെയും പൂർണ്ണനിവ്വഹണം. രണ്ടായിരത്തി പതിനേഴിൽ കമ്പനിയിൽ നിന്ന് പിരിയും വരെ അത് തുടർന്നു.

ഇതിനിടയിൽ കലാലയ ജീവിതം പൂർണ്ണമാക്കി മകൻ ജോലിയിൽ പ്രവേശിച്ചു. മകൾ ജോലിയിൽ തുടർന്നുകൊണ്ട് വിദ്യാഭ്യാസം പൂർത്തിയാക്കി. രണ്ടുപേരുടെയും ഔദ്യോഗിക ജീവിതം നല്ല നിലയിൽ തുടർന്നു. മകൾ വിവാഹിതയുമായി. സഹോദരിമാരെ പലപ്പോഴായി ദുബായ് സന്ദർശനത്തിന് ക്ഷണിച്ചിരുന്നു. മൂത്ത സഹോദരി അരുണയുടെ ഔദ്യോഗികജീവിതം അതിനനുവദിച്ചില്ല. വിരമിച്ചതിന് ശേഷം വരാം എന്നവൾ.

എന്നാൽ അത്രയും കാത്തുനിൽക്കാതെ ഇളയ സഹോദരി ഷീലയെ ദുബായ് സന്ദർശനത്തിന് കൊണ്ടുവന്നു. യു.എ.ഇ.യിലെ പ്രധാന കാഴ്ചകളെല്ലാം കണ്ട് മൂന്നാഴ്ചയോളം അവൾ ഞങ്ങളോടൊപ്പം കഴിഞ്ഞു.

സുമയുടെ വെക്കേഷൻ കാലമായിരുന്നു. ഞാനും രണ്ടാഴ്ച അവധിയെടുത്ത് അവളുടെ ഗെയ്ഡും സാരഥിയുമായി.

എന്നാൽ അരുണയ്ക്ക് അതിനുള്ള അവസരമുണ്ടായില്ല. ഞങ്ങളെയെല്ലാം ദുഃഖക്കടലിലാഴ്ത്തി ഒരു ദിവസം എ.ജീസ് ഓഫീസിലെ ജോലി കഴിഞ്ഞ് വട്ടിയൂർക്കാവിലെ സ്വന്തം വീട്ടിലെത്തി പതിവ് കർമ്മങ്ങളെല്ലാം പതിവുപോലെ ചെയ്ത് ഉറങ്ങാൻ കിടന്ന അവൾ ഉണർന്നില്ല. നിത്യനിദ്രയിലേക്കവൾ ആഴ്ന്നിറങ്ങി.

പിറന്നാൾ ആഘോഷമൊന്നും ഞങ്ങൾക്ക് പതിവില്ല. എന്നാൽ മക്കൾക്ക് എന്റെ അറുപതാം പിറന്നാൾ ആഘോഷിക്കണമെന്ന് നിർബന്ധം. അവർ അതേറ്റെടുത്ത് ഒരു ഹാൾ ബുക്ക് ചെയ്ത് ആ പിറന്നാൾ വലിയ ആഘോഷമായി കൊണ്ടാടി. അറുപതാം പിറന്നാൾ ആഘോഷം മാത്രമായിരുന്നില്ല അത് ഞങ്ങളുടെ മുപ്പതാം വിവാഹവാർഷികവും കൂടിയായിരുന്നു. നവംബർ മാസത്തിലാണ് രണ്ടും വരുന്നത്. ബന്ധുമിത്രാദികളാൽ നിറഞ്ഞ ആഘോഷം!

2017ൽ മേയിൽ വിസയുടെ കാലാവധിയോടെ ട്രക്ക് ടെക്കിൽ നിന്ന് വിരമിക്കാൻ തീരുമാനിച്ചിരുന്നു. പാസ്പോർട്ടിൽ യഥാർത്ഥ വയസ്സിനെക്കാൾ രണ്ടര വർഷം കൂടുതലാണ് പ്രായം. അതിനാൽ സാധാരണ രീതിയിൽ വിസ പുതുക്കാൻ സാദ്ധ്യമല്ല.

സുമയും എന്നോടൊപ്പം നാട്ടിൽ വരാൻ തീരുമാനിച്ച് മെയ് മാസത്തിൽ പിരിഞ്ഞു പോരത്തക്കവിധത്തിൽ റാഫിൽസ് അക്കാദമിയിൽ റിസൈൻ ലെറ്റർ സമർപ്പിച്ചിരുന്നു. പ്രൊഫഷണലി ക്വാളിഫൈഡ് ആയ അവൾക്ക് പ്രായപരിധിയൊന്നുമില്ല ജോലി തുടരാനായി. എന്നാലും എന്നെ അനുഗമിക്കാൻ തന്നെ അവൾ തീരുമാനിച്ചു. മെയ് ആദ്യത്തിൽ സെന്റ് ഓഫ് പാർട്ടി അവൾക്കായി റാഫിൾ അക്കാദമി ഒരുക്കി. രണ്ടുപേരും മെയ് മാസത്തിൽ ഒരുമിച്ച് നാട്ടിലേക്ക് പോകാനായി ടിക്കറ്റും ബുക്ക് ചെയ്തു.

ട്രക്ക് ടെക് ജബൽ അലി ഹോട്ടലിലാണ് എനിക്ക് സെന്റ് ഓഫ് പാർട്ടി ഒരുക്കിയത്. അതോടൊപ്പം മറ്റെന്തോ പ്രത്യേകതയുമുണ്ടായിരുന്നതിനാൽ വലിയ പാർട്ടിയും ഗേമുമെല്ലാം ഒരുക്കിയിരുന്നു ആ വലിയ പഞ്ചനക്ഷത്ര ഹോട്ടലിന്റെ ലോണിൽ. പാർട്ടി നടക്കുന്ന പുൽത്തകിടി ക്വാ ആയി മാറ്റിയ കടൽകരയിലാണ്. ഇടയ്ക്കിടെ കടലിൽ വന്നിറങ്ങുന്ന വാട്ടർ പ്ലെയിൻ കരക്കടുപ്പിച്ചിരുന്നത് ആ ക്വായിലാണ്. ഈന്തപ്പനകളാലും പുഷ്പലതാതികളാലും സമൃദ്ധമായിരുന്നു ആ വലിയ പുൽത്തകിടി. കുറെ സമ്മാനങ്ങളും ഫോട്ടോ എടുപ്പും ബെഞ്ചമിൻ റോബല്ലറുടെയും മറ്റ് പ്രമുഖരുടെയും ആശംസകളോടെയുള്ള വിടതരൽ ടോക്സുമായി ആദ്യഘട്ടം കഴിഞ്ഞു. പിന്നെ പതിവുപോലെ കുടിയും തീറ്റയും ആടലും പാടലും..

നാട്ടിലേക്ക് പോകാൻ ദിവസങ്ങൾ മാത്രം ബാക്കിയുള്ളപ്പോഴാണ് പിരിഞ്ഞു പോകുന്ന എന്റെ ഗ്രാറ്റുവിറ്റി എത്രയാണെന്ന് H R മാനേജ രോട് ചോദിച്ചത്. PRO ആയി ജോലി ചെയ്ത എനിക്ക് ദുബായിയിലെ എല്ലാ തൊഴിൽ നിയമങ്ങളെക്കുറിച്ചും സാമാന്യഗ്രാഹ്യമുണ്ട്. അവരുടെ ഉത്തരം എന്റെ കണക്കിലുള്ളതിനേക്കാൾ വളരെ കുറവാണ്. പകുതി യിൽ താഴെ. ഞാൻ കാര്യം വ്യക്തമാക്കി. അവർ വഴങ്ങിയില്ല. അവർ നിയമവിരുദ്ധമായ അവരുടെ കണക്കിൽ ഉറച്ചു നിന്നു. തർക്കമായി, ഫ്രീസോൺ അതോറിറ്റിയും എന്റെ ഭാഗം ശരിയെന്ന് സമ്മതിച്ചു. കമ്പനി അപ്പോഴും അതഗീകരിക്കാൻ തയ്യാറായില്ല. അവസാനം എന്റെ പരാതിയിൽ ഫ്രീ സോൺ അതോറിറ്റി കേസ് ദുബായ് കോർട്ടിലേക്ക് റഫർ ചെയ്തു. പിന്നെ കുറേ ദിവസം കേസിന്റെ പിന്നിലായി ഓടേണ്ടി വന്നു. അപ്പോഴേക്കും യാത്രയ്ക്കുള്ള തീയ്യതിയായി. കാൻസൽ ചെയ്യാൻ പറ്റാത്ത വൺ വേ ടിക്കറ്റ് ആയിരുന്നു രണ്ടുപേരുടെയും. സുമയെ നാട്ടി ലേക്ക് വിട്ട് ഞാൻ ദുബായിയിൽ തന്നെ തങ്ങി.

രണ്ടായിരത്തി പതിനേഴിൽ ഞങ്ങളുടെ പിരിഞ്ഞു പോക്കിന് ദിവസ ങ്ങൾക്ക് മുന്നെ അനുജനും മക്കളും അവരുടെ മലേഷ്യ, സിങ്കപ്പൂർ, ശ്രീലങ്ക യാത്രകളുടെ തുടർച്ചയായി ദുബായിലുമെത്തി. അവർ ഒരാഴ്ച ദുബായിൽ ഞങ്ങളോടൊപ്പം കഴിഞ്ഞു. യു.എ.ഇയിലെ പ്രധാന കാഴ്ച കൾ അവരും അനുഭവിച്ചു. അവർക്കും സാരഥിയും വഴികാട്ടിയുമായി ഞാൻ.

ഇതിനിടയിൽ 'പ്രതീക്ഷ' ഞങ്ങൾക്ക് വലിയൊരു വിടചൊല്ലൽ പാർട്ടി ഒരുക്കിയിരുന്നു. സമ്മാനങ്ങളാലും വിട നൽകും മൊഴികളാലും എല്ലാ പ്രതീക്ഷ അംഗങ്ങളും കൊച്ചുമക്കളും ഒരുപാട് സ്നേഹം വിതറി ഞങ്ങളെ യാത്ര അയയ്ക്കുകയായിരുന്നു. അനുജനും മക്കളും ഈ പാർട്ടിയിൽ പങ്കാളികളുമായി.

ആർ.കെ. നായർ ഞങ്ങളുടെ എല്ലാ സാധനങ്ങളും നാട്ടിൽ എത്തി ക്കാനായി ഒരു 20' കണ്ടൈനർ കൊച്ചിയിലേക്കായി ബുക്ക് ചെയ്തു. ആ സർവീസ് തികച്ചും അദ്ദേഹത്തിന്റെ വകയായിരുന്നു. ഞങ്ങൾക്ക് ഒരു പൈസയും അതിന്നായി ചിലവഴിക്കേണ്ടിവന്നില്ല.

കേസ് തീരും വരെ ദുബായിയിൽ നിൽക്കേണ്ടെന്ന് കരുതി മോൾക്ക് അത് നടത്താനായുള്ള പവർ ഓഫ് അറ്റോണി നൽകി ജൂൺ ആദ്യവാരം ഞാൻ നാട്ടിലേക്ക് തിരിച്ചു. ദുബായിൽ ഒരു കേസും അധികം നീണ്ടു പോകാറില്ല. ജൂൺ അവസാനം എനിക്കനുകൂലമായി വിധി വന്നു. മോൾ എനിക്കു വേണ്ടി കമ്പനിയിൽ നിന്നും ചെക്ക് ഏറ്റുവാങ്ങി. അങ്ങനെ എന്റെ ആദ്യത്തേതും അവസാനത്തേതുമായ ദുബായ് നിയമയുദ്ധം ശുഭ പര്യാപ്തിയായി.

ഇപ്പോൾ കൊറോണകാലമാണ്. ലോകം മുഴുവൻ പടർന്ന മഹാമാരി മനുഷ്യജീവിതത്തെ ആകെ മാറ്റിമറിച്ചുകൊണ്ടിരിക്കുന്നു. ലോകവ്യാപകമായി ലക്ഷങ്ങൾ മരിച്ചു ഇതുവരെ. രോഗത്തെ ഫലപ്രദമായി തടയാനുമായിട്ടില്ല മനുഷ്യന്.

രൂപങ്ങൾ മാറുന്ന വർണ്ണചിത്രങ്ങൾ വരച്ച് രസിക്കുന്ന സന്ധ്യാമേഘങ്ങൾ നിറഞ്ഞ പടിഞ്ഞാറൻ ആകാശം. പലതരം പറവകൾ കൂടണയാൻ വേഗത്തിൽ പറന്നകലുന്നു. പല ശബ്ദങ്ങളിൽ അവർ പരസ്പരം എന്തൊക്കെയോ പറഞ്ഞകലുകയാണ്.

അകലെ ചക്രവാള സീമകളിൽ അറബിക്കടലിനെ മറച്ച് തീരത്ത് വളർന്നു നിൽക്കുന്ന കാറ്റാടി മരതുമ്പുകൾ കാണാം ഈ ഒൻപതു നില കെട്ടിടത്തിന്റെ ടെറസ്സിൽ നിന്നു നോക്കിയാൽ. കിഴക്ക് ഭക്തർ ഒഴിഞ്ഞ ഗുരുവായൂർ ക്ഷേത്രത്തിന്റെ ഉയർന്നു നിൽക്കുന്ന സ്വർണ്ണക്കൊടിമരവും മേൽക്കൂരകളും. കോവിഡ് 19 മഹാവ്യാധി ചരിത്രത്തിലാദ്യമായി വിജനമാക്കിയ മഹാക്ഷേത്രപ്പന്തലുകളുടെ മേൽക്കൂര. അയാൾ പടികളിറങ്ങി ആറാം നിലയിലെ ഫ്ളാറ്റിലേക്ക് നടന്നു. ■